മലയാളസിനിമ

അനുവർത്തനത്തിന്റെ സംസ്കാരപഠനം

malayala cinema
anuvarthanathinte samskarapadanam

•

dr. rajesh m r

•

first edition
february 2016

•

typesetting & published
chintha publishers, thiruvananthapuram

•

•

cover
cover story

•

വിതരണം

ദേശാഭിമാനി ബുക്ക് ഹൗസ്

H O തിരുവനന്തപുരം-695 035
phone: 0471-2303026, 6063026
www.chinthapublishers.com
chinthapublishers@gmail.com

ബ്രാഞ്ചുകൾ

ഹെഡ്ഡാഫീസ് ബ്രാഞ്ച് കുന്നുകുഴി • സ്റ്റാച്യു തിരുവനന്തപുരം • കെ എസ് ആർ ടി സി ബസ് സ്റ്റേഷൻ ആലപ്പുഴ • കെ എസ് ആർ ടി സി ബസ് സ്റ്റേഷൻ എറണാകുളം • മച്ചിങ്ങൽ ലെയിൻ തൃശൂർ • ഐ ജി റോഡ് കോഴിക്കോട് • മാവൂർ റോഡ് കോഴിക്കോട് • എൻ ജി ഒ യൂണിയൻ ബിൽഡിങ് കണ്ണൂർ • സെൻട്രൽ ബസ് ടെർമിനൽ കോംപ്ലക്സ് താവക്കര കണ്ണൂർ

CO - 2324 / 3828
ISBN - 978-93-85045-63

മലയാളസിനിമ

അനുവർത്തനത്തിന്റെ സംസ്കാരപഠനം

ഡോ. രാജേഷ് എം ആർ

ചിന്ത പബ്ലിഷേഴ്സ്
തിരുവനന്തപുരം-695 035

ഡോ. രാജേഷ് എം ആർ

എറണാകുളം ജില്ലയിലെ കുറുമശ്ശേരിയിൽ 1977 ൽ ജനനം. അച്ഛൻ: എം കെ രാജൻ, അമ്മ: ലളിത പി എസ്. ശ്രീ ശങ്കരാചാര്യ സംസ്കൃത സർവ്വകലാശാലയിൽനിന്ന് മലയാളം എം എ റാങ്കോടുകൂടി ജയിച്ചു. മഹാത്മാഗാന്ധി സർവ്വകലാശാല സ്കൂൾ ഓഫ് ലെറ്റേഴ്സിൽനിന്ന് എം എഫിലും (2005), ശ്രീ ശങ്കരാചാര്യ സംസ്കൃത സർവ്വകലാശാലയിൽ നിന്ന് മലയാള സിനിമയും സാഹിത്യവും - അനുവർത്തനത്തിന്റെ പ്രശ്നങ്ങൾ എന്ന വിഷയത്തിൽ പി എച്ച് ഡിയും (2009) നേടി. താരതമ്യ പഠന സംഘത്തിന്റെ ഗവേഷണ പ്രബന്ധത്തിനുള്ള എൽ വി രാമസ്വാമി അയ്യർ പുരസ്കാരം (2005), കേരള ഭാഷാ ഇൻസ്റ്റിറ്റ്യൂട്ടിന്റെ യുവ എഴുത്തുകാർക്കുള്ള എൻ വി കൃഷ്ണവാരിയർ അവാർഡ് (2008), കേരള ലളിതകലാ അക്കാദമിയുടെ ഗ്രന്ഥ രചനയ്ക്കുള്ള ഫെല്ലോഷിപ്പ് (2010), സിനിമാ ലേഖനത്തിനുള്ള അറ്റ്ലസ് ഫിലിം ക്രിട്ടിക്സ് അവാർഡ് (2010), ന്യൂഡൽഹിയിലെ ഗായത്രി കലാസംഘടനയുടെ മലയാളഭാഷാ സാഹിത്യത്തിനുള്ള ഡോ. അകവൂർ നാരായണൻ പുരസ്കാരം (2011) കേരള കൗൺസിൽ ഫോർ ഹിസ്റ്റോറിക്കൽ റിസേർച്ച് (KCHR) സെന്ററിന്റെ DPDRT ഫെല്ലോഷിപ്പ് (2014) എന്നിവ നേടിയിട്ടുണ്ട്. *വിമർശനത്തിന്റെ വഴികൾ, മലയാള സിനിമാ പോസ്റ്റർ: സൗന്ദര്യവും രാഷ്ട്രീയവും, ഇന്ത്യൻ സിനിമയുടെ വർത്തമാനം* എന്നിവ മറ്റു കൃതികൾ. കേരള സർവ്വകലാശാല വിദൂര വിദ്യാഭ്യാസ പഠന കേന്ദ്രത്തിൽ കോൺട്രാക്റ്റ് ലക്ചററായി ജോലി ചെയ്തിരുന്നു. തുടർന്ന് കൊച്ചിൻ ദേവസ്വം ബോർഡിന്റെ കുന്നംകുളം ശ്രീ വിവേകാനന്ദ കോളേജിൽ മലയാളം അസിസ്റ്റന്റ് പ്രൊഫസർ. ഇപ്പോൾ തൃശൂർ ശ്രീ കേരളവർമ്മ കോളേജിൽ അസിസ്റ്റന്റ് പ്രൊഫസർ.

ഭാര്യ : ദിവ്യ

വിലാസം : മാളിയേക്കൽ, കുറുമശ്ശേരി പി ഒ
എറണാകുളം 683 579

e-mail : rajeshmr6@gmail.com

Phone : 9605733753

ഉള്ളടക്കം

പ്രസാധകക്കുറിപ്പ്

സാഹിത്യകൃതിയെ ദൃശ്യമാധ്യമത്തിലേക്കു പകർത്തുന്നതിനെ സാമാന്യമായ അർത്ഥത്തിൽ അനുകല്പനം അല്ലെങ്കിൽ അനുവർത്തനം എന്നു പറയുന്നു. അനുവർത്തനത്തിന് സിനിമയുടെ ആവിർഭാവത്തോളം തന്നെ പഴക്കമുണ്ട്. ലൂമിയർ സഹോദരന്മാരുടെ *ദി ലൈഫ് ഓഫ് ജീസസ് ക്രൈസ്റ്റ്* അനുവർത്തനത്തിന്റെ ആദ്യകാല മാതൃകയാണ്. അതുപോലെ തന്നെ മലയാളത്തിലെ രണ്ടാമത്തെ സിനിമയായ *മാർത്താണ്ഡവർമ്മ* (1931) പിന്നെ ജനപ്രിയ നോവലുകളും നാടകങ്ങളും കഥകളുമെല്ലാം ചലച്ചിത്രത്തിലേക്ക് അനുവർത്തനം ചെയ്യപ്പെട്ടു.

അനുവർത്തനം ഒരു സാധാരണ പ്രക്രിയ ആയതോടെ അതിനെ സംബന്ധിച്ച സൈദ്ധാന്തിക ചർച്ചകളും നിഗമനങ്ങളും ആവിർഭവിച്ചു. സിനിമയ്ക്ക് മൂലകൃതിയോടുള്ള പ്രതിബദ്ധത, സിനിമാവിഷ്കാരത്തിന്റെ സ്വാതന്ത്ര്യം, തിരക്കഥാരചന, സംവിധായകന്റെ പങ്ക്, സിനിമയും സാംസ്കാരിക സിദ്ധാന്തങ്ങളും എന്നിവയെല്ലാം സിദ്ധാന്തവല്ക്കരിക്കാനുള്ള പഠനങ്ങളായി.

ഈ പശ്ചാത്തലത്തിലാണ് ഡോ. രാജേഷ് എം ആർ തന്റെ *മലയാള സിനിമ: അനുവർത്തനത്തിന്റെ സാംസ്കാരിക പഠനം* എന്ന ഗ്രന്ഥം രചിച്ചിരിക്കുന്നത്. സൈദ്ധാന്തിക മാതൃകകളെ സംബന്ധിച്ച അന്വേഷണത്തോടൊപ്പം രാജേഷ് ചെറുകഥയും നാടകവും നോവലും സിനിമയിലേക്ക് അനുവർത്തനം ചെയ്യുമ്പോഴുള്ള സാമൂഹ്യ, രാഷ്ട്രീയ സാംസ്കാരിക സംക്രമണത്തെക്കുറിച്ച് ഈ ഗ്രന്ഥത്തിൽ ചർച്ച ചെയ്യുന്നു.

സിനിമാ വായനയുടെ വേറിട്ട മാതൃകയായ ഈ ഗ്രന്ഥം സിനിമാ പ്രേമികൾ മാത്രമല്ല പൊതുവായനാസമൂഹവും സഹർഷം സ്വാഗതം ചെയ്യും എന്ന ഉറപ്പോടെ ഞങ്ങൾ പ്രസിദ്ധീകരിക്കുന്നു.

ചിന്ത പബ്ലിഷേഴ്സ്

ആമുഖം

ചലച്ചിത്രാനുകല്പനത്തിന് സിനിമയുടെ ആവിർഭാവത്തോളം പഴക്കമുണ്ട്. ലൂമിയർ സഹോദരന്മാർ 1987 ൽ എടുത്ത *ദ ലൈഫ് ഓഫ് ജീസസ് ക്രൈസ്റ്റ്* എന്ന ഹ്രസ്വചിത്രം ആദ്യകാല അനുകല്പനമാതൃകയാണ്. സിനിമയുടെ വിവിധ പരിണാമദശകളിൽ ബൈബിൾ ചെലുത്തിയ സ്വാധീനം വളരെ നിർണ്ണായകമാണ്. എന്നാൽ ഇന്ത്യൻ സിനിമയിൽ ഈ സ്ഥാനത്ത് ഇതിഹാസപുരാണങ്ങൾക്കാണ് മുൻതൂക്കം. ജീസസിന്റെ ജീവിതംപോലെ ശ്രീകൃഷ്ണചരിതം ഇവിടെ ചിത്രീകരിക്കപ്പെട്ടു. മലയാളത്തിലെ രണ്ടാമത്തെ സിനിമയായ *മാർത്താണ്ഡവർമ്മ* (1931) സി വി രാമൻപിള്ളയുടെ നോവലിനെ അവലംബമാക്കി നിർമ്മിച്ചതാണ്. സിനിമ സജീവമായി തുടങ്ങിയ നാല്പതുകളുടെ രണ്ടാംപകുതി മുതൽ അമ്പതുകളായപ്പോഴേക്കും ബൈബിളിനെയും പുരാണങ്ങളെയും മാത്രമല്ല, ജനപ്രിയനോവലുകളെയും നാടകങ്ങളെയും മലയാള സിനിമ ആശ്രയിച്ചു തുടങ്ങിയിരുന്നു. ആ കാലഘട്ടത്തിൽ സാഹിത്യത്തിന് മലയാളി സമൂഹത്തിൽ കൈവന്നിരുന്ന അംഗീകാരവും ജനപ്രിയതയുമാണ് ചലച്ചിത്രപ്രവർത്തകരെ അതിലേക്ക് ആകർഷിച്ചത്. ഇതര കലാരൂപങ്ങളോട് ചേർക്കുക വഴി സിനിമയ്ക്കും ഒരളവിൽ അവയുടെ സ്വീകാര്യത കൈവരുമെന്ന് ഇക്കൂട്ടർ കരുതിയിരിക്കാം. ചലച്ചിത്രഭാഷയെക്കുറിച്ച് അന്നുനിലവിലിരുന്ന സാഹിത്യകേന്ദ്രീകൃതമായ ബോധവും ഇതിനു പ്രേരകമായി.

സാമാന്യമായ അർത്ഥത്തിൽ സാഹിത്യകൃതിയെ ദൃശ്യമാധ്യമത്തിലേക്ക് പകർത്തുന്നതിനെയാണ് അനുകല്പനം, അനുവർത്തനം (Adaptation) എന്നൊക്കെ പറയുന്നത്. അനുകല്പന പഠനങ്ങൾ മലയാള സാഹിത്യത്തിൽ കുറവാണ് എന്നതുതന്നെ സാഹിത്യവും സിനിമയും തമ്മിലുള്ള ബന്ധത്തെക്കുറിച്ച് കൂടുതൽ അന്വേഷിക്കുവാൻ പ്രേരണ

നല്കുന്നതാണ്. സാഹിത്യവുമായുള്ള ബന്ധത്തിൽ നിന്നാണ് സിനിമ അതിന്റെ സാങ്കേതികമായ ചിത്രസന്നിവേശരീതികൾ നിർമ്മിച്ചെടുത്തത്. 1960 കളിൽ ഇവയ്ക്കിടയിലെ ബന്ധം കൂടുതൽ ഗാഢവും നിരന്തരവുമാകുന്നുണ്ട്. സാഹിത്യകൃതികളെപ്പോലെ തന്നെ കേരളീയ നവോത്ഥാന രൂപീകരണത്തിൽ നടത്തിയ സിനിമയുടെ ഇടപെടലുകൾ നിരസിക്കാവതല്ല. ആധുനികതയുടെ പൊതുമണ്ഡലം സ്ഥാപിച്ചെടുക്കുന്നതിലും മതേതരമായ കലാഭിരുചി പോഷിപ്പിക്കുന്നതിലും സിനിമയുടെ സാന്നിദ്ധ്യം നിർണ്ണായകമായിരുന്നു. അനുകല്പനപഠനത്തിൽ സാംസ്കാരികവും രാഷ്ട്രീയവുമായ പരിഗണനകൾ ഒഴിവാക്കാനാവാതെ വരുന്നതും അതുകൊണ്ടാണ്. തിരക്കഥ സാഹിത്യമായി പരിഗണിക്കാമോ എന്നതിനെ ചൊല്ലിയുള്ള തർക്കങ്ങൾ ഇന്നും നിലനില്ക്കുന്നുണ്ട്. സിനിമ സാങ്കേതികകലയായതിനാൽ അതിൽ ദൃശ്യശ്രാവ്യതലത്തിനാണ് പ്രാധാന്യമുള്ളതെന്ന വാദം ഇന്ന് ശക്തമാണ്. ഇന്ന് സാഹിത്യമൂല്യം കൂടുതലുള്ള കൃതികൾ സിനിമയെ മോശമാക്കുന്നുവെന്നുള്ള അഭിപ്രായങ്ങളും ഉയർന്നുവരുന്നുണ്ട്. മാത്രവുമല്ല, പുതിയ സന്ദർഭത്തിൽ സിനിമയുടെ പല ആഖ്യാന രീതികളും ആധുനികാനന്തരസാഹിത്യം സ്വാംശീകരിച്ചിട്ടുമുണ്ട്. സിനിമയും സാഹിത്യവുമായുള്ള ബന്ധം മുൻകാലത്ത് നിരീക്ഷിച്ചതിനേക്കാൾ സങ്കീർണ്ണമായിത്തീരുകയാണെന്ന് വ്യക്തം. കൃതി - തിരക്കഥ - സിനിമ എന്നിവയ്ക്കിടയിലെ പാഠാന്തരബന്ധവും അനുകല്പനപഠനപരിധിയിൽപ്പെടുന്നതാണ്. കൃതിയെയും തിരക്കഥയെയും സിനിമയെയും മൂന്ന് വ്യത്യസ്തപാഠങ്ങളായി ഇവിടെ പരിചരിക്കുന്നു.

ഒന്നാം അദ്ധ്യായമായ *അനുവർത്തനത്തിന്റെ സൈദ്ധാന്തികമാതൃകകൾ* എന്നതിൽ അനുകല്പനപഠനങ്ങളിൽ ഉപയോഗിച്ചുവരുന്ന സിദ്ധാന്തങ്ങളെ പരിചയപ്പെടുത്തുന്നു. വിവർത്തന സങ്കല്പനങ്ങളെ പിൻപറ്റിയാണ് ആദ്യകാല അനുകല്പനസിദ്ധാന്തങ്ങൾ രുപപ്പെട്ടത്. പിന്നീട് ദൃശ്യമാധ്യമത്തിന്റെ സവിശേഷതകൾക്ക് അനുസൃതമായി അവയ്ക്ക് രൂപാന്തരമുണ്ടായി. ആ നിലയ്ക്ക് ആദ്യകാലത്തെ അനുകല്പനങ്ങളിൽനിന്ന് പില്ക്കാലത്തെ സിനിമകൾക്ക് ഉണ്ടായിട്ടുള്ള മാറ്റം ഇവിടെ വിശകലനം ചെയ്യുന്നുണ്ട്. വർത്തമാനകാലത്തിൽ അനുകല്പനത്തിൽ വന്നിരിക്കുന്ന മാറ്റം എന്തെന്നും ഈ അദ്ധ്യായത്തിൽ അന്വേഷിക്കുന്നുണ്ട്. മൂലകൃതിയെ കേവലം അസംസ്കൃതവസ്തുവായി കാണുന്നതിന്റെ പ്രസക്തി എന്തെന്നും സിനിമ സംവിധായകന്റെ കലയാണെന്നുള്ള ചൊല്ലിന്റെ രാഷ്ട്രീയമെന്തെന്നും ഇവിടെ വിലയിരുത്തുന്നുണ്ട്. മൂലകൃതിയെ അതേപടി പിന്തുടരുന്നതിന്റെയും മൂലകൃതിയിൽ നിന്ന് ആവശ്യം വേണ്ടവ സ്വീകരിച്ച് ദൃശ്യഭാഷയ്ക്കിണങ്ങുന്ന വിധത്തിൽ അതിനെ പുനർസൃഷ്ടിക്കുന്നതിന്റെയും ചരിത്രമാണ് അനുകല്പനത്തിന്റേത്. മൂലകൃതിക്ക് മുമ്പുണ്ടായിരുന്ന 'ആധികാരികമായ പരിവേഷം' ഈ പ്രബന്ധത്തിലെ വിശകലനത്തെ സംബന്ധിച്ചിടത്തോളം അപ്രസക്തമാണ്.

മോശം കൃതിയിൽനിന്നുപോലും നല്ല സംവിധായകർക്ക് മികച്ച സിനിമകൾ നിർമ്മിക്കുവാൻ സാധിക്കുന്നത് ദൃശ്യഭാഷയുടെ സാദ്ധ്യതകളെ ഫലപ്രദമായി ഉപയോഗിക്കുന്നതുകൊണ്ടാണ്. ക്യാമറയുടെ ചലനം, ശബ്ദസന്നിവേശം, ചിത്രസംയോജനം, നിറവിന്യാസം എന്നിവയും ഇവിടെ പഠനവിധേയമാക്കുന്നുണ്ട്. ക്യാമറയുടെ വ്യത്യസ്ത ഷോട്ടുകൾ, ഓരോ രംഗത്തിലും ഉപയോഗിച്ചിരിക്കുന്ന നിറപ്പകർച്ചകൾ എന്നിവയൊക്കെ സിനിമയ്ക്ക് സൗന്ദര്യാനുഭൂതിയോടൊപ്പം അർത്ഥതലങ്ങളും പ്രദാനം ചെയ്യുന്നതെങ്ങനെയെന്നും നിരൂപിക്കുന്നുണ്ട്. അതുപോലെ ശബ്ദസന്നിവേശം, ചിത്രസംയോജനം എന്നിവകൊണ്ട് ദൃശ്യതലത്തിൽ ഉണ്ടാക്കപ്പെടുന്ന ആശയങ്ങൾ എത്രമാത്രം ശക്തമാണെന്നും ഉദാഹരണങ്ങളിലൂടെ പഠനവിധേയമാക്കുന്നു. സിനിമയെന്നതുപോലെ അനുകല്പനവും അതിന്റെ പ്രയോഗരീതികളും പ്രത്യയശാസ്ത്രമുക്തമല്ല. അതിനാൽ ആർട്ട്/ജനപ്രിയ സിനിമകളിലെ ഉല്പാദനത്തിൽ അടങ്ങിയ രാഷ്ട്രീയവിവക്ഷകളും ഒഴിവാക്കാനാവില്ല. ഇതിന്റെയെല്ലാം വിശകലനത്തിനായി ഉപയോഗപ്പെടുത്തുന്ന സാംസ്കാരിക സിദ്ധാന്തങ്ങളെയും ഈ അദ്ധ്യായത്തിൽ പരിചയപ്പെടുത്തുന്നുണ്ട്.

ഈ പ്രബന്ധത്തിൽ കൃതികളെയും സിനിമയെയും ചില മാനദണ്ഡത്തിന്റെ അടിസ്ഥാനത്തിലാണ് വിശകലനത്തിന് തെരഞ്ഞെടുത്തിരിക്കുന്നത്. ചെറുകഥ, നാടകം, നോവൽ എന്നീ വ്യത്യസ്ത സാഹിത്യഗണത്തിൽപ്പെട്ട കൃതികളെന്ന നിലയിലാണ് *ഓളവും തീരവും* (1954/എം ടി വാസുദേവൻനായർ), *കാഞ്ചനസീത* (1961/സി എൻ ശ്രീകണ്ഠൻനായർ), *മതിലുകൾ* (1965/വൈക്കം മുഹമ്മദ് ബഷീർ) എന്നിവയെ ഇവിടെ പഠനത്തിനെടുത്തിരിക്കുന്നത്. ഇവ സിനിമകളെന്ന നിലയിൽ ഏറെ പ്രശസ്തവും വിവിധങ്ങളായ അംഗീകാരങ്ങൾ നേടിയവയുമാണ്. പി എൻ മേനോൻ (1970/*ഓളവും തീരവും*), അരവിന്ദൻ (1977/*കാഞ്ചനസീത*), അടൂർഗോപാലകൃഷ്ണൻ (1990/*മതിലുകൾ*) എന്നിവരാണ് ഈ സിനിമകൾ സംവിധാനം ചെയ്തിരിക്കുന്നത്. ഇങ്ങനെ ഒരേ സമയം കൃതികളായും സിനിമയായും മലയാള സാഹിത്യ - സിനിമാചരിത്രത്തിൽ സ്ഥാനം നേടിയവയെയാണ് അടിസ്ഥാനപഠന വസ്തുവായി തെരഞ്ഞെടുത്തിരിക്കുന്നത്. ഈ പ്രബന്ധത്തിന്റെ രീതിശാസ്ത്രം അനുവർത്തന സിദ്ധാന്തങ്ങളുടെയും സാംസ്കാരിക സിദ്ധാന്തങ്ങളുടെയും പിൻബലത്തിൽ രൂപപ്പെടുത്തിയെടുത്തതാണ്. സാഹിത്യത്തിൽനിന്ന് വ്യത്യസ്തമായി സിനിമയെ കാണുകയും ദൃശ്യമാധ്യമത്തിന്റെ ചിഹ്നവ്യവസ്ഥയ്ക്കനുസൃതമായി അതിനെ വിലയിരുത്തുകയും ചെയ്യുന്ന സൈദ്ധാന്തിക സമീപനമാണ് ഇവിടെ കൈക്കൊണ്ടിരിക്കുന്നത്. സാഹിത്യം സിനിമയാക്കുമ്പോൾ അത് വ്യത്യസ്തമായ ആശയമാണ് നിർമ്മിക്കുന്നതെന്നുള്ള തിരിച്ചറിവ് ഈ പ്രബന്ധത്തിനുണ്ട്. മൂലകൃതിയെ അതേപടി പിന്തുടരാതെ, അതിനോടു കൂറുപുലർത്താതെ സിനിമയുടെ ദൃശ്യവല്ക്കരണ സാദ്ധ്യതയ്ക്ക് ശ്രമിക്കുന്ന അനുവർത്ത

നങ്ങളെ സിനിമയുടെ വ്യാകരണമുപയോഗിച്ച് വിശകലനം ചെയ്യുന്ന ഒരു രീതിശാസ്ത്രമാണ് ഇവിടെ ഉപയോഗിച്ചിരിക്കുന്നത്. സിനിമയുടെയും സാഹിത്യത്തിന്റെയും ആശയനിർമ്മിതികൾ വിശകലനം ചെയ്യുവാൻ സാംസ്കാരികസിദ്ധാന്തങ്ങളും രീതിശാസ്ത്രമായി സ്വീകരിച്ചിട്ടുണ്ട്.

രണ്ടാം അദ്ധ്യായമായ *ഓളവും തീരവും - ചെറുകഥയും സിനിമയും* എന്നതിൽ ചെറുകഥയിൽനിന്ന് സിനിമയായിട്ടുള്ള ഇന്ത്യൻ സിനിമകളെ സാമാന്യമായി പരിചയപ്പെടുത്തുന്നുണ്ട്. തുടർന്ന് മലയാളത്തിലെ ചെറുകഥകൾ സിനിമയായിത്തീർന്നതിന്റെ സാംസ്കാരിക പരിസരം അന്വേഷിക്കുന്നു. മലയാളത്തിലെ പ്രസിദ്ധ ചെറുകഥാകൃത്തും നോവലിസ്റ്റുമായ എം ടി വാസുദേവൻനായരുടെ കൃതികളുടെ പൊതുസ്വഭാവവും അദ്ദേഹത്തിന്റെ തിരക്കഥകളിലൂടെ രൂപപ്പെടുന്ന കേരളീയതയുടെ ചിഹ്നങ്ങളും പഠനവിഷയമാകുന്നുണ്ട്. സാഹിത്യകാരനും, തിരക്കഥാകൃത്തും സംവിധായകനുമെന്ന നിലയിലുള്ള എം ടിയുടെ തിരക്കഥാസങ്കല്പവും ഇവിടെ വിശകലനം ചെയ്യുന്നുണ്ട്. സമാന്തരമായി പി എൻ മേനോന്റെ ചലച്ചിത്രവീക്ഷണവും അനുകല്പനസങ്കല്പവും സിനിമകളിലെ പ്രമേയങ്ങളുടെ പൊതു സ്വഭാവവും അന്വേഷണവിധേയമാക്കുന്നുണ്ട്. എം ടി വാസുദേവൻനായരുടെ ചെറുകഥ, അദ്ദേഹത്തിന്റെ തിരക്കഥയിൽ പി എൻ മേനോൻ സിനിമയാക്കിയപ്പോൾ എന്തെല്ലാം മാറ്റങ്ങൾ വന്നിരിക്കുന്നുവെന്നും അവ തമ്മിലുള്ള ആശയവ്യത്യാസങ്ങൾ എന്തൊക്കെയാണെന്നും പരിശോധിക്കുന്നു. *ഓളവും തീരവും* സിനിമയിൽ സംഭാഷണവും പശ്ചാത്തല സംഗീതവും ഗാനങ്ങളും ക്യാമറാചലനങ്ങളും ചിത്രസംയോജനവും എങ്ങനെയെല്ലാമാണ് ചിത്രത്തിന്റെ സൗന്ദര്യാത്മകവും ആശയപരവുമായ തലങ്ങളെ രൂപപ്പെടുത്തിയതെന്നും നിരൂപിക്കുന്നുണ്ട്. നവതരംഗ/സമാന്തര സിനിമയുടെ തുടക്കം, സ്വാധീനം ഈ സിനിമയിൽ എങ്ങനെയാണ് ആവിഷ്കരിക്കപ്പെടുന്നത്? നായക/നായികാ പ്രതിനിധാനം, നഗരം/ഗ്രാമം, കുടുംബം/സമൂഹം എന്നിവയുടെ സാന്നിദ്ധ്യം എങ്ങനെയാണ് പരിചരിക്കപ്പെടുന്നത് എന്നീ കാര്യങ്ങളുടെ സാംസ്കാരിക വിശകലനത്തിന് ഈ അദ്ധ്യായത്തിൽ ശ്രമിച്ചിട്ടുണ്ട്. വ്യത്യസ്ത പ്രമേയങ്ങൾ വഴി നിർമ്മിക്കപ്പെടുന്ന സാംസ്കാരിക വ്യത്യാസവും രണ്ടുതരം മാധ്യമങ്ങളുടെയും ചരിത്രപരമായ വ്യതിയാനം എന്തെന്നുള്ള അന്വേഷണവും ഇവിടെ നടത്തുന്നു.

മൂന്നാം അദ്ധ്യായമായ *കാഞ്ചനസീത - നാടകവും സിനിമയും* എന്നതിൽ ആദ്യകാല സിനിമയിൽ മലയാള നാടകങ്ങൾ ചെലുത്തിയ പ്രേരണകൾ എപ്രകാരമായിരുന്നുവെന്ന് അവലോകനം ചെയ്യുന്നുണ്ട്. തുടർന്ന് നാടകവും സിനിമയും തമ്മിലുള്ള ഘടനാപരമായ സാമ്യങ്ങളും വ്യത്യാസങ്ങളും അന്വേഷിക്കുന്നു. നാടകത്തിൽ നിന്ന് സിനിമയാക്കിയ ഇന്ത്യൻ സിനിമകളെയും മലയാള സിനിമകളെയും പരിചയപ്പെടുത്തുന്നതോടൊപ്പം നാടകത്തെ അടിസ്ഥാനമാക്കി സിനിമ നിർമ്മിക്കുന്നത്

കുറഞ്ഞുവരുന്നതിന്റെ കാരണവും പരിശോധിക്കുന്നുണ്ട്. സി എൻ ശ്രീകണ്ഠൻനായരുടെ കൃതിയിലെ നാടകീയ ഭാവുകത്വത്തെ *കാഞ്ചനസീത* സിനിമ കൈവെടിഞ്ഞതെങ്ങനെയെന്നും പഠിക്കുന്നുണ്ട്. സി എൻ ശ്രീകണ്ഠൻനായരുടെ നാടകങ്ങളെയും അരവിന്ദന്റെ സിനിമകളെയും വിവരിക്കുന്നത് കാഞ്ചനസീതയെന്ന നാടകത്തിന്റെയും സിനിമയുടെയും ചരിത്രപ്രസക്തി തിരിച്ചറിയാൻ ആവശ്യമാണ്. നാടകത്തെ അടിസ്ഥാനമാക്കി സിനിമയെടുക്കുമ്പോൾ മറ്റുള്ളവർ ചെയ്യുന്നതിൽ നിന്ന് തീർത്തും വിഭിന്നമായ സമീപനമായിരുന്നു സംവിധായകനായ അരവിന്ദൻ സ്വീകരിച്ചത്. സംഭാഷണ പ്രധാനമായ നാടകത്തെ ദൃശ്യപ്രധാനമാക്കുന്നതിൽ, അരവിന്ദൻ രീതിയിൽ ഒന്നിലേറെ അർത്ഥാന്തരങ്ങളുണ്ട്. നായക/നായികാ പ്രതിനിധാനം, പ്രകൃതി ചിത്രീകരണം, ദളിത് രാഷ്ട്രീയം, ദേശരാഷ്ട്ര യുക്തി എന്നിവയുടെ വിശകലനത്തിലൂടെ നാടകത്തിന്റെയും സിനിമയുടെയും വ്യത്യസ്തമായ സാംസ്കാരിക പാഠങ്ങളെ അന്വേഷിക്കുവാനാണ് ഇവിടെ ശ്രമിക്കുന്നത്.

നാലാം അദ്ധ്യായമായ മതിലുകൾ - നോവലും സിനിമയും എന്നതിൽ നോവലിൽനിന്ന് സിനിമയായിട്ടുള്ള ഇന്ത്യൻ സിനിമകളെ പരിചയപ്പെടുത്തുന്നു. നോവലുകളുടെയും സിനിമകളുടെയും നവോത്ഥാനപരമായ സ്വഭാവം മുൻനിറുത്തി നോവലുകൾ സിനിമയാക്കിയതിന്റെ ചരിത്രപരമായ മാറ്റം വിശദീകരിക്കുന്നുണ്ട്. വൈക്കം മുഹമ്മദ് ബഷീറിന്റെ ആഖ്യായികാമാതൃകകളുടെ പൊതുപരിസരത്തിന്റെ പശ്ചാത്തലത്തിൽ അടൂർ ഗോപാലകൃഷ്ണന്റെ സിനിമകളുടെ രാഷ്ട്രീയം അന്വേഷിക്കേണ്ടത് ആവശ്യമാണ്. *മതിലുകളു*ടെ സവിശേഷപഠനത്തിന് ഇത് അനിവാര്യവുമാണ്. സാഹിത്യത്തെ കേവലം അസംസ്കൃതവസ്തുവായി കണ്ട് സിനിമ നിർമ്മിക്കുന്ന ചലച്ചിത്രകാരനാണ് അടൂർ. *മതിലുകളുടെ*യും *വിധേയന്റെ*യും കാഴ്ചാനുഭവങ്ങൾ ഇത് വ്യക്തമാക്കുന്നുണ്ട്. ബഷീറിന്റെ നോവലിൽനിന്ന് അടൂരിന്റെ അനുവർത്തനം ഉല്പാദിപ്പിക്കുന്ന പാഠവ്യത്യാസം ഇവിടെ വിശകലനം ചെയ്യുന്നു. നോവലിനെ ഉപജീവിച്ചുള്ള സിനിമയിലെ സാങ്കേതികമായ മറ്റുഘടകങ്ങൾ സിനിമയുടെ സൗന്ദര്യത്തെയും ആശയപ്രകടനത്തെയും എപ്രകാരമാണ് ബാധിച്ചതെന്നും ഈ അദ്ധ്യായത്തിൽ അന്വേഷിക്കുന്നുണ്ട്. നായക/നായികാ പ്രതിനിധാനം, ആധുനികത, ദേശരാഷ്ട്രം, സ്വാതന്ത്ര്യം, പ്രണയം, എന്നീ ഘടകങ്ങളെ വിശകലനം ചെയ്ത് സിനിമ/നോവൽ മുന്നോട്ടുവയ്ക്കുന്ന സാംസ്കാരികരാഷ്ട്രീയം വ്യക്തമാക്കുന്നു. കാലഘട്ടവ്യത്യാസം നോവലും സിനിമയും എങ്ങനെ അടയാളപ്പെടുത്തുന്നു എന്നതും അന്വേഷണവിഷയമാണ്.

നാല് അദ്ധ്യായങ്ങളിലൂടെ നടത്തിയ ചർച്ചയിലൂടെയും വിശകലനത്തിലൂടെയും ഉരുത്തിരിഞ്ഞ നിഗമനങ്ങളെ ക്രോഡീകരിക്കുകയാണ് ഉപസംഹാരത്തിൽ ചെയ്യുന്നത്.

കാഴ്ചയുടെ വിഭിന്നമായ ലോകത്തിലേക്ക് നാട്ടിലെ കൊട്ടകയാണ്

എന്നെ കൊണ്ടുപോയിരുന്നത്. പിന്നീട് ദൂരദർശന്റെയും വിവിധ ചാനലുകളുടെയും ഫിലിം ഫെസ്റ്റിവലുകളുടെയും ഒരു ലോകം സിനിമയെക്കുറിച്ചു കൂടുതൽ പഠിക്കുവാൻ ഇടയാക്കി. സ്കൂൾ ഓഫ് ലെറ്റേഴ്സിലെ എം ഫിൽ. പഠനം സാഹിത്യത്തിന്റെയും സിനിമയുടെയും പഠനത്തിന്റെ സാദ്ധ്യതകളെക്കുറിച്ച് ആലോചിക്കുന്നതിനും കാരണമായി. ഈ പ്രബന്ധത്തിന്റെ മാർഗ്ഗദർശിയായ ഡോ. പി എസ് രാധാകൃഷ്ണൻ എനിക്കുവേണ്ട നിർദ്ദേശങ്ങളും പ്രോത്സാഹനങ്ങളും നല്കിയ കർമ്മോന്മുഖനായ സൗമ്യഹൃദയനാണ്. അദ്ദേഹത്തിന്റെ നിർദ്ദേശങ്ങൾക്കും തുടരുന്ന സ്നേഹത്തിനും നന്ദി. കാലടി ശ്രീ ശങ്കരാചാര്യ സംസ്കൃതസർവ്വകലാശാല മലയാള വിഭാഗത്തിലെ അദ്ധ്യാപകരും ഗവേഷകരുമടങ്ങുന്ന ഒരു സമൂഹമാണ് എന്റെ ഗവേഷണത്തിന്റെ ചാലകശക്തി. ഏവർക്കും നന്ദി. പ്രബന്ധത്തിന്റെ ചർച്ചകളിൽ വേണ്ട നിർദ്ദേശങ്ങൾ തന്ന ആദർശ് സി., ആത്മൻ എ വി, വിനോദ് ബി, ശ്രീകുമാർ എ ജി എന്നിവർക്കും നന്ദി. പ്രബന്ധത്തിന്റെ അച്ചടിയിൽ സഹായിച്ച ജയൻ ചേട്ടൻ, പ്രബന്ധം ഭംഗിയായി ടൈപ്പു ചെയ്ത കാലടി നക്ഷത്ര ഡി ടി പി സെന്ററിലെ രാജി സന്തോഷിനും മറ്റു സുഹൃത്തുകൾക്കും നന്ദി. ചിന്ത പബ്ലിഷേഴ്സിലെ വി കെ ജോസഫ് എന്നിവർക്കും നന്ദി.

1

അനുവർത്തനത്തിന്റെ സൈദ്ധാന്തിക മാതൃകകൾ

ആൽഫ്രഡ് ഹിച്ച്കോക്ക് ഒരിക്കൽ ഫ്രാൻസ് ത്രൂഫോയോട് *ന്യൂയോർക്കറി*ൽ വന്ന കാർട്ടൂണിനെക്കുറിച്ച് പറഞ്ഞു. രണ്ട് ആടുകൾ തകരപാത്രത്തിലെ ഫിലിമിന്റെ ഭാഗങ്ങൾ തിന്നുകയാണ്. ഇതിൽ ഒരു ആട് മറ്റെയാടിനോട് പറയുകയാണ്; വ്യക്തിപരമായി, എനിക്ക് ബുക്കാണ് ഇതിനേക്കാൾ ഇഷ്ടപ്പെട്ടത് (നെർമോർ ജെയിംസ്: 2000:2). ഈ കാർട്ടൂൺ അർത്ഥമാക്കുന്നത് മൂലകൃതിയോട് വിധേയത്വം പുലർത്തേണ്ട ഒന്നായി അനുവർത്തന സിനിമയെ കാണുന്ന അക്കാദമിക വീക്ഷണത്തോടുള്ള വിമർശനമാണ്. തുടർന്ന് ത്രൂഫോയുമായുള്ള സംഭാഷണത്തിൽ ഹിച്ച്കോക്ക് പറയുന്നു. ഒരു കഥ വായിക്കുമ്പോൾ അതിലെ അടിസ്ഥാനാശയം ഇഷ്ടപ്പെട്ടാൽ ഞാൻ ആ ബുക്കിനെക്കുറിച്ച് മറന്ന് സിനിമ നിർമ്മിക്കാൻ തുടങ്ങും. ഈ അഭിപ്രായം സിനിമയുടെ ദൃശ്യഭാഷയ്ക്ക് ഇണങ്ങുന്ന തരത്തിൽ മൂലകൃതിയെ സമീപിക്കുന്ന അനുവർത്തന സമീപനമാണ് വ്യക്തമാക്കുന്നത്. മൂലകൃതിയോട് കൂറുപുലർത്തുകയല്ലാവേണ്ടത്, ചലച്ചിത്രത്തോടാണ് കൂറ് പുലർത്തേണ്ടത് എന്ന ആശയം ഇവിടെ രൂപപ്പെടുന്നു.

അനുവർത്തന സിദ്ധാന്തങ്ങൾ

അനുവർത്തനത്തെ തരംതിരിക്കുന്നതിനായി സൈദ്ധാന്തികനായ ജോൺ ഡ്രൈഡൻ പതിനേഴാം നൂറ്റാണ്ടിൽ രചിച്ച ഒരു പ്രബന്ധമാണ് ആധാരമായി സ്വീകരിച്ചിരിക്കുന്നത്. ഈ പ്രബന്ധമാകട്ടെ സാഹിത്യത്തിലെ വിവർത്തനത്തെ സംബന്ധിച്ചതുമാണ്. ഡ്രൈഡൻ വിവർത്തനത്തെ മൂന്നായി വിഭജിച്ചിരിക്കുന്നു. ഒന്നാമത്തേത് പദാനുപദ വിവർത്തനം. മൂലകൃതിയിലെ വാക്കുകളും വരികളും അതേപോലെ

പിന്തുടരുകയാണ് പദാനുപദ വിവർത്തകൻ ചെയ്യുന്നത്. രണ്ടാമത്തേത് പരാവർത്തനം. മൂലകൃതിയിലെ എല്ലാ വാക്യങ്ങളും അതേപടി പിന്തുടരാതെയും, എന്നാൽ ആശയത്തിന് കോട്ടം തട്ടാതെ വ്യാഖ്യാനങ്ങളോടെയുള്ള വിവർത്തനം. മൂന്നാമത്തേത് അനുകരണം. ഇവിടെ വിവർത്തകൻ പൂർണ്ണസ്വാതന്ത്ര്യമെടുക്കുന്നു. മൂലകൃതിയുടെ ആത്മാവു നഷ്ടപ്പെടുത്താതെയുള്ള സ്വതന്ത്ര വിവർത്തനമാണിത്. വിവർത്തകന്റെ ആത്മസത്ത ഇതിൽ ഏറെയുണ്ട്. ഡ്രൈഡന്റെ വിവർത്തനസിദ്ധാന്തങ്ങൾ അനുകല്പനസിദ്ധാന്തങ്ങളുടെ കാര്യത്തിൽ ചലച്ചിത്രസൈദ്ധാന്തികരെ സ്വാധീനിച്ചു എന്ന് മനസ്സിലാക്കാം.

ചലച്ചിത്രപഠനത്തിന്റെയും സിദ്ധാന്തത്തിന്റെയും ഏറ്റവും ഇടുങ്ങിയതായ മേഖലയാണ് അനുവർത്തനപഠനമെന്ന ഡഡ്ലി ആൻഡ്രൂവിന്റെ ആദ്യകാലനിരീക്ഷണത്തിന് കാലാനുസാരിയായ മാറ്റമുണ്ടായിട്ടുണ്ട്. അനുകല്പനത്തിന്റെ മേഖലയിൽ ഇന്നു നടക്കുന്ന പഠനങ്ങൾ അതിന് തെളിവാണ്. ചലച്ചിത്ര സൈദ്ധാന്തികനായ ഡഡ്ലി ആൻഡ്രൂവിന്റെ അഭിപ്രായപ്രകാരം അനുവർത്തനമെന്നത് മൂലകൃതിയിലെ ആശയം അപ്പാടെ മറ്റൊരു മാധ്യമത്തിലേക്കു പകർത്തുന്ന പ്രവർത്തനമാണ് (ഡഡ്ലി ആൻഡ്രു: 2000.28-9). മൂലകൃതി അടിസ്ഥാനവും അനുവർത്തനമെന്നത് നേർത്തരീതിയിലുള്ള മാറ്റവുമായി ഇവിടെ അനുവർത്തനത്തെ കാണുന്നു. മൂലകൃതിയെ ശ്രേഷ്ഠമായി ഇളക്കം തട്ടാത്തരീതിയിൽ കാണുന്ന ഈ അനുവർത്തന സിദ്ധാന്തം സാഹിത്യത്തോടുള്ള വിധേയത്വം ഉറപ്പിക്കുകയാണ് ചെയ്യുന്നത്. കൃതിയായിരിക്കെത്തന്നെ മഹത്തരമാർന്ന ഈ സാഹിത്യത്തെ മറ്റൊരു മാധ്യമത്തിലേക്ക് മാറ്റുന്ന പ്രക്രിയ മാത്രമാണ് ഇവിടെ ഡഡ്ലി ആൻഡ്രു അനുവർത്തനമെന്ന് ഉദ്ദേശിക്കുന്നത്. സിനിമയാക്കാനുദ്ദേശിക്കുന്ന കൃതിയിൽ ദൃശ്യപരമായ സാദ്ധ്യത നേരത്തെ ഉണ്ടെന്ന് അദ്ദേഹം പറയുന്നു. കൊമേഴ്സ്യൽ സിനിമയുടെ പകുതിയും സാഹിത്യകൃതികളിൽ നിന്നാണെന്നും എന്നാൽ അവ അംഗീകരിക്കപ്പെട്ടുവെന്നോ അവഗണിക്കപ്പെട്ടുവെന്നോ അർത്ഥമാക്കേണ്ടതില്ലായെന്നും ഇവിടെ പറയുന്നുണ്ട്. അനുവർത്തനരീതിയെ ഡഡ്ലി ആൻഡ്രു മൂന്നായി കാണുന്നുണ്ട്. സ്വീകരണം (Borrowing), വിഭജനം (Intersection), മൂലാനുസാരിത്വം (Fidelity) എന്നിവയാണത്. കൃതിയിലെ പ്രധാനപ്പെട്ടതെന്നുതോന്നുന്നതിന്റെ പുനർസൃഷ്ടിയാണ് മൂലാനുസാരിത്വം. മൂലകൃതിയിൽ ഒരു അവകാശവും ഉണ്ടാക്കാത്തതാണ് സീകരണം. മൂലകൃതിയിൽനിന്ന് അകലം പുനഃസൃഷ്ടിക്കാൻ ശ്രമിക്കുന്നതാണ് വിഭജനം.

ഒരു ചിഹ്നവ്യവസ്ഥയിൽ ആവിഷ്കരിക്കപ്പെട്ട കാര്യങ്ങളെ സിനിമയുടെ ചിഹ്നവ്യവസ്ഥയോട് പൊരുത്തപ്പെടുത്തുന്നതാണ് അനുവർത്തനത്തിന്റെ കാതൽ എന്ന് ഡഡ്ലി ആൻഡ്രു നിരീക്ഷിക്കുന്നുണ്ട്. എന്നാൽ ആൻഡ്രൂവിന്റെ നിരീക്ഷണങ്ങളോട് വിയോജിപ്പ് പ്രകടിപ്പിച്ച് റോബർജ് ഗ്യാസ്റ്റൺ ഇങ്ങനെ പറയുന്നുണ്ട്. നോവലിനെ ചലച്ചിത്രമാ

ക്കുമ്പോൾ രണ്ടിനും പൊതുവായുള്ള ചിഹ്നസമാനതകൾ നോക്കുകയില്ല. ഒരു ചിഹ്നവ്യവസ്ഥയിലുള്ള സൂചകാർത്ഥത്തെ മറ്റൊരു ചിഹ്നവ്യവസ്ഥയിലേക്ക് മാറ്റുകയാണ്. ഇത് മൂലകൃതിയിൽ ഒതുങ്ങുകയും ചെയ്യും. ഇവിടെ അനുവർത്തനം വിലയിരുത്തപ്പെടുന്നത് വ്യവസ്ഥാസമാനതകൾ മുൻനിർത്തിയല്ല. ഒരു വ്യവസ്ഥയിലെ കഥ അതേ മട്ടിൽ പുനരാവിഷ്കരിക്കലുമല്ല അനുവർത്തനം. അനുവർത്തനത്തിൽ കഥ ഒന്നായിരിക്കാമെങ്കിലും ആഖ്യാന ഏകകങ്ങൾ രണ്ട് ആശയപ്രകാശന വ്യവസ്ഥയിലും ഒരുപോലെയാകാൻ സാധിക്കുകയില്ല (റോബർജ് ഗ്യാസ്റ്റൺ : 1990: 214). ഇവിടെ വാക്കുകളുടെ വ്യവസ്ഥയ്ക്കും ദൃശ്യവ്യവസ്ഥയ്ക്കും തമ്മിലുള്ള അന്തരം വ്യക്തമാക്കുന്നതോടൊപ്പം ഇവയിലൂടെ പുറത്തു വരുന്ന ആശയങ്ങൾ വ്യത്യസ്തമാണെന്ന സൂചനയും നല്കുന്നു.

സാഹിത്യവും സിനിമയും തമ്മിലുള്ള ബന്ധത്തിന്റെ അടിസ്ഥാനത്തിൽ ആദ്യകാലചലച്ചിത്ര സൈദ്ധാന്തികരിൽ പ്രമുഖനായ ആന്ദ്രേ ബസീൻ ചലച്ചിത്രകാരൻ നാടകകൃത്തിനോടോ പെയിന്ററോടോ മത്സരിക്കേണ്ടതില്ലെന്നും അയാൾ നോവലിസ്റ്റിനു തുല്യനാണെന്നും വ്യക്തമാക്കുകയുണ്ടായി. സിനിമയിലെ ദൃശ്യത്തിന് സാഹിത്യത്തിലെ വാക്കിനേക്കാൾ താഴെ സ്ഥാനം നല്കുക സാദ്ധ്യമല്ലെന്ന് ആന്ദ്രേ ബസീൻ പറയുന്നു (ബസീൻ, ആന്ദ്രേ: 1984:143). ചലച്ചിത്രകാരനും നോവലിസ്റ്റും തുല്യരാണെന്ന വാദത്തെ പില്ക്കാല സൈദ്ധാന്തികർ വിമർശിക്കുന്നുണ്ട്.

നോവൽ ഭാഷാശാസ്ത്രപ്രധാനമായ മാധ്യമവും സിനിമ ദൃശ്യസംവേദനപരമായ മാധ്യമവുമാണ്. രണ്ടിന്റെയും നിർമ്മാണവും വിതരണവും വ്യത്യസ്തമാണ്. ഒരു നല്ല നോവൽ അത് സാധാരണയായി സാഹിത്യാസ്വാദനശേഷിയുള്ള പ്രേക്ഷകരെയോ വായനക്കാരനെയോ ആണ് ലക്ഷ്യം വയ്ക്കുന്നത്. ഒരാളുടെ ആവിഷ്കാരമാണ് നോവൽ. അയാൾ നേരിട്ട് അതിന്റെ സെൻസർഷിപ്പ് സ്വതന്ത്രമായി നടത്തുന്നു. എന്നാൽ സിനിമ ഒരു വലിയ ബഹുജന മാധ്യമമാണെന്നും അത് സഹകരണത്തോടെ വ്യവസായിക നിബന്ധനകളോടെ നിർമ്മിക്കപ്പെടുകയും ചെയ്യുന്നു (ബ്ലൂസ്റ്റോൺ : 1999:6). ബ്ലൂസ്റ്റോണിന്റെ ഈ അഭിപ്രായം സിനിമയുടെയും സാഹിത്യത്തിന്റെയും സ്വാഭാവികമായ നിർമ്മാണ വിതരണ സമ്പ്രദായത്തെ വ്യക്തമാക്കിത്തരുന്നു. അനുകല്പനത്തെപറ്റിയുള്ള ആദ്യത്തെ പ്രമുഖകൃതി (*Novels into film*) എഴുതിയ ജോർജ് ബ്ലൂസ്റ്റോൺ ചലച്ചിത്രവും നോവലും രൂപപരമായി വ്യത്യസ്തമാണെന്നും എത്ര നല്ല അനുകല്പനമാണെങ്കിലും അത് മൂലകൃതിയെ അപേക്ഷിച്ച് ഒരു പടി താഴെ നില്ക്കുന്നുവെന്നും കരുതുന്നു. നോവൽ അപ്പാടെ സിനിമയിലേക്കു പകർത്താൻ സാധിക്കുകയില്ല എന്ന അദ്ദേഹത്തിന്റെ വാദം ഭാഗികമായി ശരിയാണ്. സാഹിത്യകൃതികൾ സിനിമയാക്കുന്നതിന് തിരക്കഥ ആവശ്യമാണ്. ചലച്ചിത്ര നിർമ്മിതിക്കുവേണ്ട ദൃശ്യാവിഷ്ക്ക

രണ കഥയാണ് തിരക്കഥ. ചലച്ചിത്ര മാധ്യമത്തിന്റെ സവിശേഷതകൾക്കനുസൃതമായി രചിക്കുന്നതാണ് തിരക്കഥ. സിനിമയുടെ നിർമ്മാണത്തിനാവശ്യമായ രൂപരേഖയാണ് തിരക്കഥയെന്നതുകൊണ്ട് ഇതിനെ സിനിമയുടെ ബ്ലൂപ്രിന്റ് എന്നു വിളിക്കുന്നുണ്ട്. തിരക്കഥ സിനിമയാക്കുന്നതിന് ഷൂട്ടിങ് സ്ക്രിപ്റ്റ് ആവശ്യമുണ്ട്. തിരക്കഥ സിനിമയാക്കുമ്പോൾ, നിരവധി മാറ്റങ്ങൾ വന്നേക്കാവുന്നതാണ്. അതുകൊണ്ട് തിരക്കഥയും സിനിമയും തമ്മിൽ സാമ്യമുള്ളപ്പോൾത്തന്നെ വ്യത്യാസവുമുണ്ട്. സിനിമയുടെ ലിഖിതരൂപമായ തിരക്കഥയിൽ നിന്ന് വ്യത്യസ്തമായ സൗന്ദര്യാനുഭൂതി സിനിമ നല്കുന്നുണ്ട്. സാഹിത്യം, തിരക്കഥ, സിനിമ ഇവ ഒരേ സമയം കൊടുക്കൽ വാങ്ങലുകൾ നടത്തുന്നതോടൊപ്പം സ്വയം അസ്തിത്വം പ്രഖ്യാപിക്കുന്നവയുമാണ്. ഇവ തമ്മിലുള്ള അന്തർപാഠ്യതയാണ് ഇവയെ ബന്ധിപ്പിക്കുന്ന ഘടകം. ഇവ മൂന്നിന്റെയും വായനയും കാഴ്ചയും ആശയോല്പാദനവും സൗന്ദര്യാനുഭൂതിയും വ്യത്യസ്തമാണ്. ഇങ്ങനെ വ്യത്യസ്തമായിരിക്കുന്ന മാധ്യമങ്ങളെ അതാതിന്റെ വിശകലനോപാധികൾവച്ച് അപഗ്രഥനം ചെയ്യുന്നതായിരിക്കും ഉചിതം. ഇതിലൂടെ രൂപപ്പെട്ടുവരുന്നതായിരിക്കും അനുകല്പനത്തിന്റെ പ്രശ്നങ്ങൾ.

അനുവർത്തനപ്രക്രിയയിൽ മൗലികതയുടെ പ്രശ്നങ്ങൾ പൊന്തിവരാറുണ്ട്. മറ്റൊരു കലാകാരന്റെ ഭാവനയിൽ വിരിഞ്ഞ ഒരു കലാസൃഷ്ടി അനുവർത്തനം ചെയ്യുമ്പോൾ അതിന്റെ മൗലികത നഷ്ടപ്പെടുന്നു എന്ന വാദം ക്ലാസിക് കൃതികൾ സിനിമയാക്കുന്ന സംവിധായകർക്കുനേരെ വിമർശകർ സാധാരണ ഉന്നയിക്കാറുള്ളതാണ്. "1930 കളിലും 40 കളിലും ക്ലാസിക് കൃതികൾ സിനിമയാക്കിയപ്പോൾ കൃതിയുടെ പുറംചട്ട പ്രത്യക്ഷപ്പെട്ട്, പേജുകൾ ഒന്നൊന്നായി മറയുന്ന ദൃശ്യങ്ങൾ സിനിമയിലുണ്ടായിരുന്നു. കൂടാതെ നോവലിലെ ചിത്രങ്ങൾ ക്രമേണ മാറി സിനിമയിലെ ദൃശ്യങ്ങളായി രൂപാന്തരപ്പെടുന്ന കാഴ്ചയും അന്നത്തെ അനുവർത്തന സിനിമകളിലുണ്ടായിരുന്നു" (*ബോയം ജോയ് ഗൗൾഡ്:* 1989:68). ഇത് സൂചിപ്പിക്കുന്നത് അനുവർത്തനത്തിൽ പുലർത്തേണ്ട വിശ്വസ്തത (Fidelity)യെയാണ്. സാഹിത്യവുമായുള്ള സിനിമയുടെ കൂറ് പുലർത്താനുള്ള ശ്രമമാണ് ഇത്തരം സിനിമകളിൽ കാണുന്നത്. *ഡ്രാക്കുള* എന്ന ജനപ്രിയ നോവലിനെ മുൻനിർത്തിയും ഷേക്സ്പിയറുടെ നാടകങ്ങളെ അടിസ്ഥാനമാക്കിയും സിനിമകൾ നിർമ്മിക്കപ്പെട്ടിട്ടുണ്ട്. മോശം ജനപ്രിയ സാഹിത്യകൃതികളിൽ നിന്ന് ക്ലാസിക് സിനിമകൾ നിർമ്മിക്കപ്പെട്ടിട്ടുണ്ടെന്ന കാര്യവും ഇവിടെ ഓർമ്മിക്കേണ്ടതാണ്. ജനപ്രിയ സിനിമ സ്വീകരിക്കുന്ന സാധാരണവല്ക്കരണം അനുകല്പനത്തെ സ്വാധീനിക്കുന്ന പരികല്പനങ്ങളിലൊന്നാണ്. "പ്രത്യയശാസ്ത്രപരമായി അധീശവർഗ്ഗ താല്പര്യ സംരക്ഷണമാണ് ചലച്ചിത്ര രീതിയായ സാധാരണവല്ക്കരണം നിർവ്വഹിക്കുന്നതെന്ന് സൂസൻ ഹേവാർഡ് ഓർമ്മിപ്പിക്കുന്നുണ്ട്" (ഹേവാർഡ്, സൂസൻ, 2000: 258-323).

1964 ൽ മാർഷൽ മക്‌ലൂഹൻ *അണ്ടർസ്റ്റാന്റിങ് മീഡിയ* എന്ന പുസ്തകത്തിൽ എന്തുകൊണ്ടാണ് സിനിമകൾ കഥകൾ പറയുന്നത് എന്ന ചോദ്യത്തിന് ഉത്തരം തേടി. നാടോടി കഥകളിൽനിന്നും സാഹിത്യശാസ്ത്രഗ്രന്ഥങ്ങളിൽനിന്നും സിനിമകൾ കഥ തേടിയപ്പോൾ ടെലിവിഷൻ സിനിമയിൽ നിന്ന് ആഖ്യാനങ്ങൾ സ്വീകരിച്ചു എന്നു പറയുന്നു. പകുതിയിൽ കൂടുതൽ കച്ചവടസിനിമകൾ സാഹിത്യകൃതിയിൽ നിന്ന് വന്നതാണ്. ടെലിവിഷൻ പ്രോഗ്രാമുകളായ കോമഡി, ഡിക്ടറ്റീവ്, മെലോഡ്രാമ, തുടങ്ങിയവ ഹോളിവുഡ് സിനിമയിൽനിന്ന് അവതരിച്ചതാണ്. (റായ് ബി റോബർട്ട്: 2000: 42). സിനിമ കഥാഖ്യാനങ്ങളെയാണ് കൂടുതലായി ആശ്രയിച്ചിരിക്കുന്നത്. സിനിമയും സാഹിത്യവും തമ്മിലുള്ള ബന്ധം നിരന്തരവും നിതാന്തവുമായി തുടർന്നുപോരുന്ന പ്രക്രിയയാണെന്ന് വ്യക്തം.

സാങ്കേതികവിദ്യയുടെയും യന്ത്രവല്ക്കരണത്തിന്റെയും യുഗത്തിൽ ഉദാത്തകലയുടെ ആധികാരികപരിവേഷത്തിന് സംഭവിക്കുന്ന മങ്ങലിനെക്കുറിച്ച് വാൾട്ടർ ബെഞ്ചമിൻ പറഞ്ഞിട്ടുണ്ട്. ഫോട്ടോനെഗറ്റീവിൽ നിന്നും യാന്ത്രികമായി പുനരുല്പാദിപ്പിക്കാവുന്ന ഫോട്ടോഗ്രാഫിനെ ഒരു കലാസൃഷ്ടി എന്ന് വിശേഷിപ്പിക്കുന്നതിൽ തെറ്റില്ല. ഇത്തരം ഫോട്ടോ പകർപ്പുകൾ ഒറിജിനലുകളുടെ ശ്രേഷ്ഠതയെ ചോദ്യം ചെയ്യുന്നവയാണ്. സാഹിത്യകൃതികളുടെ അനുവർത്തനത്തിലും ഇത്തരം മൂലകൃതി (original)യെ ചോദ്യം ചെയ്യുന്ന പ്രവണത കാണാം.

അനുകല്പനം നൂറുശതമാനവും സംവിധായകന്റെ കലയാണെന്നും ചലച്ചിത്ര ശൈലി മൂലകൃതിയിൽ നിന്നല്ലാ; സംവിധായകനിൽ നിന്നുമാണ് രൂപപ്പെടുന്നതെന്നും ചലച്ചിത്ര നിരൂപകൻ ചിദാനന്ദദാസ് ഗുപ്ത അഭിപ്രായപ്പെടുമ്പോൾ സംവിധായകനിലാണ് സിനിമയുടെ നിർമ്മിതിയെന്ന് വ്യക്തമാകുന്നു. ചലച്ചിത്രകാരൻ ഒരു സാഹിത്യകൃതിയെ അവലംബിക്കുന്നുണ്ടാവാം, ഇല്ലായിരിക്കാം. സ്വന്തം ദർശനത്തിന്റെ മൗലികതയും ദൃശ്യശബ്ദങ്ങളുടെ അനന്യതയും ചലനങ്ങളുടെ താളവും കൊണ്ട് പുതിയൊരു സൃഷ്ടിയുണ്ടാവുകയാണ്. ചലച്ചിത്രകാരൻ സാഹിത്യകൃതിയുടെ ഫോട്ടോഗ്രാഫ് എടുക്കയല്ല, അതിൽനിന്ന് സിനിമ നിർമ്മിക്കുകയാണ്. ചലച്ചിത്രകാരന്റെ സാഹിത്യവും സൗന്ദര്യസങ്കല്പവും മുൻനിർത്തിയാണ് അദ്ദേഹം അനുകല്പനത്തിനുവേണ്ടി സംസാരിക്കുന്നത് (ദിവാകരൻ, ആർ വി എം 2005:41). സാഹിത്യത്തിൽ നിന്ന് പാടെ വ്യത്യസ്തമാകണം സിനിമയെന്ന ആശയത്തിനാണ് ഇവിടെ പ്രാമുഖ്യം.

പ്രശസ്ത എഴുത്തുകാരനായ ഹെമിങ്‌വേയുടെ കൃതികളിൽ നിന്നുണ്ടായ സിനിമകളെ വിലയിരുത്തിക്കൊണ്ടുള്ള ജീൻ ഡി ഫിലിപ്സിന്റെ അഭിപ്രായത്തിൽ ഒരുസാഹിത്യകൃതി സിനിമയാക്കാൻ ശ്രമിക്കുന്ന സംവിധായകൻ മൂലകൃതിയെ സിനിമയിലേക്ക് പരാവർത്തനം ചെയ്യാനാണ് നീതിപുലർത്തേണ്ടത്. ഇത് സാങ്കേതികത ഏറെ ആവശ്യപ്പെടുന്ന ദൃശ്യമാധ്യമത്തിന്റെ സാദ്ധ്യതകളെ മുന്നിൽ കണ്ടുകൊണ്ടുള്ള അഭി

പ്രായമാണ്. ഹെമിങ്‌വേയുടെ കൃതികൾ പലതും സിനിമയാക്കിയപ്പോൾ പരാജയമാണ് സംഭവിച്ചതെന്ന് വിമർശകർ ചൂണ്ടിക്കാട്ടുന്നുണ്ട്.

സാഹിത്യവും സിനിമയും തമ്മിലുള്ള കൂട്ടുകെട്ട് ഇരുമാധ്യമങ്ങൾക്കും ഹാനികരമാണെന്ന വിർജീനിയ വുൾഫിന്റെ നിഗമനവും, ഒരു നോവലിൽനിന്നും വിപ്ലവാത്മകമായ ഒരു സിനിമ നിർമ്മിക്കപ്പെടുക അസാദ്ധ്യമാണെന്ന ജോർജ് ലിന്ററുടെ വാദവും, തണുത്ത ഭക്ഷണം ചൂടാക്കി കഴിക്കുന്നതുപോലെയാണ് നോവലിൽ നിന്നുള്ള സിനിമയെന്ന അലൻ റെനെയുടെ അഭിപ്രായവും സിനിമയ്ക്ക് സാഹിത്യം കൂടാതെ നില്ക്കാമെന്ന ആശയം വെളിപ്പെടുത്തുന്നവയാണ്. സാഹിത്യവുമായുള്ള ചങ്ങാത്തം നല്ല സിനിമകൾക്ക് ഹാനികരമാണെന്നുള്ള ആശയവും ഇവരുടെ വാദങ്ങളിൽ പ്രതിഫലിക്കുന്നുണ്ട്.

റെയ്നർ·വെർണ്ണർ ഫാസ്ബിന്ദർ [Rainer Werner Fassbinder] അഭിപ്രായപ്പെടുന്നത്, മൂലകൃതിയുടെ സിനിമയിലേക്കുള്ള പരാവർത്തനം ഒരിക്കലും വായനക്കാരുടെ മനസ്സിനുള്ളിലെ ബിംബങ്ങളെ ലളിതമായി ആവിഷ്കരിക്കുന്ന പ്രക്രിയയാണെന്ന് ചിന്തിക്കുന്നത് ശരിയായ രീതിയല്ലെന്നാണ്. കാരണം ഓരോ വായനക്കാരന്റെയുള്ളിലും ഓരോ തരത്തിലുള്ള ഭാവനകളായിരിക്കും ഉണ്ടാകുന്നത്. അതിൽനിന്ന് അനുവർത്തനത്തിന്റെ ഏകാഭിപ്രായം സ്വരൂപിക്കുക ബുദ്ധിമുട്ടേറിയ പ്രവർത്തനമാണെന്ന് തിരിച്ചറിയാം. ജോഫ്രി വാഗ്നർ മൂന്നുതരം അനുവർത്തന രീതിയെക്കുറിച്ച് പറയുന്നുണ്ട്. 1. വിവർത്തനം (Transportation) കൃതി നേരിട്ട് സിനിമയാകുന്നതാണിത്. 2. ഭാഷ്യം (Commentary) സാഹിത്യകൃതിയെ ഒരു ഉറവിടവസ്തുവായി കണ്ട് അനുവർത്തനം നടത്തുന്നത്. 3. സാദൃശ്യം (Analogy) മൂലകൃതിയിൽനിന്ന് വളരെയധികം വ്യത്യാസം വരുത്തി പുതിയൊരു കലാസൃഷ്ടിക്ക് രൂപം കൊടുക്കുന്ന പ്രക്രിയയാണിത്. സാഹിത്യകൃതിയെ ഒരു അസംസ്കൃത വസ്തുവായി കണ്ട് കൃതിയേക്കാൾ സിനിമ മഹത്തരമാക്കുവാൻ ഇവിടെ ശ്രമിക്കുന്നു. സിനിമയുടെ സാങ്കേതിക വിദ്യകളും സൗന്ദര്യശിക്ഷണവുമുപയോഗിച്ച് ആവിഷ്കാരം എത്രത്തോളം ചലച്ചിത്രപരമാക്കി എന്നതിലാണ് അനുവർത്തനം മഹത്തരമാകുന്നതെന്ന് ഇന്ന് തിരിച്ചറിയുന്നുണ്ട്. വ്യാവസായികയുഗത്തിന്റെ പുനരുല്പാദനത്തിന്റെയും ഇലക്ട്രോണിക് സംവേദനത്തിന്റെയും യുഗത്തിൽ പുനരാഖ്യാനങ്ങളെക്കുറിച്ച് മനസ്സിലാക്കാൻ അനുവർത്തന പഠനം സഹായകമാണ്. മറ്റൊരർത്ഥത്തിൽ അനുവർത്തനം പുനരാഖ്യാനത്തിന്റെ പൊതുവായ സിദ്ധാന്തത്തിൽപ്പെടുന്നതും സമകാലീന മാധ്യമപഠനമേഖലയുടെ ഓരങ്ങളിൽനിന്ന് കേന്ദ്രത്തിലേക്ക് നീങ്ങുന്ന മേഖലയുമാണ്.

അനുവർത്തനപഠന സിദ്ധാന്തങ്ങളിൽ ഡഡ്‌ലി ആൻഡ്രൂ, ഗാസ്റ്റൺ റോബർജ്, ജോൺ ഡ്രൈഡൻ, ജോഫ്രി വാഗ്നർ എന്നിവർ നല്കിയ വിശദീകരണങ്ങളിൽനിന്ന് ഇന്ന് ഏറക്കുറെ അംഗീകരിക്കപ്പെടാവുന്ന ഒരു ആശയത്തിലെത്തിച്ചേരാവുന്നതാണ്; മൂലകൃതിയെ ചലച്ചിത്ര

മാധ്യമത്തിന്റെ സവിശേഷതയ്ക്കനുസരിച്ച് സ്വതന്ത്രമായി സൃഷ്ടിക്കാവുന്ന ഒരു സിദ്ധാന്തമാണത്. മൂലകൃതിയെ കേവലം അസംസ്കൃത വസ്തുവായി കണ്ട് സിനിമയുടെ സൗന്ദര്യാവിഷ്കരണത്തിനും പ്രമേയത്തിനും ഉപയുക്തമാകുന്ന തരത്തിൽ അതിനെ സമീപിച്ചാൽ മതിയെന്ന കാഴ്ചപ്പാട് ഇവിടെ സ്വീകരിക്കുന്നു. അതുകൊണ്ട് തന്നെ മൂലകൃതിയിൽ നിന്ന് സിനിമ അതിന് ആവശ്യമുള്ളവ സ്വീകരിക്കുകയും അല്ലാത്തത് വിട്ടുകളയുകയും ചെയ്യുന്നു. വിട്ടുകളഞ്ഞത് വിലയിരുത്തി സിനിമയുടെ സൗന്ദര്യം കുറഞ്ഞുപോയി എന്ന പ്രസ്താവനകൾ ഇന്ന് സഭ്യമല്ല. കാരണം വിട്ടുകളഞ്ഞ ഭാഗം ഒരുപക്ഷേ, സാഹിത്യത്തിൽ നല്ലൊരു അനുഭൂതി നല്കിയിരിക്കാം. എന്നാൽ സിനിമ അതിന്റെ 'സൗന്ദര്യ'ത്തിന് താല്പര്യമുള്ളത് മാത്രം സ്വീകരിക്കുകയും അല്ലാത്തവ വിട്ടുകളയുകയും ചെയ്യുന്നു. സാഹിത്യത്തിൽ ഇല്ലാത്ത നിരവധി രംഗങ്ങൾ കൂട്ടിച്ചേർത്ത് സിനിമയുടെ ആശയവും അവതരണവും വികസിപ്പിക്കുന്നതും ഇന്ന് കാണുന്നുണ്ട്. ഇത്തരത്തിലുള്ള മാറ്റങ്ങൾ മാറുന്ന കാലത്തിനനുസരിച്ച് സിനിമയുടെ തന്നെ വ്യാകരണവുമായി ബന്ധപ്പെട്ടു കൊണ്ടായിരിക്കും. മൂലകൃതിയോട് കൂറ് പുലർത്തുന്നതും സാഹിത്യാംശങ്ങളെ പിന്തുടരുന്നതും 'നല്ല അനുകല്പനം' ആകുന്നില്ല. സാഹിത്യത്തിന്റെയും സിനിമയുടെയും ചിഹ്നഭാഷ വ്യത്യസ്തമായിരിക്കുന്നതിനാൽ അനുകല്പനം എന്നതു തന്നെ പുതിയൊരു സൃഷ്ടിയെ ഉൾക്കൊള്ളുന്നതാണ്. രണ്ട് മാധ്യമത്തിന്റെ (സാഹിത്യവും സിനിമയും)യും വ്യത്യാസത്തെ അതാതിന്റെ ചിഹ്നഭാഷകൊണ്ട് മാത്രമേ വിലയിരുത്തുവാൻ സാധിക്കുകയുള്ളൂ. അതിനാൽ വായനയിലൂടെ ലഭിക്കുന്ന സാഹിത്യത്തിന്റെ സൗന്ദര്യാനുഭൂതിയിൽ നിന്ന് വ്യത്യസ്തമാണ് സാങ്കേതിക വിദ്യയുടെ നിർമ്മിതിയായ കാഴ്ചയിലൂടെയും കേൾവിയിലൂടെയും ലഭിക്കുന്ന സിനിമയുടെ സൗന്ദര്യാനുഭൂതി. രണ്ടും വ്യത്യസ്തമായി തന്നെ മനസ്സിലാക്കുകയാണ് വേണ്ടത്. അല്ലാതെ താരതമ്യം ചെയ്യുകയല്ല. അതിനാൽ അനുകല്പനത്തിന്റെ പ്രശ്നങ്ങൾ ലക്ഷ്യം വയ്ക്കുന്നത് സാഹിത്യത്തിന്റെയും സിനിമയുടെയും ചിഹ്നവ്യവസ്ഥകൾ വ്യത്യസ്തമാണെന്ന് അംഗീകരിച്ച് അവയെ സൗന്ദര്യശാസ്ത്രപരമായും സാംസ്കാരികമായും സാങ്കേതികമായും വിലയിരുത്തുവാനാണ്.

സിനിമയുടെ വ്യാകരണം

അനുവർത്തനത്തിന്റെ സൗന്ദര്യവും ആശയവും വിശകലനം ചെയ്യുവാൻ സിനിമയുടെ വ്യാകരണം അറിയേണ്ടതാണ്. സിനിമയുടെ സൗന്ദര്യം രൂപപ്പെടുന്നത് നിരവധി ദൃശ്യ (shot) ങ്ങളിലൂടെയാണ്. സാഹിത്യത്തിൽനിന്ന് വ്യത്യസ്തമായി സിനിമയ്ക്കുള്ള ഒരു ചിഹ്നമാണിത്. ക്യാമറയിൽ ഉപയോഗിക്കുന്ന ലെൻസ്, പ്രകാശത്തിന്റെ സന്നിവേശം, ക്യാമറയുടെ ചലനങ്ങൾ തുടങ്ങിയവയിലൂടെ ദൃശ്യങ്ങൾ രേഖ

പ്പെടുത്തുന്നു. ക്യാമറയുടെ നിലയും ദിശയുമനുസരിച്ച് ഫ്രെയിമിൽ വരുന്ന രൂപത്തിന്റെ സ്വഭാവവും ദൃശ്യവും നിർണ്ണയിക്കപ്പെടുന്നു. ക്യാമറയും രേഖപ്പെടുത്തുന്ന കഥാപാത്രാദിവസ്തുക്കളും തമ്മിലുള്ള അകലത്തെ മുൻനിർത്തിയാണ് ക്യാമറയുടെ പൊസിഷൻ അഥവാ സ്ഥാനം നിശ്ചയിക്കുന്നത്. രേഖപ്പെടുത്തേണ്ട കഥാപാത്രങ്ങളുടെയും വസ്തുക്കളുടെയും ദൂരത്തിന്റെ അടിസ്ഥാനത്തിൽ സാമാന്യമായി ദൃശ്യങ്ങളെ മൂന്നായിതിരിക്കാറുണ്ട്. വിദൂരദൃശ്യം (Long Shot), മദ്ധ്യദൃശ്യം (Medium shot) സമീപ ദൃശ്യം (Closeup shot) എന്നിവയാണത്. കഥാപാത്രങ്ങളേയും വസ്തുക്കളേയും ദൂരെയായി രേഖപ്പെടുത്തുന്നത് വിദൂരദൃശ്യം, സമീപത്തായി കാണിക്കുന്നത് സമീപദൃശ്യം, സാധാരണ അവസ്ഥയിൽ കാണുന്നത് മദ്ധ്യദൃശ്യവുമാണ്. വിവിധ തരം ഷോട്ടുകൾ ഇനിയും ഉപയോഗത്തിലുള്ളതാണ്. എല്ലാവരെയും ഒരു ഫ്രെയിമിൽ കൊണ്ടുവരുന്ന മദ്ധ്യദൃശ്യങ്ങൾവഴി ഇന്ത്യൻ സംസ്കാരത്തിൽ വേരൂന്നിയിട്ടുള്ള കുടുംബത്തിന്റെ അഖണ്ഡതയെ സത്യജിത് റേ *പഥേർപാഞ്ചാലി*യിൽ ആവിഷ്കരിച്ചിട്ടുണ്ട്. സമീപദൃശ്യങ്ങൾ ഒരു വ്യക്തിയെ അയാളുടെ ചുറ്റുപാടുകളിൽ നിന്ന് വേർതിരിച്ച് തന്റേതുമാത്രമായ ഒരു ലോകത്തിൽ പ്രതിഷ്ഠിക്കുവാൻ ഉപയോഗിക്കുന്നുണ്ട്. ഷൂട്ടിങ് ആംഗിൾ ചലച്ചിത്രകാരന്മാരുടെ ശൈലിയെ വ്യത്യസ്തമാക്കുന്നതിൽ പ്രധാനഘടകമാണ്. ലോ ആംഗിൾ ഷോട്ടുകൾ, ഓർസൺ വെൽസിന്റെ സിനിമകളിൽ കൂടുതലായി കണ്ടുവരുന്നുണ്ട്. ഹൈ ആംഗിൾ ഷോട്ടുകളാണ് ഹിച്ച്കോക്ക് കൂടുതലായി ഉപയോഗിക്കുന്നത്. പാപബോധം പേറുന്നവരാണ് ഹിച്ച്കോക്കിന്റെ സിനിമയിലെ കഥാപാത്രങ്ങൾ. അതുകൊണ്ട് ആരോ തങ്ങളെ നിരീക്ഷിക്കുകയും പിന്തുടരുകയും ചെയ്യുന്നുവെന്ന ഒരു ബോധം ഇത്തരത്തിൽ മുകളിൽ നിന്നുള്ള ഷോട്ടുകൾ വഴി അർത്ഥമാക്കുന്നു. ഇത്തരത്തിൽ ഷോട്ടുകളുടെ സ്ഥാനം തന്നെ അർത്ഥത്തെ ഉല്പാദിപ്പിക്കുന്ന ഒന്നായി തിരിച്ചറിയാം.

ക്രെയിനിൽ നിന്നോ വിമാനത്തിൽ നിന്നോ ഹെലികോപ്ടറിൽ നിന്നോ എടുക്കുന്ന ഷോട്ടിനെ ഏരിയൽ ഷോട്ട് എന്നു പറയുന്നു. രണ്ടോ അതിലധികമോ ദൃശ്യങ്ങൾ ഇടകലർത്തി വെട്ടിച്ചേർക്കുന്ന രീതിയാണ് ക്രോസ് കട്ടിങ്. വൈകാരികോത്ക്കർഷം വരുത്താനായിട്ടാണ് ഇത്തരം രീതി ഉപയോഗിക്കുന്നത്. സിനിമയുടെ അടിസ്ഥാന യൂണിറ്റാണല്ലോ ഷോട്ട്. കട്ടുകളൊന്നും കൂടാതെ ക്യാമറ നിരന്തരമായി ചിത്രീകരിക്കുന്ന ദൃശ്യഖണ്ഡമാണിത്. അലക്സാണ്ടർ സുകുറോവിന്റെ *റഷ്യൻ ആർക്ക്* അഥവാ *വാട്ടർ ലൂ* തൊണ്ണൂറ് മിനിട്ട് ദൈർഘ്യമുള്ള ഒരു ഷോട്ടിൽ ചിത്രീകരിച്ച ചലച്ചിത്രമാണ്. ഒരു ഷോട്ടിന്റെ അവസാനം മറ്റൊരു ഷോട്ടുമായി ചേർന്നു വരുന്ന ദൃശ്യരീതിയാണ് ഡിസ്സോൾവ്. ഇരുണ്ടിരിക്കുന്ന തിരശ്ശീലയിൽ മെല്ലെ ഒരു രൂപം തെളിഞ്ഞുവരുന്നത് ഫെയ്ഡ് ഇൻ. ഇതിന് വിപരീതമായ സങ്കേതമാണ് ഫെയ്ഡ് ഔട്ട്. കട്ടുകളൊന്നും കൂടാതെ ഒരു ക്രിയ പൂർണ്ണമായും ഒറ്റ ഷോട്ടിലാവിഷ്കരിക്കുന്ന പ്രക്രി

യയാണ് ചലച്ചിത്രസൈദ്ധാന്തികനായ ആന്ദ്രബസീൻ രൂപം കൊടുത്ത മിസ് എൻ സീൻ. ദൃശ്യങ്ങൾക്ക് യാഥാർത്ഥ്യബോദ്ധ്യം വരുവാൻ മിസ് എൻ സീൻ പ്രയോജനപ്രദമാണെന്ന് അദ്ദേഹം കരുതി. നാടകവുമായി ബന്ധപ്പെട്ടാണ് ഇത് രൂപം പ്രാപിച്ചത്. ഒരിടത്തുറപ്പിക്കപ്പെട്ട ക്യാമറ ഇടതു നിന്ന് വലത്തോട്ടോ, വലതു നിന്ന് ഇടത്തോട്ടോ തിരിഞ്ഞ് ചിത്രണം നിർവ്വഹിക്കുന്നതാണ് പാനിങ്. ക്യാമറ കീഴോട്ടോ മുകളിലോട്ടോ തിരിയുന്നത് ടിൽറ്റിങ്. ട്രോളിയുടെയോ മറ്റോ സഹായത്താൽ ക്യാമറ തന്നെ ചലിക്കുന്നത് ട്രാക്കിങ്. സെക്കന്റിൽ 24 ഫ്രെയിം എന്നതിൽ കുറഞ്ഞോ കൂടിയോ ചലച്ചിത്രവേഗത പ്രയോഗിക്കുമ്പോൾ ഫാസ്റ്റ് മോഷൻ, സ്ലോമോഷൻ എന്നീ ചലച്ചിത്രപ്രത്യേകതകൾ സംഭവിക്കുന്നു. ഭീകരതയുടെ രംഗങ്ങൾക്കും യുവത്വത്തിന്റെ വേഗതയേറിയ ജീവിതവും ചിത്രീകരിക്കാൻ ഇത്തരം രീതികൾ അവലംബിക്കാറുണ്ട്.

ഷൂട്ട് ചെയ്ത ദൃശ്യങ്ങളെ അഥവാ ഷോട്ടുകളെ കഥയ്ക്കനുസൃതമായി വെട്ടിച്ചേർക്കുന്നതാണ് ലളിതമായി പറഞ്ഞാൽ എഡിറ്റിങ്. സിനിമയുടെ താളവും വൈകാരികമായ ഉത്ക്കർഷവും ചേർന്നുപോകാത്ത വിധത്തിലാണ് ഇത് നടത്തുന്നത്. അർത്ഥരഹിതമായ ഷോട്ടുകൾ ഒത്തുചേരുമ്പോൾ അർത്ഥമുണ്ടാവുന്നു എന്ന അറിവിൽ നിന്നാണ് സെർഗി ഐസൻസ്റ്റൈൺ മൊണ്ടാഷ് എന്ന സിദ്ധാന്തത്തിന് രൂപം നല്കുന്നത്. തന്റെ വാദങ്ങളുടെ തെളിവിനായി *ബാറ്റിൽ ഷിപ്പ് പോട്ടംകിനി*ലെ ഒഡേസ്സാപടവുകളിലെ കൂട്ടക്കുരുതി ചിത്രീകരിക്കുന്ന രംഗം അദ്ദേഹം ഉദാഹരിക്കുന്നുണ്ട്. ഐസൻസ്റ്റീന്റെ മൊണ്ടാഷ് സങ്കേതമനുസരിച്ച് ഒരു ഷോട്ട് മറ്റൊരു ഷോട്ടിനോട് കൂട്ടിച്ചേർക്കുമ്പോൾ മൂന്നാമതൊരർത്ഥം കൈവരുന്നു(1+1 =3). എഡിറ്റിങ്ങിൽ ഏറ്റവും കൂടുതലായി ഉപയോഗിക്കുന്ന രീതി സ്ട്രെയിറ്റ് കട്ടാണ്. ഒരുദൃശ്യത്തെ മാറ്റി മറ്റൊരു ദൃശ്യം നേരിട്ട് സ്ക്രീനിലെത്തുന്ന രീതിയാണിത്. പ്രത്യേക സന്ദർഭങ്ങളിലുപയോഗിക്കുന്ന ഗ്രാജുവൽ കട്ടുകളിൽ ഫെയ്ഡ് ഇൻ, ഫെയ്ഡ് ഔട്ട്, ഐറിസ് ഇൻ, വൈപ്പ്, ഡിസ്സോൾവ് തുടങ്ങിയവയാണ് ഉപയോഗിക്കുന്നത്. ചലച്ചിത്രത്തിന്റെ ആദ്യകാലത്ത് പരക്കെ ഉപയോഗിച്ചിരുന്ന സങ്കേതമാണ് ഐറിസ് ഇൻ. തിരശ്ശീലയുടെ ഏതെങ്കിലും ഭാഗത്തുനിന്ന് ഒരു വൃത്തം വലുതായി വരുകയും അതിനനുസരിച്ച് ദൃശ്യത്തിന്റെ പൂർണ്ണരൂപം ലഭിക്കുകയുമാണ് ഐറിസ് ഇന്നിൽ സംഭവിക്കുന്നത്. ഗൊദാർദ് ബ്രെത്ത്ലെസ്സിൽ ഐറിസിനെ പുനരുജ്ജീവിപ്പിക്കുന്നുണ്ട്. തിരശ്ശീലയിലുള്ള പ്രതിരൂപത്തെ ഒരു വശത്തു നിന്ന് മായ്ച്ചുകൊണ്ടുവരികയും അതോടൊപ്പം മറ്റൊരുപ്രതിരൂപം തിരശ്ശീലയിൽ സ്ഥാപിക്കപ്പെടുകയും ചെയ്യുന്നതാണ് വൈപ്പ്. ഈ സങ്കേതം ഏറ്റവുമധികം ഇഷ്ടപ്പെടുന്ന ലോക സംവിധായകൻ അകിരാ കുറസോവയാണ്. ഒരു ക്രിയയുടെ പുരോഗതി കാട്ടാനും ചലനത്തിന്റെ വേഗം കൂട്ടാനും വൈപ്പുകൾ ഉപയോഗപ്പെടുത്തുന്നു (വിജയകൃഷ്ണൻ: 1996: 10). ഇത്തരത്തിലുള്ള എഡിറ്റിങ് രീതികൾ ഇന്ന് ഉപയോഗിക്കാറില്ല. വേഗത വർദ്ധിപ്പിക്കുന്നതിനും

ക്രിയയുടെ പുരോഗതിക്കും ഇന്ന് ഷോട്ടുകളുടെ എണ്ണം കൂട്ടുന്നരീതി കണ്ടുവരുന്നുണ്ട്.

എഡിറ്റിങ് സമ്പ്രദായം ആദ്യമായി അവതരിപ്പിച്ച എഡ്വിൻ എസ് പോർട്ടറുടെ *ദി ഗ്രേറ്റ് ട്രെയിൻ റോബറി* ചിത്രസന്നിവേശത്തെ സംബന്ധിച്ചിടത്തോളം വളരെയധികം പ്രാധാന്യമർഹിക്കുന്ന ചിത്രമാണ്. ഷോട്ടുകളുടെ വിന്യാസത്തിലാണ് എഡ്വിൻ എസ് പോർട്ടർ പുതിയ സാദ്ധ്യതകൾ പരീക്ഷിച്ചത്. അതി വിദൂരദൃശ്യം (Extreme long shot) മദ്ധ്യദൃശ്യം (Medium shots) തുടങ്ങിയവയുടെ വിനിയോഗത്തിലൂടെ 'വെസ്റ്റേൺ ചിത്രങ്ങളു'ടെ തരംഗത്തിനു തന്നെ കാരണക്കാരനായി പോർട്ടർ മാറുകയുണ്ടായി. തുടർന്ന് ഗ്രിഫിത്ത് എഡിറ്റിങ്ങിൽ പുതിയ പരീക്ഷണങ്ങൾ നടത്തുകയുണ്ടായി. ഫ്ളാഷ്ബാക്ക് എന്ന സങ്കേതം ചലച്ചിത്രത്തിൽ ആദ്യം അവതരിപ്പിക്കുന്നത് ഗ്രിഫിത്താണ്. ചിത്രസന്നിവേശമാണ് സിനിമയുടെ പ്രധാന പ്രക്രിയയെന്ന് വിശ്വസിച്ചിരുന്ന സംവിധായകരാണ് പുഡോവ്കിൻ, സെർഗി ഐസൻസ്റ്റെൻ, കുളെഷോവ് എന്നീ റഷ്യൻ സംവിധായകർ.

1927 ൽ പ്രദർശിപ്പിച്ച *ദ ജാസ് സിംഗർ* എന്ന ചലച്ചിത്രത്തിലൂടെയാണ് സിനിമയിൽ ശബ്ദം കടന്നു വരുന്നത്. നിശ്ശബ്ദ സിനിമയുടെ കാലഘട്ടം കഴിഞ്ഞ് സിനിമയുടെ പ്രക്രിയയിൽ ശബ്ദം ഒരു ആവശ്യഘടകമായിത്തീർന്നു. മൂന്നു തരം ശബ്ദങ്ങളാണ് സിനിമയിൽ ഉള്ളത്. ചലച്ചിത്രത്തിൽ കഥാപാത്രങ്ങൾ പറയുന്ന സംഭാഷണമാണ് ഇതിൽ ആദ്യത്തേത്. ചലച്ചിത്രത്തിൽ പ്രധാനമായത് ദൃശ്യങ്ങളാണെങ്കിലും കഥാഗതിയെ നിയന്ത്രിക്കുന്നതിൽ സംഭാഷണത്തിന് പ്രധാന പങ്കുണ്ട്. പരിമിതമായ തോതിൽ സംഭാഷണം ഉപയോഗിച്ച സിനിമകളുണ്ട്. ചില ഉദാഹരണങ്ങളാണ് *കാഞ്ചനസീത, പോക്കുവെയിൽ* എന്നിവ. ആദ്യകാലത്ത് സ്റ്റേജ് നാടകങ്ങൾ സിനിമയാക്കിയിരുന്നു. ഇവിടെ നാടകസംഭാഷണങ്ങൾ അതേപടി സിനിമയിലും പകർത്തുവാൻ ശ്രമിച്ചിരുന്നു. അതുകൊണ്ടു തന്നെ ആദ്യകാലസിനിമകളിലെ ദൃശ്യങ്ങളിൽ സംഭാഷണമില്ലാത്ത ഒരു രംഗംപോലും കാണുകയില്ല. സിനിമയുടെ ദൃശ്യഭാഷയോട് അടുക്കാത്ത, ഒരു നാടക പകർപ്പ് ആയിരുന്നു ആ സിനിമകൾ.

ദൃശ്യവുമായുള്ള ബന്ധത്തെ അടിസ്ഥാനമാക്കി ശബ്ദങ്ങളെ സയോഗമെന്നും (Synchronus) അയോഗമെന്നും (Asynchronus) രണ്ടു വിഭാഗങ്ങളായി തിരിച്ചിരിക്കുന്നു. ദൃശ്യത്തിലുള്ള വസ്തുവോ കഥാപാത്രമോ പുറപ്പെടുവിക്കുന്നവയാണ് സയോഗശബ്ദങ്ങൾ. അയോഗശബ്ദങ്ങളാവട്ടെ ദൃശ്യവസ്തുക്കളുമായി നേരിട്ട് ബന്ധമില്ലാത്തവയും. സിനിമയിലെ പ്രവർത്തനക്രിയയ്ക്ക് ശക്തി കൂട്ടുവാൻ സ്വാഭാവിക ശബ്ദം വളരെയേറെ പ്രയോജനപ്പെടുന്നുണ്ട്. ശബ്ദത്തിൽ പുതിയൊരു വഴിത്തിരിവ് ഉണ്ടാകുന്നത് അടൂർ ഗോപാലകൃഷ്ണന്റെ *സ്വയംവരം* മുതലാണ്. അന്നുവരെ മലയാള സിനിമയിൽ ആരും ഉപയോഗിച്ചിട്ടില്ലാത്ത ശബ്ദങ്ങൾ ഇതിൽ കടന്നുവന്നു.

ദൃശ്യങ്ങൾ പ്രദാനംചെയ്യുന്ന വൈകാരികതയ്ക്ക് മാറ്റു കൂട്ടുന്നതിനാണ് സംഗീതം പ്രധാനമായി ഉപയോഗിക്കുന്നത്. സിനിമയുടെ ദൃശ്യഭാഷയിൽ കാണിക്കാത്ത കാര്യങ്ങൾ സംഗീതം ഉപയോഗിച്ച് സംവേദനം ചെയ്യാറുണ്ട്. *പഥേർ പാഞ്ചാലി*യിൽ വളരെ നാളുകൾക്ക് ശേഷം വീട്ടിൽ മടങ്ങിയെത്തുന്ന ഹരിഹർ തന്റെ മകളായ ദുർഗ്ഗയുടെ മരണവാർത്ത അറിയുമ്പോൾ കരയുന്ന രംഗമുണ്ട്. ഇവിടെ ഹരിഹറിന്റെ കരച്ചിലിനു പകരം സംഗീതമാണ് നാം കേൾക്കുന്നത്. കരച്ചിലിന്റെ ശബ്ദത്തേക്കാൾ കൂടുതൽ ശക്തി ഈ ശോകപൂർണ്ണമായ സംഗീതത്തിനായിരിക്കുമെന്ന ചിന്ത സത്യജിത്റായിക്കുണ്ടായിരുന്നുവെന്ന് ഈ രംഗം കാണിക്കുന്നു. നിശ്ശബ്ദ സിനിമയായ *ബാറ്റിൽഷിപ്പ് പോട്ടെംകിനിൽ* കൊടുത്തിരിക്കുന്ന സംഗീതവും ദൃശ്യബിംബങ്ങൾക്ക് പുതിയ അർത്ഥങ്ങൾ കൊടുക്കുവാൻ പര്യാപ്തമായതായിരുന്നു. അടൂർ ഗോപാലകൃഷ്ണന്റെ *എലിപ്പത്തായം* സിനിമയിൽ സ്ത്രീകഥാപാത്രങ്ങൾ വിമാനം നോക്കുന്ന രംഗത്തിൽ വിമാനത്തിന്റെ ശബ്ദംകൊണ്ട് മാത്രം അത് ഭംഗിയായി ചിത്രീകരിച്ചിരിക്കുന്നു. *കൊടിയേറ്റ*ത്തിൽ കൃത്രിമ പശ്ചാത്തല സംഗീതം ഉപയോഗിക്കാതെ സംഭാഷണംകൊണ്ടും സ്വഭാവിക ശബ്ദം കൊണ്ടും അടൂർ ഗോപാലകൃഷ്ണൻ കൈകാര്യം ചെയ്തിരിക്കുന്നു. *സ്വയംവര*ത്തിനു ശേഷം മലയാളസിനിമയുടെ ശബ്ദരേഖാ സംവിധാനത്തിൽ വീണ്ടും ഒരു മാറ്റം കുറിച്ച ചലച്ചിത്രമാണ് *കാലാപാനി.* ശബ്ദലേഖനത്തിലും റീപ്രൊഡക്ഷനിലും അതിനൂതന പ്രവണതകൾ വന്നുകൊണ്ടിരിക്കുന്നു. അവ മലയാള സിനിമയിൽ ആദ്യമായി ഉപയോഗിച്ച ചിത്രമാണ് *കാലാപാനി.* ടെലിവിഷന്റെ സ്വാധീനം കാണികളെ തിയേറ്ററിൽ നിന്നകറ്റാൻ പ്രേരിപ്പിച്ചു കൊണ്ടിരുന്നപ്പോൾ, ടെലിവിഷനിൽ അടുത്ത കാലത്തൊന്നും സാദ്ധ്യമാ കാനിടയില്ലാത്ത ഒപ്റ്റിക്കൽ സ്റ്റീരിയോ ട്രാക്ക്സ്, കോംപാക്ട് ഡിസ്ക്സ് എന്നിവകൊണ്ട് അവരെ തിയേറ്ററുകളിലേക്ക് തിരിച്ചുവരുത്താനുള്ള ഒരു ശ്രമവും കൂടിയായിരുന്നു അത്. മലയാളത്തിൽ *കാലാപാനി* തുട ങ്ങിയ അതിസാങ്കേതിക ശബ്ദരേഖ കാണികളെ പിടിച്ചിരുത്താൻ പോന്നതായിരുന്നു. അതിനു ശേഷമുള്ള ഡോൾബി, ഡി ടി എസ് ചിത്രങ്ങളുടെ വിജയം ആ ശ്രമത്തെ സാധൂകരിക്കുന്നു. ജനകീയ സിനിമകളിൽ ഉപയോഗിച്ചുകൊണ്ടിരിക്കുന്ന ഈ നൂതനശബ്ദസാങ്കേതികതകൾ കലാപരമായി മേന്മ പുലർത്തുന്നവയായി മാറേണ്ടതുണ്ട്.

വർണ്ണവിന്യാസത്തെ ചലച്ചിത്രകലയുടെ പുരോഗതിയായി കാണാവുന്നതാണ്. ഒരു രംഗത്തിന്റെ മൂഡും താളവും നിലനിർത്തുവാനും, രംഗത്തിന്റെ വൈകാരികതയ്ക്കും സൗന്ദര്യത്തിനും ശക്തികൂട്ടുവാനും ഉചിതമായ വർണ്ണങ്ങൾ സഹായകമാണ്. കറുപ്പിലും വെളുപ്പിലും ചിത്രീകരിക്കുമ്പോൾ ആശയക്കുഴപ്പമുണ്ടാക്കുന്ന ചില കഥാസന്ദർഭങ്ങൾ വ്യക്തതയോടെ ആവിഷ്കരിക്കാൻ വർണ്ണത്തിനു കഴിയുന്നു. *അപൂർ സൻസാറി*ലെ വിവാഹരംഗത്ത് വധു കറുപ്പു വസ്ത്രം ധരിച്ചിരിക്കുന്നു

എന്നത് പലരും ഒരു ദോഷമായി ചൂണ്ടിക്കാട്ടിയിരുന്നു. കറുത്ത വസ്ത്രം വിവാഹംപോലെ ഒരു മംഗളകർമ്മത്തിന് ആരും ഉപയോഗിക്കാറില്ലല്ലോ. യഥാർത്ഥത്തിൽ വിവാഹവേളയിൽ ചുവന്നസാരി ധരിച്ചിരിക്കുന്നതായിട്ടാണ് സത്യജിത് റായി ചിത്രീകരിച്ചത്. കറുപ്പിലും വെളുപ്പിലും ആശയത്തിന് കൂടുതൽ വ്യക്തത നല്കാൻ വർണ്ണം സഹായിക്കുന്നു (വിജയകൃഷ്ണൻ: 1996:92). സ്റ്റീഫൻ സ്പിൽബർഗ്ഗിന്റെ ചിത്രമായ *ഷിൻഡ്‌ലേഴ്സ് ലിസ്റ്റ്* ബ്ലാക്ക് ആന്റ് വൈറ്റ് നിറത്തിൽ ചിത്രീകരിക്കപ്പെട്ടതാണ്. നാസി ഭീകരതയുടെ മുഖം ചിത്രീകരിക്കാനും ചരിത്രത്തിന്റെ യാഥാർത്ഥപ്രതീതി സൃഷ്ടിക്കുവാനും വെളുപ്പും കറുപ്പും കലർന്ന ഈ രീതി സഹായകമായി. അരവിന്ദന്റെ കളർ ചിത്രമായ *പോക്കുവെയിലി*നെക്കുറിച്ച് വി രാജകൃഷ്ണൻ ഇങ്ങനെ എഴുതുന്നു. ഇതിൽ നിറങ്ങൾ ബാഹ്യാലങ്കാരം എന്ന നിലവിട്ട് സിനിമയുടെ ബിംബഘടനയുടെ ജീവാംശമായിത്തീർന്നിരിക്കുന്നു. സിനിമയിലെ പ്രധാനപ്പെട്ട പലരൂപങ്ങളും ധ്വനിചിഹ്നങ്ങളും വിടർച്ചകൊള്ളുന്നത്, സംവിധായകന്റെ വിദഗ്ദ്ധ പരിചരണം ലഭിക്കുന്ന വർണ്ണപദ്ധതികളിലൂടെയാണ്. തവിട്ടുനിറത്തിന്റെയും ചുവപ്പിന്റെയും ഇളംചുവപ്പിന്റെയും പ്രതീതികൾ ചാലിച്ചെടുത്ത് ദൃശ്യാത്മകമായ ആഴമുള്ള ഫ്രെയിമുകൾ പലതും അരവിന്ദൻ ഒരുക്കൂട്ടിയിരിക്കുന്നു. ഈ നിറങ്ങൾ പലതും അരവിന്ദൻ സൃഷ്ടിക്കുന്ന സംവദനമേഖലയുടെ പ്രധാനപ്പെട്ടൊരു അടയാളമാണ്. വർണ്ണങ്ങളുടെ വൈപരീത്യം കൊണ്ട് സൃഷ്ടിക്കപ്പെടുന്ന ചില ഇഫക്റ്റുകളും സിനിമയിലുണ്ട്. ഉദാഹരണത്തിന് ബാലു സുധീറുമൊത്ത് (ബാസ്കറ്റ് കളിക്കാരൻ) നടന്നു പോകുന്ന ഒരു രംഗം. ശുഭാപ്തിബോധം സ്ഫുരിക്കുന്ന ചുരുക്കം ചില നിമിഷങ്ങളിൽ ഒന്നാണത്; സുധീർ തന്റെ ഭാവി പ്രതീക്ഷകളെപ്പറ്റി ആവേശപൂർവ്വം സംസാരിക്കുന്നു. ക്യാമറ പെട്ടെന്ന് കട്ടുചെയ്ത് പച്ചവാഴകളുടെ ഒരു നീണ്ടനിരയെ തലോടിപ്പോവുന്നു പ്രേക്ഷകനിൽ തെല്ലൊരു ആഹ്ലാദം കലർന്ന അത്ഭുതമുണർത്താൻ പോന്നതാണ് ഈ നിറപ്പകർച്ച. മറ്റിടങ്ങളിൽ സൂര്യാസ്തമയത്തിന്റെ ചുവപ്പ് ബാലുവിന്റെ ദുഃഖത്തിന്റെ ധാരാളിത്തത്തെ പ്രതിബിംബിപ്പിക്കുമ്പോൾ, തവിട്ടുനിറത്തിലുള്ള ഭൂവിഭാഗം അവന്റെ വിളറിമങ്ങിയ പ്രജ്ഞയ്ക്ക് പശ്ചാത്തലമണയ്ക്കുന്നു (രാജകൃഷ്ണൻ : 1992:187). നിറങ്ങളുടെ സവിശേഷമായ ഉപയോഗത്തിലൂടെ സിനിമയുടെ സൗന്ദര്യത്തിനും പ്രമേയത്തിനും ഉണ്ടാകുന്ന പ്രത്യേകതകളെയാണ് ഇവിടെ സൂചിപ്പിച്ചത്. ഷാജി എൻ കരുണിന്റെ *സ്വം* എന്ന ചിത്രത്തിൽ ചായക്കട നടത്തുന്ന ബ്രാഹ്മണ കുടുംബനാഥന്റെ മരണശേഷം ഭാര്യയും മക്കളും നേരിടുന്ന ദുരിതങ്ങളെ ബ്ലാക്ക് & വൈറ്റിലും കുടുംബനാഥനുമൊത്തുള്ള സന്തുഷ്ടകരമായ ജീവിതത്തെ കളറിലും ചിത്രീകരിച്ചിരിക്കുന്നു. പ്രമേയത്തിന്റെ സ്വഭാവത്തിനനുസരിച്ചുള്ള രംഗചിത്രീകരണത്തിന് വർണ്ണാവബോധം ഇവിടെ സഹായകമാവുന്നു.

സിനിമയുടെ ചിഹ്നവ്യവസ്ഥയുടെ വിശകലനത്തിലൂടെ സാഹി

ത്യത്തിന്റെ ചിഹ്നവ്യവസ്ഥയിൽനിന്ന് അനുവർത്തനം വ്യത്യസ്തമാണെന്ന് മനസ്സിലാക്കാം. സിനിമയിൽ വാക്കുകൾക്ക് പകരം നിരവധി ബിംബങ്ങളാണ് ഉപയോഗിക്കുന്നത്. ദൃശ്യശ്രവ്യബിംബങ്ങളുടെ കൂടിച്ചേർന്നുള്ള വായനയിലൂടെയാണ് സിനിമയുടെ സൗന്ദര്യവും ആശയലോകവും നിർമ്മിക്കപ്പെടുന്നത്. അതുകൊണ്ട് ഇത്തരം അനുവർത്തനങ്ങൾ മുന്നോട്ടുവയ്ക്കുന്ന സൗന്ദര്യപരവും ആശയപരവുമായ നിർമ്മിതികളെ സൂക്ഷ്മമായി വിശകലനം ചെയ്യുവാൻ സാംസ്കാരിക സിദ്ധാന്തങ്ങളും ഉപയോഗപ്പെടുത്താം.

സിനിമയും സാംസ്കാരിക സിദ്ധാന്തങ്ങളും

ആദ്യകാലങ്ങളിൽ അമേരിക്കയിലായിരുന്നു കൂടുതലായി സിനിമാപഠനങ്ങൾ നടന്നിരുന്നത്. *ദ ആർട്ട് ഓഫ് ദ മൂവിങ് പിക്ച്ചർ* (1915) എന്ന വചേൽ ലിൻഡ്സെ രചിച്ച പുസ്തകമാണ് ആദ്യത്തെ സിനിമാ പഠനമായി കണക്കാക്കപ്പെടുന്നത്. സിനിമയുടെ സവിശേഷത, മറ്റു കലകളുമായുള്ള ബന്ധം എന്നിവയെല്ലാം ഈ പുസ്തകത്തിൽ പഠനവിധേയമാക്കുന്നു. അമേരിക്കയിലെ ഹാർവാർഡ് സർവ്വകലാശാലയിലെ പ്രൊഫ. ഹ്യൂഗോ മൺസ്റ്റർബർഗ് എഴുതിയ *ദ ഫോട്ടോ പ്ലേ : എ സൈക്കോളജിക്കൽ സ്റ്റഡി* എന്ന ഗ്രന്ഥം മനഃശാസ്ത്രപരമായി സിനിമയെ നോക്കിക്കാണാൻ ശ്രമിക്കുന്നു. ഒരു ജനതയുടെ വികാരവിചാരങ്ങൾ ആവിഷ്കരിക്കുന്ന സൗന്ദര്യവും മനഃശാസ്ത്രപരവുമായ ചലനാത്മകപ്രതീതിയും പ്രക്രിയയുമാണ് സിനിമയെന്ന് ഈ പഠനം നിരീക്ഷിക്കുന്നു.

ഒന്നാം ലോകയുദ്ധാനന്തരം സിനിമയുടെ കലാസങ്കല്പങ്ങളിൽ വലിയ മാറ്റങ്ങളുണ്ടായി. ശബ്ദസന്നിവേശവും ചിത്രസന്നിവേശവുമെല്ലാം സിനിമയെക്കുറിച്ച് നിലവിലുള്ള ധാരണകളെ പുതുക്കുകയുണ്ടായി. പുഡോവ്കിന്റെ *ഫിലിം എഡിറ്റിങ്* എന്ന ഗ്രന്ഥം ആഖ്യാനത്തെ മാറ്റിത്തീർക്കുക എന്നതിനപ്പുറം അതിനെ പിന്തുണയ്ക്കുന്ന ഒന്നായിട്ട് ചിത്രസംയോജനത്തെ നിർവ്വചിച്ചു. എന്നാൽ ഐസൻസ്റ്റൈനാകട്ടെ ആഖ്യാനത്തോട് വൈരുദ്ധ്യാത്മകബന്ധം പുലർത്തുന്ന ഒന്നായിട്ടാണ് ചിത്രസംയോജനത്തെ കണ്ടിരുന്നത്.

1915-30 വരെയുള്ള കാലത്ത് റഷ്യയിൽ സജീവമായിരുന്ന ഫോർമലിസ്റ്റു പ്രസ്ഥാനം കലയുടെ രൂപഘടനയ്ക്കും ധർമ്മത്തിനും പ്രാമുഖ്യമുള്ള അപഗ്രഥനാത്മകരീതിയായിരുന്നു പിന്തുടർന്നത്. സിനിമയുടെ ദൃശ്യശ്രവ്യ ആഖ്യാനഘടനയെ ഇവിടെ പഠനവിധേയമാക്കി. ചലച്ചിത്രഭാഷയെ ഘടനയ്ക്കുള്ളിൽ അർത്ഥവിജ്ഞാനീയപരമായ ചിഹ്നങ്ങളെന്ന നിലയിൽ മനസ്സിലാക്കിത്തുടങ്ങി. ഹംഗറിക്കാരനായ ബെലാ ബെലാസിന്റെ *തിയറി ഓഫ് ഫിലിം : ക്യാരക്ടർ ആന്റ് ഗ്രോത് ഓഫ് എ ന്യൂ ആർട്* എന്ന ഗ്രന്ഥം സിനിമയെ നാടകത്തിൽ നിന്ന്, അതിലെ ഘടകങ്ങളിൽ നിന്നുമൊക്കെ വളരെ വിഭിന്നമായ കലയായി മനസ്സിലാക്കി. താദാത്മീകരണത്തിന്റെ സ്വഭാവം സിനിമയുടെ സവിശേഷതയായി

അദ്ദേഹം കണ്ടു. എന്നാൽ താദാത്മീകരണത്തിന് വിരുദ്ധമായ ആശയങ്ങൾ, അന്യവല്ക്കരണസിദ്ധാന്തങ്ങൾ പിന്നീട് ഉണ്ടായിട്ടുണ്ട്.

ക്ലാസിക്കൽ സിനിമാ പദ്ധതിയിൽ പാഠ്യ വിഷയമായ റുഡോൾഫ് ആൻഹെയിമിന്റെ *ഫിലിം ആന്റ് ആർട്* എന്ന ഗ്രന്ഥത്തിൽ യഥാതഥവാദത്തെയും ശബ്ദസന്നിവേശത്തെയും പാരസ്പര്യമുള്ള ഘടകങ്ങളായിട്ടാണ് വ്യാഖ്യാനിച്ചത്. റിയലിസത്തെ സിനിമയുടെ സവിശേഷമായ വാങ്മയമായി വ്യാഖ്യാനിക്കുന്ന സിദ്ധാന്തങ്ങൾ പിന്നീടുണ്ടായി. സിഗ്ഫ്രൈഡ് ക്രൗക്കറുടെ *തിയറി ഓഫ് ഫിലിം : ദ റിഡംഷൻ ഓഫ് ഫിസിക്കൽ റിയാലിറ്റി* എന്ന ഗ്രന്ഥം ഭൗതികാത്മകമായ യാഥാർത്ഥ്യത്തിന്റെ വിമോചനമാണ് സിനിമ ലക്ഷ്യം വയ്ക്കുന്നതെന്ന് നിരീക്ഷിക്കുകയുണ്ടായി.

1930 കളിൽ റുഡോൾഫ് ആൻഹൈം, സെർജി ഐസൻസ്റ്റീൻ തുടങ്ങിയ നിരവധി പേർ നിശ്ശബ്ദ സിനിമകളിലെ ക്ലാസിക്കുകളെക്കുറിച്ച് പഠനങ്ങൾ ആരംഭിച്ചിരുന്നു. അതിനുശേഷം ആന്ദ്രേ ബാസിൻ, സിഗ്ഫ്രൈഡ്ക്രാക്കർ എന്നിവർ 1930-60 കാലങ്ങളിലെ അമേരിക്കയിലെയും യൂറോപ്പിലെയും സിനിമകളെക്കുറിച്ചും പഠനം നടത്തിയിരുന്നു. നിശ്ശബ്ദകാലഘട്ടത്തിലെ പരിമിതികളോടുകൂടിയതാണ് യഥാർത്ഥ ചലച്ചിത്രമാധ്യമം എന്ന് ആൻഹീം വിശ്വസിച്ചു. 1933 ൽ തന്റെ സിദ്ധാന്തം ആവിഷ്കരിക്കുമ്പോഴുണ്ടായിരുന്ന അതേ നിലപാടിൽത്തന്നെ 1957 ൽ തന്റെ പുസ്തകത്തിന്റെ പുതിയ പതിപ്പ് പ്രസിദ്ധീകരിക്കുമ്പോഴും അദ്ദേഹം ഉറച്ചുനിന്നു. ശബ്ദം, വർണ്ണം, വൈഡ് സ്ക്രീൻ തുടങ്ങിയ സാങ്കേതികവികാസങ്ങളെയപ്പാടെ ആൻഹീം തിരസ്കരിച്ചു. സാങ്കേതികവികാസങ്ങൾ വഴി എത്രത്തോളം സിനിമ വസ്തുതയെ അതുപോലെ പകർത്തുവാൻ തുനിയുന്നുവോ അത്രത്തോളം അതു കലയിൽ നിന്നകലുന്നു എന്നാണദ്ദേഹം കരുതിയത്. എന്നാൽ ഫോർമലിസ്റ്റ് സൈദ്ധാന്തികരിൽ നിന്നു വ്യത്യസ്തമായി ആന്ദ്രേ ബസീൻ സിനിമയുടെ സാങ്കേതികവികാസങ്ങളെ സ്വീകരിക്കുകയാണ് ചെയ്തത്. മനുഷ്യചലനങ്ങളും ശബ്ദങ്ങളും യഥാർത്ഥമായ യാന്ത്രികപുനർനിർമ്മിതിക്ക് വിധേയമാകുന്നതിനെ ആന്ദ്രേ ബസീനെപ്പോലെ സിഗ്ഫ്രൈഡ് ക്രാക്കറും അനുകൂലിച്ചിരുന്നു. സിനിമ ഭൗതിക യാഥാർത്ഥ്യത്തെ പകർത്തുവാനുള്ള മാധ്യമമാണെന്നും, അതുകൊണ്ട് ജീവിതത്തെ അതായിത്തന്നെ ആവിഷ്കരിക്കുവാൻ അതിനാകുമെന്നും ക്ലാസിക് ഫിലിം സിദ്ധാന്തം കരുതിയിരുന്നു.

ആന്ദ്രേ ബസീന്റെ മിസ് - എൻ - സീൻ പോലുള്ള സങ്കല്പനങ്ങൾ സിനിമയുടെ യഥാതഥവുമായി ബന്ധപ്പെട്ടാണ് മനസ്സിലാക്കേണ്ടത്. ദൃശ്യങ്ങളെ പലഖണ്ഡങ്ങളായി മുറിക്കുന്നതിനുപകരം സ്ഥലകാലങ്ങൾക്കിടയിലെ തുടർച്ച മുറിയാതെ അവതരിപ്പിക്കുകയെന്നതായിരുന്നു ആന്ദ്രേ ബസീൻ മുന്നോട്ടുവച്ച വാദം. അദ്ദേഹത്തിന്റെ *വാട്ടീസ് സിനിമ* എന്ന ഗ്രന്ഥം സിനിമയുടെ രചനാസവിശേഷത, പ്രയോഗരീതികൾ,

വിവിധ പ്രസ്ഥാനങ്ങൾ എന്നിവ ചർച്ച ചെയ്യുന്നുണ്ട്. മിസ് എൻ സീനിനെ സിനിമാത്മക പ്രവർത്തനത്തിനുള്ളിലെ ഒരു സാദ്ധ്യതയായി പിന്നീടുള്ള സൈദ്ധാന്തികരും സംവിധായകരും മനസ്സിലാക്കി.

1950 കളിൽ പ്രാമാണികത നേടിയ ഓഥർ സിദ്ധാന്തം (Auteur Theory) സിനിമയെ അതിന്റെ രചയിതാക്കളായ സംവിധായകരെ കേന്ദ്രീകരിച്ച് നിരൂപണം ചെയ്യുന്നതായിരുന്നു. സംവിധായകന്റെ ആഖ്യാനശൈലിയുടെ സവിശേഷത മനസ്സിലാക്കി സിനിമയെ കേവലം ഒരു വ്യക്തിയുടെ, സംവിധായകന്റെ ആശയം വ്യക്തമാക്കുന്ന ഒന്നായി ചുരുക്കി കാണുകയാണ് ഇവിടെ ഉണ്ടായത്. അങ്ങനെ സംവിധായകനെ അയാളുടെ മുഴുവൻ ചിത്രങ്ങളുടെയും പശ്ചാത്തലത്തിൽ വിശകലനം ചെയ്യുന്ന സിദ്ധാന്തമായും ഇതു മാറി.

സിനിമാസിദ്ധാന്തം ഏകദേശം 1968 മുതൽ സിനിമയുടെ പ്രമേയവും ആശയവും എങ്ങനെയാണ് പ്രേക്ഷകരിൽ സ്വാധീനം ചെലുത്തുന്നത് എന്നതിനെക്കുറിച്ച് വിശകലനം ചെയ്യാൻ തുടങ്ങി. എങ്ങനെയാണ് സിനിമ അതിന്റെ പ്രേക്ഷകരിലും സമൂഹത്തിലും സാംസ്കാരിക നിർമ്മിതികൾ നടത്തുന്നതെന്ന അന്വേഷണവും ഇക്കാലയളവിൽ ലോകമെമ്പാടും നടന്നു. സൊഷ്യൂർ, ഫ്രോയിഡ്, മാർക്സ്, ലക്കാൻ, അൽത്തൂസർ, ദറിദ, ക്രിസ്റ്റേവ തുടങ്ങിയ നിരവധി സൈദ്ധാന്തികരുടെ സിദ്ധാന്തങ്ങളെ പിൻപറ്റി സാംസ്കാരിക മേഖലയിൽ സിനിമയുല്പാദിപ്പിക്കുന്ന വ്യവഹാരങ്ങളെ വിശകലനം ചെയ്യുവാൻ സിനിമാപഠിതാക്കൾ തയ്യാറായി. ഭാഷാശാസ്ത്രം, ചിഹ്നശാസ്ത്രം, മാർക്സിസ്റ്റ് പ്രത്യയശാസ്ത്രം, കർത്തൃത്വസിദ്ധാന്തം, മനഃശാസ്ത്രം എന്നിവ ഉപയോഗിച്ച് നിരവധി വിശകലനരീതികൾ സിനിമയെ മുൻനിറുത്തി സംസ്കാരപഠനമേഖലയിൽ നടക്കുന്നു. സമകാലിക സിദ്ധാന്തങ്ങൾ ഉപയോഗിച്ച് സിനിമാപഠനം, സംസ്കാരപഠനം, മാധ്യമവാർത്താവിനിമയരംഗം എന്നീ മേഖലകളിൽ ഫലപ്രദമായി ഇടപെടാൻ സാധിക്കുന്നു.

ചലച്ചിത്ര സിദ്ധാന്തത്തിൽ സെമിയോട്ടിക്സിന്റെ പ്രയോഗം ഇന്ന് വ്യാപകമാണ്. ഭാഷാശാസ്ത്ര സൈദ്ധാന്തികനായ സൊഷ്യൂർ തന്റെ *കോഴ്സ് ഇൻ ജനറൽ ലിംഗ്വിസ്റ്റിക്സ്* (1916) എന്ന ഗ്രന്ഥത്തിലൂടെ ചിഹ്നവിജ്ഞാനീയത്തിന് പുത്തനുണർവ് നല്കി. ഭാഷയെ ഒരു ചിഹ്നവ്യവസ്ഥയായി അദ്ദേഹം കണ്ടു. വാക്കുകൾക്ക് ഓരോ ഭാഷയിലും വ്യത്യസ്ത അർത്ഥങ്ങളുണ്ട്. എന്നാൽ വാക്കും അർത്ഥവും തമ്മിലുള്ള ബന്ധം താല്ക്കാലികമാണ്. ചിഹ്നവ്യവസ്ഥയിലാണ് ഓരോ വാക്കുകൾക്കും അർത്ഥമുണ്ടാകുന്നത്. 1957 ൽ ഫ്രഞ്ച് വിമർശകനായ റൊളാങ് ബാർത്ത് തന്റെ *മിത്തോളജി* എന്ന ഗ്രന്ഥത്തിലൂടെ ചിഹ്നശാസ്ത്രമേഖലയിൽ ശ്രദ്ധേയനായി. അദ്ദേഹം പാരീസ് മാർച്ചിലെ കവർചിത്രത്തിന്റെ ഗൂഢസന്ദേശങ്ങൾ അനാവരണം ചെയ്യുന്നുണ്ട്. ഒരു ആഫ്രിക്കൻ യുവാവ് ഫ്രഞ്ച് യൂണിഫോം അണിഞ്ഞ് ഫ്രഞ്ച് പതാകയെ സല്യൂട്ട് ചെയ്യുന്ന ഫോട്ടോയാണ് അദ്ദേഹം വിശകലനം ചെയ്യുന്നത്. ഫ്രഞ്ച് അധിനിവേശ

ത്തെ ന്യായീകരിക്കുന്ന ഒരു ചിത്രമായിട്ടാണ് അദ്ദേഹം അതിനെ തിരിച്ചറിയുന്നത്. ചലച്ചിത്രഭാഷയുടെ അർത്ഥാന്തരങ്ങളുടെ കാര്യവും വിഭിന്നമല്ല. ചലച്ചിത്രഭാഷയെ യാഥാർത്ഥ്യത്തിന്റെ പ്രതിഫലനമായി കാണുന്നതിലുപരി നിരവധി ആശയസദൃശ്യങ്ങൾ ഉൾക്കൊള്ളുന്ന സംപ്രത്യയമായി മനസ്സിലാക്കേണ്ടതുണ്ട്.

ഭാഷാശാസ്ത്രത്തിന്റെ മേഖലയിൽ നിന്നു ചലച്ചിത്രരംഗത്തേക്കു കടന്നുവന്ന ക്രിസ്റ്റ്യൻ മെറ്റ്സ് ഘടനാവാദത്തിന്റെയും ചിഹ്നശാസ്ത്രത്തിന്റെയും സഹായത്തോടെ ചലച്ചിത്രത്തെ കൂടുതൽ അഗാധമായ വിശകലനങ്ങൾക്കു വിധേയമാക്കി. ചലച്ചിത്ര ചിഹ്നശാസ്ത്രം സിനിമയെ ഒരു ചിഹ്നവ്യവസ്ഥയായി കാണുന്നു. ഭാഷയുടെ ഏറ്റവും കുറിയ ശബ്ദഘടകങ്ങൾ അർത്ഥസംവേദകങ്ങളല്ല. അതേ സമയം, സിനിമയുടെ അടിസ്ഥാനഘടകമായ ഷോട്ട് അർത്ഥ സംവേദകമാണ്. സിനിമയിൽ ചിത്രീകരിക്കപ്പെടുന്ന ബാഹ്യലോകവുമായി ഷോട്ടിനുള്ള ഐകോണിക് (Iconic) സംബന്ധമാണ് ഈ വ്യത്യാസത്തിനു നിമിത്തം. ചലച്ചിത്ര സങ്കേതങ്ങളും ഉപസങ്കേതങ്ങളും (Sub-Codes) ഉള്ളടങ്ങുന്ന ഒന്നത്രേ ചലച്ചിത്രഭാഷ (മുരളീധരൻ നെല്ലിക്കൽ: 2003: 68). ക്രിസ്റ്റ്യൻ മെറ്റ്സിന്റെ അഭിപ്രായത്തിൽ ചലച്ചിത്രത്തിലെ ഷോട്ടുകൾക്കു സാമ്യം വാക്കുകളോടെന്നതിലേറെ വാക്യങ്ങളോടാണ്. എന്നാലവ വാക്യങ്ങൾക്കു തുല്യവുമല്ല. ഷോട്ടുകൾ വാക്യങ്ങളെപ്പോലെ രൂപപ്പെട്ടിരിക്കുന്നവയാണ്. വാക്കുകൾ മുൻപ് നിലനിന്നവയാണെങ്കിൽ ഷോട്ടുകൾ സംവിധായകന്റെ സൃഷ്ടികളാണ്. രണ്ടുതരം കോഡുകൾ ചലച്ചിത്രത്തിൽ കാണുന്നുണ്ടെന്ന് ക്രിസ്റ്റ്യൻ മെറ്റ്സ് പറയുന്നുണ്ട്. ബിംബകോഡുകളും (Image Codes), ശബ്ദകോഡുകളും (Sound Codes) ആണവ. വസ്തുക്കളുടെ വിന്യാസം, ജനക്കൂട്ടം, പശ്ചാത്തലം, ഫ്രെയിം, ക്യാമറ ആംഗിൾ, ഫോക്കസ്, ഫ്ളാഷ് ബാക്ക്, ഫ്രീസ്, അനിമേഷൻ, ഡിസോൾവ് സ്ലോമോഷൻ, സൂമിങ്, ക്യാമറയുടെ മറ്റുചലനങ്ങൾ തുടങ്ങിയവയെല്ലാം ബിംബകോഡുകളിൽപ്പെടുന്നു. സിനിമയെ ഒരു ചിഹ്ന വ്യവസ്ഥയായി കണ്ട് സാംസ്കാരിക സന്ദർഭത്തിൽ നിന്ന് അത് ഉല്പാദിപ്പിക്കുന്ന പ്രത്യയശാസ്ത്രത്തെ അപഗ്രഥിക്കുവാൻ ചിഹ്നശാസ്ത്രത്തെ സിനിമാ പഠിതാക്കൾ ഉപയോഗപ്പെടുത്തുന്നു. സിനിമയിലുപയോഗിക്കുന്ന ഇമേജുകൾ വെറുമൊരു ഫോട്ടോഗ്രാഫി പുനർനിർമ്മാണം മാത്രമല്ല, യുക്തിപരവും അർത്ഥപരവുമായ ബന്ധങ്ങളുടെ ആശയപരമായ ആവിഷ്കാരം കൂടിയാണ്. അതുകൊണ്ട് വ്യക്തമായും അതൊരു ഭാഷയുമാണ്.

1950 കൾക്കുശേഷം ഫ്രാൻസിലെ പ്രശസ്തരായ സംവിധായകരായ ഗൊദാർദ്, ത്രൂഫോ, ഷാബ്രോൾ എന്നിവർ ന്യൂവേവ് എന്ന സിനിമാ പ്രസ്ഥാനത്തിലേക്കു നീങ്ങിത്തുടങ്ങി. എന്താണ് സിനിമ എന്ന ചോദ്യവും ഏതൊരു സിനിമയും രാഷ്ട്രീയമാണ് എന്ന വിശ്വാസവുമെല്ലാം പുതിയ പരീക്ഷണങ്ങൾക്കും വിമർശനരീതികൾക്കും വഴിതെളിയി

ക്കുകയുണ്ടായി. മാർക്സിന് സിനിമയുമായി ബന്ധപ്പെടാൻ സാധിച്ചി ല്ലെങ്കിലും രാഷ്ട്രീയമായി പ്രതിബദ്ധതയുള്ള സംവിധായകർ മാർക്സി സത്തെ സാമൂഹ്യചരിത്രബോധത്തിന്റെ പ്രശ്നങ്ങൾക്കകത്തുവച്ച് സിനിമയെ കാണുന്നതിന് ശ്രമിക്കുകയുണ്ടായി. 'മാർക്സിസവും സമകാലിക സിദ്ധാന്തങ്ങളും വ്യക്തിഗത സിനിമകളെ ഒരു സാമൂഹ്യ ഘടനയ്ക്കകത്ത് വെച്ച് വിശകലനം ചെയ്യുന്നതായി കാണാം' (ക്ലിൻഹാൻസ് ചങ്ക്: 1998: 106-116). 1960 കൾക്ക് ശേഷം നമ്മുടെ പരമ്പ രാഗത സമൂഹത്തിൽ മിത്ത് വഴി സൃഷ്ടിക്കുന്ന ഒരു ഘടനാവ്യവസ്ഥയെ ക്ലൗഡ് ലെവിസ്ട്രോസ് പഠനം നടത്തുകയുണ്ടായി. പിന്നീട് ഫ്രഞ്ച് ഫിലോസഫറായ റൊളാങ് ബാർത്ത്, ലൂയി അൽത്തൂസർ, അന്റോ ണിയോ ഗ്രാംഷി, ഴാക്ക് ലക്കാൻ എന്നിവർ പ്രത്യയശാസ്ത്ര സങ്കല്പ നത്തിൽ വലിയ സംഭാവനകൾ നല്കുകയുണ്ടായി. സാമ്പ്രദായിക മാർ ക്സിസത്തിന്റെ സാമ്പത്തിക നിർണ്ണയവാദത്തെയും അധോഘടന- ഉപ രിഘടന എന്നിവയെയും വ്യത്യസ്ത കാഴ്ചകോണുകളിൽ വിശകലനം ചെയ്തുതുടങ്ങി. സാമ്പത്തിക ബന്ധങ്ങളുടെ അടിത്തറമേൽ പടുത്തുയർത്തിയിരിക്കുന്ന ഉപരിഘടനയായി സംസ്കാരത്തെ വിലയിരുത്തുന്ന യാന്ത്രിക സമീപനരീതിയിലും മാറ്റങ്ങൾ രൂപപ്പെട്ടു. സമൂഹത്തിൽ മേല്ക്കോയ്മയുള്ള വിഭാഗത്തിന്റെ ആശയങ്ങളും, അധീ ശതാല്പര്യങ്ങളും സംരക്ഷിക്കാനും അവ പൊതുബോധമാക്കി മാറ്റാ നുമുള്ള അവരുടെ ശ്രമങ്ങൾ സാംസ്കാരിക രൂപമെന്നനിലയിൽ സിനി മയിലൂടെ സമൂഹത്തിൽ നടപ്പിലാക്കുന്നുണ്ട്. ഇതിനെ വിമർശനപരമായി വിലയിരുത്തുവാൻ നവമാർക്സിസ്റ്റ് സിദ്ധാന്തങ്ങൾ സഹായകമാണ്. മാർക്സിസ്റ്റ് സിദ്ധാന്തങ്ങളിൽ നിന്നുകൊണ്ട് ബദൽസിനിമകൾ നിർ മ്മിക്കുവാനും ലോകമെമ്പാടും സിനിമാപ്രവർത്തകർ ശ്രമിക്കുന്നുണ്ട്.

മുഖ്യധാരാസിനിമകളുടെ ആശയസംഹിതകളോട് ഏറ്റുമുട്ടി ദേശീ യമായും രാഷ്ട്രീയമായും നിരന്തരം പുറന്തള്ളപ്പെടുന്ന സമൂഹങ്ങളുടെ പ്രതിനിധാനമെന്ന രീതിയിലാണ് മൂന്നാം ലോകസിനിമ എന്ന സങ്കല്പനം വരുന്നത്. ഗറില്ലാ സിനിമ, ബഹുജന സിനിമ, ജനകീയ സിനിമ, ബദൽ സിനിമ എന്നിങ്ങനെയെല്ലാം ഇതു അറിയപ്പെടുന്നുണ്ട്. ജനപങ്കാളിത്തംകൊണ്ട് സിനിമ നിർമ്മിച്ച് അതു സമൂഹത്തിലെ അധി കാര ശക്തികളോട്, പ്രതിലോമ രാഷ്ട്രീയത്തോട് സംവാദത്തിലേർപ്പെട്ട് ജനതയെ വിപ്ലവത്തിലേക്ക് നയിക്കുമെന്ന് ഈ സിനിമാ പ്രസ്ഥാനം വിഭാ വനം ചെയ്യുന്നു. ഫെർനാന്റോ സൊലാനസ്, ഒക്റ്റേവ്യോ ജറ്റിനി, ഗ്ലോബർ റോഷാ എന്നിവരുടെ സിനിമകൾ ഇതിനുദാഹരണങ്ങളാണ്. ജോൺ എബ്രഹാമിന്റെ *അമ്മ അറിയാൻ* മലയാളത്തിലെ ജനപങ്കാളി ത്തമുള്ള ബദൽ സിനിമയാണ്.

മാർക്സിന്റെയും എംഗൽസിന്റെയും ചിന്താപദ്ധതികളിൽ ഇടം കണ്ടെത്തിയ പ്രത്യയശാസ്ത്രം എന്ന പദത്തിന് മൂന്നു പ്രധാന അർത്ഥവിവക്ഷകളുണ്ടെന്ന് റെയ്മണ്ട് വില്യംസ്, *മാർക്സിസം ആന്റ്*

ലിറ്ററേച്ചർ എന്ന കൃതിയിൽ സൂചിപ്പിക്കുന്നുണ്ട്. ഒന്ന്: ഒരു പ്രത്യേക വർഗ്ഗത്തിന്റെയോ സാമൂഹികവിഭാഗത്തിന്റെയോ വിശ്വാസസംഹിത. രണ്ട്: യഥാർത്ഥ വിജ്ഞാനത്തിനും ശാസ്ത്രീയ ജ്ഞാനത്തിനും വിപരീതമായി ഒരു സമൂഹത്തിൽ നിലനില്ക്കുന്ന കപടവിശ്വാസം അഥവാ കപട അവബോധം. മൂന്ന് : ഒരു സമൂഹത്തിൽ അർത്ഥങ്ങളും ആശയങ്ങളും ഉല്പാദിപ്പിക്കപ്പെടുന്ന പ്രക്രിയ (രവീന്ദ്രൻ പി പി: 2003:40) പിന്നീട് അന്റോണിയോ ഗ്രാംഷി പ്രത്യയശാസ്ത്ര ചർച്ചകളിൽ അധീശത്വം (Hegemony). എന്ന സങ്കല്പനം കൊണ്ടുവന്നു. പൗര സമൂഹവും അധികാര പ്രയോഗവും തമ്മിലുള്ള ബന്ധത്തെ മുൻനിറുത്തി മുതലാളിത്ത വ്യവസ്ഥയിലെ അധികാര-സാംസ്കാരികബന്ധങ്ങളെ വിശദീകരിക്കുകയാണ് അധീശത്വസങ്കല്പനം. ഭരണവർഗ്ഗത്തിന്റെ മൂല്യങ്ങളും വിശ്വാസങ്ങളും സമൂഹത്തിന്റെ വിവിധതലങ്ങളിലേക്ക് വ്യാപിപ്പിക്കുന്നത് അധികാരശക്തിയുടെ പിൻബലത്തിലല്ല മറിച്ച് കോയ്മയുടെ സാമൂഹികമായ അംഗീകാരത്തിലൂടെയാണ്.

1970 കളിൽ പ്രസിദ്ധീകരിച്ച *ഐഡിയോളജി ആന്റ് ഐഡിയോളജിക്കൽ സ്റ്റേറ്റ് അപ്പാരറ്റസ്* എന്ന ഗ്രന്ഥത്തിൽ മർദ്ദക ഭരണകൂടോപകരണങ്ങളായി പൊലീസ്, പട്ടാളം, കോടതി എന്നിവയേയും പ്രത്യയശാസ്ത്രഭരണകൂടോപകരണങ്ങളായി കുടുംബം, വിദ്യാഭ്യാസം, സ്ഥാപനങ്ങൾ, മാധ്യമം എന്നിവയെയും വിവരിക്കുന്നുണ്ട്. പരസ്പരം പോരാടുന്നതും വൈരുദ്ധ്യത്തിലേർപ്പെടുന്നതുമായ അനേകം സാമൂഹ്യഘടനകളുടെ പരസ്പരപ്രവർത്തനമായി ചരിത്രത്തെ കാണുവാനാണ് അൽത്തൂസർ ശ്രമിച്ചത്. ചരിത്രത്തെ അപമാനവീകരിക്കുന്ന ഫൂക്കോവിന്റെ ചിന്തകളുമായി അൽത്തൂസറിന്റെ ചിന്തകൾക്ക് സാമ്യം കാണാവുന്നതാണ്.

കർത്തൃരൂപീകരണത്തെ സംബന്ധിച്ച ലക്കാന്റെ മനഃശാസ്ത്രപരമായ ഉൾക്കാഴ്ചകളെ അൽത്തൂസർ മറ്റൊരു തരത്തിൽ സ്വീകരിക്കുന്നതായി കാണാം. കർത്തൃരൂപീകരണത്തിന്റെ അടിസ്ഥാനം ലക്കാനിൽ ഭാഷയാണെങ്കിൽ അൽത്തൂസറിൽ പ്രത്യയശാസ്ത്രമാണ്. പ്രത്യയശാസ്ത്രത്തിന്റെ ബലത്തിലാണ് നാം ഇച്ഛാ ശക്തിയും ആശയും നിരാശയും ഒക്കെയുള്ള കർത്തൃത്വമായി മാറുന്നത്. ജാതി വ്യവസ്ഥയുടെ കാലത്ത് സമൂഹത്തിൽ നിലനിന്ന ജാതിപ്രത്യയശാസ്ത്ര ഘടനയിൽ നിന്ന് ജാതികർത്തൃത്വങ്ങൾ രൂപപ്പെടുന്നത് ഇതുകൊണ്ടാണ്. പ്രത്യയശാസ്ത്ര മിഥ്യകളിൽനിന്ന് മോചനം നേടാത്ത സിദ്ധാന്തങ്ങൾ വ്യക്തിയെ കർത്തൃസത്തതന്നെയായി കാണുന്നു. അത്തരം സിദ്ധാന്തങ്ങൾ ശാസ്ത്രീയമല്ലെന്നും ശാസ്ത്രമെന്നത് പ്രത്യയശാസ്ത്രവുമാണെന്നു തിരിച്ചറിയുന്നു. ശാസ്ത്രീയമായ സിദ്ധാന്തത്തിൽ വ്യക്തി വ്യവസ്ഥയുടെ ആന്തരഘടകമായി മാത്രം വിവക്ഷിക്കപ്പെടുന്നു.

അൽത്തൂസർ ഉല്പാദനബന്ധങ്ങളുടെ പുനരുല്പാദനത്തെക്കുറിച്ച് പുതിയൊരു നിഗമനം കൊണ്ടുവരുന്നുണ്ട്. ഉല്പാദനബന്ധങ്ങളുടെ

പുനരുല്പാദനത്തിനാവശ്യമായ രാഷ്ട്രീയസാഹചര്യം ഉറപ്പുവരുത്തുവാൻ ശ്രമിക്കുന്നത് മർദ്ദക ഭരണകൂട ഉപകരണങ്ങളാണ്. ഇവരുടെ സഹായത്തോടെ പ്രത്യയശാസ്ത്ര ഭരണകൂടോപകരണങ്ങൾ ഉല്പാദന ബന്ധങ്ങളുടെ പുനരുല്പാദനം ഉറപ്പുവരുത്തുന്നു. ഓരോ കാല ഘട്ടത്തിലും ഏതെങ്കിലും ഒരു സവിശേഷ പ്രത്യയശാസ്ത്രഭരണ കൂടോപകരണങ്ങളാണ് സമൂഹത്തിൽ മേൽക്കൈ നേടാറുള്ളത്. പള്ളിയും കുടുംബവും മദ്ധ്യകാല ഘട്ടത്തിൽ മേൽക്കൈ നേടിയെങ്കിൽ സ്കൂളും കുടുംബവുമാണ് മുതലാളിത്ത സമൂഹത്തിൽ മേൽക്കൈ നേടിയത്. രാഷ്ട്രത്തെയും കുടുംബത്തെയും സംബന്ധിച്ച സങ്കല്പനങ്ങളിൽ മാറ്റങ്ങൾ വന്നുകൊണ്ടിരിക്കുന്ന വർത്തമാനാവസ്ഥയിൽ അൽത്തൂസറിന്റെ ചിന്തകൾ ഇത്തരം പ്രമേയങ്ങൾ ആവിഷ്കരിക്കുന്ന സിനിമകളെ വിശകലനം ചെയ്യുവാൻ സഹായകമാണ്.

മനുഷ്യമനസ്സിന്റെ വ്യത്യസ്തതലങ്ങളെയും ഭാവങ്ങളെയും ആവിഷ്കരിക്കുന്ന സിനിമകളാണ് *അരനാഴിക നേരം, എന്ന് സ്വന്തം ജാനകിക്കുട്ടി, അനന്തരം* എന്നിവ. അതുപോലെ ഏതു സിനിമയിലെയും കഥാപാത്രങ്ങളുടെ സ്വഭാവങ്ങളെ മനസ്സിലാക്കുവാൻ അവരുടെ മാനസികതലങ്ങൾ വിശകലനം ചെയ്യേണ്ടതുണ്ട്. ഇതിന് മനഃശാസ്ത്രത്തിന്റെ സഹായം ആവശ്യമുണ്ട്. മനുഷ്യമനസ്സിനെ അപഗ്രഥിക്കുന്നതിൽ ഫ്രോയിഡിന്റെ ചിന്തകളിൽ നിന്ന് വളരെ ദൂരം പോയിരിക്കുകയാണ് ഴാക്ക് ലക്കാൻ. ഫ്രോയിഡിന്റെ അഭിപ്രായപ്രകാരം അബോധം (Unconscious) എന്നത് പ്രേരണകളുടെ ഒരു വ്യവസ്ഥയാണ്. എന്നാൽ ലക്കാൻ അബോധത്തെ ഭാഷയുമായി ബന്ധിപ്പിക്കുന്നു. അബോധമെന്നത് ഭാഷയും മനുഷ്യന്റെ ആഗ്രഹങ്ങളും തമ്മിലുള്ള തുടർച്ചയിൽ നിന്നാണ് ആരംഭിക്കുന്നത്. സൊഷ്യൂറിന്റെ ഘടനാവാദചിന്തകളിൽ നിന്ന് ഊർജ്ജം സ്വീകരിച്ച ലക്കാൻ ഫ്രോയിഡിന്റെ സ്വപ്നവ്യാഖ്യാനത്തിന് ഭാഷാപരമായ മാനം നല്കി സ്വപ്നത്തെ ഒരു വ്യവഹാരമായി കാണുന്നു. ആത്മതത്ത്വത്തിനുനേരെയുള്ള ലക്കാന്റെ വിമർശനം ആഗ്രഹവിശകലനത്തെയും ഭാഷാ തത്ത്വത്തെയും ഉൾക്കൊള്ളുന്നതാണ്. സ്വത്വരൂപീകരണത്തിന് അന്യ (Other) ത്തിനുള്ള സ്ഥാനം പ്രധാനപ്പെട്ടതാണെന്ന് ലക്കാൻ പറയുന്നു. ആഗ്രഹത്തെ പ്രശ്നവല്ക്കരിക്കുന്നതിലൂടെയാണ് ലക്കാന്റെ സമീപനം ആധുനികോത്തര ദൃശ്യ-മാധ്യമ സംസ്കാരത്തിന് അടിസ്ഥാനമായിത്തീർന്നത്.

ലക്കാന്റെ *കണ്ണാടിഘട്ടം* എന്ന പ്രബന്ധം ആത്മതത്ത്വത്തെ വിമർശിക്കുന്ന ഒന്നാണ്. കണ്ണാടിഘട്ടം സംഭവിക്കുന്നത് ശിശു ഭാഷയിലേക്കു പ്രവേശിക്കുന്നതിനു മുമ്പാണ്. ഭാഷയിലേക്കുള്ള പ്രവേശനത്തിനുമുമ്പുള്ള ഈ താദാത്മ്യത്തിൽ കണ്ണാടിയിലെ തന്റെ ബിംബം ശിശുവിന് സ്വബോധം നല്കുന്നു. കണ്ണാടിയിലെ രൂപത്തിന്റെ സാന്നിദ്ധ്യത്തിലാണ് ശിശു ഈ സ്വത്വബോധം കൈക്കൊള്ളുന്നത്. ഇങ്ങനെ സ്വത്വബോധം ഒരു അന്യത്തിന്റെ—തന്റെ പ്രതിബിംബം — സാന്നിദ്ധ്യത്തിലാണ്. സ്വത്വ

ബോധം ഉള്ളിൽ നിന്നല്ല പുറത്തുനിന്നു മറ്റൊന്നുമായുള്ള താദാത്മ്യത്തിലാണ് സംഭവിക്കുന്നത് എന്ന ഈ കാഴ്ചപ്പാടാണ്, അതിലെ ഭൗതിക ദർശനമാണ് ലക്കാന്റെ ആത്മതത്വത്തെ വ്യതിരിക്തമാക്കുന്നത്. എന്നാൽ ഭാഷാപ്രവേശനത്തിലൂടെ ഈ ആത്മരതി തകരുന്നുണ്ട്. സസൂറിന്റെ ആശയ-ശബ്ദ സൂചക- സൂചിതാബന്ധസങ്കല്പത്തെ അദ്ദേഹത്തിന്റെ കാഴ്ചകൾക്കപ്പുറത്തേക്കു ലക്കാൻ വികസിപ്പിക്കുന്നുണ്ട്. അർത്ഥ പ്രതീതിക്ക് ശബ്ദത്തേക്കാൾ പ്രധാന്യം കല്പിക്കുന്നുണ്ട് സസൂറിന്റെ ഭാഷാദർശനം. വ്യവഹാര ങ്ങളിലൂടെ രൂപമെടുക്കുന്ന വ്യത്യസ്തസ്വത്വങ്ങളാണ് കർത്തൃത്വം എന്ന പേരിൽ അറിയപ്പെടുന്നതെന്ന് ലക്കാൻ പറയുന്നുണ്ട്. ഭാഷ, സമൂഹം, സംസ്കാരം തുടങ്ങിയ പ്രതീക വ്യവസ്ഥയിലേക്ക് കടക്കുമ്പോഴാണ് വ്യക്തി കർത്താവായി (Subject) ത്തീരുന്നത്. ഭിന്ന വ്യക്തിത്വമുള്ള ഒരാളാണ് ഞാൻ എന്ന് ലക്കാൻ പറയുന്നു. വംശപരമായ, മതപരമായ, രാഷ്ട്രപരമായ ഒരു അന്യനെ മുൻനിറുത്തിയാണ് ഓരോ സ്വത്വവും നിർമ്മിക്കപ്പെടുന്നത്. ഇത്തരത്തിൽ നടക്കുന്ന സാങ്കല്പികമായ സ്വത്വനിർമ്മിതി ഒരു സാമൂഹ്യരാഷ്ട്രീയ പ്രശ്നം തന്നെയായി മനസ്സിലാക്കപ്പെടുന്നു. മലയാളത്തിൽ തൊണ്ണൂറുകൾക്കുശേഷം ഇറങ്ങിയ *ആര്യൻ, ധ്രുവം, ഭരത്ചന്ദ്രൻ IPS* തുടങ്ങിയ നിരവധി സിനിമകളിൽ മുസ്ലീമിനെ അപരത്വമാക്കി ചിത്രീകരിക്കുന്നുണ്ട്. ഇവിടെ മുസ്ലീം സ്വത്വങ്ങൾ രാജ്യദ്രോഹികളും ഭീകരന്മാരുമായാണ് പ്രതിനിധാനം ചെയ്യപ്പെടുന്നത്. ഹിന്ദുത്വാശയങ്ങളുടെ വ്യാപനമാണ് ഇത്തരം പ്രതിനിധാനങ്ങളുടെ ഗൂഢരാഷ്ട്രീയം. സ്ത്രീകളെയും ദളിതുകളെയും ഇത്തരത്തിൽ അപരങ്ങളാക്കി മലയാള സിനിമകൾ ചിത്രീകരിക്കുന്നുണ്ട്. സിനിമയിലൂടെ നിർമ്മിക്കപ്പെടുന്ന ഇത്തരം സാംസ്കാരിക സ്വത്വനിർമ്മിതിയുടെ പൊരുളുകളറിയാൻ ലക്കാനിയൻ സങ്കല്പനങ്ങൾ സഹായകമാണ്.

ഘടനാവാദാനന്തര ചിന്തകളുടെ ഫലമായി സ്ത്രീ-പുരുഷദ്വന്ദത്തിന്റെ വൈരുദ്ധ്യങ്ങളെ അപനിർമ്മിച്ച് ഫെമിനിസം വളർന്നുവന്നു. പുരുഷകേന്ദ്രീകൃതവും സ്ത്രീവിരുദ്ധവുമായ സാമൂഹിക നിലപാടുകളെയും, സാംസ്കാരിക സ്ഥാപനങ്ങളെയും, വ്യവസ്ഥകളെയുമെല്ലാം ഫെമിനിസം വിമർശിച്ചുപോന്നു. ഫ്രഞ്ച് ഫെമിനിസ്റ്റ് പ്രസ്ഥാനത്തിന് സിമോങ് ദ ബുവാ (Simone De Beauvour) അവരുടെ *സെക്കന്റ് സെക്സ്* എന്ന പുസ്തകത്തിലൂടെ അടിത്തറയിട്ടു. നിലവിലുള്ള ഭാഷ പുരുഷകേന്ദ്രീകൃതമാണെന്നും, മനുഷ്യരെപ്പറ്റിയുള്ള എല്ലാ വ്യവഹാരങ്ങളും പുരുഷകേന്ദ്രീകൃതസ്വഭാവം കാണിക്കുന്നതാണെന്നും അതിനാൽ സ്ത്രീകൾ മുഖ്യധാരയിൽ മാറ്റിനിറുത്തപ്പെടുകയാണെന്നും സ്ത്രീവാദവിമർശനങ്ങൾ പറയുന്നുണ്ട്. ഭാഷ തന്നെ പുരുഷകേന്ദ്രീകൃതമാണെന്ന ലക്കാന്റെ നിലപാടിനെ പിന്തുടർന്ന ഇവർ ഭാഷാപരമായ അധീശത്വത്തെ ചോദ്യം ചെയ്തുതുടങ്ങി. സ്ത്രീകൾ അടിമകളായിരിക്കുന്നതിന് അവരുടെ ലിംഗവ്യത്യാസം ഒരു കാരണമെന്ന തിരിച്ചറിവ് ഈ

മേഖലയിൽ സ്ത്രീസ്വത്വത്തെയും ലിംഗപദവിയെയും കുറിച്ചുള്ള പഠനത്തിന് വഴി തെളിച്ചു. ഫ്രഞ്ച് ഫെമിനിസ്റ്റ് ചിന്തകരിൽ പ്രമുഖയായ ജൂലിയ ക്രിസ്റ്റേവ ലിംഗവ്യക്തിത്വത്തിനു വിധേയമാകാത്തതും എന്നാൽ ലിംഗതത്ത്വത്തെ വിശിഷ്ടമാക്കുന്നതുമായ ഒരു ഫെമിനിസ്റ്റ് നിരൂപണസമ്പ്രദായം ആവിഷ്കരിച്ചു. പെൺകുട്ടിക്ക് പിതാവുമായി ഏകതാനത സാദ്ധ്യമാകാത്തതുകാരണം പൂർണ്ണത അനുഭവവേദ്യമാകുന്നില്ലായെന്നും, അവൾ അതിനാൽ ശക്തിഹീനയാണെന്നുമുള്ള ലക്കാന്റെ നിലപാടിനെ ജൂലിയാ ക്രിസ്റ്റേവ അടക്കമുള്ള മറ്റു ഫെമിനിസ്റ്റ് ചിന്തകർ വിമർശിക്കുന്നുണ്ട്. മലയാള സിനിമയിൽ സ്ത്രീകളെ പുരുഷാധികാരത്തിന്റെ കീഴിലെ വിധേയമാക്കപ്പെട്ട കർത്തൃത്വങ്ങളായി ചിത്രീകരിക്കുന്ന പതിവുരീതിയാണ് കൂടുതലായും തുടർന്നുകൊണ്ടിരിക്കുന്നത്. കുലീനയായ അമ്മ, സ്നേഹമയിയായ കാമുകി, ത്യാഗധർമ്മസമ്പന്നയായ ഭാര്യ എന്നീ നിലകളിലുള്ള സ്ത്രീ പ്രതിനിധാനങ്ങളാണ് കൂടുതൽ സിനിമകളും അവതരിപ്പിക്കുന്നത്. എന്നാൽ സ്ത്രീ സ്വത്വത്തിന്റെ വിവിധ ആവിഷ്കാരങ്ങൾ ലോകസിനിമയിൽ കൂടുതലായി കാണുന്നുണ്ട്. സ്ത്രീകളുടെ വ്യത്യസ്ത അനുഭവങ്ങൾ, വംശപരവും വർഗ്ഗപരവും സാംസ്കാരികവുമായ വ്യത്യസ്ത സാഹചര്യങ്ങളിൽ ജീവിക്കുന്ന സ്ത്രീകൾ, ഇങ്ങനെ സ്ത്രീ വർഗ്ഗത്തിന്റെ വിഭിന്നമുഖങ്ങൾ സിനിമയുടെ മേഖലകളിലും ആവിഷ്കരിക്കപ്പെടുന്നുണ്ട്. "സിനിമയിലെ നോട്ടത്തിന്റെ രീതി അടിസ്ഥാനപരമായി പുരുഷനോട്ടമാണെന്ന് ലോറാ മൾവി അഭിപ്രായപ്പെടുന്നുണ്ട്. സ്ത്രീയെന്നത് ബിംബവും പുരുഷൻ നോട്ടത്തിന്റെ ഉടമസ്ഥനാണെന്ന ധാരണയും ഇതിൽ കാണാം" (മൾവി ലോറാ: 1998: 111-124). ആദ്യലേഖനത്തിന്റെ തുടർച്ചയായി ലോറാ മൾവി എഴുതിയ *ആഫ്റ്റർ തോട്ട്സ് ഓൺ വിഷ്വൽ പ്ലഷർ ആന്റ് നാരേറ്റീവ് സിനിമ ഇൻസ്പെയേഡ് ബൈകിങ് വിഡർസ് ഡ്യൂയൽ ഇൻ ദ സൺ (1946)* എന്ന ലേഖനത്തിൽ സ്ത്രീകൾ പ്രേക്ഷകരായി സിനിമ കാണുമ്പോൾ അവരനുഭവിക്കുന്ന പ്രക്ഷുബ്ധവും അഗാധവുമായ ആനന്ദത്തെക്കുറിച്ച് പറയുന്നുണ്ട്. പുരുഷന്റെ കാമാസക്തമായ നോട്ടത്തിന് അംസംസ്കൃതവസ്തുവെന്ന പോലെയുള്ള സ്ത്രീയുടെ പ്രതിനിധാനങ്ങളാണ് സിനിമ കാഴ്ചവയ്ക്കുന്നതെന്ന സ്ത്രീവാദ വിമർശനരീതികൾക്ക് ഇന്ന് മാറ്റം വരുന്നുണ്ട്.

വ്യത്യസ്ത സാംസ്കാരിക പരിസരങ്ങളിലുള്ള സ്ത്രീകളുടെയും പുരുഷന്മാരുടെയും സ്വവർഗ്ഗരതിക്കാരുടെയും വിമതകാഴ്ചപ്പാടുകളെപ്പറ്റി പഠിക്കുന്ന ചിലർ ഈ ദിശയിൽ വിമർശനങ്ങളുന്നയിച്ചിട്ടുണ്ട്. മനോവിശകലനത്തിന്റെ വെളിച്ചത്തിൽത്തന്നെ, സിനിമയുടെ കാഴ്ചയെ ലിംഗഘട്ടത്തിനുമുൻപുള്ള സ്ത്രീക്കും പുരുഷനും ഒരുപോലെ ബാധകമായ വദനഘട്ടത്തിലേക്ക് മാറ്റി പ്രതിഷ്ഠിച്ചുകൊണ്ട് സ്ത്രീകളുടെ കാഴ്ചയ്ക്ക് ഇടം നല്കാനുള്ള ശ്രമങ്ങൾ നടക്കുന്നുണ്ട്. ലൈംഗികബന്ധം ലക്ഷ്യംവെക്കുന്ന, പരപീഡാരതിയുടെ യുക്തി സിനി

മാക്കാഴ്ചയെ വിശദീകരിക്കുന്നതിൽ പരാജയമാണെന്നാണ് മർലിൻ ഡിട്രിഷ് സിനിമകളെ മൾവിയുടെ കാഴ്ചപ്പാടിൽ നിന്നുമാറി പുനർ വായിച്ച ഗയ്‌ലൻ സ്റ്റഡ്‌ലറുടെ വാദം. സ്ക്രീനിലേക്കുള്ള പ്രവേശം സാദ്ധ്യമല്ലാത്തതിനാൽ രതിമൂർച്ഛ അസാദ്ധ്യമാക്കുന്ന സിനിമാക്കാഴ്ചയിൽ കാഴ്ചക്കാരൻ അനിശ്ചിതാവസ്ഥയുടെ സ്വയം പീഡാരതിയിലാണ് (ഡോൺ ജോർജ്ജ്: 2004: 62). സ്ത്രീക്കാഴ്ചകളെക്കുറിച്ചുള്ള പുതിയ വിശകലനരീതിയിലേക്ക് വിമർശനത്തെ കൊണ്ടുപോകുവാൻ ഈ വാദങ്ങൾക്ക് കഴിയും.

ഘടനാവാദവിമർശനത്തെ ഏറ്റവുമധികം സ്വാധീനിച്ച മേഖലയാണ് ചിഹ്നശാസ്ത്രം. ഘടനാവാദികളായ സൈദ്ധാന്തികർ പാഠകേന്ദ്രീകൃതമായ വിമർശന രീതി ഉപയോഗിക്കുന്നു. ഗ്രന്ഥകർത്താവിന്റെ മനസ്സിലെ കാര്യങ്ങൾ അന്വേഷിക്കാതെ ചിഹ്നവ്യവസ്ഥകളുടെ വിശകലനത്തിലൂടെ പാഠനിർമ്മാണം നടത്തുന്നു. അറുപതുകൾക്കുശേഷംവന്ന ഘടനാവാദാനന്തരചിന്ത ഇവരുടെ വിശകലനരീതിയെ ചോദ്യം ചെയ്ത് രൂപപ്പെട്ടതാണ്. ഫ്രഞ്ച് ദാർശനികനായ ഴാക്ക് ദറിദയുടെ അപനിർമ്മാണ പഠനം ഒരു പാഠത്തിന്റെ പരസ്പരം പിണഞ്ഞുകിടക്കുന്ന വിരുദ്ധങ്ങളായ വ്യവഹാരങ്ങളെ വിശകലനം ചെയ്തു കാണിക്കുന്ന രീതിയാണ്. പാശ്ചാത്യസംസ്കാരം തുടർന്നുകൊണ്ടുപോന്ന ചിന്തയുടെ ദ്വന്ദമായ വൈരുദ്ധ്യത്തെ ദറിദ വിശകലനം ചെയ്തുകൊണ്ട് പാശ്ചാത്യസംസ്കാരത്തിന്റെ ഉൽകൃഷ്ട മനോഭാവത്തിന്റെയും മേധാവിത്വമനോഭാവത്തിന്റെയും സ്വഭാവത്തെ പുറത്തുകൊണ്ടുവന്നു. ഇന്ത്യൻ സംസ്കാരത്തിൽ വരേണ്യ സംസ്കാരം തുടർന്നുകൊണ്ടു പോകുന്ന ചിന്താധാരയാണിത്. മലയാളസിനിമയിൽ കണ്ടുവരുന്ന സവർണ്ണ അധികാരത്തെയും മൂല്യബോധത്തെയും അപഗ്രഥനം ചെയ്യുവാൻ ഇത്തരം സിദ്ധാന്തങ്ങൾ പ്രയോജനപ്രദമാണ്.

ഫൂക്കോയുടെ അധികാരത്തെയും ലൈംഗികതയെയും, ചരിത്രത്തെയും, വ്യവഹാരത്തെയും സംബന്ധിച്ചുള്ള നിലപാടുകളും സിനിമയുടെ മേഖലയിൽ പുതിയ വായനകൾക്ക് ഇടം നല്കുന്നുണ്ട്. ഫ്രാങ്ക്ഫർട്ട് സ്കൂൾ ചിന്തകരായ അഡോർണോ, ഹൊർക്ഹൈമർ തുടങ്ങിയവരുടെ സങ്കല്പനങ്ങളും, മാർഷൽ മക്‌ലൂഹൻ, മാർക്സിസ്റ്റ് ചിന്തകനായ ഫ്രെഡറിക് ജയിംസൺ തുടങ്ങിയവരുടെ മാധ്യമപഠനങ്ങളും ഈ മേഖലയിൽ പുതുവെളിച്ചം നല്കുന്നുണ്ട്. മാധ്യമങ്ങൾ വഴി സൃഷ്ടിക്കപ്പെടുന്ന അതിയാഥാർത്ഥ്യം സാധാരണ ജനങ്ങളിൽ ചെലുത്തുന്ന സ്വാധീനം പ്രധാന വിഷയമാണ്. മാധ്യമം വാർത്തകൾ സൃഷ്ടിക്കുകയും ജനങ്ങളുടെ അഭിപ്രായങ്ങളെ ഒളിച്ചുവയ്ക്കുന്ന അവസ്ഥയും നടത്തിവരുന്നുണ്ട്. നോം ചോംസ്കിയുടെ സിദ്ധാന്തങ്ങൾ മാധ്യമങ്ങളുടെ കള്ളക്കളികൾ പുറത്തുകൊണ്ടു വരുന്നുണ്ട്. മനുഷ്യകേന്ദ്രീകൃതവും പ്രകൃതിയെ ചൂഷണം ചെയ്യുന്ന തരത്തിലുള്ളതുമായ ആധുനികതയുടെ ജ്ഞാനരീതികളിൽ നിന്ന് സംരക്ഷിക്കപ്പെടേണ്ട

ഒന്നാണ് പ്രകൃതി എന്ന രീതിയിൽ പരിസ്ഥിതിവാദം ശക്തിപ്പെട്ടു വരുന്നുണ്ട്. പരിസ്ഥിതിയെ കീഴടക്കി കൊണ്ടുള്ള വികസനം മനുഷ്യരാശിക്കുതന്നെ അപകടമാണെന്ന ചിന്തകൾ രൂപപ്പെട്ടിരിക്കുന്നു. ആധുനികതയിൽ പ്രബലമായിരുന്ന സവർണ്ണ അധികാരത്തേയും ജ്ഞാനരീതിയേയും ചോദ്യം ചെയ്തുകൊണ്ട് ദളിത്‌വാദം രൂപംകൊണ്ടിരിക്കുന്നു. കോളനി വിരുദ്ധ സമരങ്ങളിലൂടെ യൂറോപ്യൻ ആധിപത്യത്തിനെതിരെ വളർന്നുവന്ന ഈ ചിന്ത ആധുനികതയിൽ യൂറോ-കേന്ദ്രീകരണം ഉണ്ടായിരുന്നുവെന്ന് തിരിച്ചറിഞ്ഞ് മൂന്നാം ലോകത്തിന്റെ പ്രതിരോധനടപടികൾ ആവിഷ്കരിക്കുന്നു. യൂറോ കേന്ദ്രിതമായ വികസനത്തെയും അധികാരത്തെയും ചോദ്യം ചെയ്യുന്ന സങ്കല്പനങ്ങളും പ്രവർത്തനരീതികളും ആവിഷ്കരിക്കുന്നു. ഹോളിവുഡ് സിനിമകളെ അപഗ്രഥനം ചെയ്യുന്നതിൽ മൂന്നാംലോക വിമർശകർ ഇത്തരം ചിന്താപദ്ധതികൾ ഉപയോഗപ്പെടുത്തുന്നുണ്ട്. ആധുനികോത്തരമായ കാലഘട്ടത്തിലെ മാധ്യമകേന്ദ്രീകൃതമായ സമൂഹത്തിൽ സിനിമയുല്പാദിപ്പിക്കുന്ന പ്രത്യയശാസ്ത്രങ്ങളെ വിശകലനം ചെയ്യാൻ ഇത്തരം സിദ്ധാന്തങ്ങൾ സഹായകമാവുന്നു.

ലിംഗപദവിയെ സംബന്ധിച്ച പഠനങ്ങൾ (Gender Studies), കീഴാള പഠനങ്ങൾ (Sabaltern Studies) ആധുനികതാപഠനങ്ങൾ (Studies of Modernities) എന്നിവ ഈ പ്രബന്ധത്തിന്റെ പഠനപരിധിയിൽ പ്രധാനമായി കടന്നുവരുന്നുണ്ട്. ആധുനികതയുടെ നിർമ്മിതിയായ രാഷ്ട്രത്തിന്റെ വിവിധ അധികാര മേല്ക്കോയ്മകൾ പുരുഷനെയും സ്ത്രീയെയും നിർവ്വചിച്ചതെങ്ങനെയെന്ന് ഇവിടെ അന്വേഷിക്കുന്നു. കൂടാതെ കീഴാള വിഭാഗത്തെ പ്രാന്തവല്ക്കരിക്കുന്ന സവർണ്ണരാഷ്ട്രീയത്തിന്റെ സ്വഭാവവും ഇവിടെ പഠനവിധേയമാക്കുന്നുണ്ട്.

ഈ പ്രബന്ധത്തിൽ സാഹിത്യവും സിനിമയും രണ്ടുവ്യത്യസ്ത ചിഹ്ന വ്യവസ്ഥയിൽപ്പെട്ട മാധ്യമങ്ങളാണെന്നും അവയെ വിശകലനം ചെയ്യാൻ അതാത് മാധ്യമത്തിന്റെ നിർണ്ണയോപാധികളാണ് വേണ്ടതെന്നുമുള്ള അനുകല്പനസിദ്ധാന്തമാണ് ഉപയോഗിക്കുന്നത്. സാംസ്കാരിക സിദ്ധാന്തങ്ങളുടെ അടിസ്ഥാനത്തിൽ അനുകല്പനങ്ങളുടെ പ്രത്യയശാസ്ത്ര പരിസരം വിശകലനം ചെയ്യാനാകും. ഇത്തരത്തിൽ ആശയപരമായും സൗന്ദര്യപരമായും സാഹിത്യവും സിനിമയും ഉല്പാദിപ്പിക്കുന്ന സാദ്ധ്യതകളെയും രാഷ്ട്രീയത്തെയുമാണ് അനുകല്പനത്തിന്റെ പ്രശ്നങ്ങളിൽ അന്വേഷിക്കുന്നത്. ഏത് സാഹിത്യഗണത്തിൽപ്പെട്ട കൃതിയായാലും അവ ദൃശ്യഭാഷയുടെ ഘടകമായ തിരക്കഥയായി മാറുമ്പോൾ സാഹിത്യ കൃതിയുമായുള്ള ബന്ധത്തിൽനിന്ന് മാറ്റമുണ്ടാകുകയും സ്വയം അസ്തിത്വം പ്രഖ്യാപിക്കപ്പെടുകയും ചെയ്യുന്നു. എന്നാൽ സാഹിത്യം, തിരക്കഥ, സിനിമ ഇവ തമ്മിൽ ഒരു പരസ്പര പൂരകമായ ബന്ധം ഒരുപോലെ തുടരുമ്പോഴും സിനിമാപരമായ സാങ്കേതികാംശങ്ങളാണ് സാഹിത്യത്തിൽനിന്ന് സിനിമയെ വ്യത്യാസപ്പെടുത്തുന്നത്.

2

ഓളവും തീരവും - ചെറുകഥയും സിനിമയും

എഡ്ഗാർ അല്ലൻപോയുടെ ചെറുകഥകളിൽ നിന്നാണ് ഡി ഡബ്ല്യൂ ഗ്രിഫിത്ത് സ്ലോ എഡിറ്റിങ്, ഫാസ്റ്റ് എഡിറ്റിങ് എന്നീ സങ്കേതങ്ങൾ രൂപപ്പെടുത്തിയത്. ചെറുകഥയും സിനിമയും തമ്മിലുള്ള ബന്ധം ഇങ്ങനെ ആദ്യകാലം മുതൽ തുടങ്ങുന്നതായി കാണാം. ചെറുകഥയും സിനിമയും തമ്മിലുള്ള ബന്ധത്തിന് ഒരുദാഹരണം മാത്രമാണിത്. മലയാള സിനിമയിൽ ചെറുകഥയുമായുള്ള ബന്ധം ആദ്യകാലം മുതൽ തന്നെ തുടങ്ങുന്നുണ്ട്. പി രാമദാസിന്റെ *രചന*യെന്ന ചെറുകഥയാണ് *ന്യൂസ്പേപ്പർ ബോയ്* എന്ന സിനിമയായത്. അതുപോലെ ബഷീറിന്റെ *നീലവെളിച്ചം*, എം ടി വാസുദേവൻനായരുടെ *പള്ളിവാളും കാൽച്ചിലമ്പും* സി വി ശ്രീരാമന്റെ *ചിദംബരം* എന്നീ ചെറുകഥകൾ യഥാക്രമം *ഭാർഗ്ഗവിനിലയം* (എ വിൻസെന്റ്) *നിർമ്മാല്യം* (എം ടി), *ചിദംബരം* (അരവിന്ദൻ) എന്നീ പേരുകളിലും സിനിമയായിട്ടുണ്ട്. ഇവിടെ ചെറുകഥയെ അവലംബിച്ച് സിനിമയെടുത്തപ്പോൾ സംവിധായകൻ കുറെക്കൂടി സ്വാതന്ത്ര്യത്തോടെ പ്രവർത്തിച്ചിരുന്നതായി പറയുന്നുണ്ട്. ചെറുകഥ സ്വീകരിക്കുമ്പോൾ സംവിധായകന്റെ ആവശ്യാനുസരണം നിരവധി കൂട്ടിച്ചേർക്കലുകൾ സിനിമയിൽ നടത്തുവാൻ സാധിക്കുന്നു. സിനിമയുടെ ദൃശ്യസൗന്ദര്യത്തിന്റെ ശക്തി കൂട്ടുവാൻ സാധിക്കുന്ന വിധത്തിൽ ചെറുകഥയെ സമീപിക്കുകയാണ് ഈ സംവിധായകർ. ചെറുകഥ സിനിമയാക്കുമ്പോഴാണ് കൂടുതൽ സ്വാതന്ത്ര്യമെന്നും മുഖ്യമായ ഒരു പ്രമേയം എടുത്തു കഴിഞ്ഞാൽ പിന്നെ അതിൽ എന്തെങ്കിലും ചേർത്താലും ഒന്നും വരാനില്ലെന്ന് എം ടി വാസുദേവൻനായർ അഭിപ്രായപ്പെടുന്നത് ചെറുകഥയിൽ നിന്നുള്ള അനുവർത്തനങ്ങളുടെ സാദ്ധ്യതയെയാണ് കാണിക്കുന്നത്. രണ്ടോ മൂന്നോ മണിക്കൂറിനുള്ളിൽ ഒതുക്കേണ്ട ഒന്നാണ് സിനിമയെന്നത് ചെറുകഥയുടെ സ്വീകരണത്തിന് പ്രധാന്യം നേടുന്നു.

ചെറുകഥയും ലോകസിനിമയും

ലോകസിനിമയിൽ നിരവധി ചെറുകഥകൾ സിനിമയാക്കിയിട്ടുണ്ട്. *ദ മോക്കിങ് ബേർഡ്, ആൻ ഇൻസിഡന്റ് അറ്റ് ഓൾക്രീക്ക്* എന്നീ പേരുകളിൽ റോബർട്ട് എൻറിക്കോ ഫ്രഞ്ച് സാഹിത്യകാരനായ അംബ്രോസ് ബിയേഴ്സിന്റെ രണ്ടുചെറുകഥകൾ സിനിമയാക്കിയിട്ടുണ്ട്. തോമസ് ബുർക്കിന്റെ *ദ ചിക് ആന്റ് ദ ചൈൽഡ്* എന്ന ചെറുകഥയാണ് ഗ്രിഫിത്തിന്റെ പ്രശസ്ത സിനിമയായ *ബ്രോക്കൺ ബ്ലോസംസിന്* (1919) അടിസ്ഥാനമായത്. റുനോസുക്കെ അകുതാഗാവയുടെ രണ്ടുചെറു കഥകളെ അടിസ്ഥാനമാക്കിയാണ് ജാപ്പനീസ് സംവിധായകനായ അകിര കുറസോവ *റാഷമോൺ* (1950) നിർമ്മിച്ചത്.

നിക്കൊളായ് ഗൊഗോളിന്റെ ചെറുകഥയെ മുൻനിറുത്തിയാണ് *ഗരംകോട്ട്* (1955) അമർകുമാർ സംവിധാനം ചെയ്തത്. പരശുരാമിന്റെ ചെറുകഥയെ ആസ്പദമാക്കി *പരഷ്പഥർ* (1958), താരാശങ്കർ ബാനർ ജിയുടെ കഥയുടെ ചലച്ചിത്രാവിഷ്കാരമായ *ജൽസാഗർ*, പ്രഭാത്കുമാർ മുഖർജിയുടെ കഥയിൽ നിന്ന് *ദേവി* എന്നീ സിനിമകൾ സത്യജിത്റായ് സംവിധാനം ചെയ്തവയാണ്. ഋത്വിക്ഘട്ടക്കിന്റെ സിനിമകളായ *അജാന്ത്രിക്*, *മേഘ ധാകാ ധാരാ, സുബർണ്ണരേഖ* എന്നിവയെല്ലാം ചെറുകഥകളെ ആസ്പദമാക്കി നിർമ്മിച്ചവയാണ്. ഖാലിദ് മുഹമ്മദിന്റെ കഥയെ ആസ്പദമാക്കി നിർമ്മിക്കപ്പെട്ട ചിത്രമാണ് ശ്യാം ബെനഗലിന്റെ *സർദാരി ബീഗം*. ഒന്നിലധികം പേർ തിരക്കഥ തയ്യാറാക്കുന്ന ശൈലി ശ്യാം ബെനഗൽ, അകിര കുറസോവ തുടങ്ങിയവരുടെ ചിത്രങ്ങളിൽ കണ്ടുവരുന്നുണ്ട്. വിജയ് ടെണ്ടുൽക്കറുടെ കഥയെ ആസ്പദമാക്കി രൂപംകൊണ്ടതാണ് ഗോവിന്ദ് നിഹലാനിയുടെ ആദ്യ ഹിന്ദിചിത്രമായ *ആക്രോശ്*. ഡി എ പൻവാൽക്കറുടെ *സൂര്യ* എന്ന കഥയിൽ നിന്നാണ് *അർദ്ധസത്യ* എന്ന സിനിമയുണ്ടായത്. ദസ്തയേവിസ്കിയുടെ *ദ മീക് ക്രീച്ചർ* എന്ന ചെറുകഥയെ അടിസ്ഥാനമാക്കി, ശർമിഷ്ഠ മൊഹന്തിയുടെ തിരക്കഥയിൽ നിർമ്മിച്ച ചിത്രമാണ് മണികൗളിന്റെ *നസർ*. നിർമ്മൽ വർമ്മയുടെ കഥയാണ് കുമാർ സാഹ്നിയുടെ *മായാദർപണി*ന് ആധാരം. ആന്റൺ ചെഖോവിന്റെ കഥയായ *ഇൻ ദ ഗലി* യാണ് *കസ്ബ* എന്ന ചലച്ചിത്രമായത്. കേദൻ മേത്തയുടെ *മിർച്ച് മസാല* ചുനിലാൽ മദിയയുടെ കഥയുടെ അനുവർത്തനമാണ്. മറാത്തി സംവിധായകനായ രാജാ താക്കറുടെ *രംഗ്ലായ രാത്രി* എന്ന സിനിമ രഞ്ജിത് ദേശായി യുടെ ചെറുകഥയിൽ രൂപംകൊണ്ടതാണ്. ആസാമീസ് സംവിധായ കനായ ജ്യോതിപ്രസാദ് അഗർവാല തന്റെ തന്നെ ഒരു കഥയെ ചലച്ചിത്രമാക്കിയതാണ് *ഇന്ദ്രമാലതി*. കമലേശ്വർ ചാലിഹയുടെ ചെറുകഥയിൽനിന്നും പ്രബതി പ്രസാദ് ബറുവ സംവിധാനം ചെയ്ത *രൂപാഹി*, ഫണി തലൂക്ക്ദാറിന്റെ കഥയിൽനിന്നും ലഖ്യാധാൻ ചൗധരി സംവിധാനം ചെയ്ത *അപരേ ജയോ* എന്നിവയെല്ലാം ആസാമീസ്

സിനിമയിലെ പ്രശസ്തമായ അനുവർത്തനങ്ങളാണ്. പ്രേംചന്ദിന്റെ *കഫൻ* എന്ന ചെറുകഥയെ അടിസ്ഥാനമാക്കി മൃണാൾസെൻ തെലുങ്കിൽ *ഒകാ ഊരി കഥ* എന്ന സിനിമ നിർമ്മിച്ചു. ചതുർഭുജ ദോഷിയുടെ കഥയിൽനിന്നും *മേഹന്ദി രംഗ ലാഗ്യോ* എന്ന സിനിമ ഗുജറാത്തി സംവിധായകനായ മൻഹാർ രാസ്കപൂർ നിർമ്മിച്ചു. പ്രാഗിദോഷിയുടെ കഥയെ അവലംബിച്ച് രാമചന്ദ്ര ഠാക്കൂർ സംവിധാനം ചെയ്ത *ഹീറോ സലാത്*, സൈറസ് മിസ്ട്രിയുടെ കഥയെ ആസ്പദമാക്കിയ പെർവീസ് മെർവാൻജിയുടെ *പേഴ്സി* എന്നീ സിനിമകളും ഗുജറാത്തി അനുവർത്തനങ്ങളിൽപ്പെടുന്നു.

ചെറുകഥയും മലയാള സിനിമയും

മലയാള സിനിമ നോവൽ, നാടകം എന്നിവയിൽ നിന്നാണ് തുടക്കത്തിൽ കഥാസ്വീകരണം നടത്തിയിട്ടുള്ളത്. അമ്പതുകൾക്കുശേഷമാണ് കഥയിൽനിന്ന് അനുവർത്തനങ്ങൾ രൂപപ്പെട്ടിട്ടുള്ളത്. പൊൻകുന്നം വർക്കിയുടെ ചെറുകഥയായ *സ്നേഹസീമ* (1954) അതേപേരിൽ തന്നെ എസ് എസ് രാജൻ സിനിമയാക്കുകയുണ്ടായി. 1950 ൽ ആറ് ചിത്രങ്ങളാണ് പുറത്തിറങ്ങിയത്. *നല്ലതങ്ക, സ്ത്രീ, ചേച്ചി, പ്രസന്ന, ചന്ദ്രിക, ശശിധരൻ* എന്നിവയാണത്. സ്ത്രീയുടെ ദുരിതപൂർണ്ണമായ കുടുംബജീവിതപ്രശ്നങ്ങളാണ് ഇത്തരം സിനിമകൾ പ്രമേയമായി സ്വീകരിച്ചിരുന്നത്. പിന്നീട് സാഹിത്യകൃതികളുമായുള്ള ബന്ധം സിനിമയിൽ പുതിയ പ്രമേയങ്ങൾ വരുവാൻ കാരണമായി. കേരള ചരിത്രത്തിൽ മാർക്സിസ്റ്റ് ആശയങ്ങളുടെ പ്രബലമായ സ്വാധീനവും, സാംസ്കാരിക സ്ഥാപനങ്ങളുടെ പ്രവർത്തനവും റിയലിസ്റ്റ് സാഹിത്യത്തോടുള്ള അടുപ്പവും, വിവർത്തിത യൂറോപ്യൻ കൃതികളോടുള്ള താല്പര്യവും പുതിയ പ്രമേയ സ്വീകരണത്തിന് മലയാളസിനിമയെ പ്രേരിപ്പിക്കുകയുണ്ടായി. പി രാമദാസിന്റെ *രചന* എന്ന കഥ അവലംബമാക്കി അദ്ദേഹം തന്നെ സംവിധാനം ചെയ്ത *ന്യൂസ്പേപ്പർ ബോയ്* (1955) സിനിമയുടെ ദൃശ്യപരിചരണത്തിൽ പുതുമ പുലർത്തുകയുണ്ടായി. മലയാളസിനിമയുടെ പേര് ഇംഗ്ലീഷിൽ കൊടുക്കുന്നതുതന്നെ ആ സിനിമയുടെ പുതുമകളിൽ ഒന്നാണ്. ഫ്ളാഷ്ബാക്ക് രീതിയിലൂടെ അവതരിപ്പിക്കുന്ന ഈ സിനിമ നഗരത്തിൽ പത്രം വിറ്റു നടക്കുന്ന ഒരു ബാലന്റെ ജീവിതപ്രശ്നങ്ങളെയാണ് ആവിഷ്കരിക്കുന്നത്.

പോഞ്ഞിക്കരറാഫിയുടെ ചെറുകഥയെ *മിന്നാമിനുങ്ങ്* (1957) എന്ന പേരിൽ തന്നെ രാമുകാര്യാട്ട് സംവിധാനം ചെയ്തതും, ഉറുബിന്റെ *ബിസിനസ്* എന്ന കഥ പി ഭാസ്കരൻ *നായരുപിടിച്ച പുലിവാല്* (1958) എന്നപേരിൽ നിർമ്മിച്ചതും മലയാള സിനിമാരംഗത്തെ പുതിയ സംരംഭങ്ങളായിരുന്നു. പൊൻകുന്നം വർക്കിയുടെ ചെറുകഥയായ *കലയും കാമിനിയും* (1963) പി ഭാസ്കരൻ അതേപേരിൽത്തന്നെ സിനിമയാക്കിയതും, തകഴിയുടെ *അച്ഛനും മകനും*, കെ എസ് സേതുമാധവൻ

ഓമനക്കുട്ടൻ (1964) എന്ന പേരിൽ സിനിമയാക്കിയതും നവോത്ഥാന ചെറുകഥകൾ കൊണ്ടുവന്ന സാംസ്കാരിക മാറ്റങ്ങളെ സിനിമയിൽ ആവിഷ്കരിച്ചതിന്റെ അടയാളങ്ങളാണ്. 1965 ൽ എം ടി വാസുദേവൻ നായർ തന്റെ ചെറുകഥയായ *സ്നേഹത്തിന്റെ മുഖങ്ങൾ* തിരക്കഥയാക്കുകയും ചെയ്തിരുന്നു. നാല്പതോളം വർഷമായി എം ടി മലയാള സിനിമയിൽ നടത്തിക്കൊണ്ടിരിക്കുന്ന പ്രതിനിധാന രാഷ്ട്രീയത്തെ പഠന വിധേയമാക്കേണ്ടതുണ്ട്. എം ടിയുടെ *പകൽക്കിനാവ്* (1966) അതേ പേരിൽത്തന്നെ എസ് എസ് രാജൻ സിനിമയാക്കിയിട്ടുണ്ട്. *ഇരുട്ടിന്റെ ആത്മാവ്* (1967) പി ഭാസ്കരനും, *ഓളവും തീരവും* (1970) പി എൻ മേനോനും, *കന്യാകുമാരി* (1974) *ഓപ്പോൾ* (1981) കെ എസ് സേതുമാധവനും സിനിമയാക്കിയിട്ടുണ്ട്. എം ടിയുടെ *കറുത്തചന്ദ്രൻ* എന്ന കഥ ജി എസ് പണിക്കർ *ഏകാകിനി* (1978) എന്ന പേരിലും, *നീലത്താമര* (1979) യൂസഫലി കേച്ചേരിയും, *ഇടവഴിയിലെ പൂച്ച മിണ്ടാപ്പൂച്ച* (1979) *വളർത്തുമൃഗങ്ങൾ* (1981) ഹരിഹരനും സിനിമയാക്കിയിട്ടുണ്ട്. എം ടിയുടെ *കൊച്ചുതെമ്മാടി* (1986) അതേപേരിൽ തന്നെ എ വിൻസെന്റും സിനിമയാക്കിയതും, *ചെറിയ ചെറിയ ഭൂകമ്പങ്ങൾ* എന്ന കഥ *എന്ന് സ്വന്തം ജാനകിക്കുട്ടി* (1998) എന്ന പേരിൽ ഹരിഹരനും *ദയ എന്ന പെൺകുട്ടി* വേണു *ദയ* (1998) എന്ന പേരിൽ സിനിമയാക്കിയതും ചെറുകഥയിൽ നിന്നുള്ള അനുവർത്തനത്തിന് ഉദാഹരണങ്ങളാണ്. എം ടിയുടെ സാഹിത്യം, സിനിമ എന്നിവയെക്കുറിച്ച് തുടർന്നുവരുന്ന അദ്ധ്യായങ്ങളിൽ വിവരിക്കുന്നുണ്ട്. വൈക്കം മുഹമ്മദ് ബഷീറിന്റെ രണ്ട് ചെറുകഥകൾ സിനിമയാക്കിയിട്ടുണ്ട്. *നീലവെളിച്ചം* എന്ന കഥ എ വിൻസെന്റ് *ഭാർഗ്ഗവിനിലയം* (1964) എന്ന പേരിൽ നിർമ്മിച്ചതും *ശശിനാസ്* (1995) എന്ന കഥ അതേപേരിൽ തേജസ് പെരുമണ്ണ സിനിമയാക്കിയതുമാണവ. ഇതിൽ വിൻസെന്റിന്റെ സൃഷ്ടി മലയാള സിനിമയിൽ പുതിയൊരു ദൃശ്യസൗന്ദര്യത്തിനു വഴിതെളിച്ചു. ക്യാമറയുടെ ചലനത്തിന്റെയും പശ്ചാത്തലസംഗീതത്തിന്റെയും, അത്ഭുതാവഹമായ അവതരണ രീതിയിലൂടെ *ഭാർഗ്ഗവനിലയം* സിനിമാചരിത്രത്തിൽ വ്യത്യസ്തമായ ഒരു ആവിഷ്കാരമായി മാറി.

എഴുപതുകൾക്കുശേഷം മലയാളചെറുകഥാസാഹിത്യത്തിൽ നിന്നും രൂപപ്പെട്ടിട്ടുള്ള അനുവർത്തനങ്ങൾ പരിശോധിക്കുമ്പോൾ എം ടി, പത്മരാജൻ, സി വി ശ്രീരാമൻ, എം സുകുമാരൻ എന്നിവരുടെ രചനകളാണ് വ്യത്യസ്തപ്പെട്ടു നില്ക്കുന്നത്. പി പത്മരാജന്റെ കഥയായ *രാപ്പാടികളുടെ ഗാഥ* (1978) അതേപേരിൽ തന്നെ കെ ജി ജോർജ്ജ് സംവിധാനം ചെയ്തു. പി പത്മരാജന്റെ *അമൃതേത്ത്* എൻ ശങ്കരൻനായർ *സത്രത്തിൽ ഒരു രാത്രി* (1978) എന്നപേരിലും, *തകര* (1979) *ഈണം* (1983) എന്നിവ ഭരതനും, *പാർവ്വതിക്കുട്ടി* എന്ന കഥ *ശാലിനി എന്റെ കൂട്ടുകാരി* (1980) എന്ന പേരിൽ മോഹനും, *കൈകേയി* (1983) എന്ന കഥ അതേപേരിൽത്തന്നെ ഐ വി ശശിയും ചലച്ചിത്രമാക്കിയിട്ടുണ്ട്.

പത്മരാജന്റെ *ജലജ്വാല* എന്ന കഥ ഭരതൻ *ഒഴിവുകാലം* (1985)എന്ന സിനിമയാക്കിയിട്ടുണ്ട്. തന്റെ കഥകളെ അവലംബിച്ച് പത്മരാജൻ സംവിധാനം ചെയ്ത ചലച്ചിത്രങ്ങളാണ് *ഒരിടത്തൊരു ഫയൽമാൻ* (1981), *അരപ്പെട്ടകെട്ടിയ ഗ്രാമത്തിൽ* (1985), *അപരൻ* (1988) എന്നിവ. പത്മരാജന്റെ കഥകളെ അവലംബിച്ചുള്ള സിനിമകളിൽ ആധുനികസമൂഹത്തിന്റെ രതിയും മരണവും ഭയവുമെല്ലാം കടന്നുവരുന്നുണ്ട്. നായികാനായക കഥാപാത്രചിത്രീകരണത്തിൽ പതിവുരീതിയിൽ നിന്നുള്ള വ്യതിയാനം, വയലൻസിന്റെ തീക്ഷ്ണസൗന്ദര്യം, പാരമ്പര്യത്തെയും മൂല്യബോധത്തെയും ചോദ്യം ചെയ്യുമ്പോഴും അതിൽനിന്ന് മാറാതെയുള്ള അവസ്ഥയും അദ്ദേഹത്തിന്റെ രചനകളിൽ നിന്നുള്ള സിനിമകളിൽ കാണാവുന്നതാണ്.

എം സുകുമാരന്റെ കഥ പി എ ബക്കർ *സംഘഗാന* (1979) മെന്ന പേരിലും, *ശേഷക്രിയ* (1982) എന്ന കഥ രവി ആലമ്മൂട് അതേ പേരിലും സിനിമയാക്കിയത് പ്രമേയരംഗത്തെ പുതുമയെ പുറത്തുകൊണ്ടുവരുന്നുണ്ട്. എം സുകുമാരന്റെ *പിതൃദർപ്പണം* എന്ന കഥ *മാർഗ്ഗം* എന്ന പേരിൽ രാജീവ് വിജയരാഘവൻ സിനിമയാക്കിയത് അനുവർത്തനരംഗത്തെ പുതുസാദ്ധ്യതകളെ കാണിക്കുന്നുണ്ട്. എഴുപതുകളിലെ നക്സലൈറ്റ് ആശയങ്ങൾ, പാരമ്പര്യത്തിലേക്കും ഫ്യൂഡൽ ആചാരങ്ങളിലേക്കുമുള്ള ആകർഷണം എന്നീ പരസ്പരവിരുദ്ധമെന്നു തോന്നുന്നതും, പരസ്പരം കലഹിക്കുന്നതുമായ കാലഘട്ടത്തിന്റെ അവസ്ഥകളെ എം സുകുമാരന്റെ കഥകൾ ആവിഷ്കരിച്ചിട്ടുണ്ട്. പുതിയ കാലഘട്ടത്തിൽ അവതരിപ്പിക്കുമ്പോൾ ചെറുകഥയിൽ നിന്ന് വ്യത്യസ്തമായി നിലപാടുകളെടുക്കുവാൻ രാജീവ് വിജയരാഘവന്റെ *മാർഗ്ഗം* (2003) എന്ന സിനിമയ്ക്ക് സാധിച്ചു. സി വി ശ്രീരാമന്റെ *ഇരിക്കപ്പിണ്ഡം* എന്ന കഥ കെ ആർ മോഹൻ *പുരുഷാർത്ഥം* (1987) എന്ന സിനിമയാക്കിയപ്പോൾ മൂലകൃതിയിൽ നിന്ന് ഒരുപാട് കൂട്ടിച്ചേർക്കലുകൾ നടത്തുകയുണ്ടായി. പൊരുത്തക്കേടുകൾ നിറഞ്ഞ കുടുംബജീവിതവും ഭർത്താവിന്റെ മരണം ഭാര്യയിൽ ഉണ്ടാക്കുന്ന വിചാരങ്ങളുമാണ് പുരുഷാർത്ഥം ആവിഷ്കരിക്കുന്നത്. *ചിദംബരം* (1985), *വാസ്തുഹാര* (1991) എന്നീകഥകൾ അതേപേരിൽത്തന്നെ അരവിന്ദൻ സിനിമയാക്കിയതും, *പൊന്തൻമാട, ശീമത്തമ്പുരാൻ* എന്നീ രണ്ടു കഥകൾ ടി വി ചന്ദ്രൻ *പൊന്തൻമാട* (1994) എന്ന പേരിൽ സിനിമയാക്കിയതും ചെറുകഥകൾ സിനിമയാക്കുന്നതിന്റെ പുതിയ ശ്രമങ്ങളാണ്. ചെറുകഥയെ അവലംബിച്ചുള്ള ഈ അനുകല്പനങ്ങളിൽ നിരവധി കൂട്ടിച്ചേർക്കലുകൾ വഴി പുതിയൊരു വ്യത്യസ്ത കഥാന്തരീക്ഷത്തിലേക്ക് സിനിമ മാറുന്നതായി കാണാവുന്നതാണ്. ചെറുകഥയെ സിനിമയുടെ ദൃശ്യസാദ്ധ്യതകളിലേക്കും ബിംബകല്പനകളിലേക്കും ആഖ്യാനശൈലികളിലേക്കും മാറ്റുവാനാണ് ഈ അനുവർത്തനങ്ങൾ ശ്രമിക്കുന്നത്. സാഹിത്യത്തിലെ വാക്കുകളുടെ ചിഹ്ന വ്യവസ്ഥയെ ദൃശ്യം, സംഗീതം, സംഭാഷണം മറ്റു നിരവധി

സാങ്കേതികവിദ്യ എന്നിവയുടെ ചിഹ്നവ്യവസ്ഥയിലേക്ക് അനുവർത്തനം ചെയ്യുകയാണ് ചെയ്യുന്നത്. ചെറുകഥയുടെ ശില്പഘടന സംവിധായകന്റെ സർഗ്ഗസൃഷ്ടിക്ക് മികവു കൂട്ടുവാൻ സാധിക്കുന്ന തരത്തിലുള്ളതാണ്. അതിനാൽ ഓരോ കാലയളവിലും സിനിമയെക്കുറിച്ചുള്ള പുതിയ സങ്കല്പനങ്ങളുടെ അടിസ്ഥാനത്തിൽ ചെറുകഥയെ സമീപിക്കുകയാണ് ഇവിടെ ചെയ്യുന്നത്.

എം ടി വാസുദേവൻനായർ, അനുവർത്തനങ്ങൾ

ഏകദേശം അൻപത്തിയാറോളം ചിത്രങ്ങൾക്ക് തിരക്കഥ രചിച്ച എം ടി വാസുദേവൻനായർ ആറ് ചിത്രങ്ങൾ സംവിധാനം ചെയ്തിട്ടുണ്ട്. *നിർമ്മാല്യം* (1973), *ബന്ധനം* (1978), *മഞ്ഞ്* (1982), *വാരിക്കുഴി* (1982), *കടവ്* (1991), *ഒരു ചെറുപുഞ്ചിരി* (2001) എന്നിവയാണത്. എം ടിയുടെ കഥകൾ നിരവധിയെണ്ണം അമൃത ടിവി പ്രശസ്ത സംവിധായകരെക്കൊണ്ട് ടെലിഫിലിമുകളാക്കിയിട്ടുണ്ട്. *മുറപ്പെണ്ണ്* എന്ന സിനിമയുടെ തിരക്കഥാരചനയിലൂടെ സിനിമാരംഗത്തുവന്ന എം ടി യുടെ തിരക്കഥകൾ സാഹിത്യ മൂല്യം ഉൾക്കൊള്ളുന്ന തിരക്കഥകളാണ്. തിരക്കഥയ്ക്ക് പൊതുവെ സാഹിത്യത്തിന്റെ രൂപഭാവങ്ങൾ വേണ്ടെന്ന് ഇന്ന് പലരും അഭിപ്രായപ്പെടുന്നുണ്ട്. എന്നിരുന്നാലും സാഹിത്യകാരനായ എം ടി വാസുദേവൻനായരുടെ തിരക്കഥകളിൽ കാണുന്ന സാഹിത്യമൂല്യമായിരിക്കാം അദ്ദേഹത്തിന്റെ തിരക്കഥകളുടെ മേന്മയും ഒരുപക്ഷേ ദോഷവും. എം ടിയുടെ പല തിരക്കഥകളിലും ഫ്യൂഡൽ വ്യവസ്ഥയുടെയും, നാലുകെട്ടിന്റെയും സംഘർഷങ്ങളാണ് പ്രമേയമാകുന്നത്. കുടുംബാന്തരീക്ഷത്തിൽ രൂപംകൊള്ളുന്ന കഥകളാണ് അദ്ദേഹത്തിന്റെ രചനകളിൽ കാണുന്നത്.

> എന്റെ സാഹിത്യജീവിതത്തിൽ മറ്റെന്തിനോടുള്ളതിലുമധികം ഞാൻ കടപ്പെട്ടിരിക്കുന്നത് കൂടല്ലൂരിനോടാണ്. വേലായുധേട്ടന്റെയും ഗോവിന്ദൻകുട്ടിയുടെയും പകിട കളിക്കാരൻ കോന്തുണ്ണി അമ്മാമയുടെയും കാതുമുറിച്ച മീനാക്ഷിയേടത്തിയുടെയും നാടായ കൂടല്ലൂരിനോട്. അച്ഛൻ, അമ്മ, ജ്യേഷ്ഠന്മാർ, ബന്ധുക്കൾ, പരിചയക്കാർ, അയൽക്കാർ- ഇവരെല്ലാം എനിക്കുപ്രിയപ്പെട്ട കഥാപാത്രങ്ങളാണ്. എന്റെ ചെറിയ അനുഭവമണ്ഡലത്തിൽപ്പെട്ട സ്ത്രീപുരുഷന്മാരുടെ കഥകളാണ് എന്റെ സാഹിത്യത്തിൽ ഭൂരിഭാഗവും. മറ്റൊരു നിലയ്ക്കു പറഞ്ഞാൽ എന്റെ തന്നെ കഥകൾ (വാസുദേവൻനായർ എം ടി 1989:10).

ഇരുട്ടിന്റെ ആത്മാവ്, കുട്ട്യേടത്തി, വാരിക്കുഴി, ബന്ധനം, ഓപ്പോൾ, വളർത്തുമൃഗങ്ങൾ, നിർമ്മാല്യം എന്നിവയുടെ തിരക്കഥകളെല്ലാം എം ടി തന്റെ ചെറുകഥയിൽ നിന്ന് രൂപപ്പെടുത്തിയെടുത്തതാണ്. ഈ തിരക്കഥകളെല്ലാം ചെറുകഥയുടെ മുഖ്യപ്രമേയത്തോടൊപ്പം നിരവധി

സംഭവങ്ങളും ചേർത്ത് രചിക്കപ്പെട്ടതാണ്. നായന്മാരുടെ മാതൃദായത്ത റവാടുകൾ നിലനിറുത്തിപ്പോന്ന വ്യവസ്ഥയുടെ തകർച്ച, പ്രണയത്ത കർച്ച, സമ്പത്തിനോടുള്ള ഭ്രമത്താൽ തകർന്ന കുടുംബങ്ങൾ എന്നീ പ്രമേയങ്ങൾ അദ്ദേഹത്തിന്റെ ആദ്യകാലചെറുകഥകളിൽ കാണാം. എം ടി ആദ്യമായി തിരക്കഥയെഴുതി, എ വിൻസെന്റ് സംവിധാനം ചെയ്ത *മുറപ്പെണ്ണ്* (1965) തറവാടിന്റെ തകർച്ചയുടെയും ഉത്തരവാദിത്തങ്ങളുടെ ഭാരത്താൽ പ്രണയം പോലും ത്യജിക്കേണ്ടിവരുന്ന നായകന്റെയും കഥ പറയുന്നു.

ഫ്യൂഡൽ മൂല്യങ്ങളെ ചോദ്യം ചെയ്യാനും പുതിയൊരു സ്വത്വ ബോധത്തിലേക്കു ഉയരാനും സാധിച്ചത് കൊളോണിയൽ വിദ്യാഭ്യാസ ത്തിന്റെ സ്വാധീനം മൂലമാണ്. നാലുകെട്ടിന്റെ ഫ്യൂഡൽ മൂല്യങ്ങളെ ധിക്കരിക്കാനുള്ള അധികാരം അപ്പുണ്ണി (*നാലുകെട്ട്*) നേടുന്നതും വെള്ളക്കാരന്റെ തോട്ടത്തിൽനിന്നു ലഭിച്ച പണത്തിന്റെ ബലത്തിലാണ്. എന്നാൽ സവർണ്ണപ്രത്യയശാസ്ത്രത്തിന്റെ സംരക്ഷണവും ഇതേ സമയം എം ടി പിന്തുടരുന്നുണ്ട്. നാലുകെട്ടിന്റെ വ്യവസ്ഥയെ ചോദ്യം ചെയ്യുമ്പോഴും സ്ത്രീയുടെ നേർക്കുള്ള മേൽക്കോയ്മയും, ദളിത ഇകഴ്ത്തലും പലപ്പോഴും എം ടിയുടെ രചനകളിലും പൊങ്ങിവരുന്നുണ്ട്. ഇത് വ്യക്തിയെന്ന നിലയിൽ എം ടി വാസുദേവൻനായരുടെ മാത്രം കുഴപ്പമല്ല. ആധുനികകാലഘട്ടത്തിലെ വരേണ്യവ്യക്തിത്വങ്ങളുടെ സംഘർഷങ്ങളാണ് ഇതിൽ പ്രതിഫലിക്കുന്നതെന്നാണ് തിരിച്ചറിയേണ്ടത്.

കേരളീയതയുടെ ദൃശ്യസംസ്കാരം മലയാളസിനിമയിൽ അടയാളപ്പെടുത്തിയ വ്യക്തിയാണ് എം ടി യെന്ന് പൊതുവെ പറയാറുണ്ട്. എം ടിയുടെ സിനിമകളിൽ പൊതുവെ കണ്ടുവരുന്നവയാണ് ക്ഷേത്രം, നദി, ഉത്സവം, കൽവിളക്ക്, വള്ളുവനാടൻ ഭാഷ, തുടങ്ങിയവ. ഭാരതീയമായ ഒരു സാംസ്കാരിക പശ്ചാത്തലത്തിൽ ഇന്ന് തെറ്റായി വ്യാഖ്യാനിക്കപ്പെടാൻ ഇടയുള്ള ചിഹ്നങ്ങൾ ഉപയോഗിക്കുമ്പോഴും എം ടി അവയിലൂടെ സാധിക്കുന്ന ആശയവിനിമയം മാനവ സ്നേഹത്തിന്റെയും പുരോഗമനത്തിന്റെയുമാണെന്ന (ജോസി ജോസഫ്:2006:32) നിരീക്ഷണം സവർണ്ണ ആധുനിക മൂല്യങ്ങളോടുള്ള സമ്മതമാണ്. ഫ്യൂഡൽ ഗൃഹാതുരത്വത്തിന്റെ മെലോഡ്രാമയെന്ന് എം ടി യുടെ ആദ്യകാല സിനിമകളെ *എൻസൈക്ലോപീഡിയ ഓഫ് ഇന്ത്യൻ സിനിമ* എന്ന ഗ്രന്ഥത്തിൽ വിലയിരുത്തുന്നുണ്ട്. എം ടി യൻ ദൃശ്യപാരമ്പര്യം എന്തുകൊണ്ടാണ് കീഴാളസംസ്കാരത്തെ, കീഴാളകേരളീയതയെ ആവിഷ്കരിക്കാൻ വിസമ്മതിച്ചതെന്ന ചോദ്യം ഇന്ന് പ്രസക്തമാണ്. ഇത് കേരളീയ സാഹിത്യത്തിന്റെയും സിനിമയുടെയും രംഗത്ത് പ്രബലമായി തുടരുന്ന ബിംബങ്ങളെയും ചിഹ്നങ്ങളെയും ചരിത്രപരമായി വിശകലനം ചെയ്യുവാനാണ്.

പ്രകടവും മൂർത്തവുമായ ചലനം, അദൃശ്യമെങ്കിലും സംവേദനക്ഷമമായ മാനസികചലനം, വാക്ക്, ശബ്ദം, നിശ്ശബ്ദത, സംഗീതം, പ്രേക്ഷകന്

സ്വന്തം മനസ്സിന്റെ അറയിൽവെച്ച് സൃഷ്ടി നടത്താൻ വിടുന്ന വിടവുകൾ എന്നീ ഘടകങ്ങൾവെച്ചു കൊണ്ടാണ് എം ടി ചെറുകഥയെ തിരക്കഥ യാക്കുന്നത്. എം ടിയുടെ ഇത്തരം രചനകളോടെ മലയാള സിനിമ പുതി യൊരു ദൃശ്യതലത്തിലേക്ക് ഉയരുകയാണ് ചെയ്തത്. ദൃശ്യങ്ങളും സംഭാ ഷണങ്ങളും വേണ്ടവിധം ചേരുമ്പോഴാണ് നല്ല തിരക്കഥകൾ ജനിക്കു ന്നത്. ആദ്യകാല മലയാള സിനിമയിൽ നിന്നുള്ള എം ടി യുടെ സൃഷ്ടിക ളുടെ വ്യത്യാസം ഈ പറഞ്ഞതിന്റെ കാരണത്താലാണ്. എന്നാൽ പിന്നീട് വിമർശകർ ചൂണ്ടിക്കാണിച്ച ഒരു പ്രധാന കാര്യം എം ടി സിനിമയെ സംഭാഷണ ഭാഷയിലേക്ക് ചുരുക്കുകയായിരുന്നു എന്നാണ്. എം ടി യുടെ ശൈലിയിൽ നിന്ന് പൂർണ്ണമായും വിട്ടുമാറാൻ ഇന്നും മലയാളസിനിമയ്ക്ക് കഴിഞ്ഞിട്ടില്ല. മലയാളസിനിമ ഇന്നും പിന്തുടർ ന്നുപോരുന്ന കഥ പറച്ചിൽ സമ്പ്രദായത്തിൽ നിന്നുള്ള വിടുതിക്ക് എം ടിയുടെ തിരക്കഥകൾ പോലും ശ്രമിക്കുന്നില്ല. ജനപ്രിയസിനിമയുടെ വ്യാകരണത്തിന് യോജിച്ചതായിരുന്നു എം ടി യുടെ തിരക്കഥകൾ. എന്തു കൊണ്ടാണ് മലയാളത്തിലെ പ്രമുഖരായ ചെറുകഥാകൃത്ത്/നോവലിസ്റ്റു കളായ മുകുന്ദൻ, പത്മനാഭൻ, ആനന്ദ്, ഒ വി വിജയൻ തുടങ്ങിയവരേ ക്കാൾ എം ടിയുടെ കൃതികൾ തിരക്കഥകളായത്? ഉത്തരം എം ടി നല്ല തിരക്കഥാകൃത്തായിരുന്നു എന്നോ മറ്റുള്ളവർ തിരക്കഥ എഴുതാറില്ല എന്നോ അല്ല; മലയാളസിനിമയും, സാഹിത്യവും പിന്തുടർന്നുപോന്ന സവർണ്ണപാരമ്പര്യത്തിനും, നവോത്ഥാന യുക്തിക്കും വഴങ്ങുകയും ഇടയുകയും ചെയ്യുന്ന ജനപ്രിയചേരുവകൾ അടങ്ങുന്ന രചനകളാണ് എം ടിയുടേത് എന്ന നിലയ്ക്കാണ്.

പി എൻ മേനോൻ, മലയാളസിനിമ, അനുവർത്തനങ്ങൾ

ആർട്ട് ഡയറക്ടർ എന്ന നിലയിൽ സിനിമാജീവിതം ആരംഭിച്ച പി എൻ മേനോൻ, *റോസി* എന്ന സിനിമയിലൂടെയാണ് സംവിധാനരം ഗത്തേക്ക് പ്രവേശിക്കുന്നത്. 1965 ൽ *റോസി* എന്ന സിനിമയിലൂടെയാണ് മലയാളസിനിമ സ്റ്റുഡിയോ ഫ്ളോറുകളിൽനിന്ന് മോചനം നേടിയത്. പ്രകൃതിയും സംസ്കാരവും, ജീവിത യാഥാർത്ഥ്യങ്ങളും റിയ ലിസ്റ്റിക്കായി ചിത്രീകരിക്കുവാൻ തന്റേടം കാണിച്ച സംവിധായകനാണ് പി എൻ മേനോൻ. സ്റ്റുഡിയോസെറ്റുകളിൽ നിന്ന് മാറി സ്വാഭാവികമായ വെളിച്ചത്തിൽ സിനിമചിത്രീകരിക്കുവാൻ അദ്ദേഹത്തിന് സാധിച്ചു. 1950 കളിൽത്തന്നെ അന്തർദ്ദേശീയനിലവാരമുള്ളൊരു സിനിമാശൈലി ഇന്ത്യയിലും രൂപപ്പെടുത്തുവാനുള്ള സംഘടിത ശ്രമങ്ങൾ ആരം ഭിച്ചിരുന്നതായി കാണാം. 1952 ൽ സ്വതന്ത്ര ഇന്ത്യയിലെ ആദ്യത്തെ പൊതുതിരഞ്ഞെടുപ്പുകഴിഞ്ഞ് അധികം താമസിയാതെ ഫിലിം ഡിവിഷൻ ബോംബെ, മദ്രാസ്, കൽക്കത്ത എന്നീ നഗരങ്ങളിൽ സംഘടിപ്പിച്ച അന്തർദ്ദേശീയ ചലച്ചിത്രോത്സവങ്ങൾ ഈ ദിശയിലുള്ള ആദ്യത്തെ കാല്വയ്പായി കണക്കാക്കാവുന്നതാണ്. 1960 കളുടെ

ആരംഭമായപ്പോഴേക്കും യൂറോപ്യൻ ആർട്ട് സിനിമയിലെ സൗന്ദര്യ സങ്കല്പങ്ങൾക്കനുസൃതമായ അർത്ഥവത്തായൊരു സിനിമാ സംസ്കാരത്തിനുവേണ്ടിയുള്ള ആഹ്വാനങ്ങൾ ഇവിടുത്തെ സാംസ്കാരികചർച്ചയിൽ സജീവമായി (മുരളീധരൻ ടി:2005:28). ഇത്തരം സാംസ്കാരിക പശ്ചാത്തലത്തിലാണ് പി എൻ മേനോന്റെ സിനിമകൾ നിർമ്മിക്കപ്പെടുന്നത്. ഫിലിംസൊസൈറ്റികളുടെ പ്രവർത്തനഫലമായി ലോകപ്രശസ്തരായ ഗൊദാർദ്, ബെർഗ്മാൻ, ഫെല്ലിനി, ഫാസ്ബിന്ദർ, തർക്കോവ്സ്കി, അകിരാ കുറസോവ എന്നിവരുടെ നിരവധി ചിത്രങ്ങൾ കേരളത്തിൽ പ്രദർശിപ്പിക്കപ്പെട്ടിരുന്നു. ഫ്രഞ്ച് സംവിധായകനായ ഹെൻട്രി ജോർജ്ജ് ക്ലൂസ്സോയുടെ *വേജസ് ഓഫ് ഫിയർ*, വിക്ടോറിയ ഡിസിക്കയുടെ *വുമൺ ഓഫ് ദി റിവർ* എന്നീ സിനിമകളുടെ സ്വാധീനമാണ് മേനോനിൽ പുതിയൊരു ചലച്ചിത്ര വീക്ഷണം രൂപപ്പെടുത്തിയതെന്ന് അദ്ദേഹം തന്നെ സമ്മതിക്കുന്നുണ്ട്. ഇതിൽനിന്ന് വ്യക്തമാകുന്നത് ഇത്തരത്തിലുള്ള നവറിയലിസത്തിന്റെ സ്വാധീനം മലയാള സിനിമയെ സൂക്ഷ്മയാഥാർത്ഥ്യങ്ങളിലേക്ക് നീങ്ങുവാൻ പ്രേരിപ്പിച്ചു എന്നാണ്. ഇതിന് തുടക്കമിടുകയാണ് ഒരുതരത്തിൽ പി എൻ മേനോൻ ചെയ്തത്. *റോസി*യുടെ സംവിധാനത്തിനുശേഷം എം ടി തിരക്കഥയെഴുതിയ *ഓളവും തീരവും*, *കുട്ട്യേടത്തി* എന്നീ സിനിമകളോടെ പി എൻ മേനോൻ മലയാള സിനിമയിൽ വ്യത്യസ്തമായ പാത തെളിച്ചു.

പി എൻ മേനോൻ മലയാളസിനിമയെ സ്റ്റുഡിയോകളിൽനിന്നും ഔട്ട് ഡോറിലെത്തിച്ചു എന്ന മികവിനെ ഇന്നു ചോദ്യം ചെയ്യാവുന്നതാണ്. സ്റ്റുഡിയോയുടെ കൃത്രിമത്വം അന്നത്തെ സിനിമകളിൽ വ്യക്തമായി കാണാവുന്നതാണെങ്കിലും ഇന്നത്തെ സിനിമകളിൽ സ്റ്റുഡിയോകൾ യാഥാർത്ഥ്യത്തെ കവച്ചുവയ്ക്കുന്നരീതിയിൽ മാറിയിരിക്കുന്നു. കൂടാതെ അനിമേഷൻ, മോർഫിങ്, നവീന എഡിറ്റിങ് രീതികൾ എന്നിവയെല്ലാം യാഥാർത്ഥ്യത്തെക്കുറിച്ചുള്ള പുതിയ ചിന്തകളിലേക്ക് പ്രേക്ഷകരെ കൊണ്ടെത്തിക്കുന്നു. ബ്രോദിലാദിന്റെ പകർപ്പുകൾ (Simulacra) അതിയാഥാർത്ഥ്യം (metareality) തുടങ്ങിയ സങ്കല്പനങ്ങൾ യാഥാർത്ഥ്യത്തെ പുനർനിർവ്വചിക്കുവാൻ ശ്രമിക്കുന്നവയാണ്.

മലയാറ്റൂർ രാമകൃഷ്ണന്റെ സ്ക്രിപ്റ്റിൽ രചിക്കപ്പെട്ട *ഗായത്രി* (1973) തമിഴ്നാട്ടിലെ കന്യാകുമാരി ജില്ലയിലെ ശുചീന്ദ്രത്തിലെ ഒരു അഗ്രഹാരത്തിനെ ചുറ്റിപ്പറ്റി വികസിക്കുന്ന പ്രമേയമാണ്. പാരമ്പര്യവും ആധുനികതയും തമ്മിലുള്ള സംഘർഷവും, എല്ലാത്തരം വേലിക്കെട്ടുകളെയും തകർക്കുന്ന പ്രണയവും ഇതിൽ കാണാം. മലയാറ്റൂർ രാമകൃഷ്ണന്റെ തിരക്കഥയിൽ സംവിധാനം ചെയ്യപ്പെട്ട *ചെമ്പരത്തി* (1972) ഒരു ഗേറ്റ് കീപ്പറുടെ മകളായ ശാന്തയുടെ ദുരന്തപ്രണയകഥയും അവളുടെ മരണത്തിന്റെ ദുരൂഹതയും ചുരുളഴിയുന്ന കഥാവിഷ്കാരമാണ്. ഈ ചിത്രത്തിന്റെ ആവിഷ്കാരരീതിയിൽ അദ്ദേഹം കൈക്കൊണ്ട ചടുലമായ ഷോട്ടുകളും, സസ്പെൻസ് നിലനിറുത്തുന്നതായ രംഗങ്ങളും ചിത്രത്തെ സാമ്പത്തികമായി വിജയിപ്പിക്കുവാൻ സഹായിച്ചു. കൽപ്പറ്റ ബാലകൃ

ഷ്ണന്റെ തിരക്കഥയിൽ സിനിമയാക്കപ്പെട്ട *മലമുകളിലെ ദൈവം* (1983) അജ്ഞതകൾ നിറഞ്ഞ മായികലോകത്താൽ ചുറ്റപ്പെട്ട ബാണാസുരൻ മലകളിലെ അടിവാരത്തുള്ള ഒരു ഉൾനാടൻ ഗ്രാമത്തിനെ ചുറ്റിപ്പറ്റി വികസിക്കുന്ന കഥയാണ്. അവിടെ നിന്ന് രക്ഷപ്പെട്ട ഒരു സമർത്ഥനായ ബാലൻ പിന്നീട് തന്റെ ഗ്രാമത്തിലേക്ക് ചെന്ന് അവിടെ നവോത്ഥാനത്തിന്റെ വിത്തുകൾ പാകുന്നതാണ് പ്രമേയം. ഏകാഗ്രതയില്ലായ്മയും, പ്രതീകങ്ങളുടെ ആവർത്തനവും അദ്ദേഹത്തിന്റെ ചിത്രങ്ങളിൽ സാധാരണ കണ്ടുവരുന്നുണ്ട്. *പടിപ്പുര* (1989) എന്ന സിനിമ ഗ്രാമത്തിലെ സുന്ദരിയായ ഒരു യുവതിയുടെ പ്രണയവും, അവളുടെ ദുഃഖം നിറഞ്ഞ കുടുംബജീവിതവും അവളെ ദുഃഖത്തിൽനിന്ന് രക്ഷിക്കാൻ ശ്രമിച്ച കാമുകന്റെ ആത്മഹത്യയും ചിത്രീകരിക്കുന്നു. നാടൻകലകൾ കൊണ്ടുള്ള പ്രതീകവല്ക്കരണത്തിൽ ആകൃഷ്ടനായ മേനോൻ അനിയന്ത്രിതമായി അവ ചിത്രത്തിലുപയോഗിച്ചത് കുട്ട്യേടത്തി സിനിമയെ ഒരളവോളം ദുർബ്ബലപ്പെടുത്തി എന്ന് വിജയകൃഷ്ണൻ *മലയാളസിനിമയുടെ കഥ*യിൽ നിരീക്ഷിക്കുന്നുണ്ട്. ദൃശ്യകലകളിലും ചിത്രകലകളിലുമുള്ള അവഗാഹം അദ്ദേഹത്തിന്റെ സിനിമകളെ വളരെയധികം സ്വാധീനിച്ചിരുന്നു. ഫ്രെയിമുകൾ ഫിക്സുചെയ്തതിനുശേഷം ഷോട്ടുകൾ ക്രമീകരിക്കുന്നതിനും, കളർ സെൻസ് ക്രിയേറ്റുചെയ്യാനും (പശ്ചാത്തല വർണ്ണവിന്യാസം) ചിത്രകലയുമായുള്ള ബന്ധം വളരെ സഹായകമായിരുന്നു. അദ്ദേഹത്തിന്റെ മറ്റുചിത്രങ്ങളാണ് *പണിമുടക്ക്* (1971), *ചെമ്പരത്തി, ചായം* (1972), *മഴക്കാറ്, ഗായത്രി* (1973), *ദർശനം* (1974), *ഓടക്കുഴൽ* (1975), *ടാക്സിഡ്രൈവർ* (1977), *അർച്ചന ടീച്ചർ* (1980), *കടമ്പ, അസ്ത്രം* (1983), *നേർക്കുനേരെ* (2001) തുടങ്ങിയവ.

1954 ലെഴുതിയ ചെറുകഥയെ അടിസ്ഥാനമാക്കിയാണ് എം ടി യുടെ തിരക്കഥയിൽ പി എൻ മേനോൻ *ഓളവും തീരവും* (1970) സംവിധാനം ചെയ്തത്. എം ടി വാസുദേവൻനായർ തന്റെ ചെറുകഥയായ *ഓളവും തീരവും* തിരക്കഥയാക്കിയപ്പോൾ വളരെയേറെ മാറ്റങ്ങൾ വരുത്തിയിട്ടുണ്ട്. ചെറുകഥയുടെ കാവ്യഭംഗി നിലനിറുത്തുവാൻ അദ്ദേഹം തിരക്കഥ രചനയിൽ ശ്രമിച്ചിട്ടുണ്ട്. എം ടി യുടെ അനുഭവത്തിൽ കഥാരചനയും തിരക്കഥാരചനയും തമ്മിൽ വേറിട്ടുനില്ക്കുന്നതിനെപ്പറ്റി ഇങ്ങനെ പറയുന്നുണ്ട്.

> കഥ വേറെ തിരക്കഥ വേറെ. കഥയിൽ നിന്നു വേറൊരു രൂപമുണ്ടാക്കുന്നതാണല്ലോ തിരക്കഥ. തിരക്കഥ എന്നുവച്ചാൽ തിരനാടകം (Screen play). സ്ക്രീനിൽ ആവശ്യമായ രൂപത്തിൽ കഥയെ മാറ്റിയെടുക്കുന്നതിനാണ് നമ്മൾ തിരക്കഥ എന്നുപറയുന്നത്. കഥയുടെ രണ്ടാമത്തെ ഘട്ടമാണത്. എന്നാൽ സിനിമയുടെ ആവശ്യത്തിനുവേണ്ടിയും കഥയെഴുതുന്നുണ്ട്. അതിനെ ചെറിയ ചെറിയ സീനുകളായി വിഭജിക്കുന്നു. അതെല്ലാംകൂടി ചേരുമ്പോൾ സിനിമയുടെ രൂപഘടനയിലാവുന്നു. സിനിമയ്ക്ക് ഒരു ബ്ലൂപ്രിന്റ് ഉണ്ടാ

> വും. ആ ബ്ലൂപ്രിന്റിനെ ആധാരമാക്കിയി ട്ടാണ് പിന്നെ കൺസ്ട്ര ക്ഷൻ ഉണ്ടാവുന്നത്. അതിൽ മാറ്റങ്ങളൊക്കെ വരും. പക്ഷേ, വർക്ക് ചെയ്യാൻ അടിസ്ഥാനപരമായി ബ്ലൂപ്രിന്റ് വേണം. ആ ബ്ലൂപ്രിന്റിനെയാണ് നമ്മൾ തിരക്കഥയെന്നു വിളിക്കുന്നത് (വാസുദേവൻനായർ എം ടി: 2006:6).

എം ടി യുടെ സംഭാഷണത്തിൽനിന്ന് ചെറുകഥ, തിരക്കഥ, സിനിമ എന്നിവയുടെ പാഠാന്തരബന്ധം വ്യക്തമാകുന്നു. ഇവ തമ്മിലുള്ള അടുപ്പവും വ്യത്യാസവും ഇവിടെ എം ടി വാസുദേവൻനായർ തിരിച്ചറിയുന്നുണ്ട്.

ഓളവും തീരവും: ചെറുകഥയും സിനിമയും

ബാപ്പുട്ടി മരപ്പണിക്കാരനും കിട്ടുന്ന പൈസകൊണ്ട് ചീട്ടുകളിച്ചും ബീഡി വലിച്ചും നടക്കുന്നവനുമാണ്. രോഗത്താൽ അവശനായ തന്റെ സുഹൃത്തായ അബ്ദുവിന്റെ കൂടെ നദിയിലൂടെ ചരക്കുവഞ്ചി തുഴഞ്ഞു പോകുമ്പോൾ അബ്ദുവിന്റെ ജീവിതകഥ ബാപ്പുട്ടി മനസ്സിലാക്കുന്നു. ബാപ്പ മരിച്ചതിൽപ്പിന്നെ അബ്ദുവിന്റെ അമ്മയായ ബീവാത്തുമ്മ വേശ്യയായി മാറിയിരിക്കുന്നുവെന്നും അതിൽ പിന്നെയാണവൻ വീടുപേക്ഷിച്ചതെന്നും ബാപ്പുട്ടി അറിയുന്നു. അബ്ദുവിന്റെ നാടായ വാഴക്കടവിലെത്തിയപ്പോഴേക്കും അബ്ദു മരിച്ചിരുന്നു. അബ്ദുവിന്റെ മൃതദേഹവും കൊണ്ട് ബാപ്പുട്ടി ബീവാത്തുമ്മയുടെയടുത്ത് വരുന്നു. അബ്ദുവിന്റെ ദുഃഖങ്ങൾ ബാപ്പുട്ടി ബീവാത്തുമ്മയോട് പറയുന്നു. വഞ്ചിക്കാരനായ മമ്മത്ക്കായുമായുള്ള ബാപ്പുട്ടിയുടെ സൗഹൃദം, അബ്ദുവിനെയും അവന്റെ കുടുംബത്തെയും കുറിച്ചുള്ള അവരുടെ ഉത്കണ്ഠകൾ പങ്കുവയ്ക്കുവാൻ ഇടയാകുന്നു. അബ്ദുവിന്റെ അവശേഷിച്ച സാധന സാമഗ്രികൾ അടങ്ങിയ ഭാണ്ഡം ബാപ്പുട്ടി നെബീസുവിനെ ഏല്പിക്കുന്നു. അബ്ദുക്കാക്ക് കൊടുക്കാനുണ്ടായിരുന്ന പണം ബാപ്പുട്ടി ബീവാത്തുമ്മയുടെ കൈയിലേല്പിക്കുന്നു. ഒരിക്കൽ ചായകുടിക്കാനായി ചായക്കടയിൽ കയറുന്ന ബാപ്പുട്ടി അനാവശ്യവാക്കുകൾ പറഞ്ഞ സുലൈമാനും കൂട്ടാളികളുമായി ഉടക്കുന്നു. ബാപ്പുട്ടിയും നെബീസും തമ്മിൽ താമസിയാതെ പ്രണയത്തിലാകുന്നു. അവളെ പുലർത്താൻ ആവശ്യമായ പണവും വീടും നേടുവാനായി ബാപ്പുട്ടി മൂപ്പന്റെയടുത്ത് പണിക്ക് പോകുന്നു. ബീവാത്തുമ്മയുടേയും നബീസുവിന്റെയും ജീവിതം കടക്കാരെക്കൊണ്ട് മുടിഞ്ഞിരിക്കുകയാണ്. അന്യനാട്ടിൽ നിന്ന് പണം സമ്പാദിച്ചുവന്ന കുഞ്ഞാലി നെബീസുവിനെ നോട്ടമിടുകയും, ഇവരുടെ ദാരിദ്ര്യത്തെ ചൂഷണം ചെയ്യാൻ ബീവാത്തുമ്മയ്ക്ക് പണം നല്കി സഹായിക്കുകയും ചെയ്യുന്നു. ബാപ്പുട്ടി കാട്ടിൽ മരപ്പണി ചെയ്ത് പണം സമ്പാദിച്ച് ബീവാത്തുമ്മയുടെ അടുത്ത് വരുമ്പോൾ അവർക്ക് പഴയ സ്നേഹം കാണുന്നില്ല. ബീവാത്തുമ്മ ഇല്ലാത്തനേരം നോക്കി

വീട്ടിൽ കയറുന്ന കുഞ്ഞാലി നെബീസുവിനെ മാനഭംഗപ്പെടുത്തുന്നു. കുഞ്ഞാലിയുമായി സംഘട്ടനത്തിലേർപ്പെട്ട് അയാളെ തോല്പിച്ച ബാപ്പുട്ടി നെബീസുവിനെ താൻ കെട്ടുമെന്ന് അവിടെ കൂടിനിന്ന ജനക്കൂട്ടം കേൾക്കെ പറയുന്നു. എന്നാൽ നെബീസു ബാപ്പുട്ടിയുടെ കൂടെ വരില്ലായെന്ന് പറയുന്നു. പിറ്റേന്ന് ബാപ്പുട്ടി വള്ളത്തിലൂടെ വാഴക്കടവ് വിട്ടു പോകുമ്പോൾ നെബീസുവിന്റെ മൃതദേഹം തീരത്ത് അടിഞ്ഞ് കിടക്കുന്നുണ്ടായിരുന്നു.

ഓളവും തീരവും ചെറുകഥ തുടങ്ങുന്നതിങ്ങനെയാണ്:

> ചൂളമിട്ടുകൊണ്ടു കടന്നുപോകുന്ന പടിഞ്ഞാറൻ കാറ്റിൽ ആ രോദനം തങ്ങി നില്ക്കുന്നതുപോലെ തോന്നി.
>
> ഒരു വീർപ്പുമുട്ടലോടെ ബാപ്പുട്ടി പായിൽ എഴുന്നേറ്റിരുന്നു. മുമ്പിൽ പുഴ നിറഞ്ഞൊഴുകുകയാണ്. ഓളങ്ങൾ ഒന്നിനു പിറകെ ഒന്നായി തീരത്തിലേക്ക് ആഞ്ഞടുക്കുന്നു; പൊട്ടിത്തകരുന്നു. വേദനയുടെ മന്ദഹാസംപോലെ ഒരു നേർത്ത നിലാവ് നദീജലത്തിൽ അലിഞ്ഞുചേരുകയാണ് (വാസുദേവൻനായർ എം ടി : 2005: 48).

ബാപ്പുട്ടിയുടെ മാനസിക പ്രണയഭാവങ്ങളിലേക്ക് വായനക്കാരനെ നയിക്കുന്ന രീതിയിലാണ് ഈ വാക്യങ്ങൾ രേഖപ്പെടുത്തിയിരിക്കുന്നത്. പുഴയുടെ പശ്ചാത്തലം ബാപ്പുട്ടിയുടെ ദുഃഖങ്ങൾ ഓളങ്ങളെപ്പോലെ അലതല്ലുന്നതായി അനുഭവപ്പെടുത്തുവാൻ സഹായകമാവുന്നുണ്ട്. ഓളങ്ങൾ തീരങ്ങളിലേക്ക് ആർത്തലച്ച് വന്ന് തല്ലിത്തകരുമ്പോൾ ബാപ്പുട്ടിയുടെ ഹൃദയമാണ് വേദനിക്കുന്നത്. എന്നാൽ ഈ ഓർമ്മകളിലും അല്പം സന്തോഷം അടങ്ങിയിരിക്കുന്നുവെന്ന് മനസ്സിലാക്കാം. കാല്പനികമായ ഭാഷയുടെ പ്രയോഗം വഴി ബാപ്പുട്ടിയുടെ സ്വഭാവവും ജീവിതവും ആഖ്യാനം ചെയ്യാൻ ഇവിടെ സാധിക്കുന്നു.

സിനിമയിലെ ആദ്യരംഗം നോക്കുക (തിരക്കഥയിൽ എഴുതിയത് പ്രകാരം):

> മേഘമാലകൾ ചിതറിയ ആകാശത്തിന്റെ ഒരു വിശാലവീക്ഷണം. താഴെ അതു പ്രതിബിംബിക്കുന്ന നദീതടം. നദിയുടെ സംഗീതം. നദി ഒരു സജീവമായ കഥാപാത്രമാണിതിൽ. അതിന്റെ മുഖച്ഛായകൾ കണ്ട്, തീരങ്ങളും ഓളങ്ങളും കണ്ട്, ആരംഭഘട്ടത്തിലേക്ക് കുതിക്കുകയാണ് നാമെന്ന പ്രതീതി. നദീത്തീരത്തു കരയടുപ്പിച്ച ചരക്കുകൾ കയറ്റിയ ഒരു പുരവഞ്ചിയുടെ സമീപത്ത് നാമെത്തിച്ചേരുന്നു (വാസുദേവൻനായർ എം ടി 2000:7).

മേഘങ്ങൾ ചിതറിയ ആകാശം, നദീതടത്തിലെ പ്രതിബിംബം, നദിയിലെ ഓളങ്ങൾ, തീരത്തിലെ പുല്ച്ചെടികൾ ഇവയുടെ മാറി മാറിയുള്ള ഷോട്ടുകളും, റൈറ്റ് മൂവിങ് ഷോട്ടിലൂടെയും 'മണിമാരൻ

തന്നത് പണമല്ല പൊന്നല്ല, മധുരക്കിനാവിന്റെ കരിമ്പിൻ തോട്ടം' എന്ന ഗാനത്തിന്റെ അകമ്പടിയോടെയും സിനിമയുടെ ആദ്യരംഗം ആരംഭിക്കുന്നു. നായകനായ ബാപ്പുട്ടിയെയും നെബീസുവിനെയും ഇവിടെ കാണിക്കാതെ തന്നെ ഒരു പ്രണയകഥയുടെ തുടക്കം പാട്ടിലൂടെ പ്രേക്ഷകന് ലഭിക്കുന്നു. ഓളവും തീരവുമെല്ലാം കാണിക്കുകയും, പണത്തിനേക്കാളും പൊന്നിനേക്കാളും കാമുകന്റെ പ്രണയമാണ് വലുതെന്ന രീതിയിൽ നെബീസുവിനെ സ്മരിക്കാനും ആദ്യരംഗം ഇടവരുന്നു. സ്ത്രീശബ്ദമാണ് പാട്ടിൽ കേൾക്കുന്നത്. ചെറുകഥയിൽ നായികയുടെ പേര് സൈനബയെന്നാണെങ്കിൽ സിനിമയിൽ നെബീസുവെന്നാണ്.

ചെറുകഥയുടെ അന്ത്യഭാഗം നോക്കുക.

"അരയിൽ തിരുകിവച്ച ഒരുപിടി മുഷിഞ്ഞ നോട്ടുകൾ പുറത്തെടുത്ത് ബീവാത്തുമ്മയുടെ കൈയിൽവെച്ചിട്ട് അവൻ പറഞ്ഞു:

ദിരുന്നോട്ടെ, ഞ്ഞീം ആവസ്യംബരും

ബീവാത്തുമ്മ ശ്വാസം മുട്ടിയതുപോലെ നില്ക്കുകയായിരുന്നു!

ബീവാത്തുത്താത്ത, ഞാമ്പോണ്....

അവൻ മുറ്റത്തിറങ്ങി നടന്നു. അകത്തുനിന്നു സൈനബയുടെ ചോരക്കുഞ്ഞു കരയുകയായിരുന്നു.

ള്ളേ !ള്ളേ !ള്ളേ !ള്ളേ !....." (വാസുദേവൻനായർ എം ടി 2005:60)

സൈനബയുമൊത്തുള്ള ജീവിതത്തിനായി ബാപ്പുട്ടി പണിയെടുത്തു സ്വരൂപിച്ച പണം സൈനബ കാതറുകുട്ടിയുടെ കുഞ്ഞിനെ പ്രസവിച്ചപ്പോൾ ആ ആവശ്യത്തിനായി ബീവാത്തുമ്മയുടെ കൈയിൽ ഏല്പിക്കുന്നു. ബാപ്പുട്ടി പണംകൊടുത്ത് മുറ്റത്തിറങ്ങി നടന്നപ്പോൾ ചോരക്കുഞ്ഞിന്റെ കരച്ചിൽ കേൾക്കുന്നുണ്ടായിരുന്നു. ചെറുകഥയിൽ വായനക്കാരൻ അനേകം അർത്ഥതലങ്ങളിലേക്ക് പൂരിപ്പിക്കാനാവശ്യമായ ഒരവസാനമാണിത്. കുഞ്ഞിന്റെ കരച്ചിലിൽ ബാപ്പുട്ടിയുടെ മനസ്സലിഞ്ഞ് സൈനബയെ സ്വീകരിക്കുമോ എന്ന ആലോചനയും ഇവിടെ നടന്നേക്കാം. അതോ താൻ അവൾക്കുവേണ്ടി സമ്പാദിച്ച പണം തിരികെ കൊടുക്കാൻ മാത്രം വന്നതോ? ഏതായാലും ബാപ്പുട്ടിക്ക് സൈനബയുടെ ജീവിതം സന്തോഷമാകണമെന്ന ആഗ്രഹമുണ്ടെന്നും മറ്റുള്ളവർക്കുവേണ്ടി ത്യാഗം ചെയ്യുന്നതാണ് സ്നേഹമെന്നും, അത് തിരികെ തരണമെന്ന് ആഗ്രഹിക്കരുതെന്നുമുള്ള ചിന്ത ബാപ്പുട്ടിയെന്ന കഥാപാത്രം വായനക്കാരനിൽ ഉണ്ടാക്കുന്നു.

ചെറുകഥയിൽനിന്ന് സിനിമയുടെ അന്ത്യരംഗത്തിന് വളരെയധികം വ്യത്യാസങ്ങളുണ്ട്.

നെഞ്ചിടിപ്പോടെ നോക്കുമ്പോൾ, ഇളകിയ അലകളൊതുക്കി വെള്ളം വീണ്ടും ശാന്തമാകുമ്പോൾ നരച്ച ആകാശം പ്രതിഫലിക്കുന്ന നദീതടത്തിൽ, മണലിൽ അവളുടെ മുഖം. സ്വപ്നം പോലെ - സ്വപ്നത്തിലെ രാജകുമാരിയെപ്പോലെ മരണത്തിലും സുന്ദരിയായ നദിയുടെ പുത്രി നെബീസു. (കരിവളകളിട്ട ആ കൈ തെരപ്പത്തിൽ

കുടുങ്ങി തങ്ങിനില്ക്കുന്നതും വിട്ടു) നദിയുടെ സംഗീതം.

നദി : തെരപ്പം നീങ്ങുകയാണ്. ഇപ്പോൾ ചെറുക്കനാണ് അതു നയിക്കുന്നത്. നാളത്തെ മറ്റൊരു ബാപ്പുട്ടി. തകർന്നടിഞ്ഞ ഒരു മനുഷ്യനായി അതിന്റെ മൂലയിൽ ബാപ്പുട്ടി ഇരിക്കുന്നു. എണ്ണമറ്റ ജീവിതപ്രവാഹങ്ങളിലൊന്നുമാത്രമായി, നദിയുടെ വിശാലതയിൽ ഒരു പുള്ളിക്കുത്തുപോലെ നിസ്സാരമായി അത് അകലുകയാണ്, ചക്രവാള ത്തിലേക്ക്... (വാസുദേവൻനായർ എം ടി : 2000:88)"

വായിക്കാവുന്ന സാഹിത്യംപോലെയാണ് എം ടിയുടെ *ഓളവും തീരവും* തിരക്കഥ എഴുതിയിരിക്കുന്നത്. തന്റെയൊപ്പം നെബീസു വരില്ലെന്ന് പറഞ്ഞതുമുതൽ ബാപ്പുട്ടി സ്വയം ശപിക്കപ്പെട്ടവനെപ്പോലെ ദുഃഖാകുലനാണ്. തെരപ്പം നീങ്ങിത്തുടങ്ങുന്ന ഷോട്ടിൽനിന്ന് ക്യാമറ ചലിക്കുന്നത് നദീതടത്തിൽ പൊങ്ങിക്കിടക്കുന്ന നെബീസുവിന്റെ മുഖത്തേക്കാണ്. അതിനുശേഷം തെരപ്പം നീങ്ങുന്നതിന്റെ ദൃശ്യം. അതിൽ രണ്ടുപേരുണ്ട്. മുഖം വ്യക്തമാകാത്ത രീതിയിൽ ബ്ലാക്ക് കൂടുതലുള്ള ലോങ് ഷോട്ടാണിത്. ചെറുകഥയിൽനിന്നും വ്യത്യസ്ത മായി നെബീസുവിന്റെ മരണം സിനിമയെ ദുരന്തകഥയാക്കി മാറ്റുന്നു. ബാപ്പുട്ടിയോടൊപ്പം വരില്ലെന്ന നെബീസുവിന്റെ തീരുമാനം അവളുടെ മരണത്തിലേക്കുള്ള യാത്രയായിരുന്നുവെന്ന് അവസാന രംഗം കാണുമ്പോൾ നടുക്കത്തോടെ പ്രേക്ഷകർ അറിയുന്നു.

കഥ പറയുമ്പോൾ ചലച്ചിത്രത്തിന് പല രീതികളുമുണ്ട്. ആഖ്യാനത്തിലൂടെ യാഥാർത്ഥ്യവും അതിയാഥാർത്ഥ്യവുമായ ദൃശ്യങ്ങൾ സൃഷ്ടിക്കുവാൻ ഇന്ന് സാങ്കേതിക വിദ്യയുടെ ഫലമായി സാധിക്കുന്നു. ചെറുകഥയിലും നോവലിലും ഒരാൾ കഥപറയുന്ന രീതി പൊതുവെ കാണുന്നുണ്ട്. എന്നാൽ സിനിമ വർത്തമാനത്തിന്റെ കഥയായി ചിത്രീ കരിക്കപ്പെടുന്നു. ബാപ്പുട്ടിയുടെ ജീവിതത്തിലൂടെ വികസിക്കുന്ന ആഖ്യാനരീതിയാണ് ചെറുകഥയിൽ കാണുന്നത്. അതുകൊണ്ട് കഥയിലെ എല്ലാ സംഭവങ്ങളും ബാപ്പുട്ടി അറിയുന്നു. ചെറുകഥയിൽ നിന്ന് വ്യത്യസ്തമായി വളരെയധികം തന്റേടമുള്ള വ്യക്തിത്വമായി ബാപ്പുട്ടിയെ ചിത്രീകരിക്കുന്നുണ്ട്. ചെറുകഥയിൽ ദുസ്വഭാവമില്ലാത്ത ബീവാത്തുമ്മ സിനിമയിൽ പരപുരുഷന്മാരെ പ്രാപിച്ചിട്ടാണ് കുടുംബം നോക്കുന്നതെന്ന് അവതരിപ്പിക്കുന്നു.

ചെറുകഥയും സിനിമയും ആഖ്യാനവല്ക്കരിക്കുവാൻ ശ്രമിക്കുന്നത് വ്യത്യസ്ത കാര്യങ്ങളാണ്. അതുകൊണ്ട് സിനിമയിൽ നിരവധി ഉപകഥകൾ വരുന്നു. നെബീസുവിന്റെ കൂട്ടുകാരി കാളിക്കുട്ടിയുമായുള്ള ബന്ധം മുഖ്യപ്രമേയത്തോട് ചേർന്ന് പോകാവുന്നതാണെങ്കിലും അതിനും പ്രാധാന്യം ലഭിക്കുന്ന രീതിയിലാണ് ആഖ്യാനം. ബാപ്പുട്ടി എന്ന നായക കഥാപാത്രത്തെ വികസിപ്പിക്കുവാനായി സംഘർഷ രംഗങ്ങളും സിനിമയിൽ ഒരുക്കിയിട്ടുണ്ട്.

എം ടിയുടെ ചെറുകഥയിൽ ബാപ്പുട്ടിക്ക് ഓർമ്മവെച്ചകാലത്ത്

ഉമ്മയുണ്ടായിരുന്നതായി പറയുന്നുണ്ട്. മുതലാളിയുടെ ഉരൽപ്പുരയിൽ അവൻ വളർന്നു. എട്ടു വയസ്സിൽ തനിച്ചായി. മുതലാളിയുടെ കീഴിൽ ജോലിചെയ്യുന്നതുകൊണ്ട് ഭക്ഷണം കിട്ടുന്നു. ഇന്നിപ്പോൾ നിസ്കാര പ്പള്ളിയിൽ കിടക്കുന്നു. എന്നാൽ സിനിമയിലേക്ക് ഈ കഥ മാറുമ്പോൾ ആരോരുമില്ലാത്ത ഒരാളായി ബാപ്പുട്ടി മാറുന്നു. കാട്ടിൽ മരപ്പണി ചെയ്ത് കിട്ടുന്ന പണം കൊടുത്ത് തിന്നും ചീട്ടുകളിച്ചും ബീഡിവലിച്ചും നടക്കുന്നവനായി ചിത്രീകരിച്ചിരിക്കുന്നു. ബീവാത്തുമ്മയുടെ മകനായ അബ്ദു, അമ്മയുടെ തെറ്റായ വഴിയിലൂടെയുള്ള പോക്ക് കണ്ട് വർഷങ്ങൾക്ക് മുമ്പ് വീട് വിട്ടുപോന്നവനാണ്. രോഗബാധിതനായി അയാൾ മരിക്കുന്നു. ചെറുകഥയിൽ ഭർത്താവ് മരിച്ച ബീവാത്തുമ്മ ദാരിദ്ര്യമുണ്ടായിട്ടും നല്ല രീതിയിൽ ജീവിക്കുന്നവളാണ്. അവർക്കുള്ള മകൻ ബാവ വീട്ടിൽ അവരുടെ കൂടെ ജീവിക്കുന്നതായും പറയുന്നുണ്ട്. ബാപ്പുട്ടി അവരുടെ വീട്ടിൽ നിന്ന് ഭക്ഷണം കഴിക്കുകയും ആഴ്ചതോറും അവർക്ക് രൂപ കൊടുക്കുകയും ചെയ്യുമായിരുന്നു. വളരെ ബുദ്ധിമുട്ടി ജീവിക്കുന്ന ഇവർക്ക് ഈ വരുമാനം ഒരു ആശ്വാസമായിരുന്നു. എന്നാൽ അനുവർത്തനത്തിൽ ഇത്തരം രംഗങ്ങൾ കാണുന്നില്ല. നാട്ടുകാർക്ക് വളരെ മോശമായ അഭിപ്രായമുള്ള ഇവരുമായി ബാപ്പുട്ടി അടുക്കുന്നു ണ്ടെന്നും സിനിമയിൽ കാണാം.

അബ്ദുവിന്റെ മൃതദേഹവുംകൊണ്ട് വാഴക്കടവിലെത്തിയപ്പോൾ മുതൽ മമ്മദ്ക്കായുമായി ബാപ്പുട്ടിയുടെ ചങ്ങാത്തം തുടങ്ങുന്നു. എന്നാൽ ചെറുകഥയിൽ തുടക്കം മുതൽ മമ്മദ്ക്കായുമായുള്ള ബാപ്പുട്ടിയുടെ ബന്ധം കാണിക്കുന്നുണ്ട്. ചെറുകഥയിൽ ബീവാത്തുമ്മയുടെ കുടുംബം വളരെ ഞെരുങ്ങിയാണ് ജീവിക്കുന്നതെന്ന് പറയുന്നുണ്ട്. എന്നാൽ സിനിമയിലിത് രണ്ടുമൂന്ന് രംഗങ്ങളിലൂടെയാണ് ആവിഷ്കരിക്ക പ്പെടുന്നത്.

ചെറുകഥയിൽ മറുനാട്ടിൽ നിന്നുവന്ന കാതരുകുട്ടിയെ കാണിക്കു മ്പോൾ അതേ സമയം ബാപ്പുട്ടി അവിടെയുണ്ട്. കാതരുകുട്ടിയുടെ പെട്ടി ചുമക്കുവാൻ ബാപ്പുട്ടി ആഗ്രഹവും പ്രകടിപ്പിക്കുന്നുണ്ട്. എന്നാൽ സിനിമയിൽ ബാപ്പുട്ടി നെബീസുവുമൊത്ത് ജീവിക്കുന്നതിനായി പണം സമ്പാദിക്കുവാൻ വനത്തിൽ മരപ്പണിക്ക് പോയപ്പോഴാണ് മറുനാട്ടിൽ നിന്നുള്ള കുഞ്ഞാലി (കാതരുകുട്ടി)യുടെ ആഗമനം. നായകന്റെ അഭാവത്തിലാണ് സിനിമയിൽ വില്ലന്റെ രംഗപ്രവേശം. കൂടാതെ ചെറുകഥയിൽ നിന്ന് നായകന്റെ വീരത്വത്തിന് കൂടുതൽ പ്രാധാന്യം സിനിമയിൽ ചിത്രീകരിക്കുവാനും ചെറുകഥയിലെപ്പോലെയുള്ള രംഗം തടസ്സം നില്ക്കും.

സാഹിത്യകൃതികൾ ചലച്ചിത്രമാക്കുന്നതിനെപ്പറ്റിയുള്ള സംവിധാ യകനായ പി എൻ മേനോന്റെ അഭിപ്രായം നോക്കുക. "ഒന്ന് - ഇപ്പോൾ സിനിമയ്ക്ക് പറ്റിയ സാഹിത്യം ഇല്ല. രണ്ട് - സിനിമയ്ക്ക് സാഹിത്യം ആവശ്യമില്ല. സിനിമാറ്റിക് ആയ തിരക്കഥയാണ് നമുക്കിന്ന് ആവശ്യം.

നല്ല സാഹിത്യം സിനിമയാക്കുമ്പോൾ കുറെ പരിമിതികൾ ഉണ്ടാകും. അതായത് സാഹിത്യത്തിന്റെയും സിനിമയുടെയും ക്വാളിറ്റി നഷ്ടപ്പെടും" (ഗിരീഷ് കുമാർ:1998:14). അനുവർത്തനത്തെക്കുറിച്ചുള്ള സംവിധായകന്റെ ഈ അഭിപ്രായം ഇന്ന് സ്വീകാര്യമായതാണ്. സിനിമ എന്ന ദൃശ്യമാധ്യമത്തിന്റെ ആവിഷ്കാരത്തോട് സത്യസന്ധത പുലർത്തുവാനും അതിനു പൂർണ്ണത നല്കുവാനുമാണ് നിരവധി ഉപകഥകളുടെ കൂട്ടിച്ചേർക്കൽ വഴി സംവിധായകൻ ശ്രമിക്കുന്നത്.

ചെറുകഥയിൽ സൈനബയുടെ സ്നേഹം മൗനമായിട്ടാണ് അവതരിപ്പിച്ചതെങ്കിൽ സിനിമയിൽ അവരുടെ പ്രണയം കൂടുതൽ ശക്തമായ രംഗങ്ങളിലൂടെ അവതരിപ്പിച്ചിരിക്കുന്നു. സൈനബയുമായി ബാപ്പുട്ടിയുടെ സംസാരം ഒരു രംഗത്തു മാത്രമേയുള്ളൂ. എന്നാൽ സിനിമയിൽ നിരവധി രംഗങ്ങളിൽ ഇവർ ഒരുമിച്ച് കാണുന്നുണ്ട്. നദിയുടെ തീരങ്ങളിൽ ഇവരുടെ സമാഗമം ചിത്രീകരിക്കുന്നത് അനുവർത്തനത്തിന്റെയും സംവിധാനത്തിന്റെയും സൂക്ഷ്മമായ സാമർത്ഥ്യം തന്നെയാണ്. ചെറുകഥയിൽ നിന്ന് വ്യത്യസ്തമായി നിരവധി കഥാപാത്രങ്ങൾ സിനിമയിൽ കൂടുതലുണ്ട്. മൂപ്പൻ, നീലി, വേലായി, നാരായണൻ, സുലൈമാൻ, കുട്ടൻനായർ, ആയിഷ, മൊല്ലാക്ക, ജാനകി, കൃഷ്ണൻ എന്നിങ്ങനെ നിരവധി പേർ പുതിയതായി സൃഷ്ടിക്കപ്പെട്ട കഥാപാത്രങ്ങളാണ്. ചെറുകഥയിൽ ബീവാത്തുമ്മ സൈനബയെ കാതരുകുട്ടിക്ക് വിവാഹം ചെയ്ത് കൊടുക്കുന്നു. കുറച്ചുനാൾ കഴിയുമ്പോൾ കാതരുകുട്ടിയെ പൊലീസ് പിടിക്കുകയും സൈനബ തന്റെ വീട്ടിൽത്തന്നെ വന്നുചേരുകയും കുഞ്ഞിന് ജന്മം നല്കുകയുമാണ് ചെയ്യുന്നത്. എന്നാൽ സിനിമയിൽ കുഞ്ഞാലി ബീവാത്തുമ്മ വീട്ടിലില്ലാത്ത നേരം നോക്കി വന്ന് നെബീസുവിനെ ബലാത്സംഗം ചെയ്യുകയാണ്. ബാപ്പുട്ടി അവളെ സ്വീകരിക്കുവാൻ തയ്യാറായിരുന്നു. എന്നാൽ നദീതീരത്ത് മരിച്ചുകിടക്കുന്ന നെബീസുവിനെയാണ് അവസാനരംഗങ്ങളിൽ കാണുന്നത്. ബാപ്പുട്ടിയുടെയും നെബീസുവിന്റെയും പ്രണയദുരന്തകഥയായി സിനിമ മാറുന്നു. ചെറുകഥയിലെ സൈനബ, സിനിമയിൽ നെബീസുവായപ്പോൾ കഥാപാത്രത്തിന് കൂടുതൽ വ്യക്തിത്വം രൂപപ്പെടുകയും ബാപ്പുട്ടിക്കുവേണ്ടി ജീവിതം വെടിഞ്ഞവളായി മാറുകയും ചെയ്യുന്നു.

ചലച്ചിത്രത്തിലെ സംഭാഷണഭാഷ

എം ടി വാസുദേവൻനായരുടെ ചെറുകഥകളെക്കുറിച്ചുള്ള സാമ്പ്രദായിക അഭിപ്രായത്തിൽ അദ്ദേഹത്തിന്റെ കഥകളെ നിരൂപകർ കാവ്യഗുണം തുളുമ്പുന്ന രചനകൾ എന്ന രീതിയിൽ വിലയിരുത്താറുണ്ട്. കവിതയുടെ സൗന്ദര്യമാണ് അദ്ദേഹത്തിന്റെ കഥകളിൽ കാണുന്നതെന്ന അഭിപ്രായം അദ്ദേഹം തിരക്കഥയെഴുതുന്നതിലും കാണുന്നുണ്ട്. വായിച്ചു രസിക്കാവുന്ന സാഹിത്യമായി അദ്ദേഹത്തിന്റെ തിരക്കഥാസാഹിത്യത്തെ

പലരും ചൂണ്ടിക്കാണിക്കുന്നു. ചെറുകഥയിൽ കാണുന്ന വിവരണങ്ങളും, സംഭാഷണങ്ങളും മനോഹരമായി സിനിമയിൽ പകർത്തുന്നതിനും എം ടി ശ്രമിക്കാറുണ്ട്. കാവ്യസുന്ദരങ്ങളായ സംഭാഷണങ്ങൾ അതുകൊണ്ട് അദ്ദേഹത്തിന്റെ തിരക്കഥയിൽ സാധാരണയായി കണ്ടുവരുന്നു. എം ടി യുടെ ചെറുകഥയ്ക്ക് അദ്ദേഹം തന്നെ തിരക്കഥയെഴുതിയ *ഓളവും തീരവും* സംഭാഷണരംഗങ്ങളാൽ സമൃദ്ധമാണ്. നായക കഥാപാത്രമായ ബാപ്പുട്ടിയുടെ സ്വഭാവവും ജീവിതവും ആദ്യം തന്നെ അവതരിപ്പിക്കുന്നത് മൂപ്പനും അബ്ദുവും തമ്മിലുള്ള സംഭാഷണത്തിലൂടെയാണ്.

"അവനാ വേലപ്പറമ്പിലുണ്ടാവും. വല്ലതും കിട്ട്യാൽ പുള്ളി വലിച്ചും ചീട്ടുകളിച്ചും കളയും. എന്നിട്ട് ബീഡിക്ക് മുക്കാലില്ലാണ്ട്തെണ്ടും. ഇപ്പളത്തെ ഒരു ചെറു ബാല്യക്കാര്! വീടില്ലാ, കുടിയില്ലാ. ഒറ്റാംതടി. അപ്പോ എങ്ങനെ നടന്നാലെന്താ?" (വാസുദേവൻനായർ എം ടി:2000:8).

ഇവിടെ മുഖ്യകഥാപാത്രത്തെ സിനിമയിൽ കാണിക്കുന്നതിനുമുമ്പേ അയാളുടെ ഒരു ചിത്രം പ്രേക്ഷകർക്കുമുമ്പിൽ കാണിക്കുന്നു. സിനിമയുടെ ദൃശ്യ ഭാഷയിലൂടെ ആവിഷ്കരിക്കേണ്ട നായകസ്വഭാവത്തെ സംഭാഷണത്തിലൂടെ അവതരിപ്പിക്കുമ്പോൾ ബാപ്പുട്ടിയുടെ കൂട്ടുകാരനായ അബ്ദുവിന്റെ കുടുംബത്തിന്റെ ഓർമ്മയെയും അത് വെളിപ്പെടുത്തുന്നു. വീടും കുടീം ഉള്ള അബ്ദു അതെല്ലാം ഉപേക്ഷിച്ച് അനാഥനെപ്പോലെ ജീവിക്കുകയാണെന്ന സൂചനയും അപരമായി കാണുന്നുണ്ട്. സംഭാഷണത്തിലൂടെ കൈവരുന്ന ആശയപ്രക്ഷേപണമാണിത്.

മലബാർ മുസ്ലീം സമുദായത്തിന്റെ സാമൂഹ്യപശ്ചാത്തലത്തിൽ ചിത്രീകരിക്കപ്പെട്ട സിനിമയിലെ സംഭാഷണം ആ സമൂഹത്തിന്റെ പ്രതിനിധാന രീതിയെ ആവിഷ്കരിക്കുവാൻ സഹായിക്കുന്നുണ്ട്. കഥാപാത്രങ്ങളുടെ ഗ്രാമീണ സംസാരശൈലി അവരുടെ കർത്തൃത്വത്തെ സൂചിപ്പിക്കുന്ന രീതിയിലാണ് ഇവിടെ ഉപയോഗിച്ചിരിക്കുന്നത്. കഥാപാത്രങ്ങളുടെ സംഭാഷണമാണ് ചലച്ചിത്രത്തിൽ സാധാരണ ഉപയോഗിക്കുന്ന വാചികഭാഷ. അബ്ദു തന്റെ കുടുംബത്തെക്കുറിച്ച് ബാപ്പുട്ടിയോട് പറയുന്ന സംഭാഷണം ഇത് വ്യക്തമാക്കുന്നുണ്ട്.

> മൂപ്പനറിയാം. പലർക്കും അറിയാം. ഞാൻ കേൾക്കെ പറയില്ല. അനക്ക് കേൾക്കണോ? ഈർച്ചക്കാരൻ നാണു വന്ന് ഒരിക്കൽ പറഞ്ഞു. വാഴക്കടവത്ത് ഒരീസം കൂടി. അവടൊരുമ്മണ്ട്, ന്റെ അബ്ദുട്ട്യേ. ബല്ലാത്ത പഹച്ചി! പറഞ്ഞത് എന്റുമ്മെപ്പറ്റി. മിണ്ടാണ്ടെ ചിരിച്ചുംകൊണ്ട് അത് കേട്ടിരിക്കേണ്ടിവന്നപ്പോൾ - പടച്ചോനെക്കൂടി ഞാന് വെറുത്തു. (വാസുദേവൻനായർ എം ടി:2000:15)

കഥാപാത്രങ്ങളെ സവിശേഷമായ സമുദായത്തിലും ദേശചരിത്രത്തിലും സൃഷ്ടിക്കുന്നതിന്റെ രീതിയായി ഈ സംഭാഷണത്തെ മനസ്സിലാക്കാം. കഥാപാത്രങ്ങളുടെ സംഭാഷണങ്ങളിൽ സാധാരണയായി ആദ്യകാല സിനിമകളിൽ നാടകീയത കാണാവുന്നതാണ്. പ്രണയരംഗ

ങ്ങളിലും, സംഘർഷരംഗങ്ങളിലും മെലോഡ്രാമയുടെ അംശം കാണാവുന്നതാണ്. നാടകത്തിൽ കാണാറുള്ളതുപോലെ സംഭാഷണങ്ങൾ എല്ലാം ഉച്ചത്തിൽ, വൈകാരികമായി അവതരിപ്പിച്ചാലേ പ്രേക്ഷകർക്ക് ആസ്വാദ്യമാവുകയുള്ളൂ എന്നു തോന്നുംവിധമുള്ള രംഗങ്ങൾ ഇവിടെ കാണാം. ബീവാത്തുമ്മയുടെ വീട്ടിൽ 'ത്തിരി തീയ് തരോ' എന്നു ചോദിച്ചുവരുന്ന സുലൈമാനുമായുള്ള രംഗവും കുഞ്ഞാലിയും ബാപ്പുട്ടിയും തമ്മിൽ കയർക്കുന്ന രംഗവും നാടകീയത നിഴലിച്ചു നില്ക്കുന്നവയാണ്. ദൃശ്യങ്ങൾക്ക് ശക്തി കൂട്ടുന്നവയാണ് സംഭാഷണങ്ങൾ. ഈ സിനിമയിൽ ചില രംഗങ്ങളിൽ സംഭാഷണങ്ങൾ അധികമായി ഉപയോഗിക്കുന്നുണ്ട്. എന്നാൽ ഒട്ടേറേ രംഗങ്ങളിൽ സംഭാഷണ ശൈലിയിലും സംഭാഷണരീതിയിലും നാടകത്തിൽ നിന്ന് കടംകൊണ്ടിട്ടുള്ള ആദ്യകാലസിനിമകളിൽ നിന്ന വിച്ഛേദം പി എൻ മേനോന്റെ *ഓളവും തീരവും* വച്ചുപുലർത്തുന്നുണ്ട്. സിനിമയിൽ ഫ്രെയിമിനകത്തു കാണുന്നതിന്റെ ശബ്ദം മാത്രമേ കൂടുതലായും കാണിക്കുന്നുള്ളൂ. ചില സമയങ്ങളിൽ ഇത് മറികടക്കുന്നുണ്ട്. അബ്ദുവും ബാപ്പുട്ടിയും വഞ്ചിതുഴഞ്ഞു പോകാൻ തുടങ്ങുമ്പോൾ അല്ലാഹു അക്ബർ വിളി പള്ളിയിൽ നിന്ന് മുഴങ്ങുന്നതായി കേൾക്കുന്നു. കാട്ടിൽ മരപ്പണിക്കാരുടെ താവളവും, അവരുടെ പണികളുമെല്ലാം ചിത്രീകരിക്കുമ്പോഴും വെള്ളത്തിലൂടെ മരത്തടികൾ കൊണ്ടുപോകുമ്പോഴും സംഭാഷണങ്ങൾ കുറവാണ്. ഇവിടെ സംഭാഷണങ്ങൾ അധികം ഉപയോഗിക്കാതിരുന്നത് സിനിമയുടെ ദൃശ്യസംവേദനത്തെ ദോഷകരമായി ബാധിച്ചിരുന്നില്ലായെന്ന് കാണാവുന്നതാണ്.

പശ്ചാത്തലസംഗീതം

സിനിമയുടെ പ്രധാനപ്പെട്ട ശബ്ദങ്ങളിലൊന്നാണ് പശ്ചാത്തല സംഗീതം. യഥാർത്ഥത്തിൽ ദൃശ്യങ്ങളുടെ തീവ്രതയ്ക്ക് അനുയോജ്യമായ സംഗീതമാണ് പശ്ചാത്തലസംഗീതംകൊണ്ട് അർത്ഥമാക്കുന്നത്. പാളിപ്പോയ പല ദൃശ്യങ്ങളും സംഗീതംകൊണ്ട് ശരിയാക്കാൻ പലരും ശ്രമിക്കാറുണ്ട്. സംഗീതം ആവശ്യ സന്ദർഭങ്ങളിൽ ഉപയോഗിക്കുന്നതും അല്ലാത്തപ്പോൾ ഉപേക്ഷിക്കുന്നതും ഒരുപോലെ പ്രാധാന്യമർഹിക്കുന്നതാണ്. ഒരു സിനിമയുടെ പ്രമേയം പ്രേക്ഷകനിലേക്ക് സംവേദനം ചെയ്യപ്പെടുന്നതിൽ ദൃശ്യത്തോടൊപ്പം തന്നെ ശ്രാവ്യത്തിനും പങ്കുണ്ട്. സംഭാഷണം, പശ്ചാത്തലസംഗീതം, നിശ്ശബ്ദമായ ഇടവേളകൾ, സൗണ്ട് ഇഫക്ടുകൾ എന്നിവയാണ് ഒരു ശബ്ദപഥത്തിലെ ഘടകങ്ങൾ. സംഭാഷണം ആഖ്യാനത്തെ മുന്നോട്ടു നയിക്കുന്നു. ദൃശ്യങ്ങൾക്ക് സ്വാഭാവികത നല്കുന്നത് ഇഫക്ട് ശബ്ദങ്ങളാണ്. ആനുഷംഗിക ശബ്ദങ്ങൾ (Incidental sound) പരിസരശബ്ദങ്ങൾ (Atmospheric sounds) തുടങ്ങി വ്യത്യസ്ത ധർമ്മങ്ങളുള്ള ഇഫക്ടുകളുണ്ട്. ആനുഷംഗികശബ്ദങ്ങൾ, ദൃഷ്ടിഗോചരമായ ദൃശ്യത്തിന്റെ ശ്രാവ്യപൂരകമാണ്. പരിസരശബ്ദങ്ങൾ

സംഭവം നടക്കുന്ന പ്രദേശത്തിന്റെയും കാലത്തിന്റെയും സവിശേഷതകൾ അനാവരണം ചെയ്യുന്നു. ഒരു സാഹചര്യത്തെയോ ഒരു കഥാപാത്രത്തിന്റെ ഭാവത്തെയോ പൊലിപ്പിക്കുക (elevate) യാണ് മിക്കപ്പോഴും പശ്ചാത്തല സംഗീതത്തിന്റെ ധർമ്മം. നിശബ്ദതയ്ക്കുമുണ്ട് അർത്ഥപൂർണ്ണമായ മുഹൂർത്തങ്ങൾ സൃഷ്ടിക്കുവാനുള്ള കഴിവ്. മേല്പറഞ്ഞ ഘടകങ്ങളെയെല്ലാം സ്വാഭാവികവും സവിശേഷവുമായ വ്യത്യസ്ത ചേരുവകൾ സൃഷ്ടിച്ച്, ചലച്ചിത്രത്തിനാവശ്യമായ ഭാവാർത്ഥ സംവേദനശേഷി രൂപപ്പെടുത്തുവാൻ *ഓളവും തീരവും* സിനിമയിൽ ശ്രമിക്കുന്നുണ്ട്. അബ്ദുവിന്റെ മരണം ചിത്രീകരിക്കുന്ന രംഗത്ത് ആകാശത്ത് അനേകം കാക്കകൾ കലപില കൂടുന്ന ദൃശ്യവും കാണിക്കുന്നുണ്ട്. കാക്കകളുടെ കൂട്ടത്തോടെയുള്ള ശബ്ദത്തോടൊപ്പം മരണത്തിന്റെ ഭീകരത വിളിച്ചോതുന്ന സംഗീതവും കടന്നുവരുന്നു. പശ്ചാത്തലസംഗീതത്തിൽ ഇവിടെ ഉപയോഗിച്ചിരിക്കുന്ന പരിസരശബ്ദവും സംഗീതവും രംഗത്തിന്റെ തീക്ഷ്ണമായ അനുഭവം സംവേദനം ചെയ്യാൻ സഹായകമാകുന്നു.

ബാപ്പുട്ടിയുടെ തോണി നദിയിലൂടെ നീങ്ങുമ്പോൾ പശ്ചാത്തലത്തിൽ കേൾക്കുന്ന സംഗീതം, ഓളങ്ങളുടെ ശബ്ദം, വെളുപ്പിന് വള്ളക്കടവിനു സമീപമെത്തുമ്പോൾ കോഴികൂവുന്ന ശബ്ദം എന്നിവ പശ്ചാത്തലസംഗീതത്തിന്റെ ആശയവിനിമയ സാദ്ധ്യതകളെ വിളിച്ചോതുന്നവയാണ്. എന്നാൽ ചില രംഗങ്ങളിൽ അനാവശ്യമെന്നു തോന്നും വിധവും സംഗീതം കടന്നുവരുന്നുണ്ട്. ബീവാത്തുമ്മയെ ആദ്യമായി തിരശ്ശീലയിൽ കാണിക്കുമ്പോഴും, അബ്ദുവിന്റെ സാധനങ്ങൾ അടങ്ങിയ ഭാണ്ഡം ബാപ്പുട്ടി നെബീസായെ ഏല്പിക്കുവാൻ നില്ക്കുന്ന രംഗത്തിലും ഇത്തരത്തിൽ പശ്ചാത്തലസംഗീതം ഉപയോഗിച്ചിരിക്കുന്നു.

നെബീസു തന്റെ ഇക്കാക്കടെ സാധനങ്ങൾ കാളിക്കുട്ടിയെ കാണിക്കുമ്പോൾ ഉപയോഗിച്ചിരിക്കുന്ന സംഗീതം 'സംഭാഷണങ്ങളില്ലാതെ കാളിക്കുട്ടിയും ഇക്കാക്കയും തമ്മിലുള്ള പൂർവ്വബന്ധത്തെ' ധ്വനിപ്പിക്കുന്നു. കാളിക്കുട്ടിയുടെ സമീപദൃശ്യത്തിന്റെ പശ്ചാത്തലത്തിൽ സംഗീതം കടന്നുവരുമ്പോൾ അതിന് ഇക്കാക്കയുമായുള്ള ബന്ധത്തെ സൂചിപ്പിക്കുവാൻ സഹായകമാവുന്നു. *ഓളവും തീരവും* സിനിമയുടെ അടിസ്ഥാന സ്വഭാവത്തിൽ ബാപ്പുട്ടിയുടെയും നെബീസുവിന്റെയും പ്രണയത്തിന് അർഹമായ സ്ഥാനമുണ്ട്. ബാപ്പുട്ടി നെബീസുവിനായി വാങ്ങിയ വളകളെടുത്ത് അവളെ പിന്തുടരുമ്പോൾ പശ്ചാത്തലത്തിൽ ഉപയോഗിച്ചിരിക്കുന്ന ഓടക്കുഴൽ സംഗീതം പ്രണയത്തിന്റെ മധുരഗാനമായിത്തീരുന്നു. പുരാണത്തിലെ കൃഷ്ണരാധാപ്രണയത്തിന് ഓടക്കുഴൽ നാദം പ്രധാനമായിത്തീരുന്നതുപോലെ ഇവിടെയും പ്രണയനിമിഷങ്ങൾക്ക് ഈ ഗാനം തീവ്രത നല്കുന്നു.

എം ടിയുടെ കഥകളിൽ പുഴ ഒരു സാന്നിദ്ധ്യമാണെന്ന് കാണാം. *ഓളവും തീരവും* സിനിമയിലും കഥാപാത്രങ്ങളുടെ പ്രവൃത്തികളിൽ ക്രമപ്പെടുത്തുന്ന, ഇടപെടുന്ന രൂപകമാണ് പുഴ. പുഴകടന്നാണ്

അബ്ദുവിന്റെ ശരീരവുംകൊണ്ട് ബാപ്പുട്ടി അവന്റെ വീട്ടിലെത്തുന്നത്. നെബീസുവിന്റെയും ബാപ്പുട്ടിയുടെയും പ്രണയ രംഗങ്ങൾക്ക് നിരന്തരം കൂട്ടായിരുന്നതും ഈ പുഴ തന്നെ. *"ഓളവും തീരവും* കറങ്ങുന്നത് മറുതീരത്ത്, സേലം പട്ടണത്തിൽ നിന്ന് പണമുണ്ടാക്കി മടങ്ങിവരുന്ന കുഞ്ഞാലിക്കു ചുറ്റുമാണ്. ഇയാളാണ് ഗ്രാമത്തിലെ മറ്റുകഥാപാത്രങ്ങൾക്ക് ദുരന്തം കൊണ്ടുവരുന്നത്. സമുദ്രത്തിന്റെ കലങ്ങിമറഞ്ഞ കാലത്തിന് പകരംവയ്ക്കപ്പെടുന്നത് തദ്ദേശീയവും പരിചിതവുമായ പുഴയുടെ താളങ്ങളാണ്" (ദിലീപ് എം മേനോൻ, 2005:54). പുഴകടന്ന് പട്ടണത്തിൽ പോയി തിരിച്ചുവരുന്ന കുഞ്ഞാലി ഇവിടെ നാഗരികതയുടെ പ്രതീകമാണ്. കഥയിൽ കാതരുകുട്ടിയുടെ വർണ്ണന ഇങ്ങനെയാണ്. കാലിൽ കറുത്തു മിന്നുന്ന റബ്ബർ ഷൂസ്. നടക്കുമ്പോൾ സെന്റിന്റെ രൂക്ഷമായ മണം, ഇറുകിയ വട്ടക്കഴുത്തുള്ള ബനിയനും, ലുങ്കിയും, സിഗരറ്റ് വലിക്കുന്നു. സിനിമയിലെ കുഞ്ഞാലിയുടെ തുടക്കരംഗത്ത് - കട്ടഷൂസ്, മടക്കിക്കുത്തിയ ഡബിൾമുണ്ട്, സിൽക്ക് ഷർട്ട്, കൂളിങ് ഗ്ലാസ്, സിഗരറ്റ് എന്നിവ കാണുന്നുണ്ട്. നഗര വ്യക്തിത്വവുമായി ഗ്രാമത്തിലെത്തിയ കുഞ്ഞാലിയാണ് ബാപ്പുട്ടി-നെബീസു പ്രണയത്തിന് പ്രതിനായകനായത്. നെബീസുവിന്റെ മരണത്തിന് കാരണക്കാരനായതും ഈ നാഗരികനാണ്. ആധുനികതയുടെ നാഗരികവേഷവിധാനങ്ങളാണ് അയാൾ അണിഞ്ഞിരിക്കുന്നത്. നദിയുടെ പശ്ചാത്തലത്തിലുള്ള വ്യത്യസ്തരംഗങ്ങളിൽ ഉപയോഗിച്ചിരിക്കുന്ന സംഗീതം സന്ദർഭങ്ങൾക്കനുസരിച്ച് വ്യത്യസ്ത അർത്ഥം ഉല്പാദിപ്പിക്കുന്നുണ്ട്. ബാപ്പുട്ടിയുടെയും നെബീസുവിന്റെയും പ്രണയരംഗങ്ങളിൽ നദിയിലെ ഓളങ്ങളുടെ ശബ്ദവും ഓടക്കുഴൽ നാദവും പശ്ചാത്തലസംഗീതമാകുന്നു. നദിക്കരികിലെ ബാപ്പുട്ടിയുടെ സമീപത്തുനിന്ന് നെബീസു ഓടിപ്പോകുമ്പോൾ തബലയും, ഓടക്കുഴലും ചേർന്ന സംഗീതമാണ് ഉപയോഗിച്ചിരിക്കുന്നത്. എന്നാൽ അവസാനരംഗത്ത് പുഴയിൽ പൊങ്ങിക്കിടക്കുന്ന നെബീസുവിന്റെ പശ്ചാത്തലത്തിൽ ഈ നദിയുടെ സംഗീതം കേൾക്കുമ്പോൾ ദുരന്തത്തിന്റെ അനുഭൂതിയാണ് ഉണ്ടാകുന്നത്.

സിനിമാഗാനങ്ങൾ

സിനിമയുടെ പ്രമേയത്തിനും വിവിധ മാനസികഭാവങ്ങൾക്കും കഥാഗതിയുടെ പുരോഗതിക്കും അനുസരിച്ച് ഗാനങ്ങൾ ചേർക്കുന്ന പതിവ് ആദ്യകാല മലയാളസിനിമ മുതലിങ്ങോട്ട് തുടർന്നുപോന്ന പ്രക്രിയയാണ്. എന്നാൽ പിന്നീട് ഗാനങ്ങൾ വഴി സിനിമയ്ക്കു കിട്ടുന്ന മാർക്കറ്റ്, ഗാനങ്ങളെ കച്ചവടതാല്പര്യത്തിനനുസരിച്ച് സിനിമയിൽ കൂട്ടിച്ചേർക്കുവാൻ ഇടയാക്കി. റേഡിയോവിലൂടെയും, ചാനലിലൂടെയും സംപ്രേഷണം ചെയ്യുന്ന സിനിമാഗാനങ്ങൾ സിനിമയുടെ നല്ലൊരു പരസ്യതന്ത്രവുമായി മാറുന്നുമുണ്ട്.

ആദ്യകാല മലയാളസിനിമകളിൽ പാട്ട് ഒരു പ്രധാനഘടകമാ

യിരുന്നു. ചലച്ചിത്ര ഗാനങ്ങൾ എന്ന സങ്കല്പം നാടകഗാനങ്ങളിൽ നിന്ന് രൂപംകൊണ്ടതാണ്.

സിനിമാഗാനങ്ങൾ കേരളീയ ഗാനസംസ്കാരത്തിലെ പ്രധാനഘടകമാണ്. ജാതി, മത, ലിംഗഭേദമില്ലാതെ ഇത് ഏവർക്കും ആസ്വാദനീയമായ ഒന്നാണ്. കേരളീയ ആധുനിക പൊതുമണ്ഡലത്തിൽ സിനിമാഗാനങ്ങൾ ചെലുത്തിയ സ്വാധീനം ചെറുതല്ല. വരേണ്യ സംസ്കാരത്തിന്റെ ക്ലാസിക് ഗാനങ്ങൾക്കും മറ്റു മതവിഭാഗങ്ങളുടെ ഗാനങ്ങൾക്കും വ്യത്യസ്തമായ രീതിയിലുള്ള സിനിമാഗാനങ്ങൾ അതുകൊണ്ടുതന്നെ കേരളീയമായ ഒരു ദേശീയതയെ നിർവ്വചിക്കുന്നതിൽ ഇടപ്പെട്ടു. എങ്കിലും ഇന്നും മലയാളസിനിമയിൽ ക്ലാസിക് ഗാനാധീശത്വം സൂക്ഷ്മമായി പരിശോധിച്ചാൽ കാണാവുന്നതാണ്.

പി എൻ മേനോന്റെ *ഓളവും തീരവും* സിനിമ തുടങ്ങുന്നതുതന്നെ ഗാനത്തോടെയാണ്. 'മണിമാരൻ തന്നത് പണമല്ല, പൊന്നല്ല/മധുരക്കിനാവിന്റെ കരിമ്പിൻ തോട്ടം. ബാപ്പുട്ടിയുടെയും നെബീസുവിന്റെയും പ്രണയത്തിന് പശ്ചാത്തലമെന്നോണം, അതിനുള്ള തുടക്കം ഒരുക്കുന്നതിന് ഈ ഗാനം സഹായകമാവുന്നു. പൊന്നിനേക്കാളും പണത്തിനെക്കാളും നെബീസു ഇഷ്ടപ്പെട്ടത് ബാപ്പുട്ടിയെയായിരുന്നു. പണക്കാരനായ കുഞ്ഞാലിയുടെ മോഹനവാഗ്ദാനങ്ങളിൽ വീഴാതെ ബാപ്പുട്ടിയുടെ സ്നേഹം കാത്തിരുന്നവളാണ് നെബീസു. ബാപ്പുട്ടിക്ക് നെബീസുവിനോട് സ്നേഹമുണ്ടെന്ന് വ്യക്തമാവുന്ന സന്ദർഭമാണ് ബാപ്പുട്ടി വള മേടിക്കുവാൻ പോകുന്ന രംഗം. വള മേടിക്കുന്ന രംഗത്ത് 'ഓമനക്കയ്യാലെ കരിവള' എന്ന ഗാനം പശ്ചാത്തലത്തിൽ കേൾക്കുന്നത് സന്ദർഭത്തിന്റെ സൗന്ദര്യവും തീക്ഷ്ണതയും വർദ്ധിപ്പിക്കുന്നു. മമ്മത്ക്കായുടെ കാവല്പുരയിൽ അടുപ്പിച്ചിട്ട ബഞ്ചുകളിൽ ബാപ്പുട്ടി കിടക്കുമ്പോൾ അകലെ എവിടെയോ അണച്ചിട്ട തോണികളിൽ നിന്ന് ഒരു കെസ്സുപാട്ട് പശ്ചാത്തലത്തിൽ കേൾക്കുന്ന ഒരു രംഗം സിനിമയിലുണ്ട്. ഈ പാട്ടിന്റെ ദൃശ്യത്തിൽ ബാപ്പുട്ടിയുടെ, നെബീസുവിന്റെ ക്ലോസപ്പ് ഷോട്ടുകൾ മാറിമാറി കാണിക്കുന്നുണ്ട്. മമ്മത്ക്കാ ബാപ്പുട്ടിയോട് സംസാരിക്കുന്ന രംഗത്തും കെസ്സുപാട്ട് പശ്ചാത്തലത്തിൽ കേൾക്കാം. ബാപ്പുട്ടി കാട്ടിൽപ്പോയി മരപ്പണി ചെയ്ത് വളരെനാളുകൾക്കുശേഷം മരത്തടിയുമായി വാഴക്കടവിലെത്തുമ്പോൾ അകലെ കടവിൽ നിർത്തിയിട്ട തോണികളിൽ നിന്ന് ഒരു കെസ്സുപാട്ടിന്റെ അലയൊലിയുണ്ട്. തന്റെ കാമുകിയുടെ സാന്നിദ്ധ്യം വിളിച്ചറിയിക്കുന്ന പശ്ചാത്തലഗീതമാണിത്.

ചെറുകഥയിൽ മമ്മത്ക്കായാണ് കെസ്സുപാട്ട് ചൊല്ലുന്നത്. 'മൊഞ്ചും മോഹവും കണ്ടു മനം മറന്നേ പെണ്ണിൻ/ കൊഞ്ചലും കളിയും കണ്ടകം തളർന്നേ' എന്ന മമ്മത്ക്കായുടെ ഈ പാട്ട് കേൾക്കുമ്പോൾ ബാപ്പുട്ടിക്ക് ദേഷ്യവും ചിലപ്പോൾ ആശ്വാസവും തോന്നാറുണ്ട്. ബാപ്പുട്ടി എല്ലാം മറക്കുവാൻവേണ്ടി പാടുപെടുകയായിരുന്നു. അവൻ സ്വന്തം ചിന്തകളിൽ മുഴുകിയിരിക്കുമ്പോൾ മമ്മത്ക്കാ ശകാരിക്കും. കെസ്സുപാട്ടുകൾ പാടും,

പഴയ കഥകൾ പറയും (വാസുദേവൻനായർ എം ടി : 2005 : 58). എന്നാൽ സിനിമയിൽ ബാപ്പുട്ടിയുടെയും നെബീസുവിന്റെയും പ്രണയത്തെ ഓർമ്മപ്പെടുത്തുന്ന ഒന്നായിട്ടാണ് കെസ്സുപാട്ട് വരുന്നത്.

കാട്ടിൽ മരപ്പണിക്കുപോയ ബാപ്പുട്ടിയുടെ വിവരങ്ങൾ അറിയാൻ നെബീസു മമ്മത്ക്കായുടെ അടുത്തുവരുമ്പോൾ അയാൾ അവരെ തമാശയ്ക്ക് കളിയാക്കുന്നുണ്ട്. ലജ്ജകൊണ്ട് അവൾ നദീതീരത്തിലൂടെ ഓടിപ്പോകുമ്പോൾ ഒരു ഗാനം കേൾക്കുന്നുണ്ട്. കവിളിലുള്ള മാരിവില്ലിന് കണ്ടമാനം തുടിതുടിപ്പ്/ കരളിലുള്ള പൈങ്കിളിക്ക് ചിറകിനുള്ളിൽ പിടപിടപ്പ്. നായികാനായകന്മാരുടെ ലജ്ജയും പ്രണയവുമെല്ലാം സൂചിപ്പിക്കുന്നതിനായി മുഖ്യധാരാസിനിമയിൽ സാധാരണയായി കാണുന്ന ഒരു ആവിഷ്കാരരീതിയാണ് ഇത്തരം ഗാനങ്ങളും ചിത്രീകരണരംഗങ്ങളും. നായികാ നായകന്മാരുടെ പ്രണയരംഗങ്ങളാവിഷ്കരിക്കാനും ഇവിടെ വേറൊരു രീതിയിൽ കെസ്സുപാട്ടും ഉപയോഗപ്പെടുത്തിയിട്ടുണ്ട്.

ചിത്രസംയോജനവും ക്യാമറയുടെ ചലനവും

ചലച്ചിത്രനിർമ്മാണത്തിന്റെ പ്രധാനഘടകങ്ങളിൽ ഒന്നാണല്ലോ ചിത്രസംയോജനം (Editing). ഷോട്ടുകളെ പ്രമേയത്തിനും, താളക്രമത്തിനും അനുസരിച്ച് ചേർത്തുവയ്ക്കുമ്പോഴാണ് സിനിമ സൗന്ദര്യാത്മകമാവുന്നത്. ഇന്ന് കംപ്യൂട്ടർ സാങ്കേതികവിദ്യയുടെ അഭൂതപൂർവ്വമായ വളർച്ചയുടെ ഫലമായി എഡിറ്റിങ്ങിൽ വളരെയധികം മാറ്റങ്ങളുണ്ടാകുന്നുണ്ട്. എഡിറ്റിങ്ങാണ് സിനിമയുടെ ജീവൻ എന്ന വാദം ആദ്യകാലം മുതൽ സിനിമാലോകത്തു കേൾക്കാമായിരുന്നു. *ഓളവും തീരവും* സിനിമയുടെ തുടക്കത്തിൽ ഉത്സവാഘോഷത്തിന്റെ നിരവധി ഷോട്ടുകൾ കാണാവുന്നതാണ്. ചെണ്ടകൊട്ടുന്നതിന്റെയും തെയ്യത്തിന്റെ സമീപ, മദ്ധ്യദൃശ്യങ്ങളുടെ സംയോജനത്തിലൂടെയും ഉത്സവത്തിന്റെ പ്രതീതി ജനിപ്പിക്കുവാൻ സാധിച്ചിരിക്കുന്നു. സിനിമയുടെ തുടക്കം മുതൽ കാണുന്ന വാഴക്കടവ് പുഴയുടെ പരിസരം മൂവിങ് ഷോട്ടുകൾകൊണ്ട് പലപ്പോഴും ദൃശ്യവല്ക്കരിച്ചിട്ടുണ്ട്. ക്യാമറയുടെ ചലനത്തിലൂടെ നദിയിലെ ഓളങ്ങളുടെ ദൃശ്യവും കഥാപാത്രങ്ങളുടെ ചലനങ്ങളും ഇതിൽ ഉപയോഗപ്പെടുത്തിയിരിക്കുന്നു. ബാപ്പുട്ടി നെബീസുവിന്റെ ഓർമ്മകളുമായി പുഴവക്കത്ത് നില്ക്കുമ്പോൾ മമ്മത്ക്കാ വന്ന് ചോദിക്കുന്ന ദൃശ്യത്തിലും ക്യാമറയുടെ ചലനം വഴി സൃഷ്ടിച്ചെടുക്കുന്ന ഇത്തരം ഷോട്ടുകൾ കാണാവുന്നതാണ്. നെബീസുവിന്റെയും ബാപ്പുട്ടിയുടെയും നദീതീരത്തുള്ള പ്രണയമുഹൂർത്തങ്ങളിലും അവ ആവർത്തിക്കുന്നുണ്ട്.

"സിനിമയിൽ വസ്തുവിന്റെ ബിംബം എന്നത് ഓരോ ദിശയിലേക്ക് സൂചന നല്കുന്ന ഒന്നാണ്. എല്ലാ ബിംബങ്ങൾക്കും സാംസ്കാരികമായ അർത്ഥങ്ങളുണ്ടായിരിക്കും. സിനിമയിലെ ഓരോ സീക്വൻസും ചിഹ്നവ്യവസ്ഥ പ്രകാരം വിശകലനം ചെയ്താൽ മനസ്സിലാകും. ക്രിസ്റ്റ്യൻ

മെറ്റ്സിന്റെ അഭിപ്രായപ്രകാരം സിനിമ എന്നത് ചിഹ്നപരമായ പ്രക്രിയയാണ്; സിനിമാ പ്രസ്ഥാനത്തിലെ വ്യത്യസ്തമായ കോഡുകൾ തമ്മിൽ കൂടിച്ചേരുമ്പോൾ നിർമ്മിക്കപ്പെടുന്ന ആശയപരമായ പ്രക്രിയ. എഡിറ്റിങ്, വെളിച്ച വിന്യാസം, ശബ്ദം, കളർ തുടങ്ങിയവയുടെ കൂടിച്ചേരലിലൂടെ നിർമ്മിക്കപ്പെടുന്ന അർത്ഥപ്രക്രിയയാണ് സിനിമ" (ബിഗ്നൽ ജോനാഥൻ : 2000: 187).

നദിയുടെ അടുത്തെവിടെയോ ഉള്ള കാട്ടിലെ മരപ്പണിക്കാരുടെ താവളം കാണിക്കുന്ന രംഗത്ത് ദൃശ്യത്തിന് കൂടുതൽ പ്രാധാന്യം കാണുന്നുണ്ട്. ഒരിടത്ത് മരം വെട്ടുന്നതും, മറ്റൊരിടത്ത് ആനകൾ മരം പിടിക്കുന്നതും, മരത്തടികൾ ഉരുട്ടുന്നതുമായ നിരവധി ദൃശ്യങ്ങളിലൂടെ സിനിമയുടെ ദൃശ്യഭാഷയിലേക്കുള്ള പ്രവേശനമാണ് ഈ രംഗങ്ങളിൽ കൂടുതൽ കാണുന്നത്. ആദ്യകാല മലയാള സിനിമകളിൽ നിന്ന് *ഓളവും തീരവും* വ്യത്യസ്തമാകുന്നതും ഇത്തരത്തിൽ ദൃശ്യത്തിന് കൈവന്ന പ്രാധാന്യം കൊണ്ടാണ്. സംഭാഷണങ്ങളില്ലാതെ ദൃശ്യങ്ങൾ കൊണ്ടുള്ള സംവേദനത്തിനുള്ള തുടക്കത്തിന് ഈ സിനിമ ശ്രമിക്കുന്നുണ്ട്. ബാപ്പുട്ടിയും സഹായിയും ചേർന്ന് മരത്തടികൾ പുഴയിലൂടെ കൊണ്ടുപോകുന്ന രംഗത്തും ദൃശ്യത്തിന് പ്രധാന്യം കാണുന്നുണ്ട്. സാഹസികമായ അദ്ധ്വാനത്തിലൂടെ മരത്തടികൾ കൊണ്ടുപോകുന്ന ഈ രംഗങ്ങളിൽ വിദൂര ദൃശ്യങ്ങൾക്കും പ്രാധാന്യം വരുന്നുണ്ട്.

സംഘട്ടനരംഗങ്ങളിൽ കൈവരുന്ന ക്യാമറയുടെ ചലനവും എഡിറ്റിങ്ങും ജാപ്പനീസ് സംവിധായകനായ അകിര കുറസോവയുടെ സിനിമകളെ ഓർമ്മിപ്പിക്കുന്നുണ്ട്. സമീപ-മദ്ധ്യ-വിദൂരദൃശ്യങ്ങളാലും ക്രെയിൻ ഷോട്ടെന്നെപ്പോലെ തോന്നിക്കുന്ന മുകൾ ദൃശ്യങ്ങളാലും സംഘട്ടന രംഗങ്ങൾ ഒരുക്കിയിരിക്കുന്നു. ബാപ്പുട്ടി സംഘട്ടനത്തിലൂടെ കുഞ്ഞാലിയെ പരാജയപ്പെടുത്തിയശേഷം പറയുന്ന സംഭാഷണം നോക്കുക. "കണ്ണൂര് ജയില് ആണുങ്ങൾക്കാന്ന് ബോദ്ധ്യംള്ള ചെലര്ണ്ട് ന്ന് കേട്ടിട്ടുണ്ട് ബടെ. ബാപ്പൂട്ടിം പെണ്ണല്ല. ഉസറുള്ള ആണുങ്ങളുണ്ടെങ്കിൽ ബാപ്പുട്ടിക്ക് പുല്ലാ" (വാസുദേവൻനായർ എം ടി : 2000:86). ബാപ്പുട്ടിയുടെ സംഭാഷണം ഏരിയൽ ഷോട്ടിലൂടെയാണ് ചിത്രീകരിച്ചിരിക്കുന്നത്. നെബീസുവിനെ കുഞ്ഞാലി ചതിച്ചതെന്ന് അറിഞ്ഞിട്ടും അവളെ സ്വീകരിക്കാൻ തയ്യാറായ ബാപ്പുട്ടി നാട്ടുകാരോടും ഗുണ്ടകളോടുമായി നടത്തുന്ന ഈ സംഭാഷണത്തിന് ഇത്തരമൊരു ഷോട്ടിന്റെ സന്നിവേശം വഴി വളരെയധികം തീക്ഷ്ണത കിട്ടിയിരിക്കുന്നു. സാമ്പ്രദായിക പൊതുബോധത്തിൽ വിള്ളലുകൾ വീഴ്ത്തുവാൻ പര്യാപ്തമായ ഈ സംഭാഷണത്തിന് നായകനെയും നാട്ടുകാരെയും ഒന്നടങ്കം ഉൾക്കൊള്ളുന്ന മുകളിൽ നിന്നുള്ള ഈ ദൃശ്യം സിനിമയുടെ ദൃശ്യപരതയ്ക്ക് വളരെയേറെ സഹായകമാണ്. ബാപ്പുട്ടിയുടെ തോണി നദിക്കരയിൽ നിന്ന് അകലുന്നതിൽ നിന്ന് ക്യാമറ മൂവ് ചെയ്ത് നദീതടത്തിൽ പൊങ്ങിക്കിടക്കുന്ന നെബീസുവിന്റെ മുഖത്തേക്ക് വരുന്ന അവസാനരംഗവും

ചിത്രസംയോജനത്തിന്റെ ഉചിതമായ ട്രീറ്റ്മെന്റാണ്. അബ്ദുവിന്റെ പണിയിൽ അവന് ചെല്ലാനുള്ള പണം വീട്ടുകാർക്ക് കൊടുക്കുവാനായി ബാപ്പുട്ടി വാഴക്കടവിലെത്തുന്നു. ബാപ്പുട്ടി പണം വീട്ടുകാർക്ക് കൊടുക്കുവാനായി മമ്മത്ക്കായുടെ കൈകളിലേക്ക് നീട്ടുന്നു. ആ രംഗം കട്ട് ചെയ്ത് അടുത്ത രംഗം ആരംഭിക്കുമ്പോൾ ബാപ്പുട്ടിയുടെ കൈയിലിരുന്ന പണം ബീവാത്തുമ്മ വാങ്ങുന്നതാണ്. പുഴക്കടവിന്റെ പശ്ചാത്തലം മാറി ബീവാത്തുമ്മയുടെ വീടിന്റെ മുറ്റം ഈ രംഗമാറ്റം കൊണ്ട് അവതരിപ്പിക്കപ്പെടുന്നു.

ഫ്രെയിമിനകത്തെ കഥാപാത്രങ്ങളുടെ സ്ഥാനം ആദ്യകാല സിനിമകളിൽ നിന്ന് വ്യത്യസ്തമാകുന്നുണ്ട് ഈ സിനിമയിൽ. നാടകസ്വാധീനവും, സാഹിത്യസ്വാധീനവുമുള്ള അവതരണരീതിയിൽ നിന്നും പ്രമേയസ്വീകരണത്തിൽ നിന്നുമുള്ള വിഛേദമാണ് *ഓളവും തീരവും* എന്ന സിനിമയിലൂടെ കാണപ്പെടുന്നത്. എഴുപതുകളിൽ ആരംഭിച്ചതെന്ന് പറയാവുന്ന നവസിനിമയുടെ പശ്ചാത്തലമൊരുക്കിയ സിനിമകൂടിയാണിത്. ബ്ലാക്ക് ആന്റ് വൈറ്റിൽ ചിത്രീകരിച്ചിരിക്കുന്ന ഈ സിനിമ അക്കാലത്തെ വിദേശ സിനിമകളുടെ സ്വാധീനത്തിന്റെ ദൃശ്യസൗന്ദര്യത്തിൽ നിന്ന് മുക്തമല്ലെന്നും കാണാവുന്നതാണ്. നാടകീയരംഗങ്ങളിൽ നിന്ന് പൂർണ്ണമായി മോക്ഷം നേടിയിട്ടില്ലാത്ത ഈ ചിത്രം പില്ക്കാലത്ത് മലയാളസിനിമ പിന്തുടർന്നുപോന്ന 'ദൃശ്യപരമാണ് സിനിമ'യെന്ന സങ്കല്പത്തിന് തുടക്കമിടുന്നുണ്ട്. പ്രമേയസ്വീകരണത്തിൽ കാണുന്ന കാല്പനികതയെ കവച്ചുവയ്ക്കുന്ന ആശയങ്ങൾ ഈ സിനിമ വച്ചുപുലർത്തുന്നതുകൊണ്ട് സാഹിത്യരൂപങ്ങളിൽനിന്നുള്ള മാറ്റവും ഈ സിനിമ അടയാളപ്പെടുത്തുന്നുണ്ട്.

"ചലച്ചിത്രത്തിൽ ഷോട്ടുകൾ രൂപപ്പെടുത്തേണ്ടതെങ്ങനെ എന്നതിനെപ്പറ്റി യാതൊരു കാഴ്ചപ്പാടും അന്നോളമുള്ള മലയാള സംവിധായകർക്കില്ലായിരുന്നു. സംഭാഷണമില്ലാത്ത കഥാസന്ദർഭങ്ങളുണ്ടായിരുന്നില്ല. സംഭാഷണമുരുവിടാനായി സ്റ്റേജിലെന്നപോലെ നിരന്നു നില്ക്കുകയാണ് കഥാപാത്രങ്ങൾ. നല്ലതെന്നും ഭേദപ്പെട്ടതെന്നുമൊക്കെ ഇവിടെ വിശേഷിപ്പിക്കപ്പെട്ട ഒരൊറ്റചിത്രം പോലും ഈ ദൗർബല്യങ്ങളിൽ നിന്നുവിമുക്തമല്ല. ചലച്ചിത്രസ്വഭാവം പുലർത്തുന്ന രീതിയിൽ ഷോട്ടുകൾ കമ്പോസ് ചെയ്യപ്പെട്ടിരുന്നു എന്നതാണ് *ഓളവും തീരവു*മിന്റെ ഒന്നാമത്തെ പ്രത്യേകത" (വിജയകൃഷ്ണൻ: 2004:128). വിജയകൃഷ്ണന്റെ ഈ അഭിപ്രായം ആദ്യകാല സിനിമാവിഷ്കാരങ്ങളിൽ നിന്ന് *ഓളവും തീരവും* ഉയർത്തിക്കൊണ്ടുവന്ന പ്രത്യേകതകളെയും പരിചരണരീതിയെയും സൂചിപ്പിക്കുന്നു.

സംക്ഷിപ്തമായി പറഞ്ഞാൽ *ഓളവും തീരവും* എന്ന ടൈറ്റിലിനെ ഓർമ്മപ്പെടുത്തുന്ന വിധത്തിലാണ് ക്യാമറയുടെ ചലനം. വലത്തുനിന്ന് ഇടത്തോട്ടുള്ള ക്യാമറയുടെ ചലനം വഴി നദിയിലെ ഓളങ്ങളുടെ ചലനത്തിന്റെ പ്രതീതി പല രംഗങ്ങളിലും ആവർത്തിക്കുന്നുണ്ട്.

സംഘട്ടനരംഗങ്ങളിൽ കാണുന്ന ക്യാമറയുടെ ചലനവും, എഡിറ്റിങ്ങും രംഗതീവ്രത കൂട്ടുവാൻ ഇടയാക്കുന്നുണ്ട്. സമീപ, മധ്യ, വിദൂര ദൃശ്യങ്ങളിലും, ക്രെയിൻ ഷോട്ടുകളിലും സംഘട്ടന രംഗം ചിത്രീകരിച്ചിരിക്കുന്നു. സാമ്പ്രദായികമായ സാമൂഹിക സങ്കല്പങ്ങളിൽ വിള്ളൽ വീഴ്ത്തുവാൻ സഹായകമായ ബാപ്പുട്ടിയുടെ സംഘട്ടനത്തിനുശേഷമുള്ള സംഭാഷണം ക്രെയിൻ ഷോട്ടിലൂടെ ചിത്രീകരിക്കുമ്പോൾ നായകനെയും നാട്ടുകാരെയും ഒന്നടങ്കം കിട്ടുന്നു എന്നത് ഈ രംഗത്തിന്റെ സവിശേഷതയാണ്. ഓരോ രംഗത്തിനും തുടർച്ച കിട്ടുവാൻ പര്യാപ്തമാണ് എഡിറ്റിങ്. സിനിമയുടെ താളവും പ്രമേയത്തിന് അനുസരിച്ചുള്ള വേഗതയും *ഓളവും തീരവും* സിനിമയുടെ എഡിറ്റിങ്ങിൽ കാണാനാകും. കറുപ്പും വെളുപ്പും കലർന്ന രംഗങ്ങൾ പ്രണയരംഗങ്ങൾക്ക്പോലും ശക്തികൂട്ടുന്ന വിധത്തിൽ ഇതിൽ കാണാം.

നായക/നായിക പ്രതിനിധാനം

കഥാപാത്രങ്ങളെ എങ്ങനെയാണ് ചെറുകഥയിലും സിനിമയിലും പ്രതിനിധാനം ചെയ്തത് എന്ന അന്വേഷണമാണ് അടുത്തതായി ഇവിടെ നടത്തുന്നത്. മതം, ജാതി, കാലം, ദേശം, ലിംഗം എന്നിവ കർത്തൃത്വസൃഷ്ടിയിൽ അടങ്ങിയിരിക്കുന്ന ഘടകങ്ങളാണ്. സാഹിത്യത്തിലും സിനിമയിലും പ്രത്യക്ഷപ്പെടുന്ന ചിഹ്നങ്ങൾ ഏതൊക്കെ സാമൂഹികവിഭാഗങ്ങളെ പ്രതിനിധാനം ചെയ്യുന്നുവെന്നും അവ ഉല്പാദിപ്പിക്കുന്ന സാംസ്കാരികപാഠങ്ങൾ എന്തൊക്കെയാണെന്നും വിശകലനം ചെയ്യേണ്ടതുണ്ട്. ചെറുകഥാകൃത്തും തിരക്കഥാകൃത്തുമായ എം ടി എങ്ങനെ നായകനായികന്മാരെ പ്രതിനിധാനം ചെയ്തുവെന്നും പ്രതിനിധാനത്തിന്റെ ആധികാരികതയെന്തെന്നും ഇവിടെ അന്വേഷിക്കുന്നു. തിരക്കഥയിൽ നിന്ന് വ്യത്യസ്തമാണ് സിനിമ എന്നതുകൊണ്ട്, സിനിമയുടെ സൗന്ദര്യത്തിന്റെയും പ്രതിനിധാനരാഷ്ട്രീയത്തിന്റെയും ഒരു സ്ഥാനം സംവിധായകനിൽ നിക്ഷിപ്തമാണ്. അതുകൊണ്ട് സിനിമയുല്പാദിപ്പിക്കുന്ന പാഠങ്ങൾ തിരക്കഥാകൃത്തിന്റെയും സംവിധായകന്റെയും ദൃശ്യാവിഷ്കാരലക്ഷ്യത്തെ അടിസ്ഥാനമാക്കുന്നു. പ്രതിനിധാനത്തിന്റെ രാഷ്ട്രീയധർമ്മങ്ങളെക്കുറിച്ച് സൈദ്ധാന്തിക കാഴ്ചപ്പാടുകൾ വച്ച് അന്വേഷണം നടത്തേണ്ടതുണ്ട്. സമൂഹത്തിൽ നിലനില്ക്കുന്ന പുരുഷാധിപത്യവ്യവസ്ഥയാണ് സ്ത്രീസമൂഹത്തെ പാർശ്വവല്ക്കരിക്കുന്നതെന്നും മാധ്യമങ്ങളിലൂടെ സ്ത്രീ വിരുദ്ധമായ പ്രതിനിധാനരീതികളാണ് ആവിഷ്കരിച്ചുകൊണ്ടിരിക്കുന്നതെന്നും സ്ത്രീവാദ പ്രവർത്തകർ കേരള സമൂഹത്തിൽ ഉന്നയിക്കുന്നുണ്ട്.

വീടുംകുടിയുമില്ലാത്ത ഒരാളാണ് താനെന്നതിനാൽ താൻ പെണ്ണു ചോദിക്കുന്നതിൽ ബീവാത്തുമ്മയ്ക്ക് ഇഷ്ടക്കേട് തോന്നുമെന്നും അതിനാൽ പണിചെയ്ത് പണം സമ്പാദിക്കണമെന്നും ബാപ്പുട്ടി ആഗ്രഹിക്കുന്നു. ചെറുപ്പത്തിൽ അമ്മ മരിച്ച്, സ്വന്തമെന്ന് പറയാൻ

ആരുമില്ലാത്ത ബാപ്പുട്ടി ഈ വിധത്തിൽ കീഴായ്മ അനുഭവിക്കുന്നയാളാണ്. ഈ കീഴാളത്തമാണ് കഥയുടെ അവസാനം അയാൾ പൊട്ടിച്ചുകളയുന്നത്. ഭർത്താവ് ഉപേക്ഷിച്ച് ഗർഭിണിയായി സ്വന്തം വീട്ടിൽ തിരിച്ചെത്തിയ സൈനബ കുഞ്ഞിനെ പ്രസവിക്കുമ്പോൾ ബാപ്പുട്ടി ബീവാത്തുമ്മയുടെ കൈയിൽ ഏല്പിക്കുന്ന ഒരു പിടി മുഷിഞ്ഞ നോട്ടുകൾ അയാളുടെ സ്വത്വ അധികാരത്തിന്റെ വെളിപ്പെടുത്തലാണ്. പുരുഷനിലാണ് കുടുംബത്തിന്റെ അധികാരം നിക്ഷിപ്തമെന്നും സ്ത്രീ കുടുംബത്തിനകത്തെ പ്രവൃത്തികളിൽ ഏർപ്പെടുന്നവളുമായിരിക്കണമെന്ന വിശ്വാസം പൊതുവെ നൂറ്റാണ്ടിന്റെ ആദ്യനാളുകളിൽ തന്നെ സകല സമുദായങ്ങളും വച്ചുപുലർത്തിയിരുന്നു. ഇതെല്ലാം സൂചിപ്പിക്കുന്നത് ആധുനികമായ ഒരു കുടുംബ വ്യവസ്ഥയിൽ സാമ്പത്തിക ബന്ധത്തിൽ പുരുഷന്റെയും സ്ത്രീയുടെയും കർത്തൃ സ്ഥാനത്തെ എങ്ങനെ അടയാളപ്പെടുത്തുന്നു എന്നതാണ്. വീട് എന്ന കുടുംബഘടനയും പോറ്റാൻ ആവശ്യമായ സാമ്പത്തികഘടനയും നേടുവാൻ ബാപ്പുട്ടി ശ്രമിക്കുന്നുണ്ട്. എന്നാൽ സാമ്പത്തികമായ അടിത്തറ ആർജ്ജിച്ച ബാപ്പുട്ടി മറ്റൊരാളുടെ കുഞ്ഞിനെ പ്രസവിച്ച സൈനബയുടെ ആവശ്യത്തിനായി തന്റെ പണം കൊടുക്കുന്നു. പുരുഷന്റെ അധികാരഭാവം തന്നെയാണ് ഇവിടെ കാണുന്നത്. സൈനബയുടെ ചതിക്കപ്പെട്ട ജീവിതത്തിലും അവളെ രക്ഷിക്കാൻ വന്ന നായകനായിത്തന്നെ ബാപ്പുട്ടി ചിത്രീകരിക്കപ്പെടുന്നു.

സ്വന്തമായി ഒരു പാർപ്പിടം വേണമെന്നും അതിനുശേഷമാണ് സൈനബയെ കെട്ടാനെന്നുമുള്ള വ്യക്തിബോധത്തിലേക്ക് ബാപ്പുട്ടി മാറിയിരുന്നു. ആരോഗ്യമുള്ളിടത്തോളം മുറയ്ക്ക് പണിയെടുത്ത് സൈനബയെ പുലർത്താമെന്നും ബാപ്പുട്ടി കരുതുന്നുണ്ട്. “സ്വന്തം വരുമാനം കൊണ്ട് കുടുംബത്തെ പോറ്റണമെന്നത് പുതിയ പുരുഷത്വത്തെയും പ്രായപൂർത്തിയായ അവസ്ഥയെയും കാണിക്കുന്നതാണ്. അതുകൊണ്ടുതന്നെ സാമ്പത്തിക ബുദ്ധിമുട്ടും മറ്റും അനുഭവിക്കാത്തവരും ഈ പുതിയ പുരുഷത്വമൂല്യത്തിലേക്ക് ആകർഷിക്കപ്പെട്ടുകൊണ്ടിരുന്നു. കുടുംബക്ഷേമം രാഷ്ട്രക്ഷേമമാണെന്നും മറ്റും തറപ്പിച്ചുപറയുന്ന രീതിയാണ് 1960 കളിലെ കുടുംബാസൂത്രണ പ്രചരണത്തിനുണ്ടായിരുന്നത്” (ദേവിക ജെ 2004: 22). ചെറുകഥയിൽ കിട്ടുന്ന പൈസകൊണ്ട് തിന്നുംകളിച്ചും നടക്കുന്ന ബാപ്പുട്ടിക്ക് തന്റെ നഷ്ടപ്പെട്ടുപോയ കുടുംബത്തെ വീണ്ടെടുക്കണമെന്നുണ്ട്. ബീവാത്തുമ്മയുടെ സ്നേഹം നിറഞ്ഞ വിളികേൾക്കാനും ബാവക്കാക്കയോടു സ്വാതന്ത്ര്യത്തോടു പെരുമാറാനും ഇഷ്ടപ്പെട്ടിരുന്ന ബാപ്പുട്ടി കുടുംബഘടനയിലേക്ക് ആകർഷിക്കപ്പെട്ട ആധുനിക വ്യക്തിത്വമാണ്.

ചെറുകഥയിൽ സൈനബയുടെ ചിത്രീകരണത്തിൽ അവരെപ്പോഴും വീടിനകത്തായി കാണപ്പെട്ടിരിക്കുന്നു. ബാപ്പുട്ടിയുടെ കാഴ്ചയിലൂടെയാണ് സൈനബ പ്രതിനിധാനം ചെയ്യപ്പെടുന്നത്. വാതിൽപ്പുറത്തു

നിൽക്കുന്ന സൈനബയുടെ നേരെയാണ് ഊണുകഴിച്ചുകൊണ്ടിരിക്കുമ്പോൾ ബാപ്പുട്ടിയുടെ കണ്ണുകൾ പോകുന്നത്. തുടുത്ത കവിളുകൾ വാതില്പടിയിൽ അമർത്തിക്കൊണ്ടുനില്ക്കുന്ന സൈനബയുടെ രൂപം കൺമുന്നിൽ മായാതെ നിൽക്കുന്നു. അവിടെ ഇരുട്ടിൽ നേർത്ത നിശ്വാസങ്ങൾ വായുവിൽ അലിഞ്ഞ് ചേരുന്നതും ഇലഞ്ഞിപ്പൂക്കളുടെ മണവും കുപ്പിവളകളുടെ ചിരിയും വീടിനകത്തുനിന്ന് ഉയരുന്നതായും ബാപ്പുട്ടി അറിയുന്നു. പൂക്കളുടെ മണത്തിലൂടെയും, കുപ്പിവളകളുടെ ചിരിയിലൂടെയും സൈനബയെ ആവിഷ്കരിക്കുന്ന എം ടി വാസുദേവൻ നായരുടെ ഈ രീതി പുരുഷകാഴ്ചശീലങ്ങളിലെ സ്ത്രീത്വത്തെ കുറിക്കുന്ന ചലനത്വം മുരടിച്ച ആശയങ്ങളാണ്. ശബ്ദത്തിലൂടെയും മണത്തിലൂടെയും സ്ത്രീയെ ആവിഷ്കരിക്കുന്ന രീതിയിൽ സ്ത്രീത്വത്തിന്റെ അസ്വാതന്ത്ര്യമാണ് പ്രകടമാവുന്നത്. വാതിൽപ്പടിയിൽ അമർത്തിക്കൊണ്ടു നിൽക്കുന്ന മുഖം പുറംലോകത്തിലേക്കുള്ള സ്വാതന്ത്ര്യം നിഷേധിക്കപ്പെട്ടതിന്റെ ചിഹ്നമാണ്. സൈനബയുടെ ബാപ്പുട്ടിയോടുള്ള നിശ്ശബ്ദമായ സ്നേഹവും, അത് നഷ്ടപ്പെട്ടതിലുള്ള ദുഃഖവും ഭർത്താവിനാൽ ബഹിഷ്കൃതയാക്കപ്പെട്ട് അമ്മയായി മാറിയ ദുരന്തവുമാണ് ചെറുകഥയായ *ഓളവും തീരവും.* സഹനം, തിരസ്കാരം, മോഹഭംഗം എന്നിവ കാണപ്പെടുന്ന സൈനബയുടെ വ്യക്തിത്വം പുരുഷാധീശത്വനിർമ്മിതിയായ സ്ത്രൈണത എന്ന കാഴ്ചപ്പാടിന്റെ പ്രത്യയശാസ്ത്രത്തിൽ നിർമ്മിക്കപ്പെട്ടതാണ്.

> നിലനില്ക്കുന്ന പാശ്ചാത്യലൈംഗിക, വാർപ്പുമാതൃകകളുമായും അത് പ്രതിനിധാനം ചെയ്ത ജീവിതത്തിന്റെ തത്ത്വശാസ്ത്രവുമായുള്ള ഒരു ഉടമ്പടിയായിരുന്നു കോളനീകരണം. അത് രാഷ്ട്രീയവും സാമൂഹ്യ-സാമ്പത്തിക അധീശത്വപരവുമായ ഒരു സാംസ്കാരിക ഉടമ്പടി നിർമ്മിച്ചെടുത്തു - സ്ത്രീക്കും സ്ത്രൈണതയ്ക്കും മേലുള്ള പുരുഷന്റെ, പുരുഷത്വത്തിന്റെ പ്രതീകാത്മകമായ ഒരു അധീശത്വമായിരുന്നു അത് (നന്ദി, ആഷിഷ് : 1983: 4).

സ്ത്രൈണത സ്ത്രീകളുടെ പൊതു സ്വഭാവമായും പുരുഷത്വം പുരുഷന്മാരുടെ പൊതു സ്വഭാവമായും കാണുന്നത് സ്ത്രീകളെ പ്രതീകാത്മക ക്രമത്തിൽ നിന്നും സമൂഹത്തിൽ നിന്നുതന്നെയും പ്രാന്തസ്ഥാനീയരാക്കുവാനുള്ള പുരുഷമേധാവിത്വ വ്യവസ്ഥിതിയുടെ ശ്രമമാണ്. അകം/പുറം എന്ന ദ്വന്ദ്വത്തിൽ സ്ത്രീ-പുരുഷ പ്രവർത്തനങ്ങളെ തിരിച്ച് ഗാർഹികജോലിയിലേർപ്പെടുന്ന സ്ത്രീകൾ ആദർശദാമ്പത്യത്തിന്റെ പ്രതീകങ്ങളായി ചിത്രീകരിക്കപ്പെട്ടു. അച്ചടക്കമുള്ള കർത്തൃത്വങ്ങളായി മാറിയ ഇവർ കുടുംബത്തിനകത്തെ ചെറിയ അധികാരങ്ങൾ കൈകാര്യം ചെയ്തു തുടങ്ങി. കഥയിൽ നിന്ന് വ്യത്യസ്തമായി സിനിമയിലെ നെബീസു ഇത്തരത്തിൽ വീട്ടിലെ അധികാരങ്ങൾ കൈകാര്യം ചെയ്യുന്നവളാണ്. വീടിനകത്തെ സ്വാതന്ത്ര്യം അനുഭവിക്കുന്നുണ്ടെങ്കിലും സമൂ

ഹത്തിന്റെ സദാചാര നിയന്ത്രണം അവളുടെ പുറംചലനങ്ങളെ ഒട്ടൊക്കെ നിയന്ത്രിക്കുന്നുണ്ട്. ചെറുകഥയിൽ നിന്ന് നായികാപ്രാതിനിധ്യം സിനിമയിൽ കൂടുതലാണെങ്കിലും പുരുഷാധിപത്യസമൂഹത്തിന്റെ വ്യത്യസ്താശയങ്ങൾ നായികയുടെ കർത്തൃത്വത്തെ നിയന്ത്രിക്കുന്നുണ്ട്.

സിനിമയിൽ ബാപ്പുട്ടിയുടെ പ്രവേശനരംഗം ഉത്സവപ്പറമ്പിൽ ചട്ടിക്കളി കളിക്കുന്നതായിട്ടാണ്. കള്ളക്കളി കളിക്കുന്ന നടത്തിപ്പുകാരനുമായി ഇടയുന്ന ബാപ്പുട്ടി ചെറുകഥയിൽ നിന്ന് വ്യത്യസ്തമായി ആണത്തത്തിന്റെ പ്രതിനിധാനമാകുന്നു. അധീശത്വപരമായ അധികാര സ്വഭാവം ഈ പ്രവേശനരംഗത്തിൽ കാണാം. കള്ളക്കളി കണ്ടുപിടിച്ച നായകന്റെ ഭാഗത്ത് അവിടെ കൂടിയിരിക്കുന്ന ജനങ്ങളുടെ പിന്തുണയുമുണ്ട്. നായകന്റെ തന്റേടത്തോടെയുള്ള ഈ തുടക്കരംഗത്തിന് ജനങ്ങളുടെ പിന്തുണ കിട്ടുന്നത് അയാളുടെ സാമൂഹ്യമായ ജീവിതത്തിന്റെ പ്രാധാന്യത്തെ കാണിക്കുന്നു. അബ്ദുവിന്റെ മൃതദേഹവും കൊണ്ട് അയാളുടെ നാട്ടിൽ വന്ന ബാപ്പുട്ടി നെബീസുമായി ഇഷ്ടത്തിലാവുന്നു. ഇക്കാക്കയെ പ്രതീക്ഷിച്ചിരുന്ന അനുജത്തിയായിരുന്നു നെബീസു. അബ്ദുവിന്റെ സാധനങ്ങൾ നെബീസുവിനെ ഏല്പിക്കുവാൻ വന്നപ്പോൾ അയാൾ അവളോട് കയർക്കുന്നുണ്ട്.

"ഇനി അനക്കും ഉമ്മയ്ക്കും സുഖായില്ലേ? തോന്ന്യാണം ചെയ്യാം. ഇക്കാക്കാനെ പേടിക്കേണ്ടല്ലോ. എന്ത് തോന്ന്യാസോം കാട്ടാം. എങ്ങനീം നടക്കാം" (വാസുദേവൻനായർ എം ടി 2000:22). ബാപ്പുട്ടിയുടെ ഈ വാക്കുകളിൽ കൂട്ടുകാരനായ അബ്ദു വീടിനെക്കുറിച്ചും അമ്മയെക്കുറിച്ചും പറഞ്ഞ അറിവാണ് പ്രവർത്തിക്കുന്നത്. ആ ബോധത്തിലാണ് നെബീസുവിനോട് അയാൾ ദേഷ്യത്തിൽ സംസാരിച്ചത്. നെബീസുവിനോടുള്ള ഇഷ്ടംകൊണ്ടാണ് ചന്തയിൽ നിന്ന് ബാപ്പുട്ടി കുപ്പിവളകൾ വാങ്ങിക്കുന്നത്. അങ്ങാടി സാമാനങ്ങൾ വാങ്ങിച്ചുകൊണ്ടുപോകുന്ന നെബീസുവിനോട് അയാൾ തെറ്റിദ്ധരിച്ച് സംസാരിച്ചതിന് ക്ഷമാപണം നടത്തുന്നുണ്ട്. പിന്നീട് ഇടവഴിയും നദിയുടെ തീരവും അവരുടെ പ്രണയസ്ഥലങ്ങളായി മാറുന്നു. ചെറുകഥയിൽ നിന്ന് വ്യത്യസ്തമായി ഇവിടെ നായികാനായകന്മാർ പരസ്പരം സംവദിക്കുന്നത് കാണാവുന്നതാണ്. സാധനസാമഗ്രികൾ വാങ്ങുവാൻ ചന്തയിൽ പോകുന്നതും കൂട്ടുകാരിയായ കാളിക്കുട്ടിയെ കാണാൻപോകുന്നതും ഗാർഹികാന്തരീക്ഷത്തിൽ നിന്നുള്ള പുറത്തുകടക്കലാണ്. ഗാർഹികമണ്ഡലത്തിനു പുറത്തുകടക്കുന്നതുകൊണ്ടാണ് നെബീസുവിന് പ്രണയം സാദ്ധ്യമാകുന്നത്. ഇത്തരത്തിൽ പുറംലോകത്തെ സ്വകാര്യത അവൾക്കു സാദ്ധ്യമാണെന്നും അത് വിലക്കപ്പെട്ടതല്ലെന്നുമുള്ള കർത്തൃത്വത്തിലേക്ക് നെബീസുമാറുന്നു. എന്നിരുന്നാലും അവളുടെ സ്വാതന്ത്ര്യത്തിനും ഒരു പരിമിതിയുണ്ട്. "ഓത്തു പള്ളീടടുത്തുള്ള തോടിന്റപ്പുറം ഞാൻ പോയിട്ടില്ല" (വാസുദേവൻനായർ എം ടി: 2000:36) എന്ന നെബീസുവിന്റെ സംസാരത്തിൽ ഇതു വ്യക്തമാണ്. കോഴിക്കോട്ടങ്ങാടി കാണിക്കാമെന്ന്

പറയുന്ന ബാപ്പുട്ടി പുഴയ്ക്കക്കരെയുള്ള പട്ടണത്തിലേക്ക് നെബീസുവിനെ കൊണ്ടുപോകാൻ ആഗ്രഹിക്കുന്നുണ്ട്.

> ആണത്തമെന്നാൽ കൊമ്പൻ മീശക്കാർക്കും ഫയൽമാന്മാർക്കും സിനിമയിലെ പൗരുഷമുള്ള നായകന്മാർക്കും യഥേഷ്ടമുള്ള ഒരു ഭാവം മാത്രമല്ല. ആണായിപ്പിറക്കുന്ന ഓരോ കുട്ടിക്കും നിറയെ വാഗ്ദാനങ്ങൾ തുന്നിവച്ച് ഈ ലോകം സമ്മാനിക്കുന്ന ഒരു വേഷമാണ്, പ്രത്യയശാസ്ത്രമാണ് ആണത്തം. ഈ ആൺ വേഷത്തിന്റെ ആഗ്രഹങ്ങളും വിശ്വാസങ്ങളും ഇഷ്ടങ്ങളും ഭയങ്ങളും വ്യത്യസ്ത തരത്തിൽ സ്വന്തമാക്കുമ്പോഴാണ് ആൺ കുട്ടികൾ ആണുങ്ങളായിത്തീരുന്നത് (ജെനി റൊവീന :2004:14).

ബാപ്പുട്ടിയിലെ ഈ ആണത്തമാണ് ചായക്കടയിൽവച്ച് നാരായണനും, സുലൈമാനും കളിയാക്കുമ്പോൾ അവരെ നേരിടുവാൻ പ്രേരിപ്പിക്കുന്നത്. “എല്ലില്ലാത്ത നാവാച്ചിട്ട് ചെലയ്ക്കണേന് ഒരതിരു വേണം, കളി വാപ്പുട്ടീടട്ത്ത് വേണ്ട” (വാസുദേവൻനായർ എം ടി:2000:29) എന്ന ബാപ്പുട്ടിയുടെ സംഭാഷണം ആൺകോയ്മ വ്യവസ്ഥയിലെ അധികാരസ്വഭാവത്തെയാണ് കാണിക്കുന്നത്. നെബീസുവിനെ മാനഭംഗപ്പെടുത്തിപോകുന്ന കുഞ്ഞാലിയെ ബാപ്പുട്ടി സംഘട്ടനത്തിലൂടെ പരാജയപ്പെടുത്തുന്നു. നെബീസുവിനെ കുഞ്ഞാലി ശാരീരികമായി കീഴടക്കിയതിനുള്ള പ്രതികാരമാണ് ബാപ്പുട്ടിയുടെ ഈ കീഴടക്കൽ. “നീ ചതിച്ചെന്ന് അറിഞ്ഞുകൊണ്ടുതന്നെ ഞാൻ കെട്ടും. അനക്ക് കാണണോ” (വാസുദേവൻനായർ എം ടി :2000:86). ബാപ്പുട്ടിയുടെ ഈ വെല്ലുവിളിയിലൂടെ ആദർശപരമായ ആണത്തം അയാൾക്ക് കൈവരുന്നു. ശരീരത്തെ കീഴടക്കിയാലും നെബീസുവിന്റെ മനസ്സിനെ കീഴടക്കാൻ കുഞ്ഞാലിക്ക് കഴിയില്ലെന്നും അത് തനിക്കുമാത്രം അവകാശപ്പെട്ടതാണെന്നുമാണ് ബാപ്പുട്ടിയുടെ വിജയം അർത്ഥമാക്കുന്നത്. ചാരിത്ര്യം നഷ്ടപ്പെട്ട പെണ്ണിനെ സ്വീകരിക്കുവാൻ തയ്യാറാവുന്ന നായകനായി ബാപ്പുട്ടി മലയാള സിനിമയിലെതന്നെ നായക സങ്കല്പത്തിൽ വിള്ളൽ വരുത്തിയിരിക്കുന്നു. എന്നാൽ നായികയുടെ കാര്യത്തിൽ കഥയേക്കാളും സിനിമ അധീശത്വനിലപാടാണ് സ്വീകരിച്ചിരിക്കുന്നത്. സാഹിത്യം/സിനിമ ഇവയുടെ വാണിജ്യപരമായ കാരണം മാത്രമായി ഇതിനെ ലളിതവല്ക്കരിക്കാതെ, കേരളീയസംസ്കാരത്തിന്റെ കപടസദാചാരത്തിന്റെ ഒരു ചിത്രമാണിത് കാണിക്കുന്നതെന്ന് തിരിച്ചറിയേണ്ടതാണ്. നായികയുടെ പ്രതിനിധാനത്തിൽ മലയാളസിനിമ പിന്തുടർന്നുപോരുന്ന പ്രതിലോമപരമായ ദൃശ്യാവിഷ്കാരങ്ങളെ പിന്നീട് എൺപതുകളോടെ വന്ന സിനിമകൾ മാറ്റി ആവിഷ്ക്കരിക്കുവാൻ ശ്രമം നടത്തിയിരുന്നു. എം ടിയുടെ മിക്ക സിനിമാതിരക്കഥകളിലും പുരുഷാധിപത്യ വ്യവസ്ഥയുടെ അധികാരഭാവം പുരുഷ കഥാപാത്രത്തിലും വിധേയത്വഭാവം സ്ത്രീകഥാപാത്രത്തിലും കാണുന്നുണ്ട്. ലൈംഗികത, പാരമ്പര്യസദാചാരമൂല്യം,

പുരുഷസ്ത്രീ സ്വത്വം എന്നിവയുടെ കാര്യത്തിൽ ആധുനിക മൂല്യങ്ങളുടെ സ്വാധീനവും ഇടർച്ചയും എം ടിയുടെ സൃഷ്ടികളിൽ കാണാവുന്നതാണ്. നിലവിലിരിക്കുന്ന സാമൂഹ്യഘടനയെ ഉറപ്പിക്കാനും, ഒട്ടൊക്കെ ചോദ്യം ചെയ്യാനും എം ടി യുടെ കഥാപാത്രങ്ങൾ ശ്രമിക്കുന്നുണ്ട്. ഇതിഹാസം, ഫോക് എന്നിവയെ മുൻനിർത്തിയുള്ള പുനർസൃഷ്ടികളായ *ഒരു വടക്കൻവീരഗാഥ, വൈശാലി, പെരുന്തച്ചൻ* എന്നീ സിനിമകളുടെ ആശയത്തിലും ആധുനികകുടുംബ വ്യവസ്ഥയുടെയും സദാചാരത്തിന്റെയും മൂല്യബോധങ്ങളെ കാണാൻ കഴിയും. ഇതോടൊപ്പം പാരമ്പര്യത്തെ ചോദ്യം ചെയ്യുന്ന കഥാപാത്രങ്ങൾ കാണപ്പെടുകയും ചെയ്യുന്നു.

ചെറുകഥയിൽനിന്ന് സിനിമയിലേക്കെത്തുമ്പോൾ സൈനബ/നെബീസുവിന് ജീവൻ തന്നെ വെടിയേണ്ടിവരുന്നു. കഥയിൽ സമൂഹത്തിന്റെ പിന്തുണയോടെയാണ് കുഞ്ഞാലിയെ വിവാഹം ചെയ്തത്. അതിനാൽ അയാൾ ഉപേക്ഷിച്ചാലും കുഞ്ഞിന് ജന്മം നല്കി ജീവിക്കാം. പക്ഷേ, ഇവിടെ ലൈംഗികാക്രമണത്തിന് ഇരയായവളെ സമൂഹം കൈയൊഴിയുകയാണ് ചെയ്യുന്നത്. ബീവാത്തുവിന്റെ മകളെയും സമൂഹം പഴിചാരുന്ന സന്ദർഭങ്ങൾ സിനിമയിൽ കാണാവുന്നതാണ്. കൂട്ടുകാരികൾ ആരും നെബീസുവിനോട് കൂട്ടുകൂടാൻ ചെല്ലാത്തതും അമ്മയുടെ ദുർനടപ്പ് കൊണ്ടാണ്. ബാപ്പുട്ടി രാത്രി ഭക്ഷണം കഴിക്കാനായി ബീവാത്തുമ്മയുടെ വീട്ടിൽ വരുന്നത് കഥയിലുണ്ട്. ഗ്രാമത്തിന്റെ വിശുദ്ധതയിലാണ് സമൂഹം ഇതിനെ മോശമായി കാണാത്തത്. എന്നാൽ സിനിമയിലേക്കെത്തുമ്പോൾ സമൂഹത്തിന്റെ സദാചാര നിയമങ്ങൾ കർക്കശമാകുന്നതായി കാണാം. സമൂഹം സ്ത്രീയുടെ ലൈംഗികതയെ സംരക്ഷിക്കാൻ ആവശ്യമായ നിയമങ്ങൾ ഉണ്ടാക്കിക്കൊണ്ടിരിക്കുന്നു.

> സമൂഹത്തിന്റെ പൊതുബോധത്തെ ഊട്ടിയുറപ്പിക്കുന്ന ആശയധാരകൾ എം ടിയുടെ സൃഷ്ടികളിൽ കാണാവുന്നതാണ്. ഉദാഹരണമായി ലൈംഗികമായ അപഭ്രംശം സംഭവിച്ച സ്ത്രീയും ചാരിത്ര്യം ജീവിതവ്രതമാക്കിയ സ്ത്രീയും ഒന്നിച്ചു പ്രത്യക്ഷപ്പെടുമ്പോൾ കുലടയെ കുറ്റപ്പെടുത്താൻ വായനക്കാർക്ക് സാധിക്കുന്നു. എന്നാൽ, കുറച്ചുപേരെ കുലടമാരാക്കുന്ന സാമൂഹ്യഘടന ചോദ്യം ചെയ്യപ്പെടുന്നതേയില്ല. ബീവാത്തു/നബീസു ദ്വന്ദം നിർവ്വഹിക്കുന്നത് ഇക്കാര്യമാണ്. ഇടയ്ക്കൊരിടത്ത് ദാരിദ്ര്യത്തിന്റെ പേരുപറഞ്ഞ് ബീവാത്തുവിന്റെ വ്യഭിചാരത്തെ ന്യായീകരിക്കുന്നുണ്ടെങ്കിലും ആത്യന്തികമായി ബീവാത്തു ചീത്ത സ്ത്രീയായിട്ടാണ് അവതരിപ്പിക്കപ്പെട്ടിരുന്നത്. അവളുടെ പ്രവൃത്തിദോഷംകൊണ്ട് മകളുടെ ജീവിതവും നശിച്ചുപോകുന്നതായി അനുവാചകർ മനസ്സിലാക്കിക്കൊള്ളുമെന്നതാണ് ഇതിലൂടെ നേടുന്ന കാര്യം (മ്യൂസ് മേരി ജോർജ്ജ് : 2006 : 36).

ഇത്തരത്തിൽ വ്യവസ്ഥയെ ചോദ്യം ചെയ്യാൻ അനുവാചകരെ ചിലപ്പോഴൊക്കെ പ്രേരിപ്പിച്ച് വ്യവസ്ഥയുടെ തന്നെ കാവല്ക്കാരാക്കി മാറ്റുന്ന ഇരട്ടത്താപ്പ് എം ടിയുടെ സൃഷ്ടികളിൽ കാണാവുന്നതാണ്. ബാപ്പുട്ടി നെബീസുവിനെ സ്വീകരിച്ചു കൊള്ളാമെന്ന് പറയുന്നുണ്ടെങ്കിലും നെബീസു തെരഞ്ഞെടുക്കുന്ന മാർഗ്ഗം ആത്മഹത്യ തന്നെയാണ്. ഇതിലൂടെ നേരത്തെ സൂചിപ്പിച്ച പൊതുചാരിത്ര്യശുദ്ധിയെ അരക്കിട്ടുറപ്പിക്കുകയാണ് സിനിമയുടെ അന്ത്യത്തിൽ സംഭവിക്കുന്നത്.

നഗരം/ഗ്രാമം, സമൂഹം/കുടുംബം, മതസ്വത്വം/ദേശീയസ്വത്വം

സമൂഹം/കുടുംബം എന്നീ വ്യവസ്ഥകളെ ലംഘിക്കുന്ന നിരവധി കഥാപാത്രങ്ങൾ എഴുപതുകൾക്കുശേഷമുള്ള എം ടിയുടെ തിരക്കഥകളിലും സിനിമകളിലും കാണാൻ കഴിയും. മുഖ്യധാര രാഷ്ട്രീയം കുടുംബവ്യവസ്ഥയെ അതേപടി നിലനിർത്തിക്കൊണ്ടുപോകുന്ന മൃദുവായ സമീപനമാണ് സ്വീകരിച്ചത്. ഇതിൽ നിന്നു വ്യത്യസ്തമായി രൂപപ്പെട്ട പുത്തൻ ഇടതുപക്ഷപ്രസ്ഥാനങ്ങൾ സാമൂഹികമായ അസമത്വങ്ങളെ ചോദ്യം ചെയ്തുപോന്നു. ഇത്തരം സാംസ്കാരികാന്തരീക്ഷത്തിന്റെ തുടക്കം ബാപ്പുട്ടിയുടെ സ്വത്വരൂപീകരണത്തിലും കാണാം. ചെറുകഥയിൽ നിന്ന് സിനിമയിലേക്കെത്തുമ്പോഴുള്ള ബാപ്പുട്ടിയുടെ സ്വത്വത്തിന്റെ മാറ്റം ഇത് വ്യക്തമാക്കുന്നു.

ആധുനിക കാലഘട്ടത്തിലെ ജനപ്രിയകലയായ സിനിമയിൽ ആധുനികതയുടെ യുക്തിയും മൂല്യബോധവും ഉൾക്കൊണ്ടിരുന്നുവെന്ന് കാണാവുന്നതാണ്. ജാതിവത്കൃതമായ സമൂഹത്തിൽനിന്ന് ആധുനിക കാലഘട്ടത്തിലെത്തിയപ്പോൾ ചലച്ചിത്രം സാദ്ധ്യമാക്കിയ തുല്യതയുടെ ഇടം ജനാധിപത്യവല്ക്കരണത്തിന് ആക്കം കൂട്ടുകയാണ് ചെയ്തത്. ഫ്യൂഡലിസ്റ്റ് മൂല്യവ്യവസ്ഥയെ ചോദ്യം ചെയ്ത് സിനിമാക്കൊട്ടകയിലേക്ക് പ്രവേശിച്ച പാവപ്പെട്ടവരും ദളിതരുമായ മഹാഭൂരിപക്ഷമാണ് സിനിമയെ ഒരു ജനകീയ കലയായി ഉയർത്തിയത്. ആധുനികതയുടെ ഭാഗമായ പൊതുമണ്ഡലത്തിന്റെ രൂപീകരണത്തിനും രാഷ്ട്രപൗരബോധത്തിലേക്ക് വ്യക്തിയെ പരിവർത്തിപ്പിക്കുന്നതിനും സിനിമ വഹിച്ച പങ്ക് വലുതാണ്. സ്വാതന്ത്ര്യാനന്തര രാഷ്ട്രനിർമ്മാണ പ്രക്രിയയുമായി ഇന്ത്യൻ സിനിമയ്ക്കുള്ള ബന്ധം ഇന്നും വിശദമായ ചർച്ച ആവശ്യപ്പെടുന്ന വിഷയമാണ്.

മലയാള സിനിമയുടെ തുടക്കത്തിൽ നഗരം/ഗ്രാമം, സമൂഹം/കുടുംബം എന്നിവ തമ്മിൽ രൂപപ്പെടുന്ന വ്യവഹാരങ്ങളെ കാണുവാൻ സാധിക്കും. ആധുനികതയുടെ ഭാഗമായി നാഗരികവല്ക്കരണത്തിന് ശ്രമിക്കുന്ന ഗ്രാമങ്ങളെ ഇന്ത്യൻ സിനിമയിൽ കാണാവുന്നതാണ്. പലരും പറഞ്ഞതുപോലെ സത്യജിത് റേയുടെ *പഥേർ പാഞ്ചാലി* യിലെ അവസാനരംഗം കഷ്ടതകളും യാതനകളും നിറഞ്ഞ ചലനരഹിതമായ

നിശ്ചിന്തപുരം എന്ന പഴയലോകം വിട്ട് നഗരകേന്ദ്രിതമായ പുതിയ ലോകത്തിലേക്ക് പോകുന്നതാണ്. ആധുനികപൂർവ്വ ഗ്രാമീണതയിൽ നിന്ന് നാഗരികതയിലേക്കുള്ള യാത്രയാണിത്. ജാതീയവും സാമ്പത്തിക വുമായ അടിച്ചമർത്തലുകളെയെല്ലാം തകർത്ത് പുതിയ സമൂഹത്തിന്റെ പിറവിക്കായി കൈകോർക്കുന്ന മനുഷ്യരെ അമ്പതുകൾക്കു ശേഷമുള്ള മലയാളസിനിമയിൽ കാണാം. എന്നാൽ നാഗരികവല്ക്കരണത്തെ ഒട്ടൊക്കെ സംശയദൃഷ്ടിയോടെ നോക്കുന്ന ഒരു കാഴ്ചയാണ് മലയാള സിനിമയിൽ ചിത്രീകരിക്കപ്പെട്ടത്. നാഗരിക ജീവിതം നയിക്കുമ്പോഴും ഗൃഹാതുരതയോടെ ഗ്രാമീണജീവിതം സ്വപ്നം കാണുന്ന കഥാപാത്ര ങ്ങൾ മലയാള ചെറുകഥയിൽ കാണാവുന്നതാണ്. ഗ്രാമത്തിന്റെ വിശുദ്ധി നഷ്ടപ്പെടുന്നതിനെക്കുറിച്ച് കഥകളെഴുതിയ എം ടിയും നാഗരിക വികസനത്തെ വിവിധതലങ്ങളിൽ പ്രശ്നവല്ക്കരിക്കുന്നുണ്ട്.[1]

ചെറുകഥയിൽ സിഗരറ്റുവലിച്ചു നടക്കുന്ന കാതരുകുട്ടിയെ ബാപ്പുട്ടി അസൂയയോടെ നോക്കി നില്ക്കുന്നതായി പറയുന്നുണ്ട്. അതുപോലെ കാതരുകുട്ടിയെപ്പറ്റി മമ്മദ്ക്കാ ഇങ്ങനെ പറയുന്നുണ്ട്:

"അവൻ ഏഴുകൊല്ലം മുമ്പ് നാടുവിട്ടുപോയതാണ്. അന്ന് തൊഴി ലില്ലാതെ നാട്ടിൽ ചില്ലറ മോഷണങ്ങൾ അഭ്യസിച്ചുകൊണ്ട് തെണ്ടിനട ന്നിരുന്ന ഒരു ചെറുപ്പക്കാരനായിരുന്നു. കളത്തിൽ മേനോന്റെ ഒരു കുലക്കായ കട്ടതു പിടിച്ചു. അതിന്റെ പിറ്റേന്നു വണ്ടി കയറിയതാണ്" (വാസുദേവൻനായർ എം ടി:2005:55).

ഹിന്ദുവിന്റെ കായക്കുല കട്ടതും, സിഗരറ്റുവലി അസൂയയോടെ ബാപ്പുട്ടി നോക്കിനില്ക്കുന്നതും സിനിമയിൽ ഒഴിവാക്കിയിരിക്കുന്നു. സിനിമയിൽ ബാപ്പുട്ടിയുടെ ആണത്തത്തിനു ചേരുന്ന രംഗങ്ങൾ നിരവധി കൂട്ടിച്ചേർക്കുന്നു. ചെറുകഥയിൽ വില്ലനായ കാതരുകുട്ടിയെ അവതരി പ്പിക്കുമ്പോൾ സെന്റിന്റെ രൂക്ഷമായ ഗന്ധം ഇയാൾ നടക്കുമ്പോൾ ഉണ്ടാകുന്നുണ്ടെന്ന് പറയുന്നുണ്ട്. ഒരു രാത്രിയിൽ ബാപ്പുട്ടി ബീവാ ത്തുമ്മയുടെ പുരയിൽച്ചെന്നു കയറിയപ്പോൾ പൂത്തിലഞ്ഞിപ്പൂക്കളുടെ മണമല്ല അവനെ എതിരേറ്റത്, സിഗരറ്റിന്റെ മണമാണ്. നാഗരികമായ സെന്റിന്റെയും, ചാർമിനാർ സിഗരറ്റിന്റെയും മണം ഗ്രാമീണാന്തരീക്ഷ ത്തിന്റെ മേൽ അക്രമമാകുന്ന ഗന്ധങ്ങളാണ്. ഈ ഗന്ധം ഗ്രാമത്തിൽ പരിഷ്കാരത്തിന്റെ ചിഹ്നങ്ങളുമാണ്. കാതരുകുട്ടി പരിഷ്കൃതനായ ഒരു ചെറുപ്പക്കാരനായിരുന്നു എന്ന് കഥയിൽ എഴുതുമ്പോൾ പരിഷ്കാരമാണ് ഗ്രാമത്തിൽ അസ്വസ്ഥതകൾ ഉണ്ടാക്കുന്നതെന്നും അർത്ഥമാക്കുന്നു. എം ടിയുടെ *മുറപ്പെണ്ണ്, ഇരുട്ടിന്റെ ആത്മാവ്* എന്നീ സിനിമകളിലും സിഗര റ്റിന്റെ പ്രയോഗങ്ങളുണ്ട്. സിനിമയിൽ സിഗരറ്റ് ഒരു പ്രധാന പങ്കുവഹി ക്കുന്നതുപോലെ കണ്ണാടിയും പ്രധാന പങ്കുവഹിക്കുന്നുണ്ട്. ചന്തയിൽ വളകൾ വാങ്ങുമ്പോൾ കണ്ണാടിയിൽ നെബീസു കുഞ്ഞാലിയുടെ മുഖം കാണുന്നതും, ബലാത്സംഗം ചെയ്യാൻ വരുന്ന കുഞ്ഞാലിയുടെ മുഖം

കുടിലിലെ കണ്ണാടിയിൽ നെബീസു കാണുന്നതുമാണ് 'കണ്ണാടി ബിംബരംഗങ്ങൾ.'

ന്യൂനപക്ഷങ്ങളെയും അതുപോലെ പാർശ്വവല്ക്കരിക്കപ്പെട്ട മറ്റു സ്വത്വങ്ങളെയും പ്രതിനിധീകരിക്കാൻ ആധുനിക ദേശ-രാഷ്ട്രങ്ങൾ എങ്ങനെയാണ് ശ്രമിച്ചതെന്ന് നോക്കേണ്ടതാണ്. അമ്പതുകൾക്കുശേഷം വന്ന ഈ ചെറുകഥയിൽ മറുനാട്ടിൽ നിന്നുവന്ന കാതരുകുട്ടിയുടെ പരിഷ്കാരത്തിൽ അസൂയയോടെ നോക്കിനില്ക്കുന്ന ബാപ്പുട്ടിയെ ആവിഷ്കരിക്കുന്നുണ്ട്. ദേശരാഷ്ട്രത്തിന്റെ പുരോഗതിയിൽ നാഗരിക വ്യക്തിത്വം കോളനീവൽകൃതമായ മൂല്യബോധവും സൃഷ്ടിച്ചിട്ടുണ്ട്. വെള്ളക്കാരനെ അത്ഭുതത്തോടെ നോക്കിനില്ക്കുന്ന കറുത്തവന്റെ അഥവാ മൂന്നാംലോക ജനതയുടെ സ്വത്വബോധസങ്കല്പം ഇന്ത്യയിലും രൂപീകരിക്കപ്പെട്ടിട്ടുണ്ട്. ചെറുകഥയിൽ നിസ്കാരപ്പള്ളിയിലാണ് ബാപ്പുട്ടി രാത്രികാലങ്ങളിൽ കിടന്നിരുന്നത്. സിനിമയിൽ മുസ്ലീം സമുദായത്തിന്റെ അധികാരസ്ഥാപനങ്ങൾ അധികം പ്രത്യക്ഷപ്പെടുന്നില്ല. മതചിഹ്നങ്ങൾ വെടിഞ്ഞ മുസ്ലീങ്ങളെയാണ് സിനിമയുടെ നായകകേന്ദ്രത്തിലേക്ക് മലയാളസിനിമ മാറ്റിയെടുക്കുന്നത്. ശരീരത്തിൽ മതപരമായ ചിഹ്നങ്ങളൊന്നും ചെറുകഥയിലെ ബാപ്പുട്ടി, കാതരുകുട്ടി, സൈനബ എന്നിവരിൽ കാണുന്നില്ല (നിസ്കാരപ്പള്ളിയിലെ കിടപ്പും, കെസ്സുപാട്ടും, മതചിഹ്നങ്ങളായി ചെറുകഥയിൽ പ്രത്യക്ഷപ്പെടുന്നുണ്ട്). എന്നാൽ സിനിമയിലെ ബാപ്പുട്ടിക്ക് മതചിഹ്നങ്ങൾ കാണുന്നില്ലായെങ്കിലും നെബീസുവിന്റെ വസ്ത്രധാരണത്തിൽ മുസ്ലീം ചിഹ്നങ്ങൾ കാണുന്നു. വില്ലനായ കുഞ്ഞാലി തൊപ്പിയും ധരിച്ച് ചിത്രത്തിൽ പ്രത്യക്ഷ പ്പെടുന്നുണ്ട്. ആധുനിക മുസ്ലീം നായകത്വസങ്കല്പത്തിലേക്ക് പ്രവേശിക്കുമ്പോൾ മതചിഹ്നങ്ങൾ ശരീരത്തിൽ നിന്ന് കളയേണ്ടതായി വരുന്നു. അതോടൊപ്പം മതപരമായ പരാമർശങ്ങളിലേക്കോ, വിഷ യങ്ങളിലേക്കോ പോകാതെ പ്രണയത്തിനുചുറ്റും കറങ്ങുന്ന നായക നായി ബാപ്പുട്ടി മാറുന്നു.

ചെറുകഥയിൽ സൈനബയുടെ പ്രസവസമയത്ത് ഓസ്സാത്തി കൈയൊഴിഞ്ഞപ്പോൾ ബാപ്പുട്ടിയാണ് ഡോക്ടറെയും നേഴ്സിനെയും കൊണ്ടുവന്ന് ചികിത്സിപ്പിച്ചത്. സൈനബ ആരോഗ്യമുള്ള ഒരാൺ കുഞ്ഞിനു ജന്മംനല്കി. ആധുനികകാലത്ത് നാട്ടുവൈദ്യത്തെ പിന്ത ള്ളിക്കൊണ്ട് വന്ന വൈദ്യശാസ്ത്രത്തിന്റെ വിജയത്തെയാണ് ഇവിടെ കാണിക്കുന്നത്. പരിഷ്കാരത്തിന്റെ അധിനിവേശത്തിലും (കാതരുകുട്ടി) ഗ്രാമീണമായ സ്നേഹം കാത്തുസൂക്ഷിക്കുന്ന നായകനായി ബാപ്പു ട്ടിമാറുന്നു. ഭർത്താവ് മരിച്ചതിനുശേഷം കുടുംബം പോറ്റാൻ ബുദ്ധി മുട്ടുന്ന ബീവാത്തുമ്മയുടെയും അവരുടെ മകളായ സൈനബയെ സ്നേഹിക്കുന്ന ബാപ്പുട്ടിയുടെയും കഥയാണ് *ഓളവും തീരവും*. ഉള്ളിൽ ബാപ്പുട്ടിയെ സ്നേഹിക്കുമ്പോഴും കുടുംബത്തിനുവേണ്ടി കാതരു കുട്ടിയെ വിവാഹം കഴിക്കേണ്ടിവരുന്ന സൈനബയും എന്നാൽ

അയാളാൽ ചതിക്കപ്പെട്ടപ്പോഴും സഹായഹസ്തവുമായി വരുന്ന ബാപ്പുട്ടിയും ഈ കഥയെ ശ്രദ്ധേയമാക്കുന്നു. എന്നാൽ സിനിമയിലേക്കെത്തുമ്പോൾ സദാചാരം, ചാരിത്ര്യം, നായകത്വം എന്നീ പുതിയ തലങ്ങളിലേക്ക് കഥ വ്യാപിക്കുന്നു.

ചുരുക്കത്തിൽ *ഓളവും തീരവും* ചെറുകഥയിലെ നായകകഥാപാത്രമായ ബാപ്പുട്ടി ശാരീരിക-ലൈംഗിക സ്വത്വത്തെ വെളിപ്പെടുത്താത്തതും സ്ത്രീയെ കീഴ്പ്പെടുത്താൻ ആഗ്രഹിക്കാത്തതുമായ പുരുഷസ്വത്വത്തെയാണ് പ്രതിനിധാനം ചെയ്യുന്നത്. സഹനം, മോഹഭംഗം, തിരസ്കാരം എന്നിവ കാണപ്പെടുന്ന സൈനബയുടെ വ്യക്തിത്വം പുരുഷ അധീശത്വ നിർമ്മിതിയായ സ്ത്രൈണത എന്നതിലും ഗാർഹികവും ആദർശദാമ്പത്യത്തിന്റെ പ്രതീകം എന്ന നിലയിലും നിർമ്മിക്കപ്പെട്ടതാണ്. സിനിമയിൽ ബാപ്പുട്ടി ആൺകോയ്മാവ്യവസ്ഥയുടെ അധികാരരൂപമായി മാറുകയും മറ്റൊരാളാൽ ചതിക്കപ്പെട്ട തന്റെ കാമുകിയെ സ്വീകരിക്കാൻ തയ്യാറാവുന്ന നായകനായും മാറുന്നു. സിനിമയിൽ നെബീസു പരിമിതമായ പുറം ലോകവുമായി ബന്ധപ്പെടുമ്പോഴും സമൂഹത്തിന്റെ കണ്ണുകളാൽ നിയന്ത്രിക്കപ്പെട്ടവളാണ്. ചാരിത്ര്യം നഷ്ടപ്പെട്ടവൾ ജീവിച്ചിരിക്കേണ്ട എന്ന പുരുഷസമൂഹത്തിന്റെ സ്ത്രീത്വനിർമ്മിതിയിൽ ജീവൻ വെടിയുന്നവളായി നെബീസു പ്രതിനിധാനം ചെയ്യപ്പെടുന്നു. ചെറുകഥയിൽ ഗ്രാമത്തിന്റെ നിഷ്കളങ്കഭാവം കാണുന്നതോടൊപ്പം നാഗരികതയുടെ വരവ് ഇതിനെ നശിപ്പിക്കുന്നതായും അറിയുന്നുണ്ട്. സിനിമയിൽ ഗ്രാമത്തിൽത്തന്നെ ലൈംഗികസദാചാരനിയമങ്ങൾ കർശനമായി നിലനില്ക്കുന്നുവെന്നും നാഗരികന്റെ പ്രവേശനം ഇതിന്റെ സ്വച്ഛന്ദതയെ ദുരന്തമാക്കിത്തീർക്കുവെന്നും സൂചിപ്പിക്കുന്നു. നായകനായ ബാപ്പുട്ടിയിൽ സിനിമയിൽ മുസ്ലീം സ്വത്വത്തിന്റെ അടയാളങ്ങൾ കാണുന്നില്ല. എന്നാൽ നായികയായ നെബീസുവിലും പ്രതിനായകനിലും ഇതു കാണാം. മുസ്ലീം മതചിഹ്നങ്ങൾ വെടിഞ്ഞ നായകനെയാണ് മലയാളസിനിമ എഴുപതുകളോടെ സ്വീകരിച്ചു തുടങ്ങിയത്. മതപരമായ വ്യവഹാരങ്ങൾപോലും സ്ത്രീക്ക് എതിരായ നിലപാടുകളാണ് എടുക്കുന്നതെന്നും സിനിമ വ്യക്തമാക്കുന്നു.

കുറിപ്പ്

1. എം ടിയുടെ നോവലുകളിൽ സാധാരണ പ്രത്യക്ഷപ്പെടാറുള്ള ഗ്രാമവിശുദ്ധി, ഗൃഹാതുരത്വം എന്നിവ ജാതികേന്ദ്രീകൃതമായ ഒരു സമൂഹത്തിന്റെ സൂചന കൂടിയാണ്. ഫ്യൂഡൽ സവർണ്ണതയുടെ അധികാര വ്യവസ്ഥയും കീഴാളരെ ഓരങ്ങളിലേക്ക് തള്ളിനിർത്തുന്നതുമായ ഈ സൗന്ദര്യാനുഭൂതികളാണ് ഗ്രാമങ്ങളുടെ വിശുദ്ധിയായി ഈ നോവലുകൾ ആവിഷ്കരിക്കുന്നത്. കുടുംബത്തിനകത്തെ മേൽ-കീഴ്ബന്ധവുമായും അത് വിശകലനം ചെയ്യാവുന്നതാണ്.

3

കാഞ്ചനസീത - നാടകവും സിനിമയും

ഇന്ത്യൻ സിനിമയുടെ താവഴിയിൽ തന്നെയാണ് ആദ്യകാല മലയാളസിനിമ സഞ്ചരിച്ചിരുന്നത്. ഇന്ത്യൻ സിനിമയിലെ നാടകപാരമ്പര്യത്തിന്റെയും നാടൻ കലകളുടെയുമെല്ലാം സ്വാധീനം മലയാളസിനിമയുടെ തുടക്കത്തിലും കാണാനാകും. സിനിമയുടെ ഫ്രെയിം, ചലനങ്ങൾ, സംഭാഷണരീതി, സംഗീതം, ഗാനം, ലൈറ്റിങ് മുതലായ നിരവധി പ്രവർത്തനങ്ങളിൽ നാടകത്തിന്റെ സ്വാധീനം പ്രകടമായിരുന്നു. ആദ്യകാലത്തെ മലയാള സിനിമയുടെ അണിയറ പ്രവർത്തകരിൽ നിർമ്മാതാക്കൾ, സംവിധായകർ, നടന്മാർ, മറ്റു നിരവധി പ്രവർത്തകർ എന്നിവരെല്ലാം പൊതുവെ നാടകവുമായി ബന്ധപ്പെട്ടാണ് ഈ രംഗത്തേക്ക് കടന്നുവന്നത്. അതുകൊണ്ട് അരങ്ങിൽ അവതരിപ്പിച്ച നാടകത്തെ ക്യാമറയിലാക്കുന്ന രീതിയാണ് ആദ്യകാലത്തുണ്ടായിരുന്നത്.

നാടകവും സിനിമയും

സിനിമ എന്ന മാധ്യമത്തിന്റെ സാദ്ധ്യതകളെക്കുറിച്ചുള്ള അജ്ഞതകൾ ആദ്യകാല സിനിമകളിൽ കാണാവുന്നതാണ്. നാട്യകലയായ നാടകത്തിന്റെ ആലേഖനമായി ആദ്യകാല സിനിമകൾ നിർമ്മിക്കപ്പെട്ടു. അരങ്ങിലെ സർവ്വാധികാരിയായ നടൻ പ്രേക്ഷകരുമായി സംവദിക്കുന്നവനാണ്. അവയുടെ പ്രതികരണങ്ങൾ നേരിട്ടറിയുന്നവനാണ്. സ്ഥലകാലങ്ങൾക്ക് നാടകത്തിൽ ഒരു സ്ഥിരത കാണാം. എന്നാൽ സിനിമയിൽ ഇതിന്റെ മാറ്റം ചടുലമാണ്. സംഭാഷണം പ്രധാനഘടകമാകുന്നതാണ് നാടകമെങ്കിൽ സിനിമയിൽ ദൃശ്യങ്ങൾക്കാണ് പ്രാധാന്യം. നാടകത്തെ ഫിലിമിൽ പകർത്താമെന്ന് ആന്ദ്രേ ബസീൻ നിരീക്ഷി

ച്ചിട്ടുണ്ട്. ഇവിടെ നാടകത്തിന്റെ പകർപ്പെടുക്കുന്നു എന്നതിനപ്പുറം ദൃശ്യാവിഷ്കാരപരമായ പുനഃസൃഷ്ടി എന്ന തലത്തിലേക്ക് അത് ഉയരുന്നില്ല എന്നു മനസ്സിലാക്കാം. "ചലച്ചിത്ര സൈദ്ധാന്തികനായ ജീൻ മിത്രിയുടെ നിരീക്ഷണത്തിൽ ചലച്ചിത്രത്തിന്റെ നാടകരചനാശാസ്ത്രം യഥാർത്ഥത്തെ യാഥാർത്ഥ്യമുപയോഗിച്ചു നാടകീകരിക്കലാണ്. അതിൽ അരങ്ങിന്റെ പ്രതിനിധാനസ്വഭാവം പൂർണ്ണമായും വർജ്ജിച്ചിരിക്കണം. അരങ്ങിൽ സംഭാഷണങ്ങളിലൂടെയാണ് മുഖ്യമായും നാടകം മനസ്സി ലാക്കുന്നതെങ്കിൽ സിനിമയിൽ വാക്കുകൾ ക്രിയയുടെ പരിണത ഫലങ്ങൾ മാത്രമാണ്. ക്രിയയാണ് വാക്കുകൾക്ക് ആധികാരികത്വം നല്കുന്നത്. സിനിമയിലെ ദൃശ്യങ്ങൾ നാടകത്തിലെ വാക്കിനൊപ്പമാണ്" (റോബർജ്, ഗ്യാസ്റ്റൺ : 1990:53). അതിവൈകാരികഭാവം നിറഞ്ഞ സംഭാഷണ പ്രധാനമായ രംഗങ്ങളിൽ നിന്ന് ദൃശ്യപ്രധാനമായ രംഗങ്ങളിലേക്കുള്ള മാറ്റമാണ് സിനിമ ലക്ഷ്യം വയ്ക്കേണ്ടതെന്ന ആശയ മണ്ഡലത്തിലേക്കാണ് ഈ അഭിപ്രായം ചെന്നെത്തുന്നത്. നാടകത്തിലെ സ്ഥലകാലങ്ങളെ മാറ്റിമറിക്കുന്ന രീതിയിലാണ് സിനിമയിൽ ഇവ ഉപ യോഗിക്കപ്പെടുന്നത്. സ്ഥലത്തിന്റെ നിരന്തരവും യുക്തി ഭദ്രവുമായ ഉപ യോഗം നാടകത്തിൽ കാണാമെങ്കിൽ സിനിമയിൽ സാങ്കേതികതയുടെ ഉപയോഗം വഴി ഇവയുടെ നിരാകരണവും കാണുന്നുണ്ട്.

ആദ്യകാലത്തെ സിനിമാപ്രവർത്തകർ അധികവും നാടകത്തിൽ നിന്ന് വന്നവരായിരുന്നതിനാൽ നാടകത്തിന്റെ സ്വാധീനം സിനിമയിൽ ശക്തമായി അനുഭവപ്പെട്ടിരുന്നു. നാടകത്തെ ക്യാമറയിൽ പകർത്തുന്ന രീതിയിലായിരുന്നു ഷോട്ടുകൾ ക്രമപ്പെടുത്തിയിരുന്നത്. സാങ്കേതിക വിദ്യയുടെ അഭാവം ഇത്തരം അവതരണരീതിയെ സ്വാധീനിച്ചിട്ടുണ്ട്. നടന്മാർ ഫ്രെയിമിൽ നിന്ന് കട്ടുചെയ്തു പോകുന്നത് നാടകത്തിൽനിന്ന് നടന്മാർ പോകുന്നതുപോലെയാണ്. സംഭാഷണങ്ങളിൽ കാണുന്ന നാടകീയതയും ഇതിന്റെ സ്വാധീനം തന്നെയാണ്. കൂടാതെ ആദ്യകാല സിനിമയിൽ നടന്മാർ സംഭാഷണങ്ങൾ ഉറക്കെ പറയുന്നത് ഫ്രെയിമിന്റെ അടുത്തായാലും അകലെയായാലും നാടകത്തെ ഓർമ്മപ്പെടുത്തുന്നുണ്ട്. സംഭാഷണമില്ലാതെ അന്ന് ഒരൊറ്റ സീൻപോലും ചിത്രീകരിക്കപ്പെടാതി രുന്നതും നാടകത്തിന്റെ സ്വാധീനം സിനിമ പിന്തുടർന്നിരുന്നതിനാലാ ണെന്ന് മനസ്സിലാക്കാം. നാടക സെറ്റിനെ ഓർമ്മപ്പെടുത്തുന്ന സിനിമാ സ്റ്റുഡിയോകളിലാണ് ഈ സിനിമകൾ ഷൂട്ട് ചെയ്തിരുന്നത്. അതിനാൽ നാടകരൂപത്തെ പ്രത്യക്ഷത്തിൽ തന്നെ ഇവ ഉൾക്കൊണ്ടിരുന്നുവെന്നും തിരിച്ചറിയാവുന്നതാണ്.

"നാടകത്തിൽ നടൻ/നടി അനിവാര്യഘടകമാവുമ്പോൾ സിനിമ യിൽ അതിന്റെ പ്രവർത്തനഘടകങ്ങളിലൊന്നുമാത്രമാണത്. ക്യാമറ യുടെ കാഴ്ചകളിലൂടെ ആലേഖനം ചെയ്യപ്പെട്ട ദൃശ്യങ്ങളാണ് പ്രേക്ഷ കൻ സിനിമയിൽ കാണുന്നത്. ക്യാമറയുടെ നിരവധി ആംഗിളുകളിലൂടെ രൂപപ്പെടുന്നതുമാണ് സിനിമയിലെ അഭിനേതാവിന്റെ നടനം. തന്റെ

പ്രകടനത്തിന്റെ ഓരോ ഭാഗവും, ആഖ്യാനത്തിന്റെ ഏതു മുഹൂർത്തത്തിൽ, ഏത് ആംഗിളിൽ, എത്ര വലിപ്പത്തിൽ, ഏതുതരം മ്യൂസിക്കിന്റെയും സ്പെഷ്യൽ ഇഫക്ടുകളുടെയും സഹായത്തോടെ, പ്രത്യക്ഷപ്പെടും എന്ന കാര്യം ചലച്ചിത്രനടന് അറിയില്ല. ഈ കാര്യങ്ങളിൽ ഒരു നാടകനടൻ സർവ്വജ്ഞാനിയാണ്. രംഗത്ത് ഓരോ നിമിഷവും സംഭവിക്കാൻ പോകുന്നതിന്റെ എല്ലാ വിശദാംശങ്ങളും അയാൾക്ക് മുൻകൂട്ടിത്തന്നെ അറിവുണ്ട്." (ഗോപിനാഥൻ കെ: 2005:117). അതുകൊണ്ടുതന്നെ സിനിമയിലും നാടകത്തിലും നടീനടന്മാർക്ക് രണ്ടുതരത്തിലുള്ള അനുഭവങ്ങളും അനുഭൂതികളുമാണ് ലഭിക്കുന്നത്. സിനിമയിൽ അഭിനയിക്കുന്ന പ്രശസ്ത നടന്മാരായ ഡസ്റ്റിൻ ഹോഫ്മൻ, വൂഡി അലൻ, നസറുദ്ദീൻ ഷാ എന്നിവർ നാടകത്തിലും അഭിനയിക്കുന്നു. നാടകം തീരും വരെയുള്ള ഉത്തരവാദിത്വം അഭിനേതാവിലാണ്. അതുകൊണ്ടുതന്നെ സദസ്യരുമായിട്ടുള്ള നേരിട്ടുള്ള താദാത്മ്യപ്പെടലും അതു നല്കുന്ന ആനന്ദവും കണക്കിലെടുത്താണ് അവർ നാടകത്തിൽ അഭിനയിക്കുന്നത്. നാടകത്തിൽ രേഖീയമായ അഭിനയരീതിയാണ് കാണുന്നത്. എന്നാൽ സിനിമയിൽ ചിത്രീകരണത്തിന്റെ സൗകര്യമനുസരിച്ച് രംഗങ്ങൾ ക്യാമറയിൽ പകർത്തുകയാണ് ചെയ്യുന്നത്. അപ്പോൾ ആദ്യരംഗം അവസാനം ഷൂട്ടുചെയ്തെന്നുവരാം. അതുകൊണ്ട് സിനിമയിലെ കഥാപാത്രത്തിന്റെ അനസ്യൂതമായ വൈകാരികത അഭിനേതാവിന് വ്യത്യസ്ത സന്ദർഭങ്ങളിൽ അഭിനയിച്ചു പ്രകടിപ്പിക്കേണ്ടതായി വരുന്നു. നാടകത്തിൽ കഥാപാത്രത്തെ ഉൾക്കൊണ്ട് വൈകാരികത അനുഭവിച്ചുകൊണ്ട് അഭിനേതാവിന് അഭിനയിക്കുവാൻ സാധിക്കുന്നു.

നാടകവും ലോകസിനിമയും

നാടകങ്ങൾ സിനിമയാക്കിയതിന് ലോകസിനിമാചരിത്രത്തിൽ നിരവധി ഉദാഹരണങ്ങൾ കാണാൻ കഴിയും. നാടകത്തിന്റെ സംഭാഷണവും, കഥാഗതിയും സംഘർഷങ്ങളും, അവതരണരീതിയും അതേപടി നിലനിർത്തിക്കൊണ്ട് ചിത്രീകരിക്കപ്പെട്ട നിരവധി സിനിമകൾ ആദ്യകാലത്ത് കാണുന്നുണ്ട്. നാടകത്തെപ്പോലെ തന്നെ മികച്ച സൃഷ്ടിയായി മാറിയ നിരവധി സിനിമകൾ, ചലച്ചിത്ര മാധ്യമത്തിന്റെ സാദ്ധ്യതകളിലേക്കുള്ള ആദ്യചുവടുകളെ കുറിക്കുന്നവയാണ്. ആന്റണി അസ്കിത്തിന്റെ *പിഗ്മാലിയൺ* (1938), ലോറൻസ് ഒളിവറിന്റെ *ഹെൻറി അഞ്ചാമൻ* (1945), *ഹാംലെറ്റ്* (1948), *റിച്ചാർഡ് മൂന്നാമൻ* (1954), മൈക്ക് നിക്കോളാസിന്റ *ഹൂ ഈസ് അഫ്രൈഡ് ഓഫ് വിർജിനിയാ വൂൾഫ്* (1966) എന്നീ സിനിമകൾ നാടകങ്ങളിൽ നിന്നുള്ള അനുവർത്തനങ്ങൾക്ക് നല്ല ഉദാഹരണമാണ്.

ഷേക്സ്പിയർ നാടകങ്ങളുടെ അനുവർത്തനങ്ങൾ കൂടുതലായും ഇംഗ്ലീഷ് സിനിമകളിലാണ് നടന്നത്. *ദ ടെയ്മിങ് ഓഫ് ദ ഷ്രൂ* (1929,

സാം ടെയ്‌ലർ), *മിഡ് സമ്മർ നൈറ്റ്സ് ഡ്രീം* (1935, മാക്സ് റെയ്ൻ ഹാർട്ട് ആൻഡ് വില്യം ഡയറ്റേൾ), *ആസ് യു ലൈക്ക് ഇറ്റ്* (1936, പോൾ സിന്നർ), *റോമിയോ ആൻഡ് ജൂലിയറ്റ്* (1936, ജോർജ്ജ് കുക്കൂർ), *ഹാംലെറ്റ്* (1948, ലോറൻസ് ഒളീവിയർ), *മാക്ബത്ത്* (1948, ഓർസൺ വെൽസ്), *ജൂലിയസ് സീസർ* (1951, ഡേവിസ് ബ്രാഡ്‌ലി), *ഒഥല്ലോ* (1951, ഓർസൺ വെൽസ്) എന്നിവ ഷേക്സ്പിയർ നാടകങ്ങളുടെ അനുവർത്തന സിനിമകളിൽ ചിലതാണ്. *മാക്ബത്ത്, റോമിയോ ആന്റ് ജൂലിയറ്റ്, ജൂലിയസ് സീസർ, ഹാംലെറ്റ്* എന്നീ നാടകങ്ങൾ നിരവധി തവണ സിനിമയാക്കിയിട്ടുണ്ട്. ഷേക്സ്പിയർ നാടകങ്ങൾ പലഭാഷകളിലും സിനിമയാക്കിയിട്ടുണ്ട്. ഇപ്പോഴും മാറുന്ന സാംസ്കാരത്തിന് അനുസരിച്ച് ഈ നാടകങ്ങളെ പുനഃസൃഷ്ടിച്ച് സിനിമയിലേക്ക് മാറ്റുന്ന പതിവും കാണുന്നുണ്ട്. ലിയണാർഡോ ഡി കാപ്പിരിയോ നായകനായുള്ള *റോമിയോ ആൻഡ് ജൂലിയറ്റ്* ഒരുദാഹരണമാണ്.

ജാപ്പനീസ് സംവിധായകനായ അകിര കുറസോവ സംവിധാനം ചെയ്ത *ത്രോൺ ഓഫ് ബ്ലഡ്* (*മാക്ബത്ത്*), *റാൻ* (*കിങ്‌ലിയർ*) എന്നീ സിനിമകൾ ഷേക്സ്പിയർ നാടകങ്ങളുടെ ശക്തമായ അനുവർത്തനങ്ങളായി വിലയിരുത്തപ്പെട്ടിട്ടുണ്ട്. *ത്രോൺ ഓഫ് ബ്ലഡി*ലെ മാക്ബത്തിന്റെ കൊട്ടാരത്തിനു നേരെ ഇളകി വരുന്ന കാട് എന്ന ഇമേജ് വ്യത്യസ്തമായ അർത്ഥതലങ്ങൾ സൃഷ്ടിക്കുന്നതാണ്. ദുഃശകുന സൂചകമായി കൊട്ടാരത്തിൽ ചിറകടിച്ചുപാർക്കുന്ന പറവകളുടെ ശബ്ദം ശബ്ദസന്നിവേശത്തിന്റെ മികച്ച പ്രയോഗമാണ്. ജനാധിപത്യത്തിന്റെ വിജയമാണ് പടയാളികളുടെ അനവധി അമ്പേറ്റ് മരിക്കുന്ന *മാക്ബത്തി*ലൂടെ സൂചിതമാവുന്നത്. ഇത്തരത്തിൽ അനുവർത്തനം ചെയ്യപ്പെടേണ്ട സംസ്കാരത്തിനനുസൃതമായി ഷേക്സ്പിയർ നാടകങ്ങളെ സമീപിക്കുകയായിരുന്നു അകിര കുറസോവ. അതുപോലെ റൊമാൻ പൊളാൻസ്കിയുടെ *മാക്ബത്ത്* അനുവർത്തന സിനിമകളിൽ വളരെയേറെ ശ്രദ്ധനേടിയിട്ടുണ്ട്. മലയാള സിനിമയിൽ ജയരാജ് സംവിധാനം ചെയ്ത *കളിയാട്ടം*, ഷേക്സ്പിയറുടെ *ഒഥല്ലോ* എന്ന നാടകത്തിന്റെയും *കണ്ണകി, ജൂലിയസ് സീസർ ആന്റ് ക്ലിയോപാട്ര* എന്ന നാടകത്തിന്റെയും അനുവർത്തനങ്ങളാണ്. ഇവിടെയെല്ലാം മൂലകൃതിയെ അനുവർത്തനം ചെയ്യുമ്പോൾ ലക്ഷ്യ സംസ്കാരത്തിന്റെ സവിശേഷതകൾക്കനുസരിച്ച് ചിത്രീകരിക്കുവാനാണ് ശ്രമിക്കുന്നത്.

ഷേക്സ്പിയർ നാടകങ്ങളെല്ലാം തന്നെ ഒന്നോ, അതിൽ കൂടുതൽ തവണയും സിനിമയാക്കിയിട്ടുണ്ട്. ഓരോ ദേശത്തിന്റെയും സാംസ്കാരിക സാഹചര്യങ്ങൾക്കനുസരിച്ച് ഷേക്സ്പിയർ നാടകങ്ങളെ സ്വതന്ത്രാനുവർത്തനങ്ങൾക്ക് ശ്രമിച്ചതായും കാണാവുന്നതാണ്. നാടിന്റെ പ്രശ്നങ്ങളിൽ സജീവമായി ഇടപെടുന്ന ഒരു കലാരൂപമാണ് നാടകമെന്നതുകൊണ്ട് ഇതിനെ സ്വീകരിക്കുമ്പോൾ രാഷ്ട്രീയം പറയാനുള്ള വെമ്പലിൽ വൈകാരിക/നാടകീയത മുറ്റിനില്ക്കുന്ന

പ്രകടനങ്ങളായി ആദ്യകാലസിനിമകൾ മാറിയതായി കാണാം. ഭരണകൂട താല്പര്യങ്ങൾക്ക് എതിരെയും ഏകാധിപത്യത്തിനും ജനവിരുദ്ധനയങ്ങൾക്കെതിരെയും ജാതീയ അന്ധവിശ്വാസങ്ങൾക്കെതിരെയും നാടകത്തെ അവലംബിച്ചുള്ള സിനിമകൾ പ്രതിഷേധ ആഹ്വാനം ഉയർത്തിയിട്ടുണ്ട്. കേരള രാഷ്ട്രീയത്തിൽ നാടകത്തെ അടിസ്ഥാനമാക്കിയുള്ള സിനിമകൾ വഹിച്ച പങ്ക് വളരെയധികമാണ്.

മണികൗളിന്റെ *ആഷാഡ് കാ ഏക്ദിൻ* (1971) എന്ന സിനിമ അതേപേരിലുള്ള മോഹൻ രാകേഷിന്റെ നാടകത്തിന്റെ അനുവർത്തനമായിരുന്നു. മറാത്തി നാടകകൃത്തായ മഹേഷ് എൽകുഞ്ച്വാറിന്റെ ഒരു നാടകത്തെയാണ് ഗോവിന്ദ്നിഹലാനി *പാർട്ടി,* (1984) എന്ന സിനിമയാക്കിയത്. ഗോവിന്ദ് നിഹലാനിയുടെ *ജസീറ* (1989) എന്ന സിനിമ ഹെൻറിക് ഇബ്സന്റെ നാടകമായ *ലിറ്റിൽ ഇയോഫി*ന്റെ അനുവർത്തനമാണ്. മറ്റു ചിത്രങ്ങളായ *പിതാ* (1990) ആഗസ്ത് സ്റ്റിൻ ബർഗിന്റെ *ഫാദർ* എന്ന നാടകത്തിൽനിന്നും *രുക്മാവതി കി ഹവേലി* (1991), ലോർകയുടെ *ദ ഹൗസ് ഓഫ് ബർനാഡോ ആൽബാ* എന്ന നാടകത്തിൽനിന്നും രൂപപ്പെടുത്തിയെടുത്തതാണ്. സത്യജിത്റേയുടെ *ഗണശത്രു* (1989), എന്ന ചലച്ചിത്രം ഹെൻറിക് ഇബ്സന്റെ *ആൻ എനിമി ഓഫ് ദ പീപ്പിൾ* എന്ന നാടകത്തിൽനിന്നും ഉയിർകൊണ്ടതാണ്. വിജയ് ടെൻഡുൽക്കറുടെ *ശാന്തതാ കോർട്ട്ചാലു ആഹെ*; *കമല* എന്നീ നാടകങ്ങൾ മറാത്തി ഭാഷയിൽ ജഗ്മോഹൻ മുണ്ഡ്രയും, *ഖാസിറാം കോത്ത്വാൾ* എന്ന നാടകം മണികൗളും സിനിമയാക്കിയിട്ടുണ്ട്.

തമിഴ് സിനിമയിൽ നാടകവുമായി ബന്ധം പുലർത്തിയിരുന്ന കെ ബാലചന്ദർ അദ്ദേഹത്തിന്റെ തന്നെ നാടകത്തിൽ നിന്നു സംവിധാനം ചെയ്ത *നീർകുമിഴി* (1965) എന്ന ചിത്രത്തോടെ തമിഴിൽ ശ്രദ്ധേയനായി. *നാനാൾ, എടിർനീച്ചൽ* എന്നീ സിനിമകളും സ്വന്തം നാടകങ്ങളുടെ അനുവർത്തനങ്ങളാണ്. കെ ബാലചന്ദറിന്റെ *തണ്ണീർ തണ്ണീർ* എന്ന സിനിമ കോമൾസ്വാമിനാഥന്റെ നാടകത്തിൽനിന്നും രൂപംകൊണ്ടതാണ്. *ജതികൽ ഇല്യാടി പാപ്പാ* എന്ന നാടകത്തിന്റെ അനുവർത്തനമാണ് ഭാരതിരാജയുടെ *വേദം പുതുത്* എന്ന സിനിമ. ഡി എം കെ യുടെ രാഷ്ട്രീയപ്രവേശനത്തിന് നാടകങ്ങളാണ് ആദ്യകാലത്ത് സഹായകമായത്. പിന്നീട് ആ നാടകങ്ങൾ സിനിമയായിത്തീർന്നിട്ടുമുണ്ട്. സിനിമയിൽ നിന്നുള്ള പല നടീനടന്മാരും പ്രവർത്തകരും തമിഴ്നാട് രാഷ്ട്രീയത്തിൽ പ്രധാനപങ്കുവഹിക്കുന്നതും ഓർക്കാവുന്നതാണ്. എന്നാൽ നാടകത്തിൽ നിന്ന് സിനിമ നിർമ്മിക്കുന്ന രീതി തമിഴ് സിനിമ ഇപ്പോൾ പൂർണ്ണമായും കൈവെടിഞ്ഞിരിക്കുകയാണെന്ന് പറയാം.

നാടകകൃത്തും കവിയുമായ ജ്യോതിപ്രസാദ് അഗർവാല സംവിധാനം ചെയ്ത ആസാമീസ് സിനിമയായ *ജോയ്മതി*യുടെ അടിസ്ഥാനം ലക്ഷ്മീനാഥ് ബെസ്ബറുമയുടെ ഒരു നാടകമായിരുന്നു. 1935 ൽ പുറത്തിറങ്ങിയ *ജോയ്മതി*യാണ് ആദ്യത്തെ ആസാമീസ് സിനിമ. പി

പുല്ലയ്യയുടെ തെലുങ്കു സിനിമയായ *കന്യാശുൽക്കം* ഗുറജാഡ അപ്പാ റാവുവിന്റെ ഒരു നാടകത്തിന്റെ അനുവർത്തനമാണ്. നഗ്ദാ-രാസ്കപൂർ എന്നിവരുടെ ഗുജറാത്തി സിനിമയായ *മുലുമനേക്* ഗുൺവന്ത്റായ് ആചാര്യയുടെ *അല്ലബെല്ലി* എന്ന നാടകത്തിന്റെ അനുകല്പനമാണ്. ഹിന്ദിയടക്കം മറ്റു ഇന്ത്യൻ പ്രാദേശിക ഭാഷകളിലെല്ലാം നാടകത്തിൽ നിന്നുള്ള സിനിമകൾ ഏതാണ്ട് എഴുപതുകൾക്കുശേഷം കുറഞ്ഞു വരികയാണ്. നാടകത്തിന്റെ ചുവട്ടിൽ നിന്ന് വളരെ മാറിയുള്ള സിനിമ യുടെ നടപ്പാണ് ഇതിനൊരു കാരണം.

1950 കളോടെയാണ് മലയാളത്തിൽ ചലച്ചിത്രനിർമ്മാണം വ്യാപ കമായി തുടങ്ങുന്നത്. അറുപതുകളിൽ ഇരുപതോളവും എഴുപതുകളിൽ ഇരുപതോളവും എൺപതുകളിൽ പത്തോളവും തൊണ്ണുറുകളിൽ പത്തോളവും ചിത്രങ്ങൾ നാടകത്തിൽ നിന്ന് സിനിമയായിട്ടുണ്ട്. ആദ്യ കാലം മുതൽ വർഷന്തോറും മലയാള സിനിമകളുടെ എണ്ണം കൂടി ക്കൊണ്ടിരിക്കുകയും തൊണ്ണൂറുകൾക്കുശേഷം എൺപതോളം ചിത്ര ങ്ങളായി മാറിക്കൊണ്ടിരിക്കുകയും ചെയ്യുന്നുണ്ട്. അമ്പതുകളിൽ തമിഴ്-പാഴ്സി നാടകങ്ങളുടെയും തമിഴ്-തെലുങ്കു സിനിമകളുടെയും സ്വാധീനം മലയാള സിനിമയിൽ കണ്ടുവന്നിരുന്നു. ബെൻബ്രൂസ്റ്ററും ലിയ ജാക്കോബ്സും ചേർന്നെഴുതിയ *തിയേറ്റർ റ്റു സിനിമ* എന്ന ഗ്രന്ഥത്തിൽ ആദ്യകാല സിനിമയും പത്തൊമ്പതാം നൂറ്റാണ്ടിലെ തിയേറ്ററും തമ്മി ലുള്ള ഏതാണ്ട് അമ്പത് വർഷത്തെ ബന്ധത്തെക്കുറിച്ച് പഠനം നടത്തുന്നുണ്ട്. ഈ ആദ്യകാല സിനിമകൾ തിയേറ്ററിന്റെ അഭിനയവും, സാങ്കേതികതയും, തിയേറ്ററിക്കൽ ടാബ്ലോയും സ്വീകരിച്ചിരുന്നതായി ഇവർ കണ്ടെത്തുന്നു. തിയേറ്ററിൽ നിന്നുവരുന്ന വേദിയുടെ കാഴ്ചാ നുഭവത്തെ ദൃശ്യഖണ്ഡം (Frame) എന്നു വിളിക്കുകയും, ഇത് ആദ്യ കാല സിനിമകൾ സ്വീകരിക്കുകയും ചെയ്തിരുന്നു. മലയാളസിനിമയുടെ കാര്യത്തിൽ അറുപതുവരെ ഇറങ്ങിയ സിനിമകൾ പരിശോധിച്ചാൽ ഇത്തരത്തിലുള്ള കാഴ്ചകൾ കാണാവുന്നതാണ്. സംഭാഷണരീതിയും നടന്മാരുടെ ഫ്രെയിമിലെ നില്പും ചലനവും, പ്രകാശസന്നിവേശവും നാടകസ്വാധീനത്താൽ സിനിമയിൽ ആദേശം ചെയ്യപ്പെട്ട ഘടകങ്ങളാണ്.

നാടകവും മലയാളസിനിമയും

തിക്കുറിശ്ശി സുകുമാരൻനായരുടെ നാടകമായ *സ്ത്രീ* (1950) അതേപേരിൽ തന്നെ ആർ വേലപ്പൻനായർ സിനിമയാക്കിയതും, പൊൻകുന്നം വർക്കിയുടെ നാടകമായ *നവലോകം* (1951) അതേപേരിൽ തന്നെ വി കൃഷ്ണൻ സിനിമയാക്കിയതും അമ്പതുകളിൽ കാണുന്ന അനുവർത്തനങ്ങളാണ്.

അറുപതുകളിൽ മലയാളസിനിമ നാടകത്തെയും സാഹിത്യ ത്തെയും സ്വാംശീകരിച്ചുകൊണ്ട് വികസിച്ചുവന്നു. ശാസ്ത്രപുരോഗതിയു ടെയും, തൊഴിലാളി-കുടിയാൻ സമരത്തിന്റെയും നവോത്ഥാന

ത്തിന്റെയും സന്ദേശം പ്രത്യക്ഷത്തിൽത്തന്നെ പ്രകടമാക്കിയിരുന്ന നിരവധി നാടകങ്ങൾ അങ്ങനെ സിനിമയാക്കപ്പെട്ടു. കേരള സമൂഹത്തിൽ ജനപ്രിയങ്ങളായി മാറിയ നിരവധി നാടകങ്ങൾ പിന്നീട് സിനിമയാക്കുകയുണ്ടായി. തോപ്പിൽഭാസിയുടെ *മുടിയനായ പുത്രൻ* (1961) അതേപേരിൽ തന്നെ രാമുകാര്യാട്ട് സിനിമയാക്കി. തോപ്പിൽഭാസിയുടെ തന്നെ *പുതിയ ആകാശം, പുതിയ ഭൂമി* (1962), വൈക്കം ചന്ദ്രശേഖരൻനായരുടെ *ഡോക്ടർ* (1963), എസ് എൽ പുരം സദാനന്ദന്റെ *ഒരാൾ കൂടി കള്ളനായി* (1964) പൊൻകുന്നം വർക്കിയുടെ *അൾത്താര* (1964), പി ജെ ആന്റണിയുടെ *റോസി* (1965), സി എൽ ജോസിന്റെ *ഭൂമിയിലെ മാലാഖ* (1965), എസ് എൽ പുരത്തിന്റെ *അഗ്നിപുത്രി* (1967) കാലടി ഗോപിയുടെ *ഏഴുരാത്രികൾ* (1968), എസ് എൽ പുരത്തിന്റെ *പഠിച്ച കള്ളൻ* (1969), *വിലകുറഞ്ഞ മനുഷ്യൻ* (1969); കെ ടി മുഹമ്മദിന്റെ *കടൽപ്പാലം* (1969), തോപ്പിൽഭാസിയുടെ മറ്റുനാടകങ്ങളായ *അശ്വമേധം* (1967), *തുലാഭാരം* (1968), *മൂലധനം* (1969), *കൂട്ടുകുടുംബം* (1969) എന്നീ നാടകങ്ങളെല്ലാം അറുപതുകളിൽ അതേപേരിൽ തന്നെ സിനിമയാക്കിയിട്ടുണ്ട്.

എഴുപതുകളിൽ പുതിയ നാടകകൃത്തുകളുടെ ചില നാടകങ്ങൾ സിനിമയാക്കപ്പെട്ടു. എൻ എൻ പിള്ളയുടെ *ക്രോസ് ബെൽറ്റ്* (1970), *കാപാലിക* (1973) എന്നിവ മണി സംവിധാനം ചെയ്യുകയുണ്ടായി. കെ ടി മുഹമ്മദിന്റെ *തുറക്കാത്ത വാതിൽ* (1970), പി ഭാസ്കരൻ സിനിമയാക്കിയപ്പോൾ ദൃശ്യപരമായ ഒരു ആവിഷ്കാരമായി അതു വികസിക്കുകയുണ്ടായി. എഴുപതുകൾക്കുശേഷം വന്ന സിനിമകൾ നാടകങ്ങളെ ദൃശ്യപരമായ പുതിയ സാദ്ധ്യതകളിലേക്ക് കൊണ്ടുപോകുവാനാണ് ശ്രമിച്ചത്. തോപ്പിൽഭാസിയുടെ *നിങ്ങളെന്നെ കമ്യൂണിസ്റ്റാക്കി* (1970), *ശരശയ്യ* (1971), *സർവ്വേക്കല്ല്* (1976) എന്നീ നാടകങ്ങൾ അദ്ദേഹം തന്നെ സിനിമയാക്കിയതും, കെ ടി മുഹമ്മദിന്റെ *സൃഷ്ടി* (1976) അദ്ദേഹം തന്നെ സിനിമയാക്കിയതും ഒട്ടൊക്കെ നാടകത്തെ അനുസ്മരിക്കുന്ന സിനിമയായിട്ടാണ് കാണപ്പെടുന്നത്. ജി ശങ്കരപ്പിള്ളയുടെ *പൂജാമുറി* എന്ന നാടകം, *സതി* (1972)യെന്ന പേരിൽ മധു സംവിധാനം ചെയ്തതും കൈനിക്കര കുമാരപ്പിള്ളയുടെ *മാതൃകാമനുഷ്യൻ* മധു തന്നെ *മാന്യശ്രീ വിശ്വാമിത്രൻ* (1974) എന്ന പേരിൽ സംവിധാനം ചെയ്തതും അനുവർത്തനരംഗത്തെ പുതിയ ശ്രമങ്ങളായിരുന്നു. പിന്നീട് പി ആർ ചന്ദ്രന്റെ *മിഥ്യ* എന്ന നാടകം *കാമം, ക്രോധം മോഹം* (1975) എന്ന പേരിൽ മധു സിനിമയാക്കുകയുണ്ടായി. ഇക്കാലയളവിൽ നിരവധി റേഡിയോ നാടകങ്ങൾ സിനിമയാക്കിയിട്ടുണ്ട്. നാഗവള്ളിയുടെ *അവളല്പം വൈകിപ്പോയി* (1971) എന്ന റേഡിയോനാടകം അതേപേരിൽ തന്നെ ജോൺ ശങ്കരമംഗലം സിനിമയാക്കിയതും, വി പി മുഹമ്മദിന്റെ റേഡിയോ നാടകമായ *തേൻതുള്ളി* (1979) അതേപേരിൽ കെ പി കുമാരൻ സിനിമയാക്കിയതും അവയിൽ ശ്രദ്ധേയമാണ്. എന്നാൽ ഇത്തരം ശ്രമങ്ങൾക്ക് പിന്നീട് തുടർച്ചയുണ്ടായില്ലെങ്കിലും ഒരു അപവാദമെ

ന്നോണം സരോജിനി അമ്മയുടെ *തിങ്കളാഴ്ച നല്ല ദിവസം* (1975), സുധാകർ മംഗളോദയത്തിന്റെ *കരിയിലക്കാറ്റുപോലെ* (1986) എന്നീ റേഡിയോനാടകങ്ങൾ പി പത്മരാജൻ സിനിമയാക്കിയത് വളരെയേറെ ശ്രദ്ധിക്കപ്പെടുകയുണ്ടായി. റേഡിയോ നാടകങ്ങളെ ദൃശ്യപരമായി പുനരാവിഷ്കരിക്കാൻ പത്മരാജന്റെ സൃഷ്ടിക്ക് സാധിച്ചു.

സി എൽ ജോസിന്റെ നാടകമായ *അറിയാത്ത വീഥികൾ* (1984) കെ എസ് സേതുമാധവൻ സിനിമയാക്കിയിട്ടുണ്ട്. തിക്കോടിയന്റെ *മൃത്യുഞ്ജയം* എന്ന നാടകമാണ് ഭരതന്റെ *ഇത്തിരിപ്പൂവേ ചുവന്ന പൂവേ* (1984) എന്ന സിനിമ. എസ് എൽ പുരത്തിന്റെ നാടകങ്ങളായ *കാട്ടുകുതിര* (1990) പി ജി വിശ്വംഭരനും, *കല്ലുകൊണ്ടൊരു പെണ്ണ്* (1998) ശ്യാമപ്രസാദും അനുവർത്തനം ചെയ്യുകയുണ്ടായി. ശ്രീമൂലനഗരം വിജയന്റെ *തുളസി* എന്ന നാടകം *സമുദായം* (1995) എന്ന പേരിൽ അമ്പിളി അനുവർത്തനം ചെയ്തു. ബെന്നി പി നായരമ്പലത്തിന്റെ *അച്ചാമ്മക്കുട്ടിയുടെ അച്ചായൻ* (1998) രാജൻ പി ദേവ് സിനിമയാക്കിയത് തൊണ്ണൂറുകളിൽ നാടകത്തിൽ നിന്നുവന്ന അനുവർത്തനങ്ങൾക്ക് ഉദാഹരണങ്ങളാണ്. കേരള സംസ്കാരത്തിലെ വിവിധ അനുഷ്ഠാനങ്ങളും, ആചാരങ്ങളും പുലർത്തുന്ന മതവിഭാഗങ്ങളെ മുൻനിറുത്തി ഷേക്സ്പിയർ നാടകങ്ങളെ ആവിഷ്കരിക്കുവാനുള്ള ശ്രമമാണ് പിന്നീട് ഇവിടെ നടന്നത്. എന്നാൽ ഷേക്സ്പിയർ നാടകങ്ങളുടെ കോളനീകരണ പ്രത്യയശാസ്ത്രം പിൻപറ്റുക മാത്രമാണ് ഈ അനുവർത്തനങ്ങളിലൂടെ സാദ്ധ്യമായതെന്ന് കാണാവുന്നതാണ്. കൊളോണിയൽ ആധുനികതക്കെതിരെയും പാശ്ചാത്യരുടെ പൗരസ്ത്യ കാഴ്ചശീലങ്ങൾക്കെതിരെയും വിമർശനങ്ങൾ രൂപപ്പെടുന്ന ഇക്കാലത്ത് ഷേക്സ്പിയർ നാടകങ്ങളെ അടിമുടി പൊളിച്ചുപണിതുകൊണ്ടുള്ള ആവിഷ്കാരങ്ങളാണ് ഉണ്ടാവേണ്ടത്. എന്നാൽ ജയരാജ് സംവിധാനം ചെയ്ത സിനിമകൾ ഇത്തരത്തിലുള്ള ശ്രമങ്ങൾക്ക് മുതിരുന്നില്ല. ടെന്നസി വില്യംസിന്റെ *ഗ്ലാസ്മെനാജെറി* എന്ന നാടകം ശ്യാമപ്രസാദ് *അകലെ* എന്ന പേരിൽ സിനിമയാക്കുകയുണ്ടായി. കേരളത്തിലെ ഒരു ആംഗ്ലോ-ഇന്ത്യൻ കുടുംബത്തിന്റെ പശ്ചാത്തലത്തിൽ നടക്കുന്ന കഥയായി നാടകത്തെ മാറ്റിത്തീർക്കുകയാണ് ഇവിടെ സംവിധായകൻ. പൊതു സമൂഹത്തിൽനിന്നു ഒറ്റപ്പെട്ടു നില്ക്കുന്ന മറ്റൊരു സംസ്കാരത്തിന്റെ കടുത്ത ദാരിദ്ര്യവും, തൊഴിലില്ലായ്മയും, കുടുംബപ്രശ്നങ്ങളും *അകലെ*യിൽ ആവിഷ്കരിക്കപ്പെടുന്നു.

വർത്തമാനകാലത്ത് നാടകത്തിൽനിന്നുള്ള സിനിമകൾക്ക് പ്രാധാന്യം കുറഞ്ഞുവരികയാണ്. സാങ്കേതികരംഗത്തുണ്ടായ വളർച്ച സിനിമ ഒരു വ്യത്യസ്ത മാധ്യമമാണെന്ന സങ്കല്പം രൂപപ്പെടുത്തിയെടുത്തു. കൂടാതെ നവറിയലിസത്തെക്കുറിച്ച് ലോകസിനിമയിൽ വന്ന ആഖ്യാനങ്ങൾ മലയാള സിനിമയിലും രൂപപ്പെടുവാൻ തുടങ്ങിയിരുന്നു. അതുകൊണ്ടുതന്നെ നാടകം സിനിമയാക്കുന്ന രീതിയും കുറഞ്ഞുവന്നു. നാടകത്തിന്റെ ദൃശ്യാവിഷ്കാരത്തിൽ നിന്നുള്ള സിനിമയുടെ

വിച്ഛേദത്തെയാണ് ഇത് അടയാളപ്പെടുത്തുന്നത്. നാടകത്തിൽനിന്ന് വളരെ വ്യത്യസ്തമായി സിനിമ മാറിക്കൊണ്ടിരിക്കുന്നതിനാൽ അതിന്റെ അവതരണരീതി, പ്രമേയം, സംഭാഷണം എന്നിവയെല്ലാം പുതുമയാർന്നതും പരീക്ഷണങ്ങൾക്ക് വിധേയമായിക്കൊണ്ടിരിക്കുന്നതുമാണ്. അതുകൊണ്ട് നാടകത്തെ സ്വീകരിക്കുമ്പോൾ തന്നെ ഒരുപാട് മാറ്റങ്ങൾക്ക് അത് വിധേയമാകേണ്ടതായി വരുന്നു, അതിനാൽ ഇത്തരം പരിശ്രമങ്ങൾക്ക് മുതിരാതെ സിനിമ പുതിയ പ്രമേയങ്ങളും, അവതരണരീതികളും തേടുവാൻ പരിശ്രമിക്കുന്നു.

സി എൻ ശ്രീകണ്ഠൻനായരുടെ നാടകത്രയങ്ങൾ

വ്യത്യസ്തമായ പ്രമേയങ്ങളാലും രംഗാവിഷ്കാരങ്ങളാലും ശ്രദ്ധേയമാണ് സി എൻ ശ്രീകണ്ഠൻനായരുടെ നാടകങ്ങൾ. മലയാള നാടകവേദിയെ കേരളീയ സംസ്കാരത്തിന്റെ പാരമ്പര്യത്തിലേക്ക് നയിച്ച തനതുനാടകവേദിയുടെ രൂപീകരണത്തിൽ അദ്ദേഹത്തിന് നിർണ്ണായകമായ പങ്കുണ്ട്. പാശ്ചാത്യ നാടക വേദിയേയും അഭിനയരീതിയേയും കൈക്കൊണ്ട മലയാള നാടകവേദിക്ക് ഒരു പുതുപാത തുറക്കുവാൻ സി എൻ ശ്രീകണ്ഠൻനായരുടെ നാടകങ്ങൾക്ക് സാധിച്ചു. മനുഷ്യാത്മാവിന്റെ അന്തഃസംഘർഷത്തിനും കഥാപാത്രവികസനത്തിനും പ്രാമുഖ്യം നല്കുമ്പോഴും ശില്പത്തിലും സി എൻ ശ്രീകണ്ഠൻനായർ ശ്രദ്ധിച്ചിരുന്നു. നാടകത്തെ ദൃശ്യകലയായി കാണാൻ ശ്രമിക്കുമ്പോഴും ശ്രീകണ്ഠൻനായരുടെ നാടകങ്ങൾ സാഹിത്യഗുണം ഏറെ പ്രകടിപ്പിക്കുന്നുണ്ട്.

ഐതിഹാസിക പ്രമേയങ്ങളുടെ പുനാരാവിഷ്കാരമാണ് സി എൻ ശ്രീകണ്ഠൻനായരുടെ രാമായണനാടകത്രയം. *കാഞ്ചനസീത, സാകേതം, ലങ്കാലക്ഷ്മി* എന്നീ നാടകങ്ങൾ അവതരണത്തിലും ഉള്ളടക്കത്തിലും വ്യത്യസ്തമായ ഒരു പാതയാണ് തുറന്നിട്ടത്. 1970-നു ശേഷമാണ് *സാകേതം, ലങ്കാലക്ഷ്മി* തുടങ്ങിയ നാടകങ്ങൾ പുറത്തുവരുന്നത്. “സി എന്നിന്റെ എല്ലാ നാടകങ്ങളും അഭിനയ പ്രധാനങ്ങളാണ്. വേദിക്കുവേണ്ടിയുള്ളതാണ് ആ നാടകങ്ങൾ. പ്രസിദ്ധമായ നാടകത്രയം – *കാഞ്ചനസീത, സാകേതം, ലങ്കാലക്ഷ്മി* – വായിച്ചാൽ ആസ്വദിക്കും. രംഗാവതരണത്തിൽ അനുഭവവുമാകും. അങ്ങനെ അനുഭവമാകുക വഴിയാണ് നാടകം നാടകവേദിയുടെ മുതൽക്കൂട്ടാവുന്നത്” (ഗോപി ഭരത്: 2002:54). ഭരത് ഗോപിയുടെ ഈ അഭിപ്രായം വേദിയിൽ ഈ നാടകങ്ങൾ കൈവരിച്ച വിജയത്തെ സൂചിപ്പിക്കുന്നു. അവതരണത്തിലും അഭിനയത്തിലുമെല്ലാം വളരെയേറെ മികച്ചുനില്ക്കുന്നവയായിരുന്നു ഈ നാടകങ്ങൾ. രാമായണത്തെ പുനർരചന നടത്തുകവഴി വർത്തമാന യാഥാർത്ഥ്യത്തെ അഭിസംബോധന ചെയ്യുവാനാണ് നാടകകൃത്ത് ശ്രമിക്കുന്നത്. നാടകത്രയത്തിലെ രണ്ടാമത്തെ നാടകമായ *സാകേതമാണ്* ഇതിവൃത്തമനുസരിച്ച് ഒന്നാമത്. ഇതിലെ കേന്ദ്രകഥാപാത്രമായ

ദശരഥൻ, താൻ അറിയാതെ ചെയ്തുപോയ തെറ്റിന്റെ പാപബോധത്താൽ ആത്മപീഡനം അനുഭവിക്കുന്നവനുമാണ്. ഒരു പാപം മറ്റു പാപങ്ങളിലേക്കു നയിച്ച് പാപങ്ങളുടെ ഒരു ശൃംഖല തന്നെ ദശരഥനെ അന്ത്യംവരെ പിന്തുടരുന്നു. രാമായണത്രയത്തിലെ അവസാനത്തേതും എന്നാൽ ഇതിവൃത്തംകൊണ്ട് രണ്ടാമത്തേതുമായ *ലങ്കാലക്ഷ്മി*യിൽ *രാമായണ*ത്തിലെ പ്രതിനായകനായ രാവണനാണ് നായകൻ. വീരവും രൗദ്രവും ശൃംഗാരവും മുറ്റിനില്ക്കുന്ന സംഭാഷണങ്ങളാലും ചലനങ്ങളാലും രാവണൻ അവതരിപ്പിക്കപ്പെടുന്നു. ലങ്കയുടെ ഐശ്വര്യത്തിനും രാക്ഷസകുലത്തിന്റെ നിലനില്പിനും വേണ്ടിയാണ് രാവണൻ തന്റെ ഓരോ പ്രവൃത്തിയും ചെയ്തതെന്ന് *ലങ്കാലക്ഷ്മി*യിൽ വ്യക്തമാക്കുന്നു. *കാഞ്ചനസീത* എന്ന നാടകത്തിൽ അവതാരരൂപമായ രാമനെ ആധുനികവ്യക്തിസംഘർഷം അനുഭവിക്കുന്ന മനുഷ്യനായി അവതരിപ്പിക്കാൻ സി എൻ ശ്രീകണ്ഠൻനായർ ശ്രമിച്ചിരിക്കുന്നു. അധികാരം വ്യക്തിയെ എങ്ങനെ സ്വാധീനിക്കുന്നു എന്നതിന്റെ അന്വേഷണം കൂടിയാണ് *കാഞ്ചനസീത*.

ജി അരവിന്ദൻ, മലയാള സിനിമ, അനുവർത്തനങ്ങൾ

എഴുപതുകളിൽ മലയാള സിനിമയിൽ പ്രമേയത്തിലും അവതരണരീതിയിലും വളരെ വ്യത്യസ്തമായ പരീക്ഷണങ്ങൾ നടത്തിയ സംവിധായകനാണ് ജി അരവിന്ദൻ. ആദ്യകാലത്ത് സിനിമാ സൊസൈറ്റിയിൽ പ്രവർത്തിച്ചിരുന്ന അദ്ദേഹം ചിത്രകാരൻ, കാർട്ടൂണിസ്റ്റ് എന്നീ നിലകളിലും അറിയപ്പെട്ടിരുന്നു. നിരവധി ഡോക്യുമെന്ററികൾ സംവിധാനം ചെയ്ത അദ്ദേഹത്തിന്റെ ആദ്യസിനിമയാണ് *ഉത്തരായനം* (1074). മദ്ധ്യവർഗ്ഗസമൂഹത്തിന്റെ വ്യാകുലതകളും ദുഃഖങ്ങളുമായിരുന്നു അദ്ദേഹത്തിന്റെ സിനിമകളിൽ ആവിഷ്കരിച്ചിരുന്നത്. പെയിന്റിങ്ങിനെ ഓർമ്മിപ്പിക്കുന്ന രീതിയിൽ സിനിമയിൽ ഫ്രെയിമുകൾ സൃഷ്ടിക്കുവാൻ അരവിന്ദന് സാധിച്ചിരുന്നു. അറുപതുകളിൽ *മാതൃഭൂമി* ആഴ്ചപ്പതിപ്പിൽ തുടർച്ചയായി പ്രസിദ്ധീകരിച്ചുവന്ന *ചെറിയ മനുഷ്യരും വലിയ ലോകവും* എന്ന കാർട്ടൂൺ പരമ്പരയുടെ സ്രഷ്ടാവായിരുന്നു അരവിന്ദൻ. ആധുനിക സമൂഹത്തിന്റെ രാഷ്ട്രീയ കാഴ്ചപ്പാടിനെയും ഭരണക്രമത്തെയും സാമൂഹ്യമായ മൂല്യബോധത്തെയും പരിഹസിച്ചിരുന്ന ഈ കാർട്ടൂൺ പരമ്പരയുടെ സ്വാധീനം അരവിന്ദന്റെ *ഉത്തരായന*ത്തിൽ കാണാമെന്ന് പല വിമർശകരും വിലയിരുത്തിയിട്ടുണ്ട്.

സിനിമയിലെ പ്രമേയ പരിചരണം, അഭിനയം, അനുവർത്തനം എന്നിവയിലെല്ലാം അന്നേവരെ ഉണ്ടായിരുന്നതിൽനിന്നും പാടേ ഭിന്നമായ ശൈലിയാണ് *കാഞ്ചനസീത*യിൽ അരവിന്ദൻ അവലംബിച്ചിരിക്കുന്നത്. അഭിനയമല്ല, പെരുമാറ്റമാണ് തനിക്ക് ആവശ്യമെന്ന് അരവിന്ദൻ വിശ്വസിച്ചു. സിനിമയിലെ അഭിനയരീതിയെപ്പറ്റി അരവിന്ദന്റെ അഭിപ്രായം ഇങ്ങനെയാണ്. "സിനിമയിൽ അഭിനയമെന്നൊന്നില്ല.

സംവിധായകൻ പറയുന്നതനുസരിച്ചുള്ള പെരുമാറ്റരീതികളെയുള്ളൂ. അഭിനേതാക്കൾ സംവിധായകന്റെ കൈയിലെ കളിപ്പാവകളാണ് എന്നു പറഞ്ഞാലും തെറ്റില്ല. എന്റെ സിനിമയിലെ അഭിനേതാക്കൾക്ക് അഭിനയം അറിയണമെന്നില്ല. ഞാൻ പറയുന്നരീതിയിൽ പെരുമാറാൻ കഴിയുന്ന വരെയാണ് എനിക്കാവശ്യം. ഉദാഹരണത്തിന് *കുമ്മാട്ടി*യിൽ ഞാൻ വടകരയിലുള്ള കുറെ കുട്ടികളെയാണ് കഥാപാത്രങ്ങളാക്കിയത്. അഭിനയം വശമില്ലാത്ത ഈ കുട്ടികൾ ഞാൻ ആവശ്യപ്പെട്ടതുപോലെ പെരുമാറുകയായിരുന്നു. *കാഞ്ചനസീത*യിൽ ഒരിക്കൽപ്പോലും സിനിമ കണ്ടിട്ടില്ലാത്ത കുറെ ഗോത്രസമുദായക്കാരാണ് കഥാപാത്രങ്ങളെ അവതരിപ്പിച്ചത്. സിനിമയിലെ അഭിനയം നടൻ തനിച്ച് ചെയ്യുന്നതല്ല. സംവിധായകൻ തന്റെ മാധ്യമത്തിന്റെ പരിചരണത്തിലൂടെ രൂപപ്പെടു ത്തിയെടുക്കുന്നതു കൂടിയാണ്. നാടകത്തിലെന്നതുപോലെ സിനിമയിൽ അഭിനയത്തിന്റെ നൈരന്തര്യവും ഒരു നടൻ കാത്തുസൂക്ഷിക്കേണ്ട തായിട്ടില്ല" (ജോസ് കെ മാനുവൽ:2004:120). സിനിമയുടെ സാങ്കേതിക വിദ്യയിലൂടെ രൂപപ്പെട്ടുവരുന്നതാണ് അഭിനയമെന്നും അതിനാൽ നടന്മാരെ സംവിധായകൻ തന്റെ ആഗ്രഹങ്ങൾക്കനുസരിച്ച് ഉപ യോഗിക്കുകയാണ് ചെയ്യുന്നതെന്നും ഇവിടെ കാണാം. കഥാപാത്ര ങ്ങളുടെ പരിചരണത്തിലുമുണ്ട് ഈ വ്യത്യാസം.

സ്വാതന്ത്ര്യാനന്തരഭാരതത്തിന്റെ രാഷ്ട്രീയപ്രതിസന്ധികളും, നെഹ്റുവിയൻ രാഷ്ട്രപുരോഗതിയുടെ അവിശ്വാസവുമെല്ലാം *ഉത്ത രായന*ത്തിന്റെ ചിത്രപാഠത്തിൽ തെളിഞ്ഞു കാണാം. ഇതിലെ നായകകഥാപാത്രമായ രവി ഒരു ആദർശരൂപമല്ല, മറിച്ച് ഭൗതിക സാഹ ചര്യങ്ങളുടെയും വൈയക്തികപ്രതിസന്ധികളുടെയും സംഘർഷങ്ങൾ ഉൾക്കൊള്ളുന്ന എഴുപതുകളിലെ യുവത്വത്തിന്റെ പ്രതീകമാണ്. എന്തിനെയും വിമർശിക്കുന്ന ഒരു മദ്ധ്യവർഗ്ഗ സവർണ്ണപാരമ്പര്യത്തിന്റെ വ്യക്തിത്വമാണ് അയാളിൽ കാണുന്നത്. തൊഴിലില്ലായ്മയും, ആദർശങ്ങ ളുടെ നിരാസവും പുതുതലമുറയെ എങ്ങനെ ബാധിക്കുന്നു എന്നതിന്റെ അന്വേഷണം കൂടിയാണ് ഈ ചിത്രം. അരവിന്ദന്റെ കാർട്ടൂൺ പരമ്പരയായ *ചെറിയ മനുഷ്യരും വലിയ ലോകവും* മദ്ധ്യവർഗ്ഗമായി രൂപാന്തരപ്പെടുന്ന മലയാളിസമൂഹത്തിന്റെ പരിച്ഛേദമാണ്. പുതിയ സാമൂഹിക സാഹചര്യങ്ങൾ ഉണ്ടാക്കിയ വ്യർത്ഥതാബോധവും മൂല്യച്യുതിയും ഒത്തുചേർന്ന മദ്ധ്യവർഗ്ഗ സംസ്കാരത്തിൽനിന്ന് പിറവിയെടുത്തതാണ് അരവിന്ദന്റെ *ഉത്തരായനം, പോക്കുവെയിൽ* തുടങ്ങിയ ചിത്രങ്ങൾ. മൂല്യവ്യവസ്ഥയുടെയും ചിന്തയുടെയും സാഹിത്യസങ്കല്പത്തിന്റെയും സാമ്പ്രദായിക രീതിയിൽനിന്ന് വഴിമാറി നടക്കാൻ അരവിന്ദൻ ചിത്രങ്ങൾ ശ്രമിച്ചു. *കാഞ്ചനസീത*യിൽ ഇതു കൂടുതൽ പ്രകടമാകുന്നു. സാഹിത്യത്തിലെ ആധുനികതാവാദംപോലെ സിനിമയിൽ നടന്ന ഒരു മാറ്റമാണിത്.

ഒരു സർക്കസ് സംഘം നാട്ടിൻപുറത്തെത്തുമ്പോൾ അവരോടുള്ള

ഗ്രാമീണരുടെ ആഭിമുഖ്യവും സർക്കസ് സംഘാംഗങ്ങൾ തമ്മിലുള്ള ബന്ധവും *തമ്പ്* (1978) സിനിമയിൽ ചിത്രീകരിക്കപ്പെടുന്നു. മറുനാട്ടിൽ കഴിഞ്ഞിട്ട് നാട്ടിലെത്തുന്ന കുടുംബവും, ആ കുടുംബത്തിലെ ചെറുപ്പക്കാരനെ അലട്ടുന്ന മൂല്യസംഘർഷവും *തമ്പിൽ* അനാവരണം ചെയ്യുന്നുണ്ട്. അന്ത്യത്തിൽ ചെറുപ്പക്കാരൻ സർക്കസ് സംഘത്തോടൊപ്പം യാത്രയാകുന്നു. വ്യക്തമായ സ്ക്രിപ്റ്റില്ലാതെ, യഥാർത്ഥ സർക്കസ് കലാകാരന്മാരെ വച്ചു ചിത്രീകരിച്ച *തമ്പ്* ഒരു ഡോക്യുമെന്ററി - ഫീച്ചർ ഫിലിമായിരുന്നു.

ചിണ്ടൻ എന്ന കുട്ടിയെ കേന്ദ്ര കഥാപാത്രമാക്കി യക്ഷിക്കഥകളുടെ ഒരു ആന്തരികതലം നല്കുന്ന അരവിന്ദന്റെ സിനിമയാണ് കുമ്മാട്ടി (1979). ഗ്രാമത്തിലെത്തുന്ന *കുമ്മാട്ടി* കുട്ടികളെ പലതരം പക്ഷിമൃഗാദികളായി രൂപാന്തരപ്പെടുത്തുന്നു. അവരെ തിരികെ മനുഷ്യരൂപങ്ങളിലേക്ക് മാറ്റിയെടുത്തശേഷം സ്ഥലം വിടുകയാണ് കുമ്മാട്ടി. കുമ്മാട്ടിയുടെ തിരിച്ചുപോക്കിന്റെ സമയത്ത് നായയായി മാറിയ ചിണ്ടന് അവിടെയെത്താനായില്ല. അവസാനം ചിണ്ടൻ ഗ്രാമത്തിൽ തിരിച്ചെത്തി, മനുഷ്യരൂപം വീണ്ടെടുക്കുന്നതോടെ സിനിമയവസാനിക്കുന്നു. മദ്ധ്യകേരളത്തിൽ നിലനിന്നിരുന്ന ഒരു നാടോടിപ്പാട്ടിന്റെ ആശയമാണ് കുട്ടികളുടെ ചിത്രമെന്നു വിളിക്കാവുന്ന *കുമ്മാട്ടി*യിൽ അരവിന്ദൻ സ്വീകരിച്ചത്. ഫാന്റസിയും റിയലിസവും കൂടിക്കലർന്ന ഒരു അവതരണരീതി നമ്മുടെ സംസ്കാരത്തിൽ ഉറങ്ങിക്കിടക്കുന്ന മിത്തുകളുടേയും കെട്ടുകഥകളുടെയും സ്വാധീനം ഉൾക്കൊണ്ടതാണ്.

അരവിന്ദന്റെ *എസ്തപ്പാൻ* (1979) എന്ന സിനിമയിലും യഥാതഥവും ഭ്രമാത്മകതയും ഇടകലർന്നു വരുന്നത് കാണാവുന്നതാണ്. ജീവിച്ചിരിക്കുമ്പോൾ എസ്തപ്പാൻ ഒരു പരിഹാസകഥാപാത്രവും മരിച്ചുകഴിയുമ്പോൾ ഒരു ഐതിഹ്യവുമായി മാറുന്നതുമാണ് ഇവിടെ കാണുന്നത്. സഹജീവികളോടും ജീവിതത്തോടും വളരെ നിസ്സംഗമായ ഒരു സമീപനം പുലർത്തുന്ന എസ്തപ്പാന്റെ ഈ ചിത്രം ക്രിസ്തീയ അന്തരീക്ഷത്തിലാണ് പറഞ്ഞിരിക്കുന്നത്. കടലിൽ നിന്നു പ്രത്യക്ഷപ്പെടുന്ന എസ്തപ്പാനിൽ നിന്നു ആരംഭിക്കുന്ന ഈ സിനിമ യാഥാർത്ഥ്യത്തെപ്പറ്റിയുള്ള നിരവധി സംശയങ്ങൾ ഉന്നയിക്കുന്നുണ്ട്. എസ്തപ്പാൻ എന്ന വ്യക്തിയെപ്പറ്റി മുക്കുവർ നല്കുന്ന വ്യത്യസ്തമായ ഉത്തരങ്ങളിലൂടെയാണ് എസ്തപ്പാന്റെ വ്യക്തിത്വം രൂപപ്പെടുന്നത്.

ബാലു എന്ന യുവകവിയുടെ താളം തെറ്റിയ മനസ്സിനെ സാമൂഹ്യാവസ്ഥയുടെ പശ്ചാ ത്തലത്തിൽ മനഃശാസ്ത്രപരമായി വിശകലനം ചെയ്യുവാൻ ശ്രമിക്കുകയാണ് അരവിന്ദന്റെ *പോക്കുവെയിൽ* (1981). ഭ്രാന്താശുപത്രിയിൽ കിടക്കുന്ന ബാലുവിന്റെ ജീവിതത്തിന്റെ സർഗ്ഗപ്രക്രിയയിലേക്ക്, മനസ്സിലേക്ക് നിഴലും വെളിച്ചവും വീഴ്ത്തിക്കൊണ്ട് കടന്നുപോകുന്ന ദൃശ്യങ്ങളാണ് അരവിന്ദൻ ഒരുക്കിയിരിക്കുന്നത്. സംഭാഷണങ്ങൾ നന്നേ കുറച്ച്, ദൃശ്യങ്ങളുടെ കൂട്ടിച്ചേർക്കലുകളിലൂടെ

ബാലുവിന്റെ ജീവിതം ഇവിടെ ആവിഷ്കരിക്കപ്പെടുന്നു. കൂട്ടുകാരി വേർപിരിഞ്ഞതിനുശേഷം അവൾ സമ്മാനിച്ച കാസറ്റിന്റെ ടേപ്പിളക്കി ശരീരത്തിൽ ചുറ്റുന്നതും, ബാലു കവിത വായിക്കുമ്പോൾ കടലിൽ തീയെരിയുന്നതും നിരവധി അർത്ഥതലങ്ങൾ ഉൾക്കൊള്ളുന്ന ദൃശ്യ ങ്ങളിൽ ചിലതാണ്.

സി വി ശ്രീരാമന്റെ ചെറുകഥയുടെ ചലച്ചിത്രാവിഷ്കാരമായ *ചിദംബരം* (1985) സ്ത്രീപുരുഷ ബന്ധത്തിന്റെ വിവിധതലങ്ങൾ ആവിഷ്കരിക്കുന്നു. മാടുവളർത്തൽ കേന്ദ്രത്തിലെ ജോലിക്കാരനായ മുനിയാണ്ടി അവിടുത്തെ സൂപ്രണ്ടായ ശങ്കരൻ തന്നെ വഞ്ചിച്ചു എന്നു മനസ്സിലാക്കി തന്റെ ഭാര്യയായ ശിവകാമിയെ കൊലപ്പെടുത്തിയശേഷം ആത്മഹത്യ ചെയ്യുന്നു. പാപബോധത്താൽ താളം തെറ്റിയ മനസ്സുമായി യാത്ര തുടരുന്ന ശങ്കരൻ ചിദംബരം ക്ഷേത്രസന്നിധിയിലെ ചെരിപ്പു സൂക്ഷിപ്പുകാരിയിൽ താൻമൂലം കൊല്ലപ്പെട്ട ശിവകാമിയെ ദർശിക്കുന്നു. ഭ്രമാത്മകത നിഴലിക്കുന്ന ഈ രംഗം മോക്ഷത്തിനായി അലയുന്ന ശങ്കരന്റെ ആഗ്രഹം തന്നെയാണ്.

ആധുനികതയുടെ ശാസ്ത്രയുക്തിയേയും വികസനസങ്കല്പ ത്തേയും ചോദ്യം ചെയ്യുന്ന ഒരു സിനിമയാണ് *ഒരിടത്ത്* (1986). ഒരു ഗ്രാമത്തിൽ വൈദ്യുതി എത്തുന്നതോടെ ആ ഗ്രാമത്തിനും, നാട്ടു കാർക്കും സംഭവിക്കുന്ന മാറ്റങ്ങളും ദുരന്തങ്ങളുമാണ് സിനിമ ആവി ഷ്കരിക്കുന്നത്. തനതുനാടകാവതരണത്തിന്റെ (*അവനവൻ കടമ്പ, ദൈവത്താർ*) ആമുഖചർച്ചയിൽ അരവിന്ദൻ പങ്കെടുത്തിട്ടുള്ളതിനാൽ തനതുനാടകവേദിയുമായുള്ള അരവിന്ദന്റെ അടുപ്പം മനസ്സിലാക്കാം. കാവാലം നാരായണപ്പണിക്കരുടെ *മാറാട്ടം* എന്ന നാടകമാണ് അരവിന്ദൻ തന്റെ അതേപേരിലുള്ള സിനിമയ്ക്കായി സ്വീകരിച്ചത്. *മാറാട്ടം* (1984), *ഉണ്ണി* (1990) എന്നീ സിനിമകൾക്കു ശേഷം അവസാനമായി സംവിധാനം ചെയ്ത സിനിമയാണ് *വാസ്തുഹാര* (1993). സി വി ശ്രീരാമന്റെ ചെറുകഥയെ അടിസ്ഥാനമാക്കി നിർമ്മിക്കപ്പെട്ടതാണ് അരവിന്ദന്റെ *വാസ്തുഹാര*. 1971 ലെ ഇന്തോ-പാക് യുദ്ധത്തിന്റെയും പാക് ആഭ്യന്തരകലാപത്തിന്റെയും പശ്ചാത്തലത്തിൽ ഒരു അഭയാർത്ഥി കുടുംബത്തിന്റെ കഥ പറയുകയാണ് ചെറുകഥാകൃത്ത്. കിഴക്കൻ ബംഗാളിൽ നിന്ന് അഭയാർത്ഥികളായി എത്തിപ്പെട്ടവർ എങ്ങനെ യെങ്കിലും രക്ഷപ്പെടണമെന്ന ആഗ്രഹം വെച്ചു പുലർത്തുന്നതും അവരെ ആന്തമാനിലേക്ക് റിക്രൂട്ട് ചെയ്യാൻ ഗവൺമെന്റ് ഉദ്യോഗസ്ഥന്മാർ ശ്രമിക്കുന്നതും *വാസ്തുഹാര*യുടെ ചരിത്ര പശ്ചാത്തലമാണ്. ഭർത്താ വടക്കം സർവ്വസ്വവും നഷ്ടപ്പെട്ട് കൽക്കത്തയുടെ ചേരിപ്രദേശത്ത് കഴി യുന്ന അമ്മായിയായ ആരതിപണിക്കരെയും മകളെയും ആന്തമാ നിലേക്ക് കുടിയേറ്റാൻ ശ്രമിക്കുന്ന റഫ്യൂജി ഓഫീസറായ വേണുവിന്റെ മാനസികസംഘർഷവും സിനിമയിൽ ആവിഷ്കരിക്കപ്പെടുന്നു. ബംഗ്ലാ ദേശിൽനിന്ന് അഭയാർത്ഥി പ്രവാഹമുണ്ടായ 1971 കാലത്തെ അഭ

യാർത്ഥികളുടെ ദുരിതങ്ങളും, അക്കാലത്തെ ബംഗാളിലെ നക്സൽ പ്രസ്ഥാനവും വ്യക്തിയും രാഷ്ട്രവും തമ്മിലുള്ള സംഘർഷവും സിനിമയിലുണ്ട്.

മലയാള സിനിമയിലും സംസ്കാരത്തിലും വ്യത്യസ്തമായ സംവാദങ്ങൾക്ക് വഴിതെളിച്ച ഒരു ചിത്രമാണ് *കാഞ്ചനസീത* (1977). രാമായണകഥാപാത്രങ്ങളുടെ പരമ്പരാഗതമായ രൂപഭാവങ്ങളെ മാറ്റിമറിച്ചിരിക്കുന്ന ചിത്രമാണ് *കാഞ്ചനസീത*. സൂര്യവംശത്തിന്റെ തലമുറയാണ് തങ്ങളെന്ന് സ്വയം വിശ്വസിക്കുന്ന ഗോത്ര വർഗ്ഗത്തിന്റെ പ്രതിനിധികളാണ് ഇതിലെ രാമലക്ഷ്ണന്മാർ. *രാമായണ*ത്തിലെ വിശ്വപ്രകൃതിയായ സീതയെ ബാഹ്യപ്രകൃതിയായി സങ്കല്പിച്ച് സീതയുടെ സന്തോഷവും ദുഃഖവുമെല്ലാം പ്രകൃതിയിലെ വിവിധ ഭാവമാറ്റങ്ങളായാണ് അരവിന്ദൻ *കാഞ്ചനസീത*യിൽ ആവിഷ്കരിച്ചിരിക്കുന്നത്.

അരവിന്ദന്റെ *കാഞ്ചനസീത* പുറത്തുവന്നതിനുശേഷം അതിനെക്കുറിച്ചുണ്ടായ അഭിപ്രായങ്ങളെ ഉണ്ണികൃഷ്ണൻ, ദാസ് കെ എം എന്നിവർ എഡിറ്റുചെയ്ത *അരവിന്ദൻ : ജീവിതവും കലയും* എന്ന പുസ്തകത്തിൽ രേഖപ്പെടുത്തുന്നുണ്ട്. ഫിലിം ഇൻസ്റ്റിറ്റ്യൂട്ട് തിയറികളുടെ ധാരണകൾക്കു നേരെ തുളഞ്ഞുകയറുന്ന ഒരു വെല്ലുവിളിയാണ് അരവിന്ദൻ *കാഞ്ചനസീത*യിൽ ഉയർത്തിയത്. നടീനടന്മാരുടെ തിരഞ്ഞെടുപ്പിലും ഷോട്ടുകളുടെ ദൈർഘ്യത്തിലും നിലവിലുള്ള കീഴ്വഴക്കങ്ങൾ ലംഘിച്ച ചിത്രമായി *കാഞ്ചനസീത*യെ കാണാം. "ഏതൊരു ചലച്ചിത്രവിദ്യാർത്ഥിയും ആഴത്തിൽ പഠിക്കേണ്ട ഒരു ഫിലിം ഇതിഹാസമായി *കാഞ്ചനസീത* മാറുന്നുവെന്ന് അയ്യപ്പപ്പണിക്കർ അഭിപ്രായപ്പെടുന്നുണ്ട്'' (അയ്യപ്പപണിക്കർ: 1991:27). മലയാള സിനിമയിൽ *കാഞ്ചനസീത* ഉണ്ടാക്കിയ ദൃശ്യവിസ്മയമാണ് ഇവിടെ പ്രകീർത്തിക്കപ്പെടുന്നത്. നവതരംഗ സിനിമകൾ പൊതുവെ സിനിമയുടെ സാമ്പ്രദായിക വ്യാകരണരീതികളിൽ നിന്ന് വഴിമാറി നടക്കാൻ ശ്രമിച്ചവയാണ്. അതിനാൽ സിനിമ പുറത്തിറങ്ങിയകാലത്ത് മലയാളി പ്രേക്ഷകനു മുമ്പിൽ ആ സിനിമ ഉണ്ടാക്കിയ വിപ്ലവത്തെ കണ്ടില്ലെന്നു നടിക്കാനാവില്ല. *കാഞ്ചനസീത*യിൽ പ്രകൃതി (സീത) പുരുഷ സംയോഗം എന്ന വേദാന്താശയത്തിനാണ് ഊന്നൽ കൊടുത്തത് എന്നും സാധാരണ പ്രേക്ഷകരെ ഇത് ആകർഷിച്ചില്ലാ എന്നും സലാം കാരശ്ശേരി പറയുമ്പോൾ നേരത്തെ സൂചിപ്പിച്ച സാമ്പ്രദായിക സിനിമാരീതികളിൽ നിന്നുള്ള മാറ്റം ഇവിടെ നിരൂപകൻ ഉൾക്കൊള്ളുന്നുണ്ടെന്ന് മനസ്സിലാക്കാം.

> ആഖ്യാനത്തിന്റെ കാര്യത്തിലും അരവിന്ദന്റെ സമ്പ്രദായങ്ങൾ സിനിമാസങ്കല്പങ്ങളുമായി ബന്ധപ്പെട്ട എല്ലാ അനുമാനങ്ങളെയും അമ്പരപ്പിക്കുന്നതായിരുന്നു. സി എൻ ശ്രീകണ്ഠൻനായരുടെ ശബ്ദമുഖരിതമായ *കാഞ്ചനസീത*യ്ക്ക് അരവിന്ദനുണ്ടാക്കിയ ഏതാണ്ട് നിശ്ശബ്ദമായ ചലച്ചിത്രഭാഷ്യവും അതിലെ ആദിവാസി

രാമലക്ഷ്മണന്മാരും അത്തരം ഒരു അനുഭവമാണ്. (രവീന്ദ്രൻ : 1991: 112)

"നാടകത്തെയും സിനിമയെയും ഒക്കെ അവഗണിക്കുന്ന ഒരു ട്രീറ്റ്മെന്റായിരുന്നു *കാഞ്ചനസീത*യുടേത്. ഇത്തരം ഒരു പുരാണകഥ ചലച്ചിത്രമാക്കുന്നതിനെപ്പറ്റിയുള്ള എന്റെ സങ്കല്പങ്ങൾക്ക് നിരക്കുന്നതായിരുന്നില്ല അത്" (ജോർജ്ജ് കെ ജി :1991: 126). വ്യക്തിപരമായി തനിക്കത്ര ഇഷ്ടപ്പെടാത്ത സിനിമയാണ് *കാഞ്ചനസീത*യെന്ന് കെ ജി ജോർജ്ജ് ഇവിടെ കൂട്ടിച്ചേർക്കുന്നുണ്ട്. ഒ കെ ജോണി എഡിറ്റുചെയ്ത *അരവിന്ദന്റെ കല* എന്ന പുസ്തകത്തിൽ കാഞ്ചനസീതയെക്കുറിച്ചുള്ള വിജയകൃഷ്ണന്റെ ലേഖനത്തിലും (1991:64-71), *കാഞ്ചനസീത*യെ കുറിച്ചുള്ള ചർച്ചയിലും (1991: 144:151) സിനിമയെക്കുറിച്ചുള്ള നല്ല അഭിപ്രായങ്ങൾ തന്നെയാണ് വന്നിട്ടുള്ളത്. ഇത്രയും അഭിപ്രായങ്ങൾ ഇവിടെ സൂചിപ്പിക്കുന്നത് *കാഞ്ചനസീത*യുടെ അക്കാലത്തെയും പിന്നീടുള്ളതുമായ വിലയിരുത്തലുകളെ മനസ്സിലാക്കുവാൻ വേണ്ടിയാണ്. എന്നാൽ ഇന്ന് *കാഞ്ചനസീത* കാണുമ്പോൾ ഇത്തരത്തിലുള്ള ഒരു ഉത്തരം പറയുവാൻ സാധിക്കുകയില്ല. *കാഞ്ചനസീത*യുടെ ചരിത്രപ്രാധാന്യം അംഗീകരിക്കെത്തന്നെ സിനിമ ഇന്നു ഉയർത്തിക്കൊണ്ടുവരുന്ന ചോദ്യങ്ങളെയാണ് വിശകലനം ചെയ്യേണ്ടത്. കേവലം സൗന്ദര്യാനുഭൂതി എന്ന തലംവിട്ട് സിനിമയുടെ സാങ്കേതികപരവും ആശയപരവുമായ ചരിതസാംസ്കാരിക വിശകലനത്തിനാണ് ഇവിടെ ശ്രമിക്കുന്നത്.

സി എൻ ശ്രീകണ്ഠൻനായരുടെ നാടകത്തെ വളരെ വ്യത്യസ്തമായിട്ടാണ് അരവിന്ദൻ സമീപിച്ചിരിക്കുന്നത്. അനുവർത്തന രീതിയിൽ വളരെ വ്യത്യസ്തമായൊരു കാഴ്ചപ്പാടാണ് *കാഞ്ചനസീത* മുന്നോട്ടുവയ്ക്കുന്നത്. ഈ സിനിമയെ മുൻനിറുത്തിയുള്ള അരവിന്ദന്റെ രണ്ട് അഭിപ്രായങ്ങളെ ഇവിടെ വിശകലനം ചെയ്യാം. ഉണ്ണികൃഷ്ണൻ, ദാസ് കെ എം എന്നിവർ എഡിറ്റുചെയ്ത *അരവിന്ദൻ: ജീവിതവും കലയും* എന്ന പുസ്തകത്തിൽ വി കെ ഉണ്ണികൃഷ്ണൻ, ജോൺ തോമസ് എന്നിവർ അരവിന്ദനുമായി നടത്തിയ അഭിമുഖത്തിൽ ഇങ്ങനെ പറയുന്നുണ്ട്. "സീത പ്രകൃതിയാണെന്ന നിഗമനം ഒഴിച്ചാൽ *കാഞ്ചനസീത*യിൽ *വാല്മീകിരാമായണ*മാണ് ആധാരമായെടുത്തിട്ടുള്ളത്. സംഘാളിയയുടെ ഒരു ഗ്രന്ഥം ഒഴികെ ചരിത്രാപഗ്രഥനപരമായ രാമായണകൃതികൾ ഒന്നും തന്നെ ഞാൻ വായിച്ചിട്ടില്ല. രാമനെ ഒരു ഗോത്രത്തലവനായാണ് ഞാൻ ചിത്രീകരിച്ചിരിക്കുന്നത് എന്ന വാദം തികഞ്ഞ തെറ്റിദ്ധാരണയാണ്. *കാഞ്ചനസീത*യിലെ രാമൻ മറ്റ് സിനിമയിലെ രാമനെക്കാൾ തികച്ചും വ്യത്യസ്തനാണെന്നത് ശരി തന്നെ. എങ്കിലും *വാല്മീകിരാമായണ*ത്തിലെ രാമനെക്കാൾ ഒട്ടും വ്യത്യസ്തനാകാതിരിക്കാനാണ് ഞാൻ ശ്രമിച്ചിട്ടുള്ളത്" (അരവിന്ദൻ: 1982 : 149). *കാഞ്ചനസീത*യിൽ രാമായണ പൗരാണികസങ്കല്പങ്ങൾക്കു വിരുദ്ധമായ ഒരു

കാഴ്ചപ്പാട് സ്വീകരിക്കുകയും രാമനെ ഒരു ഗോത്രത്തലവനായി ചിത്രീകരിച്ചതും എന്തുകൊണ്ടാണെന്ന ചോദ്യത്തിന്റെ മറുപടിയാണ് അരവിന്ദന്റേത്. എന്നാൽ അരവിന്ദന്റെ ഈ അഭിപ്രായം വാല്മീകിരാമായണം എന്ന ഏകപാഠത്തെ സങ്കല്പിക്കുകയും ചരിത്രത്തിലൂടെ പരിണാമം സംഭവിച്ചു രൂപപ്പെട്ടുവന്ന ആഖ്യാനമാണ് രാമായണം എന്ന വാദത്തെ തള്ളികളയുന്നതുമാണ്. ലോകത്തിന്റെ വിവിധഭാഗങ്ങളിലുള്ള രാമായണങ്ങളേക്കാൾ *വാല്മീകിരാമായണ*ത്തിന് എങ്ങനെയാണ് ഏകപാഠസ്വഭാവവും ആധികാരികതയുടെ ബലവും കൈവന്നതെന്ന ചോദ്യം ഈ സന്ദർഭത്തിൽ ഉയർന്നുവരാം. ഒരു ടിബറ്റൻ മിത്തിന്റെ അടിസ്ഥാനത്തിൽ ഏഴായിരത്തി അഞ്ഞൂറിൽപ്പരം രാമായണങ്ങൾ ഉണ്ടെന്ന് മനസ്സിലാക്കിയ അരവിന്ദൻ തന്റെ *കാഞ്ചനസീത* വ്യത്യസ്തമാണെന്ന് അഭിപ്രായ പ്പെടുമ്പോൾ തന്നെയാണ് *വാല്മീകിരാമായണ*ത്തിൽനിന്നും വ്യത്യസ്തമല്ലായിതെന്ന അഭിപ്രായവും മുന്നോട്ടുവയ്ക്കുന്നത്. *കാഞ്ചനസീത* സിനിമയുടെ തന്നെ വൈരുദ്ധ്യാത്മകതലത്തെ പ്രകടമാക്കുന്ന ഒന്നാണിത്. സാമ്പ്രദായിക പൗരാണിക സിനിമാ ഗണത്തെ പാടെ തിരസ്കരിക്കുമ്പോഴും ആര്യബ്രാഹ്മണിക പ്രത്യയശാസ്ത്രം പ്രവർത്തിക്കുന്ന സിനിമയെന്ന വൈരുദ്ധ്യം *കാഞ്ചനസീത*യിൽ ഉള്ളടങ്ങിയിട്ടുണ്ട്. എഴുപതുകളിലെ സമാന്തര സിനിമാപ്രസ്ഥാനത്തിലും കാണപ്പെടുന്ന സവർണ്ണമദ്ധ്യവർഗ്ഗ മൂല്യബോധങ്ങളുടെ അബോധമാണ് ഇവിടെ പ്രവർത്തിക്കുന്നത്. സ്വാതന്ത്ര്യാനന്തര ഇന്ത്യൻ രാഷ്ട്രീയത്തിന്റെ പ്രശ്നങ്ങളെ അഭിമുഖീകരിക്കാൻ തയ്യാറാകാത്ത മദ്ധ്യവർഗ്ഗാവബോധം ആദ്ധ്യാത്മികതലങ്ങളെ തേടുന്നതായാണ് ഇവിടെ കാണാനാവുന്നത്.

മറ്റൊരിടത്ത് സ്വന്തം രചനകളെപ്പറ്റി പറയുമ്പോൾ അരവിന്ദൻ ഇങ്ങനെ പറയുന്നു. "വാസ്തവത്തിൽ സി എൻ ശ്രീകണ്ഠൻനായരുടെ നാടകംപോലും എനിക്ക് ഒരവലംബം മാത്രമായിരുന്നു. സീതയെ പ്രകൃതിയായും രാമനെ പുരുഷനായും സങ്കല്പിച്ചുകൊണ്ടുള്ള ഒരു വ്യാഖ്യാനമാണ് ഞാൻ സ്വീകരിച്ചത്. ഈ സമീപനം ഇഷ്ടപ്പെടാത്തവരോട് പണ്ട് ശ്രീനാരായണഗുരു വിഗ്രഹപ്രതിഷ്ഠയ്ക്കു നല്കിയ സമാധാനമേ എനിക്കു പറയുവാനുള്ളൂ. ഞാൻ ഗോത്രവർഗ്ഗത്തിന്റെ രാമനെയാണ് അവതരിപ്പിച്ചത്'' (അരവിന്ദൻ: 1991:131). ഇവിടെ ശ്രീകണ്ഠൻനായരുടെ നാടകം വായിച്ചപ്പോൾ അരവിന്ദനുണ്ടായ നവ്യാനുഭവത്തിന്റെ ആവിഷ്കാരമായി സിനിമ മാറുന്നു. അതോടൊപ്പം തന്റെ സിനിമ പുതിയൊരു ആഖ്യാനമാണെന്നും അരവിന്ദന് ഉറച്ച വിശ്വാസമുണ്ട്. ഗോത്രവർഗ്ഗത്തിന്റെ രാമനാകുമ്പോൾ വാല്മീകിയുടെ രാമനേക്കാൾ വ്യത്യസ്തമായ ഒരു കഥാപാത്രമാണെന്നും വരുന്നു. ഇവിടെ അനുവർത്തന പ്രക്രിയയെക്കുറിച്ചുള്ള സംവിധായകന്റെ സങ്കല്പം മൂലകൃതി സംവിധായകന്റെ മനസ്സിലുണ്ടാക്കുന്ന അനുഭൂതിയെ ചിത്രീകരിക്കുക എന്നതാണ്. മൂലകൃതിയിൽ നിന്ന് വ്യത്യസ്തമായ ഒരു ആവിഷ്കാരമാണ് സിനിമ എന്നത് അരവിന്ദനിലും കാണാം.

മൂലകൃതിയും സിനിമയും രണ്ട് ഭിന്ന പാഠങ്ങളാണ്. അവയുടെ ആശയ വ്യവഹാരവും വ്യത്യാസമാണ്.

കാഞ്ചനസീത - നാടകവും സിനിമയും

നാടകം തുടങ്ങുന്നതിങ്ങനെയാണ്.

മാ നിഷാദ പ്രതിഷ്ഠാം ത്വ-
മഗമ: ശാശ്വതീ: സമാ:
യത് ക്രൗഞ്ചമിഥുനാദേക-
മവധീ : കാമമോഹിതം

എന്ന ശ്ലോകം യവനിക ഉയരുംമുമ്പ് ഒരു ഘനശബ്ദത്തിൽ കേൾക്കുന്നു. തുടർന്ന് ശംഖനാദവും. അയോദ്ധ്യാപുരി രാമചന്ദ്രമഹാരാജാവിന്റെ കൊട്ടാരത്തിലുള്ള സഭാമണ്ഡലം. മുഴുവൻ കരിങ്കൽക്കെട്ടുകളാണ്. നടുവിൽ അഗ്രപീഠം. ഇരുഭാഗത്തും പീഠങ്ങൾ. മണ്ഡപത്തിൽ ഏകശിലാനിർമ്മിതമായ കൽത്തൂണുകൾ. ഊർമ്മിള ഒരു പീഠത്തിൽ ശിരസ്സു താങ്ങി തറയിൽ ഇരിക്കുന്നു. പ്രൗഢയാണ്. തീക്ഷ്ണമായ നയനങ്ങൾ. മുഖത്തു നൈരാശ്യം സ്ഥിരവാസമുറപ്പിച്ചിരിക്കുന്നു. രാജകുമാരികൾക്കുള്ള ശിരോലങ്കാരവും മംഗല്യസൂത്രവുമല്ലാതെ മറ്റാഭരണങ്ങൾ അണിഞ്ഞിട്ടില്ല" (ശ്രീകണ്ഠൻ നായർ, സി.എൻ. 2003 : 135).

പിന്നീട് യവനിക ഉയർന്ന് അല്പം കഴിയുമ്പോൾ കൗസല്യ വരികയും ഊർമ്മിളയുമായുള്ള സംഭാഷണമാരംഭിക്കുകയും ചെയ്യുന്നു. രാമൻ സീതയെ ഉപേക്ഷിച്ചതിലുള്ള ദുഃഖവും ഇവിടെ കാണുന്നു. പത്നിയേക്കാളും രാജാധികാരത്തിനോടാണ് രാമന്റെ നോട്ടം എന്ന രീതിയിലും വിമർശനം നീളുന്നു. സംഭാഷണങ്ങളിലൂടെ മുന്നോട്ടു നീങ്ങുന്ന ആഖ്യാനശൈലിയാണ് നാടകം സ്വീകരിക്കുന്നത്.

ദണ്ഡകാരണ്യത്തിലൂടെയുള്ള രാമലക്ഷ്മണന്മാരുടെ യാത്രയുടെ നീണ്ട ഒരു ഷോട്ടോടെയാണ് സിനിമയാരംഭിക്കുന്നത്. ശംബൂകൻ തലകീഴായി കിടന്ന് തപസ്സുചെയ്യുന്നത് ഈ രംഗത്ത് കാണാം. നാടകത്തിലും സിനിമയിലും ഇത്തരത്തിൽ വ്യത്യസ്തമായ തുടക്കമാണ് കാണുന്നത്. അയോദ്ധ്യാ വംശത്തിന്റെ അധികാരം നിലനിർത്തുവാൻ ആഗ്രഹിക്കുന്ന രാമന് ഭീഷണിയായി ഉയർന്നുവരുന്ന ഒന്നാണ് ശംബൂകന്റെ തപസ്സ്. ഇതിനെ ആദ്യരംഗത്തിലൂടെ കാണിക്കുന്നതുവഴി അശ്വമേധയാഗത്തിന്റെ പ്രസക്തിയേറുന്നു. കൂടാതെ ഈ രാമൻ അവസാനം എവിടെയെത്തിച്ചേരുന്നുവെന്നതിന്റെ പ്രധാന്യവും വർദ്ധിക്കുന്നു.

നാടകത്തിന്റെ അവസാനം ഭൂമി പിളർന്ന് സീത അപ്രത്യക്ഷമാകുന്നു. വാല്മീകി ഘനഗംഭീരമായ ശബ്ദത്തിൽ സീത... സീത നശിക്കുന്നില്ല... സീത പ്രകൃതിയാണ് എന്നു പറയുന്നതോടെ നാടകം അവസാനിക്കുന്നു. വാല്മീകിയുടെ ഈ സംഭാഷണത്തെ ആവിഷ്ക

രിക്കുവാനുള്ള ശ്രമമാണ് അരവിന്ദൻ നടത്തുന്നത്. നാടകത്തിൽ അവസാന രംഗത്ത് സീത വരുന്നുണ്ടെങ്കിൽ സിനിമയിൽ പ്രകൃതിയെ തന്നെ സീതയായി സങ്കല്പിക്കുന്ന ആവിഷ്കാരരീതിയാണ് പിന്തുടരുന്നത്. ബാഹ്യപ്രകൃതിയെയാണ് പ്രകൃതിയായി ഇവിടെ ആവിഷ്കരിക്കുന്നത്.

അരവിന്ദന്റെ *കാഞ്ചനസീത*യിലെ രാമലക്ഷ്മണന്മാർ ഗോത്രവർഗ്ഗത്തിൽപ്പെട്ടവരാണ്. അയോദ്ധ്യ ഇവിടെ ഗോത്രവിഭാഗത്തിന്റെ ആസ്ഥാനവുമാണ്. അയോദ്ധ്യയുടെ സമ്പൽസമൃദ്ധി ഇവിടെ കാണുന്നില്ല. മലകൾക്കിടയ്ക്ക് കാണുന്ന ഗുഹാമുഖം പോലെയാണ് ഇവരുടെ അയോദ്ധ്യ. ഗോത്രവർഗ്ഗത്തെ സൂചിപ്പിക്കുന്ന തരത്തിൽ കാളയുടെ ചിത്രമുള്ള കൊടിയടയാളം സിനിമയിൽ കാണുന്നു. ഗോത്രവർഗ്ഗത്തിന്റെ രാമായണമാണ് ഇവിടെ അരവിന്ദൻ ചിത്രീകരിച്ചിരിക്കുന്നത്.

കൗസല്യയും ഊർമ്മിളയും കൂടിയുള്ള സംഭാഷണത്തിൽ ദസ്യുക്കൾ ആര്യവംശത്തിൽ ഭീഷണിയായി ഉയർന്നുവരുന്നതും, സീതയ്ക്കുവേണ്ടി രാമൻ രാവണനോട് ഏറ്റുമുട്ടിയതും ആ രാമൻ പിന്നീട് പ്രജാക്ഷേമത്തിനും തന്റെ അധികാരം നിലനിർത്താനും സീതയെ ഉപേക്ഷിച്ചതും വിവരിക്കപ്പെടുന്നുണ്ട്. എന്നാൽ സിനിമയിൽ കൗസല്യ എന്ന കഥാപാത്രം പ്രത്യക്ഷപ്പെടുന്നില്ല. രാമവിമർശനം ഊർമ്മിള നടത്തുന്നത് ആദ്യം ലക്ഷ്മണനോടാണ്. പുരുഷൻ പ്രകൃതിയിൽ നിന്ന് ഭിന്നനാണോ എന്ന് ഊർമ്മിള ലക്ഷ്മണനോട് ചോദിക്കുന്നുണ്ട്, പിന്നീട് നാടകത്തിലെപ്പോലെ സിനിമയിലും ഊർമ്മിള രാമനോട് സംസാരിക്കുന്നുണ്ട്. രാജപീഠം ഒരു അഗ്നികുണ്ഡമാണ്. സീതയുടെ ഭർത്താവ് പ്രജകളുടെ ദാസൻ മാത്രം! സിനിമയിലെ ഈ വാചകം നാടകത്തിലെ സംഭാഷണങ്ങളിലും കാണാവുന്നതാണ്. ഗോത്രവർഗ്ഗ രാമനിലും അധികാരം പ്രധാനമായ ഒന്നാണ്. അധികാരത്തിനും പ്രജാക്ഷേമത്തിനും വേണ്ടി രാമന് സീതയെ ഉപേക്ഷിക്കേണ്ടതായി വരുന്നു.

അയോദ്ധ്യരാജധാനിയിൽ സീതാരാമന്മാരെ കാണാൻ ഹനുമാൻ എത്തുന്നരംഗം *കാഞ്ചനസീത* നാടകത്തിൽ ആവിഷ്കരിക്കുന്നുണ്ട്. ഹനുമാന്റെ ഹൃദയത്തിൽ സ്ഥാനം പിടിച്ചിരിക്കുന്ന സീതാരാമന്മാർ ഇന്ന് വേർപിരിഞ്ഞത് എങ്ങനെയെന്ന് ചോദിക്കുന്നു. രാമന്റെ രാജ്യതന്ത്രത്തിന്റെ ചുരുൾ അഴിക്കുവാൻ പര്യാപ്തമാണ് ഹനുമാന്റെ ഈ വാക്കുകൾ.

> പ്രഭോ! അടിയനു മാപ്പുനല്കിയാലും. അടിയന് എല്ലാം മനസ്സിലായി. രാജ്യതന്ത്രത്തിന് ഒരു നൂതന വ്യാഖ്യാനം അവിടുന്ന് രചിക്കുകയാണ്. അതു പരീക്ഷിച്ചു പ്രയോഗക്ഷമമാക്കുകയാണ്.... അങ്ങേക്ക് വിജയം ഭവിക്കട്ടെ! പക്ഷേ, ആത്മബന്ധങ്ങളെ അറുത്തറുത്തു പൊട്ടിക്കുന്ന ഈ രാജ്യതന്ത്രം ഭൂമിക്കൊരു തീരാശാപ

> മാണെന്ന് അടിയൻ ഭയപ്പെടുന്നു. അടിയനു വിട നല്കിയാലും.... ഇനി ഇവിടെ നില്ക്കാൻ അടിയൻ ഇഷ്ടപ്പെടുന്നില്ല.... ദേശ്യമൂക ത്തിലെ സഖ്യത്തിന് ഈ രാജ്യതന്ത്രത്തിൽ എന്തു വില? (ശ്രീകണ്ഠൻനായർ സി എൻ :2003: 177).

നാടകത്തിലെ ഈ രംഗം സിനിമയിൽ കാണുന്നില്ലെങ്കിലും രാജ്യതന്ത്രത്തിനെക്കുറിച്ചുള്ള ചിന്തകൾ രാമൻ തിരിച്ചറിയുന്നുണ്ട്. ഗോത്രരാമനിലും കുടികൊള്ളുന്ന അധികാരചിന്തയുടെ വിശകലനം ഭരതന്റെ വാക്കുകളിലൂടെ സിനിമയിലും നിർവ്വഹിക്കപ്പെടുന്നുണ്ട്. നാടകത്തിലെ ഭരതന്റെ വിമർശനത്തിലും തെളിയുന്നത് രാമന്റെ രാജ്യതന്ത്ര നിലപാടുകളെ കുറിച്ചുതന്നെയാണ്. ഹനുമാൻ എന്ന കഥാപാത്രത്തെ സിനിമയിൽ കാണിക്കാതിരിക്കുമ്പോൾ *രാമായണ* ത്തിന്റെ വ്യത്യസ്തതലങ്ങളെ തന്നെയാണ് അത് ലക്ഷ്യം വയ്ക്കുന്നത്. "ആര്യസങ്കല്പമനുസരിച്ച് രാമനും കൂട്ടരും കേമന്മാരും രാവണൻ, ഹനുമാൻ, സുഗ്രീവൻ, ബാലി എന്നിവരൊക്കെ കുരങ്ങന്മാരും രാക്ഷസന്മാരുമാണ്. ആര്യന്മാരെ ആകാശത്തോളം വാഴ്ത്തുന്ന *രാമായണം* ഇതര സമുദായക്കാരെ അടിയാളരായി ചിത്രീകരിക്കുകയും അവരിൽ ചിലരെ സ്വാഭിമാനം വെടിഞ്ഞ് ആര്യന്മാരെ ആത്മാർ പ്പണത്തോടെ സേവിക്കുന്നവരായി ചിത്രീകരിക്കുകയും ചെയ്യുന്നു. ഹനുമാനാദി കഥാപാത്രങ്ങൾ അത്തരക്കാരാണ്. സ്വന്തം ജീവിതം പോലും പണയംവെച്ച് ഇതര ജാതിക്കാർ ആര്യന്മാരെ സേവിക്കണമെന്ന ആഖ്യാനമാണത്" (രാമസ്വാമി പെരിയോർ ഇ വി : 1994 : 505). സി എൻ ശ്രീകണ്ഠൻനായരുടെ നാടകത്തിലും ഹനുമാൻ ഇത്തരത്തിൽ സീതാരാമഭക്തിയുടെ പ്രതീകമാണ്. അശ്വമേധയാഗത്തിൽ സീത യ്ക്കുപകരം *കാഞ്ചനസീത* ഉപയോഗിക്കുന്ന രാമനെ ഹനുമാൻ വിമർശിക്കുന്നുണ്ട്. പ്രകൃതിയും പുരുഷനുമെന്നപോലെ സീതാരാമന്മാർ അഭിന്നരാണെന്നാണ് ഹനുമാൻ വിശ്വസിക്കുന്നത്. എന്നാൽ സീതയേ ക്കാൾ മുഖ്യമായി രാജ്യത്തെ കാണുന്ന ശ്രീരാമന്റെ പ്രവൃത്തിയിൽ ദുഃഖിച്ചിട്ടാണ് ഹനുമാൻ അയോദ്ധ്യയിൽ നിന്ന് പോകുന്നത്.

*വാല്മീകിരാമായണ*ത്തിലെ ലവകുശന്മാർക്ക് ആയുധാഭ്യാസ മില്ലായിരുന്നു. വാല്മീകി പഠിപ്പിച്ചത് രാമായണഗാനം മാത്രമായിരുന്നു. എന്നാൽ നാടകമായ *കാഞ്ചനസീത*യിലെ ലവകുശന്മാർക്ക് *രാമായണ* ഗാനവും ആയുധാഭ്യാസവും വശമാണ്. നേരെമറിച്ച് സിനിമയിൽ അവർക്ക് ആയുധാഭ്യാസം മാത്രമേ അറിയുന്നതായി ചിത്രീകരിക്കു ന്നുള്ളൂ. വാല്മീകി *രാമായണ* കാവ്യം രചിക്കുകയും *രാമായണ*ത്തിൽ ഒരു പ്രധാനകഥാപാത്രമാവുകയും ചെയ്യുമ്പോൾ ഗ്രന്ഥരചയിതാവിന്റെ സാന്നിദ്ധ്യം നിതാന്തമായി കുടികൊള്ളുന്ന ഒരു നാടകീയപാഠമായി സി എന്നിന്റെ നാടകമായ *കാഞ്ചനസീത* മാറുന്നു. എന്നാൽ ഇത്തരമൊരു ആഖ്യാനതന്ത്രം അരവിന്ദന്റെ സിനിമയിലില്ല. ഗോത്രവർഗ്ഗത്തിന്റെ നാടോടി പാരമ്പര്യവും വാമൊഴിയും സ്വഭാവവുമാണ് സിനിമ

ഉൾക്കൊള്ളുന്നതെന്ന് ഇതിൽനിന്ന് മനസ്സിലാക്കാം. ഗ്രന്ഥകർത്താവില്ലാത്ത നാടോടി ജീവിതത്തിന്റെ മുഖമുദ്രകളാണ് ഇത്തരത്തിൽ സിനിമയിൽ പ്രത്യക്ഷപ്പെടുന്നത്.

സി എൻ ശ്രീകണ്ഠൻനായരുടെ സംഭാഷണപ്രധാനമായ നാടകമല്ല അരവിന്ദൻ ദൃശ്യാവിഷ്കാരത്തിന് തെരഞ്ഞെടുത്തത്; നാടകത്തിന്റെ അന്തഃസത്തയെയാണ്. പാരായണാനുഭവമായിരുന്നു അരവിന്ദന്റെ പ്രമാണം. നാടകവും സിനിമയും രണ്ട് മാധ്യമമാണെന്ന ബോദ്ധ്യത്തിൽ മാത്രമായി നില്ക്കുന്ന ഒന്നല്ലിത്. അനുവർത്തന സംരംഭങ്ങളിൽത്തന്നെ ഇത്തരമൊരു മാറ്റം അസൂയാവഹമായിരുന്നു. മറ്റൊരുതലത്തിൽ മലയാള സിനിമയെക്കുറിച്ചുള്ള ധാരണകളെയാണ് അരവിന്ദന്റെ സിനിമ അട്ടിമറിക്കുന്നത്. സംഭാഷണമെന്നത് സിനിമയിൽ ശരീരഭാഷയുടെ വാക്‌രൂപമാണ്. സംഭാഷണത്തോടൊപ്പം കഥാപാത്രത്തിന്റെ സ്വഭാവം, വ്യക്തിത്വം, മനോഭാവം തുടങ്ങിയവയും സിനിമയുടെ ആശയവിനിമയത്തെ സഹായിക്കുന്ന ഘടകങ്ങളാണ്. സംസ്കാരികവ്യത്യാസം, പ്രായം, ലിംഗം, കഥാന്തരീക്ഷം എന്നിവയൊക്കെ സിനിമയിലെ സംഭാഷണങ്ങളെ സ്വാധീനിക്കുന്നവയാണ്. നാടകത്തിലെ പ്രധാന സംഭാഷണങ്ങളെ ചുരുക്കി ഉപയോഗിച്ചിരിക്കുകയാണ് സിനിമയിൽ. ഗോത്രവർഗ്ഗത്തിലെ രാമനെ അവതരിപ്പിക്കുന്ന അരവിന്ദൻ തന്റെ സിനിമയിൽ സി എൻ ശ്രീകണ്ഠൻനായർ ഉപയോഗിച്ച സംഭാഷണങ്ങൾ തന്നെയാണ് പിന്തുടർന്നിരിക്കുന്നതെന്നതിൽ വൈരുദ്ധ്യമുണ്ട്. ഗോത്രവർഗ്ഗത്തിന്റെ സംസ്കാരത്തിന് ഇണങ്ങുന്ന വിധത്തിലുള്ള സംഭാഷണരീതി അരവിന്ദന്റെ സിനിമയിൽ കാണാത്തതിനാൽ ആശയസംവേദനത്തിൽ വൈരുദ്ധ്യം നിഴലിക്കുന്നുണ്ടെന്നതാണ് വാസ്തവം.

സംഭാഷണം, പശ്ചാത്തലസംഗീതം, ക്യാമറയുടെ ചലനം, നിറവിന്യാസം

'സീതയുടെ ഭർത്താവ് പ്രജകളുടെ ദാസൻമാത്രം' എന്ന സംഭാഷണവും നാടകത്തിലെ കേന്ദ്ര ആശയമായ ഊർമ്മിള പറയുന്ന 'ആര്യപുത്രാ, പുരുഷൻ പ്രകൃതിയിൽ നിന്ന് ഭിന്നനാണോ' എന്നതും സിനിമയിലും ഉപയോഗിക്കുന്നുണ്ട്. ഇത്തരത്തിൽ നാടകത്തിലെ പ്രധാനസംഭാഷണങ്ങളെ ചുരുക്കിയെടുത്താണ് സിനിമ ഉപയോഗിക്കുന്നത്. സംഭാഷണങ്ങൾ കുറച്ച് കഥാപാത്രങ്ങളുടെ ഭാവചലനങ്ങളിലൂടെയും, പശ്ചാത്തലസംഗീതം, ക്യാമറയുടെ ചലനം എന്നിവയിലൂടെയും ആശയം സംവേദനം ചെയ്യാനാണ് സിനിമ ശ്രമിക്കുന്നത്. ഓരോ സന്ദർഭത്തിനനുസരിച്ചുള്ള പശ്ചാത്തലസംഗീതം സിനിമയിൽ ഉപയോഗിച്ചിട്ടുണ്ട്. സിനിമയിലെ നാടകീയത, വൈകാരികത, സംഘട്ടനം തുടങ്ങിയവയെല്ലാം അവതരിപ്പിക്കുവാൻ പശ്ചാത്തല സംഗീതത്തിന്റെ സാന്നിദ്ധ്യം അനിവാര്യമാണല്ലോ. സിനിമയുടെ താളാധിഷ്ഠിതമായ

ഒരൊഴുക്ക് സൃഷ്ടിക്കുവാൻ പശ്ചാത്തലസംഗീതം സഹായകമാണ്. രാജീവ് താരാനാഥിന്റെ സംഗീതം വൈകാരിക തലങ്ങളെ സ്പർശിക്കുന്നവയാണ്. ഓടക്കുഴൽ, വീണ എന്നിവയുടെ ഉപയോഗത്തിലൂടെയെന്നോണം സാധിച്ചെടുത്തിരിക്കുന്ന ഈ സംഗീതം ചില രംഗങ്ങളെ വൈകാരികമാക്കുന്നുണ്ട്. എന്നാൽ ശംബൂകനെ വധിക്കാനുള്ള യാത്രയും യജ്ഞാരംഭത്തിലെ പശ്ചാത്തലസംഗീതവും രംഗത്തിന് തീവ്രതകൂട്ടുന്നില്ല. കാടിന്റെയും മലയുടെയും പശ്ചാത്തലത്തിനിണങ്ങുന്ന വിധത്തിലുള്ള നാടോടിസംഗീതം സിനിമയിൽ അധികം ഉപയോഗിച്ചിട്ടില്ല. സംസ്കൃതശ്ലോകങ്ങൾ യജ്ഞഘട്ടത്തിലും, വാല്മീകിയുടെ അദ്ധ്യാപന സമയത്തും കേൾക്കുന്നുണ്ട്. ഗോത്രരാമന്റെ കഥയിൽ മുഴച്ചു നില്ക്കുന്ന വരേണ്യയുക്തി സിനിമയുടെ ആന്തരിക വൈരുദ്ധ്യയുക്തി തന്നെയാണ്.

ശരീരം മൂർത്തരൂപത്തിലുള്ളതാണെങ്കിലും ശരീരഭാഷ ഉല്പാദിപ്പിക്കുന്ന ആശയങ്ങൾ വൈകാരികവും സൗന്ദര്യാത്മകവും ആയിരിക്കാം. കഥാപാത്രങ്ങളുടെ നിർവ്വികാരമായ മുഖങ്ങൾ, ആകാശത്തേക്കു നോക്കുന്ന ക്ലോസപ്പുകൾ, ചലനത്തിന്റെ വിദൂരദൃശ്യങ്ങൾ എന്നിവയിലൂടെയാണ് മുഖ്യമായും സിനിമയിൽ കഥാപാത്രങ്ങളെ അവതരിപ്പിച്ചിരിക്കുന്നത്. സ്ത്രീയാണ് പ്രകൃതി എന്ന കാഴ്ചപ്പാടിലാണ് സീതയെ അവതരിപ്പിച്ചിരിക്കുന്നത്. അതുകൊണ്ട് പ്രകൃതിയുടെ വ്യത്യസ്തമായ ഭാവപ്പകർച്ചയിലൂടെയാണ് സീത ആവിഷ്കരിക്കപ്പെട്ടിരിക്കുന്നത്. പ്രകൃതിയെ ഇവിടെ കഥാപാത്രമായും ചിത്രീകരിച്ചിരിക്കുന്നു. കീഴാള സങ്കല്പത്തിൽ സ്ത്രീ പ്രകൃതിയാണ്. കീഴാള പ്രകൃതിസങ്കല്പമാണ് പ്രകൃതിയെ സീതയാക്കുന്നതു വഴി രൂപപ്പെടുന്നത്. മൂർത്തമായുള്ള കഥാപാത്രമായി നാടകത്തിൽ അവതരിപ്പിക്കപ്പെട്ട സീത സിനിമയിൽ ഇത്തരത്തിൽ അമൂർത്തമായി അവതരിപ്പിക്കപ്പെടുന്നു. സിനിമയിൽ ചില രംഗങ്ങൾക്ക് ജീവൻ നല്കുന്നതിനായി ആ പശ്ചാത്തലവുമായി ബന്ധപ്പെട്ട ശബ്ദങ്ങളാണ് കൊടുക്കുന്നത്. അശ്വമേധയാഗത്തിനുശേഷം *കാഞ്ചനസീത*യിൽ കാണുന്നത് യാഗശാല കത്തിത്തീരുന്നതാണ്. ഈ കത്തിത്തീരുന്നതിന്റെ ദൃശ്യവും ശബ്ദവും കൂടുതൽ മൂർത്തമാകുന്നതോടെ സീത ഭൂമി പിളർന്ന് അപ്രത്യക്ഷയായി എന്ന അർത്ഥവും ചിത്രം മുന്നോട്ടുവയ്ക്കുന്നു. പ്രകൃതിയിലെ ഇത്തരത്തിലുള്ള ദൃശ്യങ്ങളെ സീതയുടെ തിരോധാനവുമായി ബന്ധപ്പെടുത്തി ചിത്രീകരിക്കുന്നു. സീതയുടെ മരണം രാമന്റെ മനസ്സിനെ കത്തിച്ചാമ്പലാക്കുന്നതായും ഈ ദൃശ്യത്തിൽനിന്ന് വ്യാഖ്യാനിക്കാം.

സിനിമയിൽ നിരവധി രംഗങ്ങൾ വിദൂരദൃശ്യങ്ങളായാണ് ചിത്രീകരിച്ചിരിക്കുന്നത്. ശംബൂകനെ തേടിയുള്ള രാമലക്ഷ്ണന്മാരുടെ യാത്ര, രാമനും ഭരതനും തമ്മിലുള്ള സംവാദം ഇവയെല്ലാം വിദൂരദൃശ്യങ്ങളാണ്. ക്യാമറയുടെ ചലനം വഴിയുള്ള ട്രാക്കിങ് ഷോട്ടുകളും ഡോളി ഷോട്ടുകളും ഇവിടെ കാണാം. വിദൂരദൃശ്യങ്ങൾ ഗോത്രവർഗ്ഗത്തിന്റെ

രാജ്യവും രാജധാനിയും വ്യക്തമാക്കാൻ സഹായകമാവുന്നു. സംഭാഷണങ്ങൾ കൂടുതലും കാണപ്പെടുന്നത് ഇത്തരം വിദൂരദൃശ്യങ്ങളുടെ സാന്നിദ്ധ്യത്തിലാണ്. പ്രകൃതിയെ ഒരു കഥാപാത്രമാക്കുന്നതിനും ഇത്തരത്തിലുള്ള വിദൂരദൃശ്യങ്ങൾ സഹായകമായിട്ടുണ്ട്. സീതയെ പ്രകൃതി എന്ന നിലയിൽ മനസ്സിലാക്കുവാൻ വേണ്ടി ക്യാമറ ഇടത്തോട്ടും വലത്തോട്ടും ചലിപ്പിച്ച് പാനിങ് ഷോട്ടു (Panning shot) കളും മുകളിലോട്ടും താഴോട്ടും ചലിപ്പിച്ച് ടിൽട്ടു ഷോട്ട് (Tilt shot) കളുമാണ് ഉപയോഗിച്ചിരിക്കുന്നത്. യാഗത്തിനുശേഷം മഴ പെയ്യുന്നരംഗത്തും ലവകുശന്മാർ അശ്വത്തെ കെട്ടുന്ന രംഗത്തും ഇത്തരം ക്യാമറ ചലനങ്ങൾ കാണാവുന്നതാണ്. കഥാഗതിക്കനുസരിച്ച് കഥാപാത്രങ്ങളുടെ വൈകാരികഭാവങ്ങളെ സൂക്ഷ്മായി ധ്വനിപ്പിക്കുവാനുള്ള ശ്രമമാണ് സമീപദൃശ്യങ്ങൾ. സമീപദൃശ്യ (Close up shot) ങ്ങളിലൂടെ ഊർമ്മിള, രാമലക്ഷ്മണന്മാരുടെ മാനസികാവസ്ഥകളും കുറേയൊക്കെ സാദ്ധ്യമാക്കിയിട്ടുണ്ട്. മന്ദമായ ചലനരീതിയാണ് അരവിന്ദന്റെ മിക്ക സിനിമകളും പിന്തുടരുന്നത്. എന്നാൽ നാടകം സംഭാഷണങ്ങളെ കേന്ദ്രീകരിച്ച് നടക്കുമ്പോൾ അത് ചടുലമായ ആവിഷ്കാരമായി മാറുന്നു. മന്ദമായ ചലനരീതി എഴുപതുകളിലെ ആർട്ട് സിനിമാഗണത്തിൽപ്പെട്ടവയുടെ പൊതു സവിശേഷതകളിലൊന്നായിരുന്നു. ആത്മസംഘർഷം അനുഭവിക്കുന്ന വ്യക്തികളുടെ ചലനരീതിയുമായി ബന്ധപ്പെട്ടാണ് ഇത്തരമൊരു ചലനം സിനിമയിൽ കടന്നുകൂടിയത്. ജീവിതത്തിലെ സമയക്രമവും സിനിമ സൃഷ്ടിക്കുന്ന സമയവും തമ്മിലുള്ള സമരസപ്പെടൽ കൂടിയാണിത്. സമൂഹത്തെ മാറ്റിമറിക്കുന്ന നവോത്ഥാന പ്രക്രിയകളിൽ നിന്നെല്ലാം അകന്ന മദ്ധ്യവർഗ്ഗ യുവത്വത്തിന്റെ ആശയറ്റ മന്ദചലനരീതിയാണത്.

സംഭാഷണം കുറച്ച് ദൈർഘ്യമേറിയ ഷോട്ട് *കാഞ്ചനസീത*യിൽ കാണുന്നത് യാഥാർത്ഥ്യത്തെ സംബന്ധിച്ച പുതിയ കാഴ്ചപ്പാടിന്റെ ഫലമായാണ്. ശംബൂകനെ തേടിയുള്ള രാമലക്ഷ്മണന്മാരുടെ നീണ്ട യാത്ര ഒരുപക്ഷേ, മലയാള സിനിമയിലെ ദൈർഘ്യമേറിയ ഒരു ഷോട്ടാണ്. രണ്ടാം ലോകമഹായുദ്ധാനന്തരമുള്ള യൂറോപ്പിലെ സാമൂഹ്യമാറ്റങ്ങൾമൂലം കലയിലും സംസ്കാരത്തിലും വലിയ മാറ്റങ്ങൾ സംഭവിക്കുകയുണ്ടായി. ഇതിന്റെ ഫലമായി യാഥാർത്ഥ്യത്തെ സംബന്ധിച്ച പുതിയ ചിന്തകളിലേക്ക് സിനിമയും സഞ്ചരിക്കുവാൻ തുടങ്ങിയതിന്റെ ഫലമായി നവതരംഗം രൂപപ്പെട്ടു. മലയാളസിനിമയിൽ നവതരംഗം രൂപപ്പെട്ട കാലത്തുതന്നെയാണ് സാഹിത്യത്തിലും ആധുനികതാവാദം പ്രത്യക്ഷപ്പെടുന്നത്. എഴുപതുകളിലെ സിനിമകളിൽ വ്യക്തിയും സമൂഹവും തമ്മിലുള്ള സംഘർഷം ക്രമാനുഗതമല്ലാത്ത രീതിയിൽ, മാനസികതലങ്ങളെ കേന്ദ്രീകരിച്ച് ആവിഷ്കരിക്കുവാൻ തുടങ്ങിയിരുന്നു. *കാഞ്ചനസീത* സിനിമയിൽ കാണുന്ന നീണ്ടയാത്രകളും, വിദൂരദൃശ്യങ്ങളും രാഷ്ട്രപുരോഗതിയിൽ വിശ്വാസം നഷ്ടപ്പെട്ട ഒരു

ജനതയുടെ ആശങ്കകളാണ് അടയാളപ്പെടുത്തുന്നത്. വിദൂരദൃശ്യങ്ങൾ ജനതയുടെ പ്രതീക്ഷകളിൽനിന്ന് അകന്നുകൊണ്ടിരിക്കുന്ന രാഷ്ട്രത്തിന്റെ വളർച്ചമുരടിച്ച ഭരണക്രമത്തെയാണ് കാണിക്കുന്നത്. ജനതയിൽ നിന്ന് വളരെയേറെ ദൂരെയായിരിക്കുന്നു രാഷ്ട്രം. മന്ദചലനങ്ങൾ ഇത്തരത്തിൽ രാഷ്ട്രത്തിന്റെ തന്നെ ചലനരീതിയെ, മന്ദമായ വികസനസങ്കല്പത്തെ പ്രതിനിധാനം ചെയ്യുന്നു. ആധുനികതാവാദ സാഹിത്യത്തിൽ കാണുന്ന മന്ദമായ ചലനത്തിന്റെ ബിംബങ്ങൾ രാഷ്ട്രനവീകരണപ്രക്രിയയിലും ആധുനികയുക്തിയിലും വിശ്വാസം നഷ്ടപ്പെട്ട ജനതയുടെ ചിഹ്നങ്ങളാണ്. കാഴ്ചയെന്നത് ബിംബങ്ങളുടെ ഒരു കൂട്ടമല്ല, ഒരുപക്ഷേ, ബിംബങ്ങളുടെ ഇടനിലവഴി ജനങ്ങളിൽ സാമൂഹ്യബന്ധം ഉണ്ടാക്കുന്ന ഒന്നാണ് (ദിബോർ ഗൈ : 1983:2). സിനിമയിലെ ദീർഘമാനങ്ങളും നിശ്ചലദൃശ്യങ്ങളും ഉണ്ടാക്കിയെടുക്കുന്ന കാഴ്ചാനുഭവം ഇത്തരത്തിൽ ദേശരാഷ്ട്രത്തെക്കുറിച്ചുള്ള പുതിയ ചിന്തകൾക്ക് വഴിതെളിക്കുന്നു.

ശേഷക്രിയയുടെ ഭാഗമെന്ന് തോന്നിക്കുന്നവിധത്തിൽ രാമൻ തലയിൽ കുടവുമായി നദിയിലേക്ക് ഇറങ്ങി പോകുന്നത് ഫെയ്ഡ് ഔട്ട് (Fade out) ദൃശ്യത്തോടെ അവസാനിക്കുന്നു. സിനിമയുടെ അന്ത്യരംഗവും ഇതുതന്നെ. രാമന്റെ സരയൂനദിയിലുള്ള ആത്മഹത്യയാണിതെന്ന സൂചന ഈ രംഗം മാഞ്ഞുമാഞ്ഞു പോകുന്ന രീതിയിലൂടെ മനസ്സിലാക്കാം. ഇത്തരം ഒരു ഷോട്ട് ആ രംഗം മനസ്സിൽ തറഞ്ഞു നില്ക്കുന്നതിനായിട്ടാണ് ഉപയോഗിച്ചിരിക്കുന്നത്. നവതരംഗ സിനിമകളിൽ വ്യക്തികൾക്ക് സംഭവിക്കുന്ന മരണം ആ കാലഘട്ടത്തിന്റെ പ്രശ്നങ്ങളോടുള്ള പലവിധത്തിലുള്ള സംവാദങ്ങൾക്ക് വഴിതെളിയിക്കുന്നുണ്ട്. *കാഞ്ചനസീത*യിലെ രാമന്റെ ഈ അന്ത്യരംഗം കീഴാളതയുടെ മുഖംമൂടിയണിഞ്ഞ വരേണ്യസങ്കല്പങ്ങളുടെ പ്രതിസന്ധിയെ ഓർമ്മിപ്പിക്കുന്നു. അതായത് രാഷ്ട്ര നവീകരണത്തിൽ കീഴാള പ്രശ്നങ്ങൾ ഏറ്റെടുക്കേണ്ടി വന്ന ആര്യ-ബ്രാഹ്മണസ്വത്വത്തിന്റെ സംഘർഷങ്ങളെയാണ് ഇത് അടയാളപ്പെടുത്തുന്നതെന്നും വാദിക്കാവുന്നതാണ്.

വർണ്ണങ്ങൾ ഓരോന്നും ഓരോ രംഗത്തു ഉപയോഗിക്കുമ്പോൾ രംഗങ്ങൾക്ക് പ്രത്യേകം അർത്ഥം ലഭിക്കുന്നതായി സിനിമാനിരൂപകർ അഭിപ്രായപ്പെടുന്നുണ്ട്. *കാഞ്ചനസീത*യിൽ ചുവപ്പും ബ്രൗണും കറുപ്പും പച്ചയുമായി കോൺട്രാസ്റ്റ് ഉള്ളതായി ചിത്രത്തിന്റെ ഛായാഗ്രാഹകനായ ഷാജി പറയുന്നു (ഷൺമുഖദാസ്, ഐ : 1990 : 120). ഗോത്രവർഗ്ഗത്തിന്റെ കഥയ്ക്കാവശ്യമായതും രാഷ്ട്രത്തിന്റെ സംഘർഷങ്ങളെ ധ്വനിപ്പിക്കുന്നതിനും ഇത്തരം നിറങ്ങളുടെ സംയോജനം ഫലപ്രദമാണ്. പച്ച പിടിച്ച പ്രകൃതിയുടെ സൗന്ദര്യം കാണിക്കുമ്പോഴും പ്രകൃതിയുടെ വന്യത കാണിക്കുമ്പോഴും പച്ചയും ബ്രൗണും കലർന്നുവരുന്നത് പ്രകൃതി (സീത)യുടെ വ്യത്യസ്തഭാവങ്ങളെ പ്രകടിപ്പിക്കുവാൻ സഹായകമായിരിക്കുന്നു. സരയൂനദിയിലേക്ക് മുങ്ങിമുങ്ങിപ്പോകുന്ന രാമന്റെ

പശ്ചാത്തലത്തിൽ സൂര്യാസ്തമയത്തിൽ കാണുന്ന വർണ്ണങ്ങൾ കലർന്നിരിക്കുന്നതുകൊണ്ട് രാമന്റെ അന്ത്യത്തെ സൂചിപ്പിക്കുവാൻ ആ വർണ്ണങ്ങൾക്ക് സാധിച്ചിരിക്കുന്നു. രാമന്റെ അസ്തിത്വദുഃഖവും ഗോത്രവംശത്തിന്റെ ജീവിതവും ഫലപ്രദമായി അവതരിപ്പിക്കുവാൻ ചുവപ്പും കറുപ്പും കലർന്ന വർണ്ണങ്ങൾക്ക് സാധിച്ചിരിക്കുന്നു.

വ്യത്യസ്ത രാമായണങ്ങൾ

ലോകത്തിലെ വിവിധ രാജ്യങ്ങളിൽ *രാമായണ*ത്തിന് വ്യത്യസ്തമായ ആഖ്യാനങ്ങൾ കാണാവുന്നതാണ്. ഇന്തോനേഷ്യ, മലയ, ജപ്പാൻ, ബർമ്മ എന്നിങ്ങനെ നിരവധി രാജ്യങ്ങളിൽ വ്യത്യസ്തമായ രാമായണങ്ങൾ കാണാവുന്നതാണ്. ഇന്ത്യയിൽ തന്നെ പ്രാദേശികഭാഷകളിൽ വിവിധതരം രാമായണങ്ങളാണ് കാണാൻ സാധിക്കുന്നത്. അതുകൊണ്ട് രാമായണം എന്ന ഏകശിലാത്മകമായ ഒരു കാവ്യരൂപം നിലവിലില്ലെന്ന തിരിച്ചറിവാണ് ഇത്തരം കണ്ടെത്തലുകൾ തെളിയിക്കുന്നത്. *രാമായണം* എന്ന കാവ്യത്തിനെ വിശാലമായ ഒരു പരിപ്രേക്ഷ്യത്തിൽ കാണുവാനുള്ള ശ്രമമാണ് ലാലൻ പ്രസാദ് വ്യാസ് എഡിറ്റ് ചെയ്ത *രാമായണ- എറൗണ്ഡ് ദ വേൾഡ്* എന്ന പുസ്തകം. ഇന്ത്യയിലുള്ള രാമകഥാസാഹിത്യത്തെപ്പറ്റി 1908 ൽ തന്നെ കേരളവർമ്മ വലിയ കോയിത്തമ്പുരാൻ എഴുതിയിരുന്നു. മലയാള സാഹിത്യത്തിൽ *രാമായണ*ത്തിന്റെ സ്വാധീനം നിരവധിയാണ്. *രാമചരിതം* (ചിരാമൻ), *രാമകഥാപ്പാട്ട്* (അയ്യപ്പിള്ള ആശാൻ), *കണ്ണശ്ശ രാമായണം* (കണ്ണശ്ശ പണിക്കർ), *രാമായണം ചമ്പു* (പുനം നമ്പൂതിരി), *അദ്ധ്യാത്മരാമായണം കിളിപ്പാട്ട്* (എഴുത്തച്ഛൻ), *രാമനാട്ടം* (കൊട്ടാരക്കര തമ്പുരാൻ), *ശ്രീരാമചന്ദ്രവിലാസം* (അഴകത്തു പത്മനാഭക്കുറുപ്പ്), *ബാലരാമായണം* (കുമാരനാശാൻ), *ചിന്താവിഷ്ടയായ സീത* (കുമാരനാശാൻ), *വിഭീഷണൻ* (ബാലാമണിയമ്മ), *കൊച്ചുസീത* (വള്ളത്തോൾ), *ലക്ഷ്മണൻ* (വിഷ്ണുനാരായണൻ നമ്പൂതിരി), *രാവണപുത്രി* (വയലാർ രാമവർമ്മ), *ജാനകീപോരു* (കെ സച്ചിദാനന്ദൻ), *ശബരി* (അയ്യപ്പപ്പണിക്കർ) എന്നിങ്ങനെ നീണ്ടുപോകുന്നതാണ് ആ സ്വാധീനം.

മാമാവരേർക്കറുടെ *ഭൂമികന്യാസീത*, ഡി എൽ റോയിയുടെ *സീതാനിർവാസം* എന്നീ നാടകങ്ങൾ രാമായണകഥയെ ഉപജീവിച്ചിട്ടുള്ളവയാണ്. 1950 കൾക്കുശേഷം ഇന്ത്യയിൽ ഭാരതീയ ഇതിഹാസങ്ങളെന്ന് അറിയപ്പെടുന്ന *രാമായണം, മഹാഭാരതം* എന്നിവയെക്കുറിച്ച് നിരവധി പഠനങ്ങൾ നടന്നിട്ടുണ്ട്. ഇവയെ മുൻനിറുത്തി പ്രാദേശികഭാഷകളിൽ നിരവധി പുനരാവിഷ്കാരങ്ങളും ഈ കാലത്തിനുശേഷം നടന്നിട്ടുണ്ട്. സ്വാതന്ത്ര്യാനന്തര ഇന്ത്യയിൽ ഭരണമേഖലയിൽ ആധിപത്യം സ്ഥാപിച്ചിരുന്ന ബ്രാഹ്മണമേധാവിത്വത്തിന്റെ പ്രത്യയശാസ്ത്രങ്ങൾക്ക് രാമായണകഥ പോലെയുള്ള ഹിന്ദുപുരാണകഥകൾ പിൻബലമായിരുന്നതുകൊണ്ട് രാമായണത്തിന്റെ അധീശരാഷ്ട്രീയം തുറന്നു

കാട്ടുവാൻ നവോത്ഥാനസംസ്കാരിക നേതാക്കൾ തയ്യാറായി. ഭാരതീയ സംസ്കാരത്തിൽ ആകൃഷ്ടനായി ഇന്ത്യയിലെത്തിയ വിദേശികളിലൊ രാളായ ഫാദർ കാമിൽ ബുൽക്കെ, തന്റെ ഡി ഫിൽ ബിരുദം സമ്പാ ദിക്കുന്നതിനായി തിരഞ്ഞെടുത്ത വിഷയം 'രാമകഥയുടെ വളർച്ച' എന്നതായിരുന്നു. 1950 ൽ തന്നെ ഹിന്ദിയിൽ ഇത് പ്രസിദ്ധീകരിക്കുക യുണ്ടായി. രാമായണപഠനത്തിൽ വളരെയേറെ ശ്രദ്ധിക്കപ്പെട്ട ഈ കൃതിക്കുശേഷം ചരിത്രാതീത പുരാവസ്തു ശാസ്ത്രത്തിന്റെ രംഗത്ത് മൗലികമായ സംഭാവനകൾ നല്കിയ ഹശ്മുഖ് ധീരജ്ലാൽ സങ്കാലിയായുടെ *ദി രാമായണ ഇൻ ഹിസ്റ്റോറിക്കൽ പെഴ്സ്പെക്ടീവ്* എന്ന രാമായണപഠനം ഒട്ടനവധി ശാസ്ത്രശാഖകളുപയോഗിച്ചു കൊണ്ടുള്ള അന്വേഷണമാണ്. ഇന്ത്യയിൽ അമ്പതുകൾക്കുശേഷം നടന്ന ഈ ഇതിഹാസ പഠനങ്ങൾ ആധുനികമായ ശാസ്ത്രീയയു ക്തികളുടെ അടിസ്ഥാനത്തിൽ വസ്തുതകളെ തേടിപ്പോകുന്ന അന്വേഷണങ്ങളായിരുന്നു. നിലവിൽ സമൂഹത്തിൽ ആധിപത്യം നേടിയ ഇതിഹാസവിശ്വാസങ്ങളിൽ മാറ്റം വരുത്തുവാൻ ഇത്തരം പഠനങ്ങൾക്ക് കഴിഞ്ഞിട്ടുണ്ട്. ഇന്ത്യയിൽ വ്യാപകമായി നടന്ന ഇത്തരം ഇതിഹാസ വ്യാഖ്യാനങ്ങളുടെ പശ്ചാത്തലത്തിലാണ് സി എൻ ശ്രീകണ്ഠൻ നായരുടെ നാടകത്രയത്തെ വിശകലനം ചെയ്യേണ്ടത്. രാമായണത്തിന്റെ പുനഃസൃഷ്ടി എന്നതിൽ കവിഞ്ഞ് സി എൻ ശ്രീകണ്ഠൻനായരുടെ നാടകങ്ങൾ ഇന്ത്യൻ രാഷ്ട്രീയത്തിന്റെ വിമർശനം എങ്ങനെയാണ് നടത്തുന്നത്. ആര്യ-ദ്രാവിഡ സംഘർഷത്തെ പുനഃസൃഷ്ടിക്കുന്നതുവഴി കേരളത്തിലും ദക്ഷിണേന്ത്യൻ സംസ്ഥാനങ്ങളിലും ഉയർന്നുവരുന്ന കീഴാള പ്രത്യയശാസ്ത്രത്തെയും പഠന വിധേയമാക്കേണ്ടതുണ്ട്.

ദക്ഷിണേന്ത്യയിൽ ഉത്തരേന്ത്യൻ സവർണ്ണമേധാവിത്വത്തിന്റെ അധികാരത്തിനെതിരെ പെരിയോർ ഇ വി രാമസ്വാമിയുടെ നേതൃത്വ ത്തിൽ നിരവധി പ്രക്ഷോഭങ്ങളും പ്രവർത്തനങ്ങളും നടന്നുപോരുന്നു ണ്ടായിരുന്നു. സാഹിത്യം, സംസ്കാരം, മതം, കലകൾ എന്നിവയെല്ലാം കേവലം വരേണ്യസൗന്ദര്യയുക്തിയിൽ നിന്ന് അടർത്തിമാറ്റി വിശകലനം ചെയ്യുവാൻ പെരിയോർ തയ്യാറായി. സ്വാതന്ത്ര്യത്തിനുശേഷം ഇന്ത്യയിൽ ബ്രിട്ടീഷുകാരുടെ പ്രതിമകളും വെള്ളക്കാരുടെ പേരിലുള്ള സ്ഥലനാമങ്ങളും മാറ്റി ഇന്ത്യക്കാരുടെ പ്രതിമകളും ആര്യ ദൈവ ങ്ങളെയും സ്ഥാപിക്കുകയാണുണ്ടായത്. ഭരണകൂട സ്ഥാപനങ്ങളിൽ അധീശത്വം കൈയാളുന്ന ബ്രാഹ്മണ മേധാവിത്വത്തിന്റെ സമ്മതി നിർമ്മാണത്തിനായി *രാമായണം* ഉപയോഗിക്കപ്പെടുന്നതിന്റെ രാഷ്ട്രീയത്തെ ആ സമയങ്ങളിൽ പെരിയോർ തുറന്നുകാട്ടുകയുണ്ടായി. "*രാമായണം* ഏതെങ്കിലും ചരിത്രസത്യത്തെ അടിസ്ഥാനപ്പെടുത്തിയുള്ള ഒന്നല്ല. അതൊരു കല്പിതകഥ മാത്രമാണ്. ആ കഥയനുസരിച്ച് രാമനൊരു തമിഴ്നാട്ടുകാരനായിരുന്നില്ല. ആ കഥാപാത്രം ഉത്തരേന്ത്യക്കാര നായിരുന്നു. രാമൻ വധിച്ച രാവണൻ തെക്കൻ തമിഴ്നാടായ ലങ്കയിലെ

രാജാവായിരുന്നു" (രാമസ്വാമി പെരിയോർ. ഇ വി: 1994:501) ദ്രാവിഡകഴകവാദമാണ് പെരിയോർ ഉയർത്തുന്നതെങ്കിലും ഭാരതമെന്നാൽ ഉത്തരേന്ത്യൻ ബ്രാഹ്മണ വർഗ്ഗമാണെന്ന ആശയങ്ങൾക്ക് അതൊരു പ്രതിരോധ മറുപടിയാണ്. അതുപോലെ ബ്രാഹ്മണിസത്തിന്റെ വേദങ്ങളെയും ദൈവിക മന്ത്രവിശ്വാസങ്ങളെയും പെരിയോർ യുക്തിപൂർവ്വം എതിർത്തിരുന്നു.

സി എൻ ശ്രീകണ്ഠൻനായരുടെ രാമായണനാടകത്രയത്തിലെ ആദ്യനാടകമായ *കാഞ്ചനസീത* എഴുതപ്പെടുന്നത് 1958 ലാണ്. 1959 - ഡിസംബറിൽ മൈസൂരിൽവച്ചു നടന്ന അഖിലേന്ത്യ യുവജനോത്സവത്തിൽ കേരള സർവ്വകലാശാല *കാഞ്ചനസീത*യുടെ നാലാമങ്കം അവതരിപ്പിച്ച് ഒന്നാം സ്ഥാനം നേടി. ഇന്ത്യാഗവൺമെന്റിന്റെ ആഭിമുഖ്യത്തിൽ 1961 ഏപ്രിൽ 6 മുതൽ ന്യൂഡൽഹിയിൽ വച്ചു നടത്തപ്പെട്ട ഗ്രീഷ്മകാല നാടകോത്സവത്തിൽ കേരള ഗവൺമെന്റ് *കാഞ്ചനസീത* അവതരിപ്പിച്ചു. 1961 ൽ പ്രസിദ്ധീകരിച്ച ഏറ്റവും നല്ല മലയാള നാടകത്തിനുള്ള കേരള സാഹിത്യഅക്കാദമി അവാർഡ് 1963 ൽ *കാഞ്ചനസീത*യ്ക്കു ലഭിച്ചു. ഈ നാടകം സാഹിത്യപാഠമെന്നതുപോലെ രംഗപാഠമെന്നനിലയ്ക്കും ശ്രദ്ധേയമായിരുന്നു. *കാഞ്ചനസീത*യുടെ ആമുഖത്തിൽ സി എൻ ശ്രീകണ്ഠൻനായർ ഇങ്ങനെ പറയുന്നുണ്ട്. "*കാഞ്ചനസീത*യുടെ ഇതിവൃത്തം പഴയതോ പുതിയതോ അല്ലെന്നു ഞാൻ വിചാരിക്കുന്നു. സമൂഹമായി ജീവിക്കാൻ തുടങ്ങിയ കാലം മുതൽ ഒരു വക ബന്ധത്തിൽപ്പെട്ടുപോയ മനുഷ്യന്റെ കഥയാണിത്. നാളെ ആ ബന്ധനം കൊഴിഞ്ഞു വീഴുമെന്ന് ആശിക്കാൻ ഞാനുമുണ്ട്. പക്ഷേ, നാൾക്കുനാൾ ആ ബന്ധനം മുറുകുന്നതല്ലേ കാണുന്നത്" (ശ്രീകണ്ഠൻനായർ സി എൻ : 2003:118). മനുഷ്യനായ രാമന്റെ അവതരണത്തിലൂടെ ആധുനികസ്വത്വത്തിന്റെ മാനസികസംഘർഷങ്ങൾ അവതരിപ്പിക്കുകയാണ് സി എൻ ശ്രീകണ്ഠൻനായർ ചെയ്യുന്നത്. സ്വാതന്ത്ര്യാനന്തര ഇന്ത്യയുടെ ഭരണവ്യവസ്ഥയിൽ അധികാരം നിലനിർത്താൻ ശ്രമിക്കുന്ന ഭരണാധികാരികളും ജനങ്ങളുടെ പേരുപറഞ്ഞ് മറ്റുള്ളവരെ അടിച്ചൊതുക്കാൻ ശ്രമിക്കുന്ന ഭരണകൂടതന്ത്രങ്ങളും *കാഞ്ചനസീത*യിൽ കാണാൻ കഴിയും.

പുരാണപ്രസിദ്ധമായ *രാമായണ*ത്തിന് ഇന്ത്യയിൽ തന്നെ നിരവധി പാഠഭേദങ്ങൾ കാണാവുന്നതാണ്. ഇന്ത്യക്കുപുറമെ വിവിധ രാജ്യങ്ങളിലും *രാമായണ*ത്തോട് സാദൃശ്യമുള്ള കഥകൾ കാണുന്നുണ്ടെന്നും പറയുന്നു. ഇന്നു നാം കാണുന്ന *വാല്മീകിരാമായണം* തന്നെ വിവിധ കാലഘട്ടങ്ങളിൽ എഴുതപ്പെട്ടതായിരിക്കാം. ഒന്നോ അതിലധികം പേരോ ഒരു സംഘമോ പലപ്പോഴായി എഴുതിയതുമാകാം ഇന്നുകാണുന്ന *വാല്മീകിരാമായണം.* വാല്മീകി എന്നത് ഒരു വ്യക്തിയാവാമെന്ന ആധുനിക യുക്തിബോധമാണ് ഇത്തരം സാദ്ധ്യതകളെ ഒഴിവാക്കുന്നത്. ബുദ്ധമതക്കാരുടെ *ദശരഥജാതകം*; ഭവഭൂതിയുടെ *ഉത്തരരാമചരിതം*,

തുളസീദാസരാമായണം, *കമ്പരാമായണം* എന്നിവയെപ്പോലെ വ്യത്യസ്തമായ ഒരു രാമായണമാണ് *കാഞ്ചനസീത*. രാമായണത്തിലെ അവസാന കുറച്ചുഭാഗമാണ് ഇവിടെ പ്രതിപാദിക്കുന്നത്. ഉത്തരകാണ്ഡത്തിൽപ്പെടുന്ന *കാഞ്ചനസീത*യിൽ അശ്വമേധം, ശംബൂകവധം, സീതാതിരോധാനം എന്നിവയാണ് പ്രധാനപ്പെട്ട സംഭവങ്ങൾ.

എന്നാൽ നാടകത്തിൽ നിന്ന് ഭിന്നമായി ഉത്തരകാണ്ഡത്തിന് സ്വതന്ത്രമായ ഒരു വിവർത്തനമാണ് അരവിന്ദന്റെ ചിത്രം നല്കിയിരിക്കുന്നത്. അതിരുഷ്ടവും ചടുലവുമുള്ള സംഭാഷണത്താൽ രൂപപ്പെട്ടിരിക്കുന്ന നാടകത്തിലെ വളരെ കുറച്ച് സംഭാഷണം മാത്രമാണ് അരവിന്ദൻ ഉപയോഗിച്ചിരിക്കുന്നത്. നാടകത്തെ ഉപജീവിക്കുമ്പോൾ അതിൽ നിന്ന് വ്യത്യസ്തമായ ഒരു രാമായണസങ്കല്പമാണ് അരവിന്ദൻ മുന്നോട്ടുവയ്ക്കുന്നത്. അരവിന്ദന്റെ *കാഞ്ചനസീത*യെക്കുറിച്ച് വളരെ വ്യത്യസ്തമായ അഭിപ്രായങ്ങൾ വന്നിട്ടുണ്ട്. സിനിമ നിരൂപകനായ ഒ.കെ. ജോണിയുടെ അഭിപ്രായം നോക്കുക. "ഈ സിനിമ അതുപജീവിക്കുന്ന ഇതിഹാസ കഥയെക്കുറിച്ചും സിനിമ എന്ന മാധ്യമത്തിന്റെ വിനിയോഗ സാദ്ധ്യതകളെക്കുറിച്ചുമുള്ള ഇന്ത്യൻ സങ്കല്പത്തെ അട്ടിമറിക്കുകയായിരുന്നു. ഇന്ത്യൻ സിനിമയെ ലോകസിനിമയ്ക്കൊപ്പം ഉയർത്തിയ ഇതര ചലച്ചിത്രകാരന്മാർക്ക് അന്നേവരെ അസാദ്ധ്യമായൊരു കർമ്മമാണ് കേരളത്തിൽ ആർട്ട് സിനിമ ശൈശവദശയിലായിരുന്ന ഘട്ടത്തിൽ തന്നെ അരവിന്ദൻ അനുഷ്ഠിച്ചത്. *കാഞ്ചനസീത* സംവഹിക്കുന്ന സാമൂഹ്യശാസ്ത്രം മാർക്സിയൻ ചരിത്രവീക്ഷണത്തിന്റെ ആരോഗ്യകരമായ അടിത്തറയിലുറച്ചതാണെന്നു ഞാൻ വിശ്വസിക്കുന്നു. സരയൂവിൽ ആത്മാഹൂതി ചെയ്യുന്ന ശ്രീരാമന്റെ ധർമ്മസങ്കടങ്ങൾ തീക്ഷ്ണമായി അനുഭവപ്പെടുത്തുന്ന ഈ ചിത്രം, ഇതിഹാസത്തിനു മാത്രമല്ല; ഇന്ത്യൻ സിനിമയ്ക്കുതന്നെ പുതിയൊരുമാനം നല്കുവാൻ പര്യാപ്തമായി" (ജോണി ഒ കെ: 200:65). ഒ കെ ജോണിയുടെ ഈ അഭിപ്രായത്തിൽ നിന്ന് രാമായണപുനഃസൃഷ്ടിയിൽ അരവിന്ദൻ ഉണ്ടാക്കിയ പരിവർത്തനത്തെ അംഗീകരിക്കാമെങ്കിലും സിനിമ ഉയർത്തിക്കൊണ്ടുവരുന്ന ആശയമണ്ഡലത്തെ സൂക്ഷ്മമായി വിശകലനം ചെയ്യേണ്ടതുണ്ട്. ലോകസിനിമയിലും ഇന്ത്യൻ സിനിമയിലും അരവിന്ദന്റെ *കാഞ്ചനസീത* ഒ കെ ജോണിയും മറ്റും പറയുംപോലെ നിർണ്ണായകമായ പ്രതികരണമോ, പ്രേരണയോ ഉയർത്തിയെന്ന് തോന്നുന്നില്ല.

*കാഞ്ചനസീത*യിലെ വിഷയം സീതാപരിത്യാഗമല്ല- സീതാത്യാഗത്തിനു ശേഷം അശ്വമേധയാഗം നടത്തേണ്ടിവന്ന അവസരത്തിൽ രാമന്റെ മനസ്സിലുണ്ടാകുന്ന സംഘട്ടനമാണ്. രഹസ്യമായി തപസ്സു ചെയ്യുന്ന ശംബൂകന് മുന്നറിയിപ്പുനല്കി തിരിച്ചെത്തുന്ന ശ്രീരാമചന്ദ്ര മഹാരാജാവിന് അഷ്ടവക്രാദിമുനിമാർ അടുത്ത ഘട്ടമായി അശ്വമേധയാഗം വിധിക്കുന്നു. വ്യക്തിയായ രാമന്റെയും രാജാവായ രാമന്റെയും

മാനസികസംഘട്ടനം ആരംഭിക്കുന്നതിവിടെയാണ്. ഈ സംഘട്ടനത്തെ കൗസല്യ, ഊർമ്മിള തുടങ്ങിയവർ ഒരു ഭാഗത്തും വസിഷ്ഠാദി മഹർഷിമാർ മറുഭാഗത്തുമായി ശക്തിപ്പെടുത്തുന്നുമുണ്ട്.

നായക/നായിക പ്രതിനിധാനം

ആര്യന്മാരുടെ രാജ്യഭരണത്തിന് ദ്രാവിഡവംശം തടസ്സമാണെന്നു തോന്നിയതുകൊണ്ടാണ് വാനരന്മാരുടെ സഹായത്തോടെ ലങ്കാധിപനായ രാവണനെ രാമൻ വധിച്ചത്. ആധുനികകാലത്തും ലോകമെങ്ങും നടക്കുന്ന ഇത്തരം സാമ്രാജ്യത്വ യുദ്ധങ്ങൾ പുറമേ പറയുന്ന കാരണങ്ങൾകൊണ്ടല്ല നടക്കുന്നതെന്നും വ്യക്തമാണ്. അധികാരമോഹിയായ മനുഷ്യൻ സ്ത്രീയെയും പ്രകൃതിയെയും കീഴടക്കിക്കൊണ്ട് മുന്നേറുന്നതിനെയായിരുന്നു ആധുനികതയുടെ കാലത്ത് വികസനം എന്നു വിളിച്ചിരുന്നത്. ബ്രാഹ്മണിത്ത അധികാരമണ്ഡലം (ആര്യവംശം) സമൂഹത്തിൽ നിലനിർത്തിപ്പോന്ന ചാതുർവർണ്ണ്യവ്യവസ്ഥ സമൂഹത്തിലെ ഭൂരിഭാഗം വരുന്ന ജനവിഭാഗത്തെ അടിമകളായി കാണുവാനും ജീവിക്കുവാനും നിർബ്ബന്ധിച്ചിരുന്നു. "ആര്യവംശപ്രതിഷ്ഠയ്ക്ക് അനുപേക്ഷണീയമാണ് ചാതുർവർണ്ണ്യം. ക്ഷത്രിയനും അതിന്റെ ശാസനകളനുസരിച്ചേ തീരൂ..." (ശ്രീകണ്ഠൻനായർ സി എൻ :2003:140). ഒരു തരത്തിൽ സീതാപരിത്യാഗം എന്ന പ്രക്രിയപ്പോലും ഭരണാധികാരം നിലനിറുത്തുവാൻ രാമൻ സ്വീകരിച്ച ഭരണനയമാണ്. ഊർമ്മിള രാമനോട്, എന്തിന് അമാനുഷ വിക്രമം കാട്ടി അങ്ങ് അന്ന് സീതയെ മോചിപ്പിച്ചുവെന്ന് ചോദിക്കുമ്പോൾ രാമന്റെ ഉത്തരം വിചിത്രമായിരുന്നു. "അവൾക്കായി ചെയ്തതല്ലല്ലോ അതൊന്നും. ലങ്കാദ്വീപിൽ നിന്നും വിന്ധ്യാചലം കടന്ന് ദണ്ഡകവനം വരെ സ്വാധീനം സ്ഥാപിച്ച മാല്യവാന്റെ വംശം വിച്ഛേദിക്കേണ്ടത് ആര്യന്റെ രക്ഷയ്ക്കാവശ്യമായിരുന്നു. സീത അതിനുള്ള ഒരു ഉപാധി മാത്രം." (ശ്രീകണ്ഠൻനായർ, സി എൻ : 2003 :143)

സീതയോട് പ്രേമം എന്നതിനേക്കാൾ അധികാരം നിലനിർത്തുവാനും ശത്രുക്കളെ ഉന്മൂലനം ചെയ്യാനുമുള്ള ആഗ്രഹമായിരുന്നു രാമരാവണയുദ്ധമെന്ന് ഇതിൽനിന്ന് വ്യക്തമാണ്. ആധുനികതയുടെ ദേശരാഷ്ട്ര നിർമ്മിതിയിലെ ഭരണകൂട അധികാരവ്യവസ്ഥ നിരവധി ജനതയെ മുഖ്യധാരാസംസ്കാരത്തിൽ പരിഗണിക്കാതെ പ്രാന്തവല്ക്കരിച്ചിരുന്നു. ആധുനികതയുടെ നിർമ്മിതിയിൽ ദേശങ്ങളുടെ അതിരുകൾ കടന്ന് രാഷ്ട്രം എന്ന ഭരണകൂട അധികാര വ്യവസ്ഥ രൂപപ്പെട്ടപ്പോൾ നിരവധി പ്രാന്തവല്ക്കൃത ജനതയും രൂപപ്പെട്ടിരുന്നുവെന്ന് ചരിത്രം പറയുന്നുണ്ട്. സ്വാതന്ത്ര്യാനന്തര ഇന്ത്യയെന്ന രാഷ്ട്രം അതിന്റെ വികസനത്തിനും ഭരണകൂട താല്പര്യത്തിനും വിവിധ തന്ത്രങ്ങൾ മെനഞ്ഞിട്ടുണ്ട്. കാഞ്ചനസീതയിലെ അയോദ്ധ്യാധിപതിയായ ശ്രീരാമൻ രാജ്യത്തിന്റെ വികസനത്തിനായി യുദ്ധം ചെയ്തവനാണ്. "പുത്രൻ

മരവുരി അണിഞ്ഞതുകൊണ്ടല്ലേ ദക്ഷിണഭാരതവും ലങ്കയും ആര്യധീനമായത്" (ശ്രീകണ്ഠൻനായർ സി എൻ : 2003:136). എന്ന കൗസല്യയുടെ വാക്കുകളിൽ സാമ്രാജ്യത്വവികസനത്തിന്റെ നായക നെന്ന നിലയിൽ ഈ ആര്യവംശത്തിലെ രാജാവിനെ ചിത്രീകരിക്കു ന്നുണ്ട്. ഊർമ്മിള കൗസല്യയോട് തിരിച്ച് മറുപടി പറയുന്നതിൽ (പത്നിയെ കാട്ടുപന്നികൾക്കെറിഞ്ഞു കൊടുത്താൽ ഒരുപക്ഷേ, സപ്ത ദീപങ്ങളും ആര്യന്നധീനമായിരിക്കാം) പത്നിയെ സംരക്ഷിക്കാനെന്ന വ്യാജേന അധീശത്വാധികാരം പ്രയോഗിക്കുന്ന രാമന്റെ മുഖംമൂടിയെ തുറന്നു കാണിക്കുന്നുണ്ട്.

നായകകഥാപാത്രമായ രാമൻ നാടകത്തിൽ അധികാരമോഹിയാ ണെന്ന് വ്യക്തമാണ്. പൂർണ്ണ ഗർഭിണിയായ പത്നിയെ പരിത്യജിച്ച രാമൻ അയോദ്ധ്യയുടെ ഭദ്രതയാണ് ആഗ്രഹിക്കുന്നത്. അത് ആര്യവംശത്തിന്റെ നിലനില്പിന്റെ രാഷ്ട്രീയവുമാണ്. ബ്രാഹ്മണിക വർഗ്ഗം എങ്ങനെയാണ് സ്ത്രീയെ കാണുന്നത് എന്നതിന് അവരുടെ വിശിഷ്ടഗ്രന്ഥങ്ങളും പുരാണങ്ങളും സാക്ഷ്യം വഹിക്കുന്നുണ്ട് മനുസ്മൃതിയിൽ പിതാവിനാലും ഭർത്താവിനാലും പുത്രനാലും സംരക്ഷിക്കപ്പെടേണ്ട ഒന്നായി സ്ത്രീ മാറുന്നുണ്ട്. പുരാണങ്ങളിൽ അടക്കമൊതുക്കമുള്ളവളും ഭർത്താവിന് കീഴടങ്ങി, കാമതൃഷ്ണ ശമിപ്പിക്കുന്നവളുമായി, സഹധർമ്മിണിയായി ചിത്രീകരിക്കുന്നു. ഭർത്താവിനെ പരിചരിക്കുന്ന ധർമ്മമാണ് ഇത്തരത്തിൽ സ്ത്രീയിൽ വന്നുഭവിച്ചിരിക്കുന്നത്. വാല്മീകിയുടെ രാമനെക്കുറിച്ചുള്ള കുട്ടികൃഷ്ണ മാരാരുടെ പ്രബന്ധത്തിൽ ഇതിഹാസപാഠത്തിനുള്ളിലെ ധർമ്മ പ്രശ്നങ്ങൾക്കൊപ്പം രാമന്റെ വ്യക്തിത്വത്തിലെ വൈരുദ്ധ്യങ്ങളെയും വിശകലനം ചെയ്യുന്നുണ്ട്. അധികാരം നിലനിർത്താനുള്ള വ്യഗ്രതയിൽ സീതയോട് രാമൻ മോശമായി പെരുമാറുന്നുവെന്നും രാമന്റെ ഭർത്തൃ ധർമ്മവും രാജധർമ്മവും അവിടെ കാമമാത്രമായിപ്പോകുന്നുവെന്നും കുട്ടികൃഷ്ണമാരാർ വിലയിരുത്തുന്നുണ്ട്. രാമൻ മനുഷ്യനാണ്. അധി കാരത്തിൽ വശപ്പെട്ടവനാണ്. അധികാരരക്ഷയ്ക്കായി ഏതറ്റം വരെയും രാമൻ പോകും. സീതയുടെ പക്ഷത്ത് നിന്നാണ് മാരാർ രാമനെ വില യിരുത്തുന്നത്. "രാമനിൽ രണ്ടുപേരെ കാണാം. ഒന്നു സ്നേഹസമ്പ ന്നനും പരിശുദ്ധ മാനസനുമായ മനുഷ്യൻ. പിന്നൊന്ന് ആര്യ സാമൂഹികതയുടെ സർവ്വഥാ വിധേയനായിരിക്കുന്ന മര്യാദരാമൻ" (നിത്യചൈതന്യയതി: 2000: 25), നിത്യചൈതന്യയതിയുടെ ഈ നിരീക്ഷണത്തിലെ രാമന്റെ സ്നേഹ സമ്പന്നതയും പരിശുദ്ധമനസ്സും ഭരണവ്യവസ്ഥയ്ക്ക് അനുകൂലമായി മാത്രം നിർമ്മിക്കപ്പെട്ടതാണ്. അംബേദ്കർ രാമന്റെ സ്വഭാവത്തെ വിശകലനം ചെയ്യുമ്പോൾ സീതയെ സംശയിക്കുന്നവനും ബഹുജനകാര്യങ്ങളിൽ ഇടപെടാത്തവനുമായി ട്ടാണ് പറയുന്നത്. സീതയ്ക്കുവേണ്ടി ഇടപെടരുതെന്നും അങ്ങനെ ചെയ്താൽ നിങ്ങളെന്റെ ശത്രുക്കളായിരിക്കുമെന്നും സഹോദരന്മാരോട്

രാമൻ പറയുന്നതായി അംബേദ്കർ നിരീക്ഷിക്കുന്നുണ്ട്. സി എൻ ശ്രീകണ്ഠൻനായരുടെ നാടകത്തിലെ രാമന്റെ സ്വഭാവം ഇത്തരത്തിൽ അധികാരത്തെയും രാഷ്ട്രവ്യവസ്ഥയെയും നിയന്ത്രിക്കുന്ന വ്യവഹാരമായ ധർമ്മമെന്ന സങ്കല്പത്തിൽരൂപപ്പെട്ടതാണ്. രാമന്റെ വ്യക്തിത്വത്തെ ചോദ്യംചെയ്യുവാൻ ഊർമ്മിളയും ഭരതനും ശ്രമിക്കുന്നുമുണ്ട്.

> ദേവിയെ മോചിപ്പിക്കാൻ അങ്ങ് സേതു ബന്ധിച്ചു. അധൃഷ്യമായ രാക്ഷസകുലത്തെ ധ്വംസിച്ചു. എന്നിട്ടും പ്രഥമസമാഗമത്തിൽ ആ വിരഹാതുരയോട് അങ്ങുപറഞ്ഞത് അടിയൻ അറിഞ്ഞിട്ടുണ്ട്. സുന്ദരിയായ നിന്നെ കണ്ടാൽ രാവണൻ എങ്ങനെ സഹിച്ചിരിക്കും എന്ന് അങ്ങു ചോദിച്ചു. അന്യഗൃഹത്തിൽ പാർത്തപെണ്ണിനെ ഏതു കുലീനൻ സ്വീകരിക്കുമെന്ന് അങ്ങ് ചോദിച്ചു. ഇപ്പത്തുദിക്കിലും ദേവിയെക്കൊണ്ട് ഒരു കാര്യവുമില്ലെന്ന് അങ്ങു പ്രഖ്യാപിച്ചു. അനുജന്മാരുടെ വെപ്പാട്ടിയായി കഴിഞ്ഞുകൊള്ളാൻ അല്ലെങ്കിൽ സുഗ്രീവന്റെയോ വിഭീഷണന്റെയോ കൂടെ പൊറുത്തുകൊള്ളാൻ അങ്ങ് ആജ്ഞാപിച്ചു.... അതുകൊണ്ട് അടിയൻ ചോദിച്ചുപോയതാണ് (ശ്രീകണ്ഠൻനായർ, സി എൻ : 2003:143).

രാമനോടുള്ള ഊർമ്മിളയുടെ ഈ ചോദ്യം രാമവ്യക്തിത്വത്തിന്റെ ദൈവികപ്രഭാവത്തെ എടുത്തുകളയുന്നതും രാജവ്യക്തിത്വത്തിനു നിരക്കാത്തതുമാണ്. ആധുനികമായ ഒരു വരേണ്യസദാചാരബോധത്തിന്റെ കർത്തൃത്വമാണ് രാമനിൽ ഉള്ളതെന്ന് ഈ ചോദ്യത്തിലൂടെ തെളിയുന്നു. പുരുഷൻ തന്റെ ആധിപത്യത്തിനു വേണ്ടി നിർമ്മിച്ചിരിക്കുന്ന പാതിവ്രത്യ സങ്കല്പമാണ് സീതയെ ഉപേക്ഷിക്കാൻ രാമനെ പ്രേരിപ്പിക്കുന്നത്. ഭരണകൂടം സ്ത്രീക്കെതിരെ എടുക്കുന്ന നടപടികൾ ഇത്തരത്തിൽ വളരെ ഹീനമായതാണ്. പൂർണ്ണഗർഭിണിയാണെന്നറിഞ്ഞിട്ടും സീതയെ വനത്തിൽ ഉപേക്ഷിക്കാൻ രാമനെന്ന ഭരണാധികാരി തുനിയുന്നു. കീഴാളരെയും പരിസ്ഥിതിയേയും സ്ത്രീയേയും കീഴടക്കിക്കൊണ്ടുള്ള ആധുനിക വികസനത്തോടൊപ്പം തന്നെയാണ് രാഷ്ട്രരൂപീകരണവും നടന്നത്. ബ്രാഹ്മണ പ്രത്യയശാസ്ത്രത്തിൻ കീഴിൽ ചാതുർവർണ്ണ്യ വ്യവസ്ഥ പ്രകാരം കീഴാളരെ സൃഷ്ടിച്ച് വരേണ്യ വിഭാഗത്തിന്റെ താല്പര്യങ്ങൾ നടപ്പിലാക്കാൻ ശ്രമിക്കുന്ന ഭരണാധികാരിയായി രാമനെ കാണാവുന്നതാണ്. ഇന്ത്യയിലെ നെഹ്റുവിയൻ രാഷ്ട്രവികസനത്തിൽ വരേണ്യർ തങ്ങളുടെ അധികാരം നിലനിർത്താൻ ശ്രമിക്കുന്നതിന്റെ സൂചനയാണ് രാമന്റെ ഭരണതന്ത്രത്തിലും അശ്വമേധയാഗത്തിലുമെല്ലാം കാണാനാവുന്നത്.

മനുഷ്യൻ അകപ്പെട്ടുപോയ ഭീതിദമായ ഈ സ്വത്വപ്രതിസന്ധി പുതിയ ലോകം നേരിട്ട ഭീകരമായ ഒരു ദുരന്തമായിരുന്നു. രാജത്വത്തിന്റെ പ്രീതിയുടെയും ധർമ്മത്തിന്റെയും കടമയുടെയും നിഷ്ഠുരമായ

അനുശാസനകളെ അനുസരിക്കാൻ ബാദ്ധ്യസ്ഥനാവുക വഴി രാമൻ നേരിട്ട പ്രതിസന്ധിയും മറ്റൊന്നായിരുന്നില്ല. ഇതുവഴി ബാഹ്യപരിതഃസ്ഥിതികളിൽനിന്നും തന്നിൽ നിന്നു തന്നെയും രാമൻ അടർത്തി മാറ്റപ്പെട്ടിരുന്നുവല്ലോ. സരയൂനദിയുടെ പവിത്രതയിൽ തന്റെ അശാന്തി നിറഞ്ഞ മനസ്സും ശരീരവുമർപ്പിച്ച് മോചനത്തിന്റെ സമൃദ്ധസ്വാതന്ത്ര്യത്തിലേക്കു രക്ഷപ്പെടുന്ന രാമൻ ആധുനികയുഗത്തിന്റെ ദാർശനികസമസ്യയുടെ ആദിരൂപവും മൂർത്തപ്രതീകവുമാണ് (സുരേഷ് എം പി. : 2000: 29). *കാഞ്ചനസീത*യിലെ രാമന്റെ ജീവിതത്തെ ഇത്തരത്തിൽ ആധുനിക വ്യക്തിത്വത്തിന്റെ അന്തർസംഘർഷങ്ങളുടെ ഭൂമികയായി തന്നെയാണ് ഇവിടെ സൂചിപ്പിക്കുന്നത്. പക്ഷേ, ഇവിടെ ചോദ്യം ഉയരുന്നത് *കാഞ്ചനസീത*യെന്ന സിനിമയിലെ രാമൻ ഒരു ഗോത്രവർഗ്ഗത്തിന്റെ പ്രതിനിധിയാണെന്നതും വാല്മീകി അല്ലെങ്കിൽ സി എൻ ശ്രീകണ്ഠൻനായരുടെ രാമനെപ്പോലെ ആര്യവംശത്തിന്റെ അധികാരിയല്ലായെന്നതുമാണ്. അതിനാൽ ഒരു കീഴാളവിഭാഗത്തിന്റെ പ്രതിനിധിയെന്നരീതിയിൽ ആവിഷ്കരിക്കപ്പെട്ട രാമൻ പ്രകൃതിയുടെ സംരക്ഷകൻ ആവേണ്ടതാണ്. എന്നാൽ സീതയുടെ മരണത്തിലൂടെ ആത്മഹത്യയുടെ പാതതന്നെ സ്വീകരിച്ച ഗോത്ര/കീഴാള രാമൻ അടിസ്ഥാനപരമായി ബ്രാഹ്മണ്യമുഖംമൂടിയണിഞ്ഞ രാമൻ തന്നെയാണെന്ന് തിരിച്ചറിയേണ്ടതാണ്. ചരിത്രപരമായി വിശകലനം നടത്തുമ്പോൾ കീഴാളപാരമ്പര്യത്തെയും മുന്നേറ്റത്തെയും വരേണ്യതയുടെ മുഖംമൂടിയണിയിക്കുവാൻ ശ്രമിച്ച എഴുപതുകളുടെ പ്രതിലോമരാഷ്ട്രീയം തന്നെയാണിതെന്ന് വ്യക്തമാണ്.

സീതയെ സിനിമയിൽ അവതരിപ്പിച്ചിരിക്കുന്നത് പ്രകൃതിയായിട്ടാണ്. പ്രകൃതിയുടെ ഭാവമാറ്റങ്ങൾ തന്നെയാണ് സീതയുടെ വ്യക്തിത്വത്തെ സൂചിപ്പിക്കുന്നത്. നാടകത്തിൽ തന്നെ രംഗത്ത് അധികസമയം ഇല്ലാത്ത കഥാപാത്രമാണ് സീത. രണ്ടുമൂന്നുരംഗങ്ങളിൽ പ്രത്യക്ഷപ്പെടുന്ന സീത കുറച്ച് സംഭാഷണങ്ങളിലൂടെ തന്റെ വ്യക്തിത്വം പ്രകടിപ്പിക്കുന്നു. നാടകത്തിലെ സംഭാഷണങ്ങൾ നോക്കുക.

1. ഉണ്ണികളേ! നിങ്ങളുടെ അമ്മ (വികാരങ്ങളെ നിയന്ത്രി ക്കാനാവാതെ സാഹസപ്പെടുന്നു. ഒടുവിൽ നിയന്ത്രിച്ച്) അതേ... മഹാരാജൻ! അങ്ങേയ്ക്ക് മംഗളം ഭവിക്കട്ടെ! (ഉണ്ണികളെ മൂർദ്ധാവിൽ ചുംബിച്ച് ശിരസ്സിൽ തലോടിക്കൊണ്ട്) ഉണ്ണികളേ! അച്ഛനെ നമസ്കരിക്കൂ (ശ്രീകണ്ഠൻനായർ സി എൻ :2003: 183).
2. (പൊട്ടിത്തകർന്ന്) എന്റെ ഉണ്ണികളുടെ മുമ്പിൽ വച്ചോ ഇത്?... ഈ ഭൂമി പിളർന്ന് ഇവളുടെ അഭിമാനം സംരക്ഷിക്കട്ടെ.... അമ്മേ! ....(ശ്രീകണ്ഠൻനായർ സി എൻ :2003: 184).

ഇത്തരം സംഭാഷണങ്ങളിലൂടെ അവതരിപ്പിക്കപ്പെടുന്ന സീത ഭർത്താവിനെ അതിയായി സ്നേഹിക്കുന്നവളും പുത്രവാത്സല്യമുള്ളവളും, പതിവ്രതയുമാണ്. തന്നെ ഉപേക്ഷിച്ച ഭർത്താവിനോട് ഒന്നു കയർ

ത്തുപോലും സംസാരിക്കാത്ത വിശുദ്ധ കുലീനസ്ത്രീയായി നാടകത്തിലെ സീത അവതരിപ്പിക്കപ്പെടുന്നു. മറ്റ് പുരാണകഥകളിലെല്ലാം കാണുന്നതുപോലെയുള്ള ഒരു ആഖ്യാനതന്ത്രം ഇവിടെയും കാണാവുന്നതാണ്. തോഴിമാർ മുഖേന നായികയുടെ ആഗ്രഹങ്ങളും ദുഃഖങ്ങളും രാജാവിന്റെയടുത്ത് അവതരിപ്പിക്കുന്നത് *ശാകുന്തളം, സ്വപ്നവാസവദത്തം* എന്നീ നാടകത്തിൽ കാണാവുന്നതാണ്. കുലീനയുടെ അടയാളങ്ങളായി, സംസ്കാരമായി സ്വത്വ സമ്മർദ്ദങ്ങളെ ഇത്തരം പുരാണങ്ങളിൽ സൂചിപ്പിക്കുന്നു. ഇവിടെ രാമനോട് സീത ചോദിക്കേണ്ട ചോദ്യങ്ങളാണ് ഒരർത്ഥത്തിൽ ഊർമ്മിള ചോദിച്ചിരിക്കുന്നത്. *ചിന്താവിഷ്ടയായ സീത*യിൽ കുമാരനാശാൻ സീതയെക്കൊണ്ട് ചോദിപ്പിച്ച ചോദ്യങ്ങളിൽ നിന്ന് സി എൻ ശ്രീകണ്ഠൻനായരുടെ സീതയിലേക്കുള്ള സ്വത്വപരിണാമം അന്വേഷണവിധേയമാക്കിയാൽ ഒരു കാര്യം വ്യക്തമാണ്; സവർണ്ണമദ്ധ്യവർഗ്ഗത്തിന്റെ നായികാ സ്ത്രീസങ്കല്പത്തിന്റെ രൂപമാണ് സീതയിൽ കാണുന്നതെന്ന്.

പ്രകൃതിയെ ഇവിടെ സീതയെന്ന കാഴ്ചപ്പാടിൽ അരവിന്ദൻ സ്വീകരിച്ചപ്പോൾ പുരുഷന്റെ പുരുഷത്വത്തെ കീഴടക്കാൻപോന്ന ഒന്നാണ് പ്രകൃതി അഥവാ സ്ത്രീയെന്ന കാഴ്ചപ്പാടാണ് വരുന്നത്. നാടകത്തിൽ അവസാനഭാഗത്ത് സീതയെ കാണിക്കുമ്പോൾ സിനിമയിൽ സീതയെ കാണിക്കാതെ പ്രകൃതിയുടെ ചലനം, ശബ്ദം, നിശ്ശബ്ദത, ദൂരം, വർണ്ണങ്ങൾ, സമയ വ്യത്യാസം എന്നിവയിലൂടെ ഇത് ധ്വനിപ്പിക്കുന്നു. മനുഷ്യന്റെ (പുരുഷന്റെ) പ്രകൃതിക്കെതിരെയുള്ള ആക്രമണം ഒരർത്ഥത്തിൽ സ്ത്രീക്കെതിരെയുള്ള അക്രമം കൂടിയായി വായിക്കാവുന്നതാണ്.

ആധുനിക ദേശരാഷ്ട്രം, കീഴാളസ്വത്വം, പരിസ്ഥിതി

പുരാണങ്ങളെ ആധുനികമായ കാഴ്ചപ്പാടിൽ വിശകലനം ചെയ്യുന്ന രീതി നേരത്തെ സൂചിപ്പിച്ചതുപോലെ മലയാള സാഹിത്യത്തിലും മറ്റു സാംസ്കാരിക മണ്ഡലങ്ങളിലുമെല്ലാം വളരെ വിപുലമായ തോതിൽ നടക്കുകയുണ്ടായി. ഏകലവ്യന്റെ കാഴ്ചപ്പാടിൽ *മഹാഭാരത*ത്തെ പുതിയരീതിയിൽ വായിക്കുവാനും ശംബൂകനെ മുൻനിറുത്തി രാമായണത്തെ വായിക്കുവാനും തുടങ്ങുന്നത് ദേശീയ ബ്രഹദാഖ്യാനങ്ങളിൽ തമസ്കരിക്കപ്പെട്ടുപോയ കീഴാളസ്വത്വങ്ങളെ പുറത്തുകൊണ്ടുവരുവാനാണ്. ഇന്ത്യൻ ദേശീയത ഇത്തരത്തിൽ സവർണ്ണപരമായ പ്രത്യയ ശാസ്ത്രങ്ങളാൽ അധിഷ്ഠിതവും അപരങ്ങളെ ഒഴിവാക്കുന്നതുമായിരുന്നു. ഇന്ത്യൻ ദേശീയവാദത്തിന്റെ വിമർശനമെന്ന രീതിയിൽ കീഴാളപഠനങ്ങൾ ഇന്ന് ചരിത്രരചനാരീതി, രാഷ്ട്രീയ സിദ്ധാന്തം, ജനപ്രിയസംസ്കാരം, സ്ത്രീവാദം, പരിസ്ഥിതി എന്നീ മേഖലകളിലെല്ലാം നിരന്തരമായി ഇടപ്പെട്ടുകൊണ്ടിരിക്കുകയാണ്. ഇന്ത്യൻ സ്വാതന്ത്ര്യത്തിനുശേഷം രൂപപ്പെട്ട ഭരണസംവിധാനത്തിൽ ഉണ്ടായ പോരായ്മകളും അതിനോടുള്ള അതൃപ്തികളുമാണ് എഴുപതുകൾക്കുശേഷമുള്ള

കീഴാള പ്രസ്ഥാനങ്ങളുടെ ഉത്ഭവത്തിന് കാരണമെന്ന് കീഴാളപഠനം നടത്തുന്നവർ ചൂണ്ടിക്കാട്ടുന്നുണ്ട്. കീഴാളപഠനങ്ങളുടെ ആദ്യവാല്യത്തിൽ രണജിത് ഗുഹ എഴുതിയ ഒരു ചെറിയ ലേഖനമുണ്ട്. അതിലെ ആദ്യ വാചനം ഇങ്ങനെ തുടങ്ങുന്നു. ഇന്ത്യൻ ദേശീയ വാദത്തെക്കുറിച്ചുള്ള ചരിത്രരചനയിൽ ഇതുവരെയും വരേണ്യവാദത്തിന്റെ വാഴ്ചയായിരുന്നു- അധിനിവേശവരേണ്യവാദത്തിന്റെയും ബൂർഷ്വാ-ദേശീയ വരേണ്യവാദത്തിന്റെയും (ഗുഹ രണജിത് : 1982:1) ഇതിൽ നിന്ന് ഈ രണ്ടു വരേണ്യവാദങ്ങളെയും എതിർക്കുകയായിരുന്നു കീഴാള ചരിത്ര രചനയുടെ ലക്ഷ്യമെന്ന് മനസ്സിലാക്കാം.

പുരാണങ്ങളിലെ ആദർശപുരുഷന്മാരും ദൈവികപ്രഭാവമുള്ളവരും വരേണ്യർമാത്രമാണെന്ന് ഇന്ന് കീഴാളപഠനക്കാർ തിരിച്ചറിഞ്ഞിട്ടുണ്ട്. *രാമായണ*ത്തിലെ ആദർശപുരുഷനായ (മര്യാദോത്തമനായ) രാമന്റെ വ്യക്തിത്വത്തെ പുനഃപരിശോധിക്കുകയാണ് *കാഞ്ചനസീത. ലങ്കാലക്ഷ്മി*യിലും കുറച്ചൊക്കെ *സാകേത*ത്തിലും രാമന്റെ വ്യക്തിത്വത്തെ വിശകലനം ചെയ്യുമ്പോൾ അധികാരമോഹിയുടെയും ഭരണതന്ത്രത്തിന്റെ കുടിലതയുടെയും മുഖമാണ് തെളിഞ്ഞുകാണുന്നത്.. രാമന്റെ കുടിലതയെ കുറെക്കൂടി രൂക്ഷമായി വിമർശിക്കുന്ന നാടകമാണ് *ലങ്കാലക്ഷ്മി.* ദ്രാവിഡമായ വംശസ്നേഹം മുറ്റി നില്ക്കുന്ന സംഭാഷണങ്ങളിലൂടെ ആര്യാധിനിവേശത്തിനെതിരെ ധീരനായി പൊരുതി നില്ക്കുന്ന ലങ്കയുടെ അധിപതിയായി രാവണൻ വിരാജിക്കുന്നു. ലങ്കാലക്ഷ്മിയിൽ രാവണൻ കേന്ദ്രപാത്രമാകുന്നതോടെ കീഴാളമെന്നും ദ്രാവിഡമെന്നും പറയാവുന്ന ഒരു പരിപ്രേക്ഷ്യത്തിലൂടെ വ്യവസ്ഥാപിത രാമായണ ആഖ്യാനത്തെ ചോദ്യം ചെയ്യുന്നതായാണ് കാണുന്നത്. ഇവിടെ ലങ്കാചരിതവും രാവണവീര്യവും വംശചരിത്രവും ശക്തമായി ആവിഷ്കരിക്കപ്പെട്ടിരിക്കുന്നു.

"ആര്യാധിനിവേശവുമായി ബന്ധപ്പെട്ടാണ് ഇന്ത്യൻ ചരിത്രപാഠങ്ങളിൽ ജാതിവ്യവസ്ഥാപന സൂചനകൾ കടന്നുവരുന്നതെങ്കിലും കാർഷിക സാമൂഹിക ഘടനയുമായി ബന്ധപ്പെട്ടുകൊണ്ടുതന്നെയാണ്" റൊമിലാഥാപ്പർ ജാതി വികസന പ്രക്രിയയെക്കുറിച്ച് സൂചിപ്പിക്കുന്നത്. (ഥാപ്പർ റൊമില :1995:27). കേരളത്തിൽ കാർഷിക സാമൂഹിക ഘടനയിൽ പ്രസക്തമായ ഭൂമിയുടെ അവകാശവുമായി ബന്ധപ്പെട്ടുകൊണ്ട് ബ്രാഹ്മണകേന്ദ്രീകൃത ഭൂവുടമാവ്യവസ്ഥ AD൭-ാം നൂറ്റാണ്ടോടുകൂടി ആരംഭിച്ചതായി ചരിത്രം പറയുന്നുണ്ട്. ഇവിടെ ഭൂമിയുടെ മേലുള്ള അധികാരത്തിനുവേണ്ടിയാണ് രാവണനെതിരെയുള്ള യുദ്ധവും നടക്കുന്നത്. *കാഞ്ചനസീത*യിൽ രാമന്റെ വാക്കുകളിലും സീതയേക്കാൾ ആര്യവംശത്തിന് ഭീഷണിയായി ഉയർന്നുവരുന്ന രാക്ഷസവംശത്തെ വധിക്കുക എന്നതും അവരുടെ ഭൂമി പിടിച്ചെടുക്കുക എന്നതുമാണ്. രാവണനിഗ്രഹത്തിനുശേഷം രാമനോട് കൂറുള്ള വിഭീഷണനെ ലങ്കയുടെ അധിപതിയാക്കുന്നതും ഭൂമിയുടെ മേലുള്ള അധികാരം ആഗ്ര

ഹിച്ചുതന്നെയാണ്. ഭൂമിയിൽനിന്നും രാക്ഷസവംശത്തെ ഇല്ലാതാക്കുന്നത് അവരെ അടിമകളാക്കി തീർക്കുവാനുള്ള ആര്യവംശത്തിന്റെ ഗൂഢനീക്കത്തിന്റെ ഫലമായാണ്. നാടകത്തിലെ ആര്യവംശ പ്രതിനിധിയായ രാമനും സിനിമയിലെ ഗോത്രവംശപ്രതിനിധിയായ രാമനും ഓരോ പ്രത്യയശാസ്ത്രത്തിന്റെ മുഖംമൂടിയണിഞ്ഞവരാണ്. 'കീഴാള പഠനം സ്വയമേ തന്നെ നിർവ്വചിക്കുന്നത് കീഴെയുള്ള ജനത സവർണ്ണ പരിത്രവിജ്ഞാനീയത്തിന്റെ അസൂയാവഹമായ മണ്ഡലത്തിൽ നിന്നു മാറി സ്വയം സംസാരിക്കാനും പ്രവർത്തിക്കാനും അങ്ങനെ പ്രാന്തവല്ക്കരിക്കപ്പെട്ടതും നിശ്ശബ്ദമാക്കപ്പെട്ടതുമായ ശബ്ദങ്ങളെ പുറത്തേക്കുകൊണ്ടുവരുവാനുമാണ്' (ലീല ഗാന്ധി: 1999 : 2). ഇവിടെ ഗോത്രരാമനിലും അധിനിവേശത്തിന്റെ സ്വഭാവം ഒളിഞ്ഞിരിക്കു ന്നുവെന്നും കീഴാള മുഖമൂടിയണിഞ്ഞ വരേണ്യപ്രത്യയശാസ്ത്രമാണ് അയാളിൽ പ്രവർത്തിക്കുന്നുതെന്നും അർത്ഥം. എന്നാൽ സീതയെ പ്രകൃതിയായി കാണുന്നതിലൂടെ ഭൂമിയെ സ്ത്രീയായി ആരാധിക്കുന്നതിന്റെ വിശ്വാസം ഇവിടെ കാണാം. പ്രകൃതിയിലെ ഭാവവ്യത്യാസങ്ങൾ സ്ത്രീയുടെ ഭാവമാറ്റങ്ങളായി സിനിമയിൽ ചിത്രീകരിച്ചിരിക്കുന്നു. പ്രകൃതിയെ കീഴടക്കിക്കൊണ്ട് ആധുനികജീവിതം നയിച്ച മനുഷ്യന്റെ തകർച്ചയാണ് ഒരുതരത്തിൽ ഗോത്രരാമന്റെ പതനത്തിലൂടെ അർത്ഥമാക്കുന്നത്. ഇവിടെയും ഒരു അബോധരാഷ്ട്രീയയുക്തി കടന്നുവരുന്നുണ്ട്. വരേണ്യമായ ആധുനിക വികസനപദ്ധതികളാണ് പ്രകൃതിയുടെ വിനാശത്തിന് കാരണമാകുന്നത്. കീഴാളർ പ്രകൃതിയെ കീഴടക്കുന്ന വികസന പ്രത്യയശാസ്ത്രത്തിന്റെ യുക്തികളിൽ ജീവിക്കുന്നവരല്ല. പരിസ്ഥിതിയെ സംരക്ഷിക്കേണ്ടവരാണ് തങ്ങളെന്നും, പരിസ്ഥിതിയെന്നാൽ മനുഷ്യരുംകൂടി ഉൾപ്പെട്ടവരാണെന്ന ബോധം ഇവരിൽനിന്നും കണ്ടെത്തുവാനാകും. വ്യാപാരോന്മുഖമായ ഒരു കാഴ്ചപ്പാടല്ലാ കീഴാളസമീപനങ്ങളിൽ കാണുന്നത്. അതുകൊണ്ട് വരേണ്യാശയയുക്തിയിൽ നിർമ്മിതമായ കഥാപാത്രമാണ് ഗോത്രരാമൻ. മറ്റൊരുതരത്തിൽപ്പറഞ്ഞാൽ ഗോത്രരാമൻ *കാഞ്ചനസീത* സിനിമയിൽ വരേണ്യപ്രത്യയശാസ്ത്രത്തിന്റെ സംരക്ഷകനും പ്രവർത്തകനുമാണെന്നു തിരിച്ചറിയുന്നു.

1967 ൽ നക്സൽ ബാരിയിലുണ്ടായ കർഷക തൊഴിലാളി കലാപം അധിനിവേശാനന്തര ഇന്ത്യയിലെ രാഷ്ട്രീയമണ്ഡലത്തിൽ ചില ചോദ്യങ്ങൾ ചോദിക്കുവാനിടയായി. നക്സൽബാരി പ്രസ്ഥാനം അടിച്ചമർത്തപ്പെട്ടതിനുശേഷം സാമൂഹ്യ-കലാ-നാടക-സാഹിത്യ-സിനിമാരംഗങ്ങളിൽ അതിന്റെ അനുരണനങ്ങളുണ്ടായിക്കൊണ്ടിരുന്നു. ആദിവാസികളെ കാടുകളിൽ നിന്ന് പുറന്തള്ളുന്ന ഭരണകൂടത്തിനെതിരെയും, വികസനത്തിന്റെ പേരിൽ പിന്നോക്ക വിഭാഗങ്ങളെ തെരുവിലേക്ക് വലിച്ചെറിയുന്നതിനെതിരെയും വലിയ പ്രക്ഷോഭങ്ങൾ ഇക്കാലങ്ങളിൽ നടക്കുകയുണ്ടായി. കമ്യൂണിസ്റ്റ് പാർട്ടിയടക്കമുള്ള പ്രസ്ഥാനങ്ങൾ പുതിയ പ്രതിസന്ധികളിലൂടെ കടന്നുപോയപ്പോഴാണ് എഴുപതുകളിൽ

നക്സലൈറ്റ് പ്രസ്ഥാനങ്ങൾ കേരളത്തിൽ രൂപപ്പെടുന്നത്. കർഷകർക്കിടയിലും, ആദിവാസികൾക്കിടയിലും ഇവർ നടത്തിയ പ്രവർത്തനങ്ങൾ കേരള രാഷ്ട്രീയത്തിൽ നിരവധി ചർച്ചകൾക്ക് ഇന്നും കാരണമാകുന്നുണ്ട്. പ്രത്യക്ഷത്തിൽ ഗോത്രപശ്ചാത്തലത്തിലൂടെ *രാമായണ*ത്തിന് പുതിയ വ്യാഖ്യാനം നല്കിയ അരവിന്ദന്റെ *കാഞ്ചനസീത* ഇവിടെ സൂചിപ്പിച്ച ചരിത്രകാലഘട്ടത്തിന്റെ സിനിമയാണ്. പുറമേ വിപ്ലവപരമായി തോന്നുമെങ്കിലും ഉള്ളിൽ മദ്ധ്യവർഗ്ഗവരേണ്യ പ്രത്യയശാസ്ത്രത്തിന്റെ തന്നെ സൂചന ഉള്ളടങ്ങിയതാണിത്. ഇത്തരത്തിൽ ചരിത്രപരമായി വിശകലനം ചെയ്യുമ്പോൾ എഴുപതുകളിലെ കീഴാള നവോത്ഥാനമെന്നത് സവർണ്ണമേല്ക്കോയ്മയിൽ തമസ്കരിക്കപ്പെട്ട മുന്നേറ്റമായിരുന്നുവെന്ന് വ്യക്തമാകുന്നു.

സ്ത്രീ പ്രകൃതിയാണ്. പക്ഷേ, പുരുഷൻ പ്രകൃതിയിൽ നിന്ന് ഭിന്നനല്ലല്ലോ....” (ശ്രീകണ്ഠൻനായർ, സി എൻ:2003:139) സ്ത്രീയും പ്രകൃതിയും തമ്മിലുള്ള ബന്ധം ഗോത്രകാലഘട്ടത്തിൽ നിന്ന് തുടങ്ങുന്ന ഒന്നാണ്. പുഴയെ സ്ത്രീയായി കാണുന്ന സങ്കല്പവും ഭാരതത്തിലുണ്ട്. പ്രകൃതിയെപ്പോലെ സർവ്വവും കനിഞ്ഞുനല്കുന്നതാണ് സ്ത്രീ എന്നത് ഗോത്ര കാലഘട്ടത്തിൽ വിശ്വാസം ചെലുത്തിയിരുന്നു. ഇവിടെ പ്രകൃതിയെ മനുഷ്യ ആവാസവ്യവസ്ഥയുടെ ഒന്നായിത്തന്നെ കണ്ടിരുന്നു. പ്രകൃതിയുടെ ചലനമാണ് മനുഷ്യനെ ചലിപ്പിക്കുന്നതെന്നും അതിനാൽ പ്രകൃതി പ്രതിഭാസങ്ങൾക്ക് അനുസരിച്ചും കാലാവസ്ഥ മാറ്റങ്ങൾക്കൊത്തും മനുഷ്യൻ മാറേണ്ടതാണെന്ന് ആദിമവാസികൾ കരുതിയിരുന്നു.

സർപ്പക്കാവുകൾ, കുളങ്ങൾ, നദികൾ, വൃക്ഷങ്ങൾ എന്നിവ മുൻനിറുത്തിയുള്ള ആഘോഷങ്ങളും അനുഷ്ഠാനങ്ങളും അങ്ങനെ രൂപപ്പെടുന്നുണ്ട്. മനുഷ്യന് കണ്ടെത്താനാവാത്ത വിധം പ്രപഞ്ചരഹസ്യങ്ങൾ ഈ ലോകത്ത് നിലനില്ക്കുന്നുണ്ടെന്ന വിശ്വാസം ആധുനിക പൂർവ്വ സമൂഹത്തിൽ കാണാവുന്നതാണ്. മനുഷ്യനും പരിസ്ഥിതിയും തമ്മിലുള്ള ബന്ധം ഇത്തരത്തിൽ പരസ്പരം അനുരാഗപൂർവ്വമായ ഒന്നായിരുന്നു. ആധുനിക കാലഘട്ടത്തിൽ മനുഷ്യന് പ്രകൃതി പ്രതിഭാസങ്ങളെ വിശകലനം ചെയ്യാൻ സാധിക്കാനാവുമെന്നും പാരിസ്ഥിതികഘടകങ്ങളെ കീഴടക്കി മനുഷ്യന് സാർവ്വലൗകിക പുരോഗതി നേടാനാകുമെന്നും വിശ്വസിച്ചതിന്റെ ഫലമായി പരിസ്ഥിതി നശീകരണവും വ്യാപകമായി. തന്റെ വികസനത്തിനും ഉപഭോഗത്തിനു വേണ്ടിയുള്ളതാണ് പ്രകൃതിയെന്ന വീക്ഷണം ആധുനിക കാലഘട്ടത്തിൽ പ്രതിഷ്ഠാപനം ചെയ്യപ്പെട്ട പുരുഷാധിപത്യ വ്യവസ്ഥകളുമായി സംയോജിക്കപ്പെട്ടു. പ്രകൃതിയെ കീഴടക്കുന്നതുപോലെ സ്ത്രീയെയും കീഴടക്കുന്ന അധീശവ്യവഹാരങ്ങളുടെ പൊതുമണ്ഡലം രൂപപ്പെടുകയും ചെയ്തു. “കോളനീകരണം മനസ്സിനെയും ശരീരത്തിനെയും കോളനീകരിക്കുകയും പിന്നീട് കോളനീകരിക്കപ്പെട്ട സമൂഹ

ത്തിന്റെ സാംസ്കാരിക മണ്ഡലത്തിലേക്ക് അതിന്റെ ആശയം ശക്തിയായി വ്യാപിപ്പിക്കുകയും ചെയ്തു. ആധുനിക പാശ്ചാത്യമെന്ന സങ്കല്പത്തെ അത് പൊതുവാക്കുകയും ഭൂമിശാസ്ത്രപരവും സത്താപരവുമായ ഒരു മാനസികമണ്ഡലത്തിലേക്ക് അതിനെ കൊണ്ടുവരുകയും ചെയ്തു. അതിനാലിപ്പോൾ പടിഞ്ഞാറ് എവിടെയുമുണ്ട്; പടിഞ്ഞാറും മറ്റിടത്തും. മനസ്സിലും ഘടനയ്ക്കകത്തും" (നന്ദി, ആഷിഷ് : 1983: 11). എന്നാൽ പടിഞ്ഞാറിന്റെ, ആധുനികയുക്തിക്ക് എതിരെയുള്ള വിമർശനങ്ങൾ രണ്ടാംലോക മഹായുദ്ധത്തോടെ രൂപപ്പെടുകയും പാരിസ്ഥിതികമായ പുതിയ അവബോധങ്ങൾ സമൂഹത്തിൽ വന്നുതുടങ്ങി. എഴുപതുകളിൽ കേരളത്തിൽ നിരവധി പരിസ്ഥിതിസംഘടനകളും സ്ത്രീവാദസംഘടനകളും പ്രവർത്തിക്കുകയുണ്ടായി. കലാ-സാഹിത്യരംഗങ്ങളിലുണ്ടായ ഇവയുടെ സ്വാധീനത്തിന്റെ തുടർച്ചയാണ് *കാഞ്ചനസീത* നാടകത്തിലും സിനിമയിലും കാണുന്നത്.

സ്ത്രീയെ ഇരുണ്ട ഭൂഖണ്ഡമെന്നു വിശേഷിപ്പിച്ച ഫ്രോയ്ഡിയൻ വാദം ആധുനികസമൂഹത്തിന്റെ ലിംഗകേന്ദ്രിതമായ മേല്ക്കോയ്മയാണെന്ന് ഇന്ന് തിരിച്ചറിയുന്നുണ്ട്. പുരുഷലിംഗത്തിന്റെ അഭാവം വച്ച് സ്ത്രീയെന്നത് പുരുഷനിൽനിന്നും എന്തോ കുറവുള്ള ഒന്നായി മനസ്സിലാക്കുകയും അത് പുരുഷാധിപത്യ വ്യവസ്ഥയുടെ ശാക്തീകരണത്തിന് സഹായകമാവുകയും ചെയ്തു. എന്നാൽ ലകാനിയൻ മനോവിശ്ലേഷണത്തിൽ പുരുഷാധീശചിഹ്നമായ ലിംഗമെന്ന പരമോന്നത സൂചകത്തിന്റെ അപ്രമാദിത്യം പലരീതിയിൽ വായിക്കപ്പെട്ടിട്ടുണ്ട്. ഇത്തരത്തിൽ നോക്കുമ്പോൾ പുരുഷൻ പ്രകൃതിയിൽ (സ്ത്രീ) നിന്ന് ഭിന്നനല്ലായെന്നത് പുരുഷാധികാര വ്യവസ്ഥയെ നിരാകരിച്ച് സമത്വം പ്രതിനിധാനം ചെയ്യുന്ന ഒന്നാണ്. സ്ത്രീ-പുരുഷൻ എന്ന ദ്വന്ദ്വത്തിൽ സ്ത്രീ അസാന്നിദ്ധ്യത്തെയും അവ്യവസ്ഥയെയും പ്രതിനിധാനം ചെയ്യുമ്പോൾ പുരുഷൻ സാന്നിദ്ധ്യത്തെയും വ്യവസ്ഥയെയും പ്രതിനിധാനം ചെയ്യുന്നതായി *കാഞ്ചനസീത* സിനിമയിലൂടെ വ്യക്തമാകുന്നു. പ്രകൃതിയെ സീതയായി ചിത്രീകരിക്കുന്നത് സ്ത്രീയെ അമൂർത്തമായി കാണുന്നതിന്റെയും സൂചനയാണ്. രാമന്റെ പുരുഷാധികാരത്തെ ഊർമ്മിള ചോദ്യം ചെയ്യുമ്പോൾ സംസ്കാരികമണ്ഡലത്തിൽ രൂഢമൂലമായ പുരുഷവ്യവസ്ഥകളിൽ ഇളക്കം തട്ടുകയാണ്. രാമന്റെ ചെയ്തികളെ ചോദ്യം ചെയ്യാത്ത സഹധർമ്മിണിയായി സീത ആവിഷ്കരിക്കപ്പെടുമ്പോൾ നവോത്ഥാനമൂല്യങ്ങൾ പോലും സ്ത്രീകളുടെ കാര്യത്തിൽ കാണിച്ച പ്രവർത്തനങ്ങളുടെ തുടർച്ചയായിട്ടു മാത്രമേ ഇതിനെയും വ്യാഖ്യാനിക്കുവാൻ സാധിക്കുകയുള്ളൂ. സഹധർമ്മിണിയുടെ പരിശുദ്ധിയുടെ സൂചകമാണ് പാതിവ്രത്യം എന്നത്. പ്രജയുടെയും രാമന്റെയും പാതിവ്രത്യ സംശയം പുരുഷരാഷ്ട്ര വ്യവസ്ഥയിലെ സ്ത്രീവിരുദ്ധ ആശയങ്ങളുടെ സൂചന തന്നെയാണ്. ഗോത്രരാമനും ഈ ആശയമണ്ഡലത്തിൽ നിന്ന് മുക്തനല്ലെന്ന് ഓർക്കുക. എന്നാൽ

നാടകത്തിലെ രാമനിൽ നിന്ന് വ്യത്യസ്തനായി സിനിമയിലെ രാമൻ പല രംഗങ്ങളിലും സീത എന്ന് വിളിക്കുന്നത് അയാളുടെ ദുഃഖത്തെ കാണിക്കുന്നതാണ്. നാടകത്തിൽ നിന്ന് വ്യത്യസ്തമായി സീതയുടെ തിരോധാനത്തിനുശേഷം സരയൂനദിയിൽ അഗ്നികുണ്ഡവുമായി ഇറങ്ങിപ്പോകുന്ന രാമൻ തന്റെ എല്ലാ പാപങ്ങൾക്കും പരിഹാരം തേടുന്നതായുള്ള പ്രത്യക്ഷസൂചന നല്കിക്കൊണ്ടാണ്.

സിനിമയിൽ നിരവധി വൈരുദ്ധ്യാശയങ്ങൾ കാണാവുന്നതാണ്. ഗോത്രരാമായണത്തിലും വൈദികപാരമ്പര്യം ശക്തമായി സ്വാധീനിക്കുന്നത് സിനിമയിലൂടെ ആവിഷ്കരിക്കുന്നുണ്ട്. പൂണൂൽ ധരിച്ച ഗോത്രരാമലക്ഷ്മണന്മാരും ലവകുശന്മാരും, വേദാന്തമന്ത്രങ്ങൾ ഉരുവിടുന്ന നിരവധി മഹർഷിമാരും ഇവിടെ കാണാം. അശ്വമേധം ആരംഭിച്ച് അശ്വത്തെ തുറന്നുവിടുമ്പോൾ പശ്ചാത്തലത്തിൽ വേദമന്ത്രങ്ങൾ കേൾക്കാം. അതുപോലെ വാല്മീകി ലവകുശന്മാരെ പഠിപ്പിക്കുന്നത് സംസ്കൃതശ്ലോകങ്ങളാണ്. അഗ്നികുണ്ഡവുമായി രാമൻ സരയൂനദിയിലേക്ക് ഇറങ്ങിപ്പോകുമ്പോൾ പശ്ചാത്തല സംഗീതത്തിൽ വീണയും ഓടക്കുഴലുമാണ് ഉപയോഗിച്ചിരുന്നത്. എന്നാൽ അശ്വമേധയാഗത്തിന് മുമ്പുള്ള ഒരു രംഗത്തിൽ ഗോത്രവംശത്തിന്റെ കൊടിയിൽ കാളയുടെ ചിത്രവും ജനങ്ങളുടെ തുകൽകൊണ്ടുള്ള വാദ്യോപകരണങ്ങൾ കെട്ടിയുള്ള ആനന്ദനൃത്തവും കാണുന്നുണ്ട്. *രാമായണ*ത്തെക്കുറിച്ചുള്ള വ്യത്യസ്തമായ ഒരു സമീപനം സംവിധായകൻ സ്വീകരിക്കുമ്പോഴും സിനിമ പിന്തുടർന്നുപോരുന്നത് സവർണ്ണബ്രാഹ്മണിക വ്യവഹാരത്തെയാണ്. അതിനാൽ ആധുനികതയുടെ നവോത്ഥാനമെന്നത് കേരളീയ പരിസരത്തിൽ കീഴാളരെ തൊട്ടുതാലോലിച്ചിരുന്ന കീഴാളവിരുദ്ധമായ ഒന്നായിരുന്നുവെന്ന് മനസ്സിലാക്കാവുന്നതാണ്.

കീഴാളരുടെ സാമൂഹ്യാവബോധവും സംസ്കാരവുമെല്ലാം വളരെ വ്യത്യസ്തമാർന്നതാണ്. കീഴാളന്റെ സ്വത്വത്തിനുമേലുള്ള വരേണ്യ വ്യാജബിംബങ്ങളുടെ നിർമ്മിതിയാണ് സിനിമയിൽ നിർമ്മിക്കപ്പെടുന്നത്. കീഴാളരാഷ്ട്രീയത്തിന്റെ ശക്തമായ മുന്നേറ്റങ്ങൾ പണ്ഡിറ്റ് കെ പി കറുപ്പൻ, കുമാരനാശാൻ, ശ്രീനാരായണഗുരു, അയ്യൻകാളി തുടങ്ങിയ നിരവധി സാമൂഹ്യപരിഷ്കർത്താക്കളിലൂടെ കേരളത്തിൽ നടക്കുക യുണ്ടായി. ബംഗാളിലെ നവോത്ഥാനപ്രക്രിയ മുകളിലെ തട്ടിൽ നടന്നതാകുമ്പോൾ കേരളത്തിൽ താഴോട്ടിറങ്ങി ജനങ്ങളുടെ ഇടയിൽ വ്യാപിക്കുകയാണുണ്ടായത്. എന്നാൽ ലക്ഷ്യപ്രാപ്തി വരാതെ നവോത്ഥാനമൂല്യങ്ങളിലും വിള്ളലുകൾ ഉണ്ടാകുവാൻ തുടങ്ങിയിരുന്നു. എഴുപതുകളിൽ അമേരിക്കയിലെ കറുത്ത വർഗ്ഗക്കാർക്കിടയിൽ രൂപീകരിക്കപ്പെട്ട ബ്ലാക്ക് പാന്തർ മാതൃകയിൽ മഹാരാഷ്ട്രയിൽ ദളിത് പാന്തർ പ്രസ്ഥാനം രൂപീകരിക്കപ്പെടുകയും ഇന്ത്യയിലെ വിവിധ ഭാഗങ്ങളിൽ സാമൂഹ്യരാഷ്ട്രീയ ജാതി വിരുദ്ധപ്രക്ഷോഭങ്ങളിൽ അവ പങ്കുകൊള്ളുകയും ചെയ്തു. അംബേദ്കറുടെ ആശയങ്ങൾ സ്വീകരിച്ച ദളിത് പാന്തർ

പ്രസ്ഥാനത്തിന് മഹാരാഷ്ട്രയിൽ വലിയൊരു നിര കലാകാരന്മാരെയും എഴുത്തുകാരെയും ഈ പ്രസ്ഥാനത്തിന്റെ പോരാളികളാക്കുവാൻ സാധിച്ചിരുന്നു. മഹാരാഷ്ട്രയിലെ ദളിത് സാഹിത്യത്തെ വിലയിരുത്തുന്ന അർജുൻ ഡാംഗിളിന്റെ അഭിപ്രായത്തിൽ മാർക്സിസത്താൽ നയിക്കപ്പെട്ട പുരോഗമന സാഹിത്യത്തിൽ ദളിതുകൾ വേറിട്ടുള്ള ജനതയായി മാറാതിരിക്കുകയും, ജാതിവ്യവസ്ഥ അവഗണിക്കപ്പെടുകയും ചെയ്തതിലൂടെ ദളിതുകളിൽ രൂപംകൊണ്ട പ്രതിഷേധത്തിൽ നിന്നുമാണ് ദളിത് സാഹിത്യം രൂപംകൊള്ളുന്നത്. ഈ നിരീക്ഷണത്തിലെ ശ്രദ്ധേയമായ ഘടകം പുരോഗമന സാഹിത്യത്തിലുയർന്ന സംഘർഷത്തേക്കാളുപരി ദളിതുകളുടെ ദേശീയാസ്തിത്വത്തെക്കുറിച്ചുള്ള അവബോധമാണ് (കൊച്ച് കെ കെ 1998:87). *കാഞ്ചനസീത*യിൽ ദേശ-രാഷ്ട്ര നിർമ്മിതിയിൽ ബ്രാഹ്മണമേധാവിത്വത്തിന്റെ ആധിപത്യം ഉറപ്പിക്കുവാൻ നടത്തുന്ന തന്ത്രമായി അശ്വമേധയാഗത്തെ കാണാവുന്നതാണ്. ശൂദ്രനെ വധിച്ചും രാക്ഷസവംശത്തെ കൊന്നും, അവരുടെ രാജ്യം പിടിച്ചും രാഷ്ട്രത്തിന്റെ വികസനം കൊയ്യാമെന്ന് സവർണ്ണബ്രാഹ്മണിക മേധാവിത്വം ശ്രമിക്കുന്നതിന്റെ സൂചനകൾ ഇവിടെ അബോധപരമായി ഉള്ളടങ്ങിയിരിക്കുന്നു. ദേശവ്യാപകമായി എഴുപതുകളിൽ ഉണ്ടായ കീഴാള മുന്നേറ്റങ്ങളുടെ പ്രത്യക്ഷാവിഷ്കാരമാണ് സിനിമ. എന്നാൽ ദേശീയതയുടെ അധികാരപരിധിക്കുള്ളിൽ കീഴാളനെ സ്വീകരിക്കുമ്പോഴും വരേണ്യപ്രത്യയശാസ്ത്രത്തിന്റെ ചട്ടക്കൂടിലേക്ക് ഉൾക്കൊള്ളിക്കുവാനാണ് സിനിമയുടെ അബോധരാഷ്ട്രീയം ശ്രമിക്കുന്നത്.

ഇവിടെ വിശകലനം ചെയ്ത് കണ്ടെടുത്തവയെ ഇങ്ങനെ ക്രോഡീകരിക്കാം. സി എൻ ശ്രീകണ്ഠൻനായരുടെ നാടകമായ *കാഞ്ചനസീത*യെ അരവിന്ദൻ സമീപിച്ചതിൽ വൈരുദ്ധ്യം നിലനില്ക്കുന്നുണ്ട്. *കാഞ്ചനസീത*യിലെ രാമൻ മറ്റ് രാമനേക്കാൾ വ്യത്യസ്തനാണെന്ന് സമ്മതിക്കെതന്നെ താൻ വാല്മീകിയുടെ രാമനെയാണ് പിന്തുടർന്നിരിക്കുന്നതെന്ന് അരവിന്ദൻ പറയുന്നു. പിന്നീട് വേറൊരിടത്ത് ഈ സമീപനം ഇഷ്ടപ്പെടാത്തവരോട് ഇത് ഗോത്രവർഗ്ഗത്തിന്റെ രാമനാണെന്ന് പറയുന്നുണ്ട്. അരവിന്ദന്റെ ഈ അനുവർത്തന വൈരുദ്ധ്യം സിനിമയുടെ പ്രമേയം, അവതരണം, രാഷ്ട്രീയം എന്നിവയിലെല്ലാം ബാധിച്ചിരിക്കുന്നതായി കാണാം. മൂലകൃതി തന്നിൽ ഉണ്ടാക്കിയ അനുഭൂതിയെ ചിത്രീകരിക്കുവാനുള്ള ശ്രമമാണ് ഈ അനുവർത്തനം. നാടകത്തിലെ ആദ്യരംഗത്തിൽ ഊർമ്മിള-കൗസല്യ സംഭാഷണത്തിലൂടെ വ്യക്തമാകുന്നത് രാമന്റെ അധികാരമോഹമാണ്. ഭാര്യയെക്കാൾ രാജ്യമാണ് രാമന് പ്രിയമെന്ന് ഊർമ്മിള വിമർശിക്കുമ്പോൾ രാമന്റെ അധികാരമോഹമാണ് ഇവിടെ തിരിച്ചറിയുന്നത്. സിനിമയിലെ ആദ്യരംഗം അയോദ്ധ്യാവംശത്തിന് ഭീഷണിയായി ഉയർന്നുവരുന്ന ശംബൂകന്റെ തപസ്സുമുടക്കുന്നതാണ്. ഗോത്രരാമൻ തന്റെ അധികാരം നിലനിർത്തുന്നതിനായി ശൂദ്രനായ ശംബൂകനെ എതിർക്കുമ്പോൾ ദളിത് ബഹുജനങ്ങൾക്കിടയിൽ

തന്നെയുള്ള വർഗ്ഗങ്ങളുടെ കലഹമായി തോന്നാം. കേരളീയ സമൂഹത്തിലുള്ള ദളിത് വിഭാഗങ്ങൾക്കിടയിൽ തന്നെ ആചാരാനുഷ്ഠാനാധികാര വിവേചനം നിലനില്ക്കുന്നുണ്ട്. വാല്മീകിയുടെ രാമനെ ഗോത്രരാമന്റെ മുഖംമൂടി അണിയിച്ചപ്പോൾ സംഭവിച്ച ആഭ്യന്തരവൈരുദ്ധ്യങ്ങളാണ് ഇതിനുകാരണം. അതുകൊണ്ട് ചരിത്രപരമായ വിശകലനത്തിൽ സ്വാതന്ത്ര്യാനന്തര ഇന്ത്യയിലെ ഭരണമേഖലയിൽ സവർണ്ണവിഭാഗം കീഴാള ജനതയോട് പുലർത്തിപ്പോന്ന അധികാര ബലതന്ത്രങ്ങളാണ് ഇവിടെ തിരിച്ചറിയുന്നത്. കൂടാതെ യൂറോ കേന്ദ്രീകൃതവും സവർണ്ണ മദ്ധ്യവർഗ്ഗപരവുമായ ആശയങ്ങൾ കീഴാളപ്രവർത്തനങ്ങളെ എങ്ങനെ ബാധിച്ചുവെന്നും മനസ്സിലാക്കേണ്ടതുണ്ട്. പുരുഷൻ പ്രകൃതിയിൽ നിന്ന് ഭിന്നനാണോ എന്ന ചോദ്യം നാടകത്തിലും സിനിമയിലും ആവർത്തിക്കുന്നുണ്ട്. പ്രകൃതിയെ മാതാവായും, പ്രപഞ്ചകേന്ദ്രമായും കണ്ട് വിശ്വസിക്കുന്ന സമൂഹത്തിൽനിന്ന് പ്രകൃതിയെ തനിക്ക് കീഴടക്കാൻ സാധിക്കുമെന്നു വിചാരിക്കുന്ന ആധുനികയുക്തിയിലാണ് ഈ ചോദ്യം ഉയരുന്നത്. ഇവിടെ പ്രകൃതിയെന്നത് സീതയും ഭൂമിയും ആകുന്നു. സീതയെ ഉപേക്ഷിച്ച് രാഷ്ട്രവികസനത്തിനായി ശ്രമിക്കുകയാണ് രാമൻ. രാഷ്ട്രത്തിന്റെ നിലനില്പിനും വികസനത്തിനുമായി അയൽരാജ്യമായ ലങ്ക കീഴടക്കി തനിക്ക് തല്പരനായ വിഭീഷണനെ രാജാവായി വാഴിക്കുന്നു. ഭൂമിക്ക് വേണ്ടിയുള്ള യുദ്ധമാണ് രാമൻ നടത്തുന്നത്. തനിക്ക് രാജ്യത്ത് ഭീഷണിയായി വരുന്ന ദളിതരെപ്പോലും ആക്രമിച്ച് വധിക്കുവാൻ രാമൻ തയ്യാറാകുന്നു. ഇതിൽ നിന്നെല്ലാം സ്വതന്ത്രഭാരതത്തിൽ വരേണ്യവിഭാഗം ഭരണകൂടവുമായി ചേർന്ന് ദളിതരെ പിന്തള്ളി അധികാരം നിലനിർത്തുവാൻ ശ്രമിക്കുന്ന ചരിത്രഘട്ടത്തെ മനസ്സിലാക്കാം. ദേശീയതലത്തിലും കേരള രാഷ്ട്രീയത്തിലും അധികാരം കൈക്കലാക്കുവാൻവേണ്ടി നടത്തുന്ന അങ്കങ്ങളുടെ കാലഘട്ടത്തെയാണ് *കാഞ്ചനസീത*യെന്ന നാടകം ഓർമ്മിപ്പിക്കുന്നത്.

സി എൻ ശ്രീകണ്ഠൻനായരുടെ സംഭാഷണപ്രധാനമായ ഈ നാടകത്തെ സംഭാഷണം കുറച്ച് ചലച്ചിത്രത്തിന്റെ ദൃശ്യ-ശ്രാവ്യ ഭാഷയിലേക്ക് മാറ്റുകയാണ് അരവിന്ദൻ. ക്യാമറയ്ക്ക് മുന്നിൽ ഒരിക്കൽപ്പോലും വരാത്തവരും സിനിമ കാണാത്തവരുമായ ഗോത്രവർഗ്ഗക്കാരെ കഥാപാത്രങ്ങളാക്കി, നാടകീയാംശങ്ങളെ പാടേ ഒഴിവാക്കി പ്രകൃതിയെ നിരന്തരമായ സാന്നിദ്ധ്യമായി ഉപയോഗപ്പെടുത്തിയാണ് ഈ അനുവർത്തനപ്രക്രിയ അരവിന്ദൻ നിർവ്വഹിച്ചിരിക്കുന്നത്. ഗോത്രക്കാരെന്ന് രൂപംകൊണ്ട് തോന്നുന്ന ഇവരുടെ സംഭാഷണങ്ങളിൽ എന്നാൽ ഗോത്രസംഭാഷണരീതി കാണുന്നില്ല. ഇത് സൂചിപ്പിക്കുന്നത് രൂപത്തിലും ഭാഷയിലും കാണുന്ന വൈരുദ്ധ്യമാണ്. ഈ വൈരുദ്ധ്യമാണ് നേരത്തെ സൂചിപ്പിച്ച കീഴാളതയുടെ മുഖം മൂടിയണിഞ്ഞ സവർണ്ണ മദ്ധ്യവർഗ്ഗത്തിന്റെ അബോധരാഷ്ട്രീയം എന്നത്. എഴുപതുകളിൽ സമാന്തര മലയാളസിനിമ പുലർത്തിപ്പോന്ന സവർണ്ണമദ്ധ്യവർഗ്ഗ

കുടുംബത്തിന്റെ പ്രതിസന്ധിയുടെയും നിലനില്പിന്റെയും ആകുലതകളാണ് മറ്റൊരു തരത്തിൽ ഇവിടെയും പ്രത്യക്ഷമാകുന്നത്. നെഹ്റുവിയൻ വികസനപദ്ധതികൾ കീഴാളജനതയെ വിമോചിപ്പിക്കുന്നില്ലായെന്നും ജാതിപരമായും വിദ്യാഭ്യാസപരമായും ഉദ്യോഗപരമായും അവർ അടിത്തട്ടിൽ തന്നെയാണെന്ന ചിന്തകൾ പുതിയ മുന്നേറ്റങ്ങൾക്ക് അവരെ പ്രേരിപ്പിച്ചിരുന്നു. പാരിസ്ഥിതിക, സ്ത്രീവാദ-ദളിത് സംഘടനകൾ ഇത്തരം അവസ്ഥകളെ ദേശീയപ്രശ്നമായി കണ്ട് പ്രതിഷേധങ്ങൾ നടത്തിക്കൊണ്ടിരുന്നു. സവർണ്ണ സൗന്ദര്യാനുഭൂതിയെ പ്രശ്നവല്ക്കരിച്ച് സാംസ്കാരികമായ ദളിത് അനുഭവങ്ങൾ അവർ മുന്നോട്ടുവച്ചു. ഇത്തരം പ്രശ്നപശ്ചാത്തലത്തിൽ ദളിത്പ്രശ്നങ്ങളെ അവഗണിച്ചുകൊണ്ട് മുന്നോട്ടു പോകുവാനാവില്ലെന്ന് സാംസ്കാരികകലാരൂപങ്ങൾക്കും ഭരണകൂടസ്ഥാപനങ്ങൾക്കും മനസ്സിലായി. അതുകൊണ്ട് കീഴാളപ്രശ്നങ്ങൾ ആവിഷ്കരിക്കുവാൻ ശ്രമിച്ച കലകളിൽ മദ്ധ്യവർഗ്ഗ സവർണ്ണസൗന്ദര്യശാസ്ത്രം കടന്നുവരികയും ചെയ്തു. അരവിന്ദന്റെ ഗോത്രരാമനെ മുൻനിറുത്തിയുള്ള *കാഞ്ചനസീത*യും മേല്പറഞ്ഞ ആശയസംഹിതകളെ പിൻപറ്റുകയാണ് ചെയ്തത്. അതുകൊണ്ട് പ്രത്യക്ഷത്തിൽ കീഴാളരാഷ്ട്രീയം ആവിഷ്കരിക്കുന്നുവെന്ന തോന്നലിൽ വരേണ്യയുക്തികളെ ഒട്ടൊക്കെ പിൻപറ്റുകയാണ് *കാഞ്ചനസീത* ചെയ്തിരിക്കുന്നത്. നാടകം കീഴാളവിരുദ്ധമായ രാഷ്ട്രീയത്തെ തുറന്നു കാട്ടുമ്പോൾ അനുവർത്തനത്തിൽ പൗരോഹിത്യമതത്തിന്റെ സ്വാധീനം ഒളിഞ്ഞും തെളിഞ്ഞും കാണാമെന്നാണ് തിരിച്ചറിയേണ്ടത്.

4

മതിലുകൾ - നോവലും സിനിമയും

നോവലുമായി സിനിമയ്ക്കുള്ള ബന്ധത്തിന് അതിന്റെ ആവിർഭാവ കാലത്തോളം പഴക്കമുണ്ട്. ഇതിനു പലകാരണങ്ങളുമുണ്ട്. നോവൽ എന്ന സാഹിത്യരൂപത്തിന് അന്നേക്കുംവരെ കൈവന്ന ജനപ്രിയത, യഥാർത്ഥമെന്ന് തോന്നിപ്പിക്കുന്ന തരത്തിലുള്ള നോവലിന്റെ ആഖ്യാനരീതി, യഥാർത്ഥത്തെ ആവിഷ്കരിക്കുന്ന കലയാണ് സിനിമയെന്ന ധാരണ എന്നിവയൊക്കെ ഈ ബന്ധത്തിന് പ്രേരകമായി. നോവലിനെ സിനിമയുടെ കഥ തന്നെയായിട്ടാണ് ആദ്യകാല സംവിധായകർ പരിഗണിച്ചത്. നോവലിനെ അതേപടി ആവിഷ്ക്കരിച്ചാൽ സിനിമ നിർമ്മിക്കാനാവുമെന്നും അവർ കരുതി. കാലക്രമേണ നോവലിനെ അനുവർത്തനത്തിൽ സ്വീകരിക്കുന്നതിൽ വ്യത്യാസങ്ങളും ഉണ്ടായിട്ടുണ്ട്. സത്യജിത് റേയുടെ *പഥേർ പാഞ്ചാലി, അപരാജിത, അപുർ സൻസാർ* എന്നീ മൂന്നു സിനിമകൾ നോവൽ അനുവർത്തനരീതികളിലുണ്ടായ ഈ വ്യത്യസ്തതയാണ് കാണിക്കുന്നത്.

നോവൽ ലോകസിനിമയിലും മലയാളസിനിമയിലും

ലോകസിനിമയിൽ നിരവധി നോവലുകൾ ചലച്ചിത്രങ്ങളായിട്ടുണ്ട്. വിക്ടർ ഹ്യൂഗോ, ദസ്തയേവസ്കി, ബൽസാക്ക്, ചാൾസ് ഡിക്കൻസ് തുടങ്ങിയ പ്രശസ്ത നോവലിസ്റ്റുകളുടെ പ്രധാനനോവലുകളെല്ലാം തന്നെ സിനിമയായിട്ടുണ്ട്. *ലാമിറാബിൾസ്, അന്നാകരീനിന, വാർ ആന്റ് പീസ്, ക്രൈം ആന്റ് പണിഷ്മെന്റ്, ഗ്രേറ്റ് എക്സ്പെക്റ്റേഷൻസ്, ഒലിവർ ടിസ്റ്റ്* എന്നീ സിനിമകൾ ചില ഉദാഹരണങ്ങളാണ്. ഡി എച്ച് ലോറൻസിന്റെ *സൺസ് ആന്റ് ലവേഴ്സ്, ലേഡി ചാറ്റർലീസ്ലവർ*, ജയിംസ് ജോയ്സിന്റെ *യുലീസസ്സ്, എ പോർട്രെയ്റ്റ് ഓഫ് ദ ആർട്ടിസ്റ്റ്*

ആസ് എ യങ്മാൻ; തോമസ് ഹാർഡിയുടെ *ഫാർ ഫ്രം ദ മാഡിങ് ക്രൗഡ്;* *ടെസ്സ്*, എച്ച് ജി. വെൽസിന്റെ *തിങ്സ് ടു കം, ടൈംമെഷിൻ* എന്നീ നോവലുകളും സിനിമയായിട്ടുണ്ട്. ഈ അനുവർത്തനസിനിമകളെല്ലാം നോവലിനെ പല കാലങ്ങളിൽ വ്യത്യസ്തമായി സമീപിച്ചവയാണ്. സിനിമയുടെ സാങ്കേതികവിദ്യയിലുണ്ടായ വളർച്ചയും, ലോകത്ത് മാറിക്കൊണ്ടിരിക്കുന്ന വ്യത്യസ്തരാഷ്ട്രീയവും മൂലകൃതിയെ സമീപിക്കുന്നതിലെ കാഴ്ചപ്പാടിൽ മാറ്റം വരുത്തിയിട്ടുണ്ട്.

കേരളത്തിലെ ആധുനിക സ്വത്വനിർമ്മിതിയുടെയും, രാഷ്ട്രസങ്കല്പത്തിന്റെയും, നവോത്ഥാനത്തിന്റെയും വരവിനും വളർച്ചയ്ക്കുമെല്ലാം നോവൽ സഹായകമായിരുന്നുവെന്നത് ചരിത്രയാഥാർത്ഥ്യമാണ്. കേരളീയസമൂഹത്തിൽ സിനിമ പൊതുമണ്ഡലത്തെ രൂപപ്പെടുത്തുന്നതിൽ പ്രധാന പങ്കുവഹിക്കുകയാണുണ്ടായത്. പിന്നോക്ക സമുദായ സംഘടനകളുടെ പുരോഗമന പ്രവർത്തനങ്ങളും കമ്യൂണിസ്റ്റ് സംഘടനകളുടെ ജാതി-ജന്മി മേല്ക്കോയ്മക്കെതിരെയുള്ള പ്രവർത്തനങ്ങളും രൂപപ്പെടുത്തിയെടുത്ത ജ്ഞാനമണ്ഡലത്തിലാണ് മലയാളസിനിമ വികാസം നേടിയത്. അതുകൊണ്ട് മറ്റു സംസ്ഥാനങ്ങളിലെ ആദ്യകാല സിനിമകളിൽ കാണുന്ന തോതിൽ പുരാണ-ഇതിഹാസ പ്രമേയങ്ങൾ മലയാളത്തിൽ പൊതുവെ ദൃശ്യവല്ക്കരിക്കപ്പെട്ടിരുന്നില്ല.[1]

മിക്ക ആദ്യകാലനോവലുകൾക്കും ആദ്യമദ്ധ്യാന്തപൊരുത്തമുള്ള ഇതിവൃത്തഘടനയാണുള്ളത്. മലയാള നോവലുകൾ പൊതുവെ പ്രമേയമാക്കിയ നവോത്ഥാനവിഷയങ്ങളും, മറ്റു ജനാധിപത്യ ആശയങ്ങളും സിനിമയെന്ന ആധുനികകലയ്ക്കും സ്വീകാര്യമായി മാറി. കേരളത്തിൽ ഒരു പൊതുമണ്ഡലം രൂപീകരിക്കാൻ സിനിമയ്ക്ക് സാധിച്ചതിന് നോവലിന്റെ സ്വാധീനം ഏറെയാണ്. ആധുനിക ജ്ഞാനോദയത്തിന്റെ കാഴ്ചപ്പാടിനനുസൃതമായ ഒരു ദൃശ്യസംസ്കാര നിർമ്മിതിക്ക് നോവൽ വളരെ ഉപകാരപ്രദമാണെന്ന തോന്നൽ അതിനെ സിനിമയാക്കുവാൻ ഇത്തരത്തിൽ കാരണമായിത്തീർന്നിട്ടുണ്ട്.

മലയാള സിനിമയുടെ ചരിത്രത്തിൽ മുപ്പതുകൾ മുതൽ അമ്പതുകൾ വരെയുള്ള കാലഘട്ടത്തിൽ സിനിമകൾ വളരെ കുറവായിരുന്നു. അതിൽത്തന്നെ നോവലിൽ നിന്നു സ്വീകരിച്ച സിനിമകൾ രണ്ടെണ്ണം മാത്രമായിരുന്നു. സി വി രാമൻപിള്ളയുടെ *മാർത്താണ്ഡവർമ്മ*യും (1931) സി മാധവൻപിള്ളയുടെ *ജ്ഞാനാംബിക* (1940) എന്ന നോവലുമായിരുന്നു അത്. പിന്നീട് പി സുബ്രഹ്മണ്യം, മുട്ടത്തുവർക്കിയുടെ *പാടാത്ത പൈങ്കിളി* (1957) സിനിമയാക്കിയതോടെ നോവലുകളിൽ നിന്നുള്ള ദൃശ്യരൂപങ്ങൾ വ്യാപകമാവാൻ തുടങ്ങി. *പാടാത്ത പൈങ്കിളി*യുടെ വിജയം നോവലിലെന്നപോലെ സിനിമയിലും ആവർത്തിച്ചപ്പോൾ നോവലിന്റെ ജനപ്രിയത സിനിമയ്ക്ക് ഗുണകരമാകുമെന്ന് നിർമ്മാതാക്കളും സംവിധായകരും മനസ്സിലാക്കി. തുടർന്ന് കേരളീയ നവോത്ഥാന മണ്ഡലത്തിൽ ശ്രദ്ധേയമായ നോവലുകൾ സിനിമയാവാൻ തുടങ്ങി.

തകഴിയുടെ *രണ്ടിടങ്ങഴി* (1958), *ചെമ്മീൻ* (1960), പാറപ്പുറത്തിന്റെ *നിണമണിഞ്ഞ കാല്പാടുകൾ* (1963), *ആദ്യകിരണങ്ങൾ* (1964), *അന്വേഷിച്ചു കണ്ടെത്തിയില്ല* (1967), *അരനാഴികനേരം* (1970), എസ് കെ പൊറ്റെക്കാടിന്റെ *മൂടുപടം* (1963), പി കേശവദേവിന്റെ *ഓടയിൽ നിന്ന്* (1965), *റൗഡി* (1966), വൈക്കം മുഹമ്മദ് ബഷീറിന്റെ *ബാല്യകാലസഖി* (1967), എം ടി യുടെ *അസുരവിത്ത്* (1968), പി വത്സലയുടെ *പാടുന്ന പുഴ* (1968) എന്നിവ അവയിൽ ചിലതാണ്. കുടിയാൻ - ജന്മി നാടുവാഴിത്തത്തിന്റെ വർഗ്ഗസമരവും, വികസനത്തിലേക്കു നീങ്ങുന്ന രാഷ്ട്രത്തിന്റെ സംഘർഷങ്ങളും അഴിമതികളും, മുഖ്യധാര സംസ്കാരത്തിൽനിന്നും രാഷ്ട്രീയത്തിൽനിന്നും പുറന്തള്ളപ്പെടുന്ന ജനതയുടെ ജീവിതവും ഈ സിനിമകളിൽ കാണാം. അസാധാരണമായ പ്രണയബന്ധങ്ങളുടെയും, മതത്തേക്കാൾ ഉപരി മനുഷ്യനെ സ്നേഹിക്കുന്ന മാനവികതയുടെയും ചിത്രീകരണങ്ങൾ ഇത്തരം സിനിമകൾ മുന്നോട്ടുവച്ചു. ഒരു തരത്തിൽ രാഷ്ട്രത്തിനനുയോജ്യമായ ആധുനികമൂല്യങ്ങൾ ഉൾക്കൊള്ളുന്ന ഒരു ജനതയെയാണ് അന്നത്തെ സിനിമകൾ ചിത്രീകരിച്ചത്. രാഷ്ട്രനിയമങ്ങൾക്കു വിധേയനായി പൗരധർമ്മത്തോടെ ജീവിക്കുന്ന അനുസരണാശീലമുള്ള വ്യക്തിത്വത്തെയാണ് ജനപ്രിയ സിനിമയിലൂടെ അവതരിപ്പിക്കപ്പെട്ടിരുന്നത്. അറുപതുകളിലെ പ്രധാനപ്പെട്ട നോവൽ അനുവർത്തനങ്ങളിൽ കീഴാളതയുടെ പ്രതിനിധാനങ്ങൾ സവർണ്ണ മദ്ധ്യവർഗ്ഗത്തിനെതിരെ ഉയർന്നുവരുന്നതായും ചിത്രീകരിച്ചിട്ടുണ്ട്. എന്നിരുന്നാലും പലപ്പോഴും മാർക്സിയൻ വർഗ്ഗവിഭജനത്തെ അടിസ്ഥാനമാക്കി തൊഴിലാളി എന്ന മേഖലയിലേക്ക് കീഴാളതയെ ചുരുക്കുവാനുള്ള ശ്രമമാണ് ഈ സിനിമകൾ ചെയ്തിരുന്നത്. സവർണ്ണഭാവുകത്വത്തിന്റെ പ്രത്യയശാസ്ത്രം കീഴാളതയെ ആകർഷിച്ചിരുന്നതായും ഈ സിനിമകൾ ചിത്രീകരിക്കുന്നു.

മുട്ടത്തുവർക്കിയുടെ ജനപ്രിയങ്ങളായ പല നോവലുകളും ഇതേ സമയത്തുതന്നെയാണ് സിനിമയാക്കപ്പെട്ടത്. *പാടാത്തപൈങ്കിളി* (1957), *ജയിൽപ്പുള്ളി* (1957), *മറിയക്കുട്ടി* (1958), *പൂത്താലി* (1960), *ജ്ഞാനസുന്ദരി* (1961), *സലോമി, ഇണപ്രാവുകൾ* (1965), *പഞ്ചായത്തുവിളക്ക്, കടൽ, വെളുത്ത കത്രീന* (1968), *ചട്ടമ്പിക്കവല* (1969), *മധുവിധു* (1970) തുടങ്ങി നിരവധി സിനിമകൾ കേരളത്തിൽ ശ്രദ്ധിക്കപ്പെടുകയുണ്ടായി. സമ്പത്തുള്ളവരും ദരിദ്രരും എന്ന ദ്വന്ദ്വത്തിലടിസ്ഥാനമായ കേന്ദ്രാശയത്തെ മുൻനിർത്തിയുള്ള വ്യത്യസ്തങ്ങളായ പ്രമേയങ്ങൾ സ്വീകരിക്കുന്ന സിനിമകളായിരുന്നു മുട്ടത്തുവർക്കിയുടേത്. ജീവിതത്തിൽ ദുരിതമനുഭവിക്കുന്ന ഒരു ജനതയ്ക്ക് അവരുടെ അഭിലാഷങ്ങളെ ക്ഷണനേരത്തേക്കെങ്കിലും പരിഹരിക്കാൻ കഴിയുന്നവയായിരുന്നു ആ സിനിമകളും അതുപോലെ മുട്ടത്തുവർക്കിയുടെ നോവലുകളും.

മലയാളസിനിമയിൽ എഴുപതുകളോടെ വ്യത്യസ്ത പ്രമേയങ്ങളും അവതരണങ്ങളും രൂപപ്പെട്ടു തുടങ്ങി. ഒരു വശത്തുനിന്നു നോക്കു

മ്പോൾ തൊഴിലില്ലാത്ത ഒരാളുടെ പ്രശ്നമാണ് അടൂർ ഗോപാല കൃഷ്ണന്റെ *സ്വയംവര*ത്തിന്റെ പ്രമേയം. പക്ഷേ, മറുവശത്ത് ഒരാളുടെ ഏകാന്തത, അയാളനുഭവിക്കുന്ന പീഡനം, ജീവിതം ആരംഭിക്കുകയും എന്നാൽ മുമ്പോട്ട് കൊണ്ടുപോകാൻ കഴിയാതിരിക്കയും ചെയ്യുന്നതിന്റെ ഫലമായുണ്ടാകുന്ന ഒരുതരം അമ്പരപ്പ്, അങ്ങനെ ജീവിതവുമായിട്ടുള്ള ഭീകരമായ ഒരേറ്റുമുട്ടൽ എന്നിവയെല്ലാം *സ്വയംവര*ത്തിലുണ്ട്. ന്യൂവേയ്വ്/ ആർട്ട് സിനിമ എന്നു വിളിച്ച എല്ലാ സിനിമകൾക്കും ഈയൊരു പ്രത്യേകതയുണ്ടായിരുന്നു. ആർട്ട് സിനിമ പ്രസ്ഥാനത്തിന്റെ ഉത്ഭവം അമ്പതുകൾക്കുശേഷമുണ്ടായ ചില പ്രവർത്തനങ്ങളുടെ ഫലമായിട്ടാണ്. അന്താരാഷ്ട്ര നിലവാരമുള്ള സിനിമകൾ രൂപപ്പെടുത്തണമെന്ന ഉദ്ദേശ്യ ത്തോടെ ഫിലിംഡിവിഷൻ ഇന്ത്യയിലെ പ്രമുഖ നഗരങ്ങളിൽ അന്താ രാഷ്ട്ര ചലച്ചിത്രോത്സവങ്ങൾ പ്രദർശിപ്പിച്ചു. പൂനയിലെ ഫിലിം ഇൻസ്റ്റി റ്റ്യൂട്ട് (1960), നാഷണൽ ഫിലിം ആർക്കൈവ് (1964) എന്നീ സ്ഥാപന ങ്ങളും ആർട്ട് സിനിമയുടെ വരവിന് കളമൊരുക്കിയിരുന്നു. എഴുപതു കളിലും എൺപതുകളിലും നിർമ്മിക്കപ്പെട്ട മുഖ്യധാരാ സങ്കേതങ്ങളിൽ നിന്നും വഴിമാറി നടന്ന ചലച്ചിത്രപ്രസ്ഥാനമായ ആർട്ട് സിനിമ/ നവതരംഗ സിനിമകൾ കേരള സംസ്കാരത്തിലും മലയാള സിനിമയിലും സൃഷ്ടിച്ച മാറ്റങ്ങൾ ശ്രദ്ധേയമാണ്. മലയാള നോവലുകളിൽ നിന്നുള്ള അനുവർത്തനങ്ങൾ ഈ കാലയളവിൽ ഭാവുകത്വപരമായ വലിയ മാറ്റങ്ങളൊന്നും സിനിമയിൽ സൃഷ്ടിച്ചിട്ടില്ല. എന്നാൽ സാഹിത്യ കൃതികളുടെ അനുവർത്തനമല്ലാത്ത അക്കാലത്തെ സിനിമകളായ *സ്വയംവരം, പോക്കുവെയിൽ, ഉത്തരായനം, അഗ്രഹാരത്തിലെ കഴുത, ചെറിയാച്ചന്റെ ക്രൂരകൃത്യങ്ങൾ, കബനീനദി ചുവന്നപ്പോൾ, അതിഥി* തുടങ്ങിയവ പ്രമേയം, ആഖ്യാനം, നിർമ്മാണ-വിതരണ രീതികൾ തുടങ്ങിയവയിലെല്ലാം അസാധാരണമായ വൈവിധ്യം പ്രദർശിപ്പിച്ചിരു ന്നു. സമൂഹത്തിന്റെ നവയാഥാർത്ഥ്യത്തോടും ജീവിതത്തോടുമുള്ള സമീപനം ഈ നവതരംഗ സിനിമകൾ ആവിഷ്കരിക്കുവാൻ ശ്രമിച്ചിരുന്നു. എന്നാൽ ഇക്കാലയളവിൽ നോവലിൽ നിന്നുള്ള അനു വർത്തനങ്ങളിൽ മുട്ടത്തുവർക്കി, തകഴി, എസ് കെ പൊറ്റെക്കാട്, പമ്മൻ, സി രാധാകൃഷ്ണൻ, പെരുമ്പടവം ശ്രീധരൻ, സാറാ തോമസ്, എം ടി എന്നിവരുടെ കൃതികൾ സ്ഥാനം നേടിയിരുന്നു. ആധുനികമായ പ്രശ്നങ്ങളെ അഭിമുഖീകരിച്ച പത്മരാജൻ, മാടമ്പ് കുഞ്ഞുകുട്ടൻ എന്നിവരുടെ നോവലുകളിൽ നിന്നുള്ള സിനിമകൾ കുറെയൊക്കെ വ്യത്യസ്തത പുലർത്തിയിരുന്നു. മലയാള സാഹിത്യത്തിലെ ആധുനിക താവാദത്തിന്റെ എഴുത്തുകാരെന്ന് അറിയപ്പെടുന്ന എം മുകുന്ദന്റെ *സീത* (1980), *ദൈവത്തിന്റെ വികൃതികൾ* (1992), *മദാമ്മ* (1996), *സാവിത്രിയുടെ അരഞ്ഞാണം* (2000), കാക്കനാടന്റെ *പറങ്കിമല* (1981), *പാർവ്വതി* (1981) എന്നിവയും സിനിമയായിട്ടുണ്ട്.

പ്രമേയത്തിലും ദൃശ്യതലത്തിലും, കഥ പറയുന്നതിലും പുതിയ

പരീക്ഷണങ്ങളുമായി വന്ന സമാന്തരസിനിമകൾ ഒരുതരത്തിൽ മദ്ധ്യവർഗ്ഗ അഭിരുചികളെ, അവരുടെ ലോകവീക്ഷണത്തെയും അടിസ്ഥാനമാക്കി നിർമ്മിക്കപ്പെട്ടവയാണ്. വ്യത്യസ്ത ശൈലികളും ആഖ്യാന രീതികളും പരീക്ഷിക്കപ്പെട്ടുവെന്നത് മലയാളത്തിലെ ആർട്ട് സിനിമയുടെ പ്രധാന ആകർഷണമായിരുന്നു. അതേസമയം മദ്ധ്യവർത്തിവിഭാഗങ്ങളുടെ അഭിരുചികൾ നിർണ്ണായകമായൊരു സ്വാധീനമായി നിലനിന്നിരുന്നതുകൊണ്ട് ഇക്കാലത്ത് പുതുതായി രൂപംകൊള്ളാനാരംഭിച്ചിരുന്ന നവരാഷ്ട്രീയാവബോധത്തോട് കാര്യമായി സംവദിക്കാൻ മലയാളത്തിലെ ആർട്ട് സിനിമകൾക്കു കഴിഞ്ഞില്ലെന്നുവേണം കരുതാനെന്ന് ടി മുരളീധരൻ നിരീക്ഷിച്ചിട്ടുണ്ട് (മുരളീധരൻ, ടി : 2005 ഡിസംബർ: 31). നവതരംഗസിനിമകൾ പോലും പുതിയ രാഷ്ട്രീയപ്രമേയങ്ങളോട് കാര്യമായി സംവദിച്ചില്ലെന്ന് മനസ്സിലാക്കേണ്ടതുണ്ട്. അതുപോലെ അന്നത്തെ നോവലിൽ നിന്നുള്ള അനുവർത്തന സിനിമകളും ഇതേ നിലപാട് തന്നെയാണ് സ്വീകരിച്ചത്. അന്നത്തെ മറ്റു ജനപ്രിയ സിനിമകൾ പ്രമേയസ്വീകരണത്തിൽ കാണിച്ച പുതുമകൾ പലപ്പോഴും പ്രതിലോമപരമായി ഭവിക്കുകയും ചെയ്തു. എഴുപതുകൾക്കു ശേഷമുണ്ടായ പ്രധാന നോവൽ അനുവർത്തനങ്ങളിൽ ചിലതാണ് *അരനാഴിക നേരം* (1970), *അനുഭവങ്ങൾ പാളിച്ചകൾ* (1971), *രതിനിർവ്വേദം* (1978), *പെരുവഴിയമ്പലം* (1979), *അശ്വത്ഥാമാവ്* (1979), *ഉൾക്കടൽ* (1979), *രുഗ്മിണി* (1989), *മതിലുകൾ* (1990) എന്നിവ. റിയലിസ്റ്റിക് സിനിമകളിൽ നിന്നുള്ള മാറ്റത്തെ ഇവിടെ കാണാവുന്നതാണ്.

തൊണ്ണൂറുകൾക്കുശേഷമുള്ള നോവൽ അനുവർത്തനങ്ങളിൽ പ്രധാനപ്പെട്ടവ *ദൈവത്തിന്റെ വികൃതികൾ* (1993), *വിധേയൻ* (1994), *പൂത്തിരുവാതിരരാവിൽ* (1998), *അഗ്നിസാക്ഷി*(1998)എന്നിവയാണ്. അനുവർത്തനരീതിയിൽ *വിധേയൻ* സ്വതന്ത്രാനുവാദരീതിയാണ് സ്വീകരിച്ചത്. സിനിമ സംവിധായകന്റെ കലയായും, മൂലകൃതിയെ ഒരസംസ്കൃത വസ്തുവായും കാണുന്ന തരത്തിലാണ് അടൂർ ഗോപാലകൃഷ്ണൻ സക്കറിയായുടെ *ഭാസ്കരപട്ടേലരും എന്റെ ജീവിതവും* എന്ന നോവലിനെ സമീപിച്ചത്. അനുവർത്തനത്തിന്റെ പുതിയ മുഖത്തെയാണ് ഇവിടെ കാണുന്നത്. സേതുവിന്റെ *ഞങ്ങൾ അടിമകൾ* എന്ന നോവലാണ് *പൂത്തിരുവാതിരരാവിൽ* എന്ന സിനിമ. അതുപോലെ എം ടി വാസുദേവൻ നായരുടെ *വാനപ്രസ്ഥ*മെന്ന കഥയാണ് *തീർത്ഥാടന*മെന്ന സിനിമയായത്. തൊണ്ണൂറുകൾക്കു ശേഷമുള്ള നവഹൈന്ദവവല്ക്കരണവും ആഗോളവല്ക്കരണത്തിന്റെ കെടുതികളും അനുഭവിക്കുന്ന കേരളീയ സമൂഹത്തിന്റെ ജീവിതം അവതരിപ്പിക്കുന്ന നോവലുകൾ മലയാളസിനിമയിൽ ആവിഷ്കരിച്ചിട്ടില്ലെന്നത് ശ്രദ്ധേയമാണ്.

ബഷീറിന്റെ നോവലുകൾ

ബഷീറിന്റെ മിക്ക സാഹിത്യകൃതികളിലും കണ്ടുവരുന്ന ആത്മക

ഥാപരമായ രീതിയിലാണ് *മതിലു*കളിലെ ആഖ്യാനം കാണുന്നത്. നോവലിലെ പ്രഥമപുരുഷ ആഖ്യാനത്തിനു പകരം കഥപറയുന്ന ആളിനെത്തന്നെ സിനിമയിൽ മുഖ്യകഥാപാത്രമാക്കിയിരിക്കുന്നു. ഭൂതകാലത്തിന്റെ പുനഃസൃഷ്ടിയാണ് സാഹിത്യാഖ്യാനത്തിൽ കാണുന്നതെങ്കിലും സിനിമയിൽ വർത്തമാനകാലത്തിലാണ് സംഭവങ്ങൾ നടക്കുന്നത്. മലയാളസാഹിത്യത്തിൽ 'ഞാൻ' കഥാപാത്രമായി വരുന്ന കഥകളെഴുതിയതിൽ പ്രധാനിയാണ് ബഷീർ. കർത്താവിന്റെ തന്നെ ജീവിതമാണ് ഈ കഥകളിലൂടെ കൂടുതലും കടന്നുവരുന്നത്. ഞാൻ, ഞാൻ എന്നു പറയുന്നത് എന്നെപ്പറ്റിയല്ല. മനുഷ്യസമുദായത്തിന്റെ ആരംഭം മുതൽ നിങ്ങൾ വരെയുള്ള ഞാനുണ്ടല്ലോ. നിങ്ങളെപ്പറ്റിയാണെന്ന് വിചാരിക്കൂ എന്ന് ബഷീർ തന്നെ പറയുന്നു (ബഷീർ : 1993:21). ബഷീർ തന്റെ കൊച്ചുകഥകളിലൂടെ ആവിഷ്കരിക്കുന്ന ഈ വലിയ ലോകത്ത് ഞാൻ എന്നു പറയുന്നത് ഓരോരോ വ്യക്തികൾ തന്നെയാണ്. ഒരു സമൂഹമായി മാറിത്തീരുകയാണ് ഞാൻ എന്ന സങ്കല്പം. അതുകൊണ്ട് ബഷീറിന്റെ ഓരോ കഥാപാത്രങ്ങളെയും നമ്മുടെ സമൂഹത്തിന്റെ പ്രതിനിധാനങ്ങളായി കാണാം. പ്രപഞ്ചത്തെ സ്നേഹിക്കുന്നതും മതമൗലികവാദിയാകാത്തതുമായ ഒരു 'ഞാൻ' ബഷീർ കൃതികളിൽ എപ്പോഴും ഒളിഞ്ഞിരിക്കുന്നു. സ്ഥലപുരാണങ്ങളിലൂടെയും ദേശചരിത്രങ്ങളിലൂടെയും നവോത്ഥാനനോവലുകളുടെ ദേശീയതാനിർമ്മിതിയിലേക്ക് പ്രാന്തവൽക്കൃത സമൂഹങ്ങളെ കൊണ്ടുവരുവാൻ ബഷീറിന് കഴിഞ്ഞു. കൃതികളെ ചരിത്രപരമായി ആഖ്യാനവല്ക്കരിക്കുവാനും, കഥകളെ ചരിത്രവല്ക്കരിക്കുവാനും ബഷീറിന്റെ കൃതികൾ ശ്രമിച്ചു. സമൂഹത്തിലെ വ്യക്തിയെ നിർവ്വചിക്കാനുള്ള ശ്രമം ബഷീറിന്റെ നോവലുകളിൽ കാണുന്നുണ്ട്. വർഗ്ഗബന്ധങ്ങളെക്കുറിച്ചുള്ള സാമൂഹികശാസ്ത്രപരമായ ചട്ടക്കൂട് പൊതുവെ ബഷീറിന്റെ എഴുത്തിൽ കാണുന്നില്ല. അതേ സമയം വൈവിദ്ധ്യം നിറഞ്ഞ സാമൂഹികാവസ്ഥയും അപകേന്ദ്രീകരിക്കപ്പെട്ടുകൊണ്ടിരിക്കുന്ന വ്യക്തിയും ബഷീറിന്റെ നോവലുകളിൽ മുഖ്യ പ്രമേയമായിത്തീരുകയും ചെയ്തു. ആത്മകഥാപരമായ പാഠാത്മകതയ്ക്ക് എഴുത്തിൽ ബഷീർ സ്ഥാനം നല്കിയിരുന്നു. നവോത്ഥാന സാഹിത്യകാരന്മാരിൽ നിന്ന് ബഷീർ വ്യത്യസ്തനാകുന്നത് ആത്മകഥാപരമായ എഴുത്ത് കൃതികളിൽ കൊണ്ടുവന്നതിനാലാണ്. ബഷീറിന്റെ നോവലുകളിൽ കാണുന്ന ആത്മപരത അദ്ദേഹത്തിന്റെ മറ്റു സാഹിത്യകൃതികളിലും കാണാവുന്നതാണ്. പ്രവാസിയായും, പട്ടിണികിടന്നും സമരം ചെയ്തും ജീവിച്ചിരുന്ന ഈ എഴുത്തുകാരൻ തന്റെ അനുഭവത്തിലും ഭാവനയിലും രൂപപ്പെടുത്തിയതാണ് ഈ കൃതികൾ. ബഷീർ വലിയ എഴുത്തുകാരനാണ്.

അനുഭവത്തിന്റെ ഒരു ഭൂഖണ്ഡത്തെത്തന്നെ സാഹിത്യത്തിലേക്ക്

> കൊണ്ടുവരാൻ ബഷീറിന് കഴിഞ്ഞു. അനുഭവത്തിന്റെ ആ പുതിയ മണ്ഡലത്തെ ചിത്രീകരിക്കുവാൻ അന്നുവരെ നിലവിലില്ലാതിരുന്ന ഭാഷയെയും കൊണ്ടുവരുന്നു. ഓരോ പുതിയ ഭാവനാലോകവും ഓരോ പുതിയ യാഥാർത്ഥ്യത്തിന്റെ ലോകവും അതിന്റേതായ ഭാഷ സൃഷ്ടിക്കുന്നു. നോവൽ വരുമ്പോൾ കഥ മാത്രമല്ല വരുന്നത്. അനുഭവങ്ങൾ അടുക്കുന്ന പുതിയൊരു രീതിയും കഥപറയുന്ന ഭാഷയും സാഹിത്യത്തിന്റേതായിത്തീരുന്നു. സാഹിത്യപരവും ഭാഷാപരവുമായ വിപ്ലവം തന്നെയാണിത്.

എന്ന് എം എൻ വിജയൻ അഭിപ്രായപ്പെടുന്നുണ്ട് (വിജയൻ എം എൻ : 1999:30). മലയാളഭാഷയിൽ ബഷീർ വരുത്തിയ ഭാഷാപരമായ വിപ്ലവം പ്രത്യേക പഠനവിഷയമാണ്. പ്രാദേശികമായ നിരവധി മൊഴികൾ, നിരർത്ഥകപദങ്ങൾ, സാമുദായികപദങ്ങൾ എന്നിവയെല്ലാം ആധുനികതയുടെ മുഖ്യധാരയിൽ ഇടംകിട്ടാത്ത സംസ്കാരിക പ്രതിനിധാനങ്ങൾ കൂടിയാണ്. ഭാഷ എന്നത് ഒരു സംസ്കാരം തന്നെയാകുമ്പോൾ ബഷീറിന്റെ സംഭാഷണങ്ങൾ സാമൂഹ്യവ്യവസ്ഥയുടെ പുതുക്കിപ്പണിയലുകൾ തന്നെയാകുന്നു. കാലത്തെയും അതിനെ കവച്ചുനിൽക്കുന്ന കഥാഖ്യാനപരിസരം സൃഷ്ടിക്കുവാൻ ബഷീറിന് സാധിച്ചിരുന്നു. തന്നെത്തന്നെ ആവിഷ്കരിച്ചതിലൂടെ ലോകത്തിന്റെ മുന്നിൽ പരിഗണിക്കപ്പെടാത്ത പലതും കടന്നുവരികയുണ്ടായി. ബഷീറിന്റെ നോവലുകളിൽ പൊതുവെ കണ്ടുവരുന്ന എഴുത്തുകാരൻ ഇത്തരം പുതിയലോകത്തെ ജനതയ്ക്കു പരിചയപ്പെടുത്തി കൊടുക്കുന്നവനും സകല മാനവികപ്രശ്നങ്ങളിലും ഇടപെടുന്നവനുമാണ്. സാമൂഹിക വ്യവസ്ഥകളെ പലവിധത്തിൽ ചോദ്യം ചെയ്യുന്ന നോവലുകളിൽ ചിലതാണ് *പ്രേമലേഖനം* (1943), *ബാല്യകാലസഖി* (1944), *മരണത്തിന്റെ നിഴലിൽ* (1951), *ന്റുപ്പുപ്പാക്കൊരാനേണ്ടാർന്ന്* (1951), *മുച്ചീട്ടുകളിക്കാരന്റെ മകൾ* (1951), *സ്ഥലത്തെ പ്രധാന ദിവ്യൻ* (1953), *ജീവിതനിഴൽപ്പാടുകൾ* (1954) എന്നിവ.

ആധുനികതയുടെ എഴുത്തുരൂപമായി നോവലിനെ വിലയിരുത്തുന്നുണ്ട്. ദൈവം നഷ്ടപ്പെട്ട ലോകത്തിന്റെ ഇതിഹാസമാണ് നോവലെന്ന സങ്കല്പം അർത്ഥമാക്കുന്നത് ആധുനികമായ ഒരു യുക്തിബോധത്തിലധിഷ്ഠിതമായതും സമൂഹത്തിന്റെ ബഹുസ്വരതയെ ആഖ്യാനവല്ക്കരിക്കുന്നതുമായ ഒരു രൂപമെന്ന നിലയിലാണ്. കേരളീയ സമൂഹത്തിന്റെ സാംസ്കാരികവും രാഷ്ട്രീയവുമായ പ്രശ്നങ്ങളെ ഭാഷയുടെയും ആഖ്യാനത്തിന്റെയും മണ്ഡലത്തിൽ എഴുതുന്നതിലൂടെ മറ്റേതു സാഹിത്യ രൂപത്തെക്കാളും വലിയ വിജയമാണ് നോവൽ കൈവരിച്ചത്. സ്വാതന്ത്ര്യസമരവും കോളനീകരണവും, ജന്മി-കുടിയാൻ സമരങ്ങളും, ജാതി മേല്ക്കോയ്മ വിരുദ്ധസമരങ്ങളും, ജനാധിപത്യവല്ക്കരണവും നോവലുകളിൽ ആഖ്യാനം ചെയ്യപ്പെട്ടു. വൈക്കം മുഹമ്മദ് ബഷീറിന്റെ നോവലുകളും ഇത്തരം പ്രശ്നമണ്ഡലത്തെ ആവിഷ്കരിക്കുന്നുണ്ട്.

സ്വാതന്ത്ര്യസമരകാലത്തുതന്നെ കഥയെഴുതിയതിന്റെ പേരിൽ ജയിൽ ശിക്ഷ അനുഭവിക്കേണ്ടിവന്ന സാഹിത്യകാരനാണ് പൊൻകുന്നം വർക്കി. തിരുവിതാംകൂർ ദിവാനായിരുന്ന സർ. സി പി രാമസ്വാമി അയ്യരുടെ അമേരിക്കൻ മോഡൽ ഭരണപരിഷ്കാരത്തിനെതിരെ *മോഡൽ* എന്ന ചെറുകഥയിലൂടെ വർക്കി രൂക്ഷമായി വിമർശനം നടത്തി. സാഹിത്യപ്രവർത്തനം വ്യക്തമായ രാഷ്ട്രീയപ്രവർത്തനം കൂടിയാണെന്ന് ഇത്തരം സംഭവങ്ങൾ തെളിയിക്കുന്നു. എന്നാൽ *മതിലുകൾ* സ്വാതന്ത്ര്യം ലഭിച്ചതിനുശേഷം എഴുതിയ നോവലാണ്. അതുകൊണ്ടുതന്നെ പ്രത്യേകം രാഷ്ട്രീയാഹ്വാനം ഇവിടെ കാണാൻ സാധിക്കുകയില്ല. സ്വാതന്ത്ര്യകാലജീവിതത്തെയും ഭാവനയെയും മുൻനിർത്തിയാണ് ഇവിടെ ആഖ്യാനം മുന്നോട്ടുപോകുന്നത്.

കഥാകൃത്താവുന്നതിനു മുമ്പ് ബഷീർ ഒരു രാഷ്ട്രീയ പ്രവർത്തകനായിരുന്നു. വൈക്കം മുഹമ്മദ് ബഷീർ പ്രസാധനം ചെയ്ത ഒരു പുസ്തകമാണ് *തിരുവിതാംകൂർ സമരചരിത്രം ഓട്ടൻതുള്ളൽ*. ആ തുള്ളൽപ്പാട്ടിന്റെ ഇതിവൃത്തം തിരുവിതാംകൂർ സ്റ്റേറ്റ് കോൺഗ്രസ് 1938 (കൊല്ലവർഷം 1114) ൽ നടത്തിയ പ്രസിദ്ധമായ പ്രക്ഷോഭത്തിന്റെ ചരിത്രമാണ്. അക്കാമ്മ ചെറിയാൻ വീരനായികയായി ഉയർന്നുവന്ന വിശ്രുതമായ സമരത്തിന്റെ കഥ തന്നെ. അതാണ് കെ സി ജോർജ്ജ് രചിച്ച് 1939 സെപ്തംബറിൽ വൈക്കം മുഹമ്മദ് ബഷീർ പ്രസാധനം ചെയ്ത *തിരുവിതാംകൂർ സ്വാതന്ത്ര്യസമരചരിത്രം ഓട്ടൻതുള്ളൽ* (രവികുമാർ കെ എസ് 2002:6). ആയിരത്തി തൊള്ളായിരത്തിനാല്പതുകളിലെ കേരളത്തിലെ സ്വാതന്ത്ര്യസമരത്തിന്റെയും നവോത്ഥാനത്തിന്റെയും കമ്യൂണിസ്റ്റ് രാഷ്ട്രീയത്തിന്റെയും സന്ദർഭത്തിലാണ് ബഷീറിന്റെ സാഹിത്യലോകവും പ്രവർത്തനമണ്ഡലവും വളർന്നുവന്നത്.

ആധുനിക കാലത്ത് മുസ്ലീം സമുദായത്തിൽ ആൺകുട്ടികളെപ്പോലെ പെൺകുട്ടികൾക്കും വിദ്യാഭ്യാസം അത്യാവശ്യമാണെന്ന് *ബാല്യകാലസഖി*യിൽ സൂചനയുണ്ട്. സുഹ്റയുടെ പിതാവിന്റെ ദാരിദ്ര്യമൂലം അവളുടെ വിദ്യാഭ്യാസം തുടരുവാൻ കഴിയാതെ വരുന്നത് വേദനാജനകമായ സംഭവമായി നോവൽ അടയാളപ്പെടുത്തുന്നു. സമുദായാചാരങ്ങൾ, സ്ത്രീധനം ചോദിക്കൽ തുടങ്ങിയവയിൽ മാറ്റങ്ങൾ വരേണ്ടതിന്റെ ആവശ്യകതയെക്കുറിച്ചും ബഷീർ നോവലിലൂടെ വ്യക്തമാക്കുന്നുണ്ട്. ഭാഷയിലെ വരേണ്യവല്ക്കരണത്തെ തന്റെ നോവലിലൂടെ ചോദ്യം ചെയ്ത സാഹിത്യകാരനാണ് ബഷീർ. പ്രണയം, ദാരിദ്ര്യം, ലൈംഗികത, മതം, പാരമ്പര്യം, ആധുനികത എന്നീ നിരവധി വിഷയങ്ങൾ ബഷീറിന്റെ നോവലുകൾ സംബോധന ചെയ്യുന്നുണ്ട്.

അടൂർ ഗോപാലകൃഷ്ണന്റെ സിനിമകൾ, അനുവർത്തനങ്ങൾ

അടൂരിന്റെ ആദ്യകാല സിനിമകൾ മറ്റുള്ളവരുടെ കഥകളെ ഉപജീവിച്ചുകൊണ്ടുള്ളവയായിരുന്നില്ല. ആദ്യചിത്രമായ *സ്വയംവരം*

പുറത്തുവരുന്നത് 1972 ലാണ്. മുഖ്യധാരയിൽ നിന്നു അകന്നുനില്ക്കുന്ന തരത്തിലുള്ള അവതരണം-ഗാനങ്ങളില്ല , മിതമായ സംഭാഷണം ,പ്രമേയ പരിചരണത്തിൽ അനിവാര്യമാകുന്ന സംഗീതം, യഥാതഥമായ സ്വാഭാവികശബ്ദങ്ങൾ, ദൈർഘ്യമുള്ള ഷോട്ടുകൾ എന്നിവയെല്ലാം ചേർന്ന അടൂർ ഗോപാലകൃഷ്ണന്റെ *സ്വയംവരം* പ്രേക്ഷകരെ ഇതാണോ സിനിമയെന്ന് അത്ഭുതപ്പെടുത്തിയിരുന്നുവെന്ന വിജയകൃഷ് ണന്റെ അഭിപ്രായവും *സ്വയംവരം* സൃഷ്ടിച്ച ഭാവുകത്വത്തെ അടയാള പ്പെടുത്തുന്നവയാണ്. യാഥാർത്ഥ്യത്തെ സംബന്ധിച്ച അന്വേഷണ ങ്ങളാണ് ഈ ചിത്രമെങ്കിലും പ്രതിനിധാനത്തിന്റെ രാഷ്ട്രീയം, ദൃശ്യ ത്തിന്റെ സംവേദനം എന്നിവ ഇത്തരം അന്വേഷണങ്ങളിൽ പ്രധാനപ്പെട്ട വയാണ്. ബിംബങ്ങളുടെയും കെട്ടുകാഴ്ചകളുടെയും പുതിയൊരു ലോക മാണ് ഇന്ന് സൃഷ്ടിക്കപ്പെട്ടിരിക്കുന്നത്. മാധ്യമങ്ങൾ വഴി സൃഷ്ടിക്കപ്പെടുന്ന അധികാര രാഷ്ട്രീയങ്ങളെക്കുറിച്ച് നോം ചോംസ്കി പഠനങ്ങൾ നടത്തിയിട്ടുണ്ട്. ദൃശ്യങ്ങളുടെ യഥാർത്ഥതയെന്നത് അധികാരകേന്ദ്ര ത്തിന്റെ പ്രതിനിധാനങ്ങളാണെന്ന് ഇന്ന് തിരിച്ചറിയുന്നു. ബ്രോദിലാ റിന്റെ പകർപ്പുകളും (Simulacra) അതിയാഥാർത്ഥ്യവും (Meta reality) യഥാതഥ ദൃശ്യാവിഷ്കാരങ്ങളെക്കുറിച്ചുള്ള പുതുചിന്തകൾക്ക് വഴി തെളിക്കുന്നുണ്ട്.

കുടുംബസാമൂഹികക്രമങ്ങളുടെ ചതുരങ്ങളിലേക്ക് അനുനയ പൂർവ്വം വ്യക്തിയെ സ്വാംശീകരിക്കുന്ന ചിത്രമാണ് *കൊടിയേറ്റം* (1977) എന്ന ആദ്യകാല നിരീക്ഷണങ്ങളിൽ നിന്ന് വ്യത്യസ്തമായി പുനർവിചാ രങ്ങൾ ഇന്ന് ഉണ്ടാകുന്നുണ്ട്. കേരള ചരിത്രത്തിലെ ഫ്യൂഡൽ വ്യവസ്ഥി തിയുടെ ശൈഥില്യം ചിത്രീകരിക്കുന്ന സിനിമയാണ് *എലിപ്പത്തായം* (1981). മാറി വരുന്ന കേരളീയ സംസ്കാരത്തിലെ അണുകുടുംബ വ്യവസ്ഥയും, വിദേശപണമിടപാടും, ഫ്യൂഡലിസത്തെ ചോദ്യം ചെയ്യുന്ന ജനാധിപത്യവത്ക്കരണവും സിനിമയുടെ പുനർ വായനയിൽ തെളി ഞ്ഞുവരുന്നവയാണ്. പശ്ചാത്തല സംഗീതത്തിലും, എഡിറ്റിങ്ങിലും തിരക്കഥയിലും *എലിപ്പത്തായം* എന്ന സിനിമ പുലർത്തുന്ന പ്രത്യേകത പഠന സാദ്ധ്യതയേറിയതാണ്. *മുഖാമുഖം* (1984) കേരളീയ സമൂഹത്തിൽ വളരെയേറെ പുരോഗതികൾ സൃഷ്ടിച്ച കമ്യൂണിസ്റ്റ് പാർട്ടിയെ വിമർശിക്കുന്ന ഒരു ചിത്രമായിട്ടാണ് വിവാദങ്ങൾ സൃഷ്ടിച്ചത്. ഏകമുഖമായ കാഴ്ചപ്പാടിൽ പാർട്ടിയിൽ കടന്നു കൂടിയിരിക്കുന്ന റിവിഷനിസ്റ്റ് സമീപനത്തെ വിമർശന വിധേയമാക്കുന്ന *മുഖാമുഖം* മറ്റ് ഇന്ത്യൻ സംസ്ഥാനങ്ങളിൽ നിന്ന് വ്യത്യസ്തമായി കേരളത്തിൽ കമ്യൂണിസ്റ്റ് പാർട്ടി നടപ്പിലാക്കിയ പുരോഗതികളെ ബോധപൂർവ്വം തിരസ്കരിക്കുന്നുണ്ട്. മുതലാളിത്തത്തിന് സംഭവിച്ച മാറ്റങ്ങൾ പ്രാദേശിക മുതലാളിമ്മാരും ആഗോളകുത്തക മുതലാളിമാരെയും കാണേണ്ടതെങ്ങനെയെന്ന ചോദ്യത്തിന് വഴിതെളിച്ചിരിക്കുന്നു. മാർക്സി യൻ പ്രത്യയശാസ്ത്രങ്ങളിൽ വന്നമാറ്റവും, പുത്തൻ ഇടതുപക്ഷത്തിന്റെ

ഉത്ഭവവും, തൊഴിലാളിവർഗ്ഗത്തിന് വന്ന മാറ്റവും സിനിമ ഉയർത്തിക്കൊണ്ടു വരുന്ന പ്രശ്നങ്ങളെ സമകാലീനമാക്കുന്നു.

അടൂരിന്റെ *അനന്തരം* (1987) അനുഭവം, യാഥാർത്ഥം, ഓർമ്മ എന്നിവ കെട്ടുപിണഞ്ഞു കിടക്കുന്ന ഒരാഖ്യാനത്തിലൂടെ അനാഥത്വത്തിന്റെ ദുഃഖത്തിൽ മാനസികപ്രശ്നങ്ങൾ അനുഭവിക്കുന്ന ഒരു ചെറുപ്പക്കാരന്റെ കഥ പറയാൻ ശ്രമിക്കുന്നു. ഒരാൾ ആത്മകഥ പറയുന്ന വിധത്തിലുള്ള അവതരണരീതിയാണ് ഇതിൽ സ്വീകരിച്ചിരിക്കുന്നത്. ജ്യേഷ്ഠന്റെ ഭാര്യയിൽ കാമുകിയുടെ മുഖച്ഛായ ദർശിക്കുന്ന യുവാവായ അജയന്റെ ജീവിതം യഥാർത്ഥവും അയഥാർത്ഥവുമായ നിരവധി സന്ദർഭങ്ങളാൽ ആവിഷ്കരിക്കപ്പെടുന്നു. സാമൂഹികമായ വ്യവസ്ഥാരീതികളോടുള്ള അമർഷവും പ്രതിഷേധവും അതിൽ നിന്ന് മാറാനുള്ള വ്യഗ്രതയും ഉണ്ടാകുമ്പോൾ സൃഷ്ടിക്കപ്പെടുന്ന കഥകളായി, കഥാപാത്രമായി മനുഷ്യമനസ്സിൽ ഇത്തരം തോന്നലുകൾ ഉണ്ടായേക്കാം. വ്യക്തി/സമൂഹം, യഥാർത്ഥം/അയഥാർത്ഥം എന്നീ ദ്വന്ദ്വങ്ങൾ വഴി സൃഷ്ടിക്കപ്പെടുന്ന കഥാപ്രപഞ്ചമാണ് *അനന്തരം*. തുടർന്നുപോകുന്ന, അവസാനമില്ലാത്ത തോന്നലുകളാണ് *അനന്തരം*. യാഥാർത്ഥ്യത്തെ അതേപടി പകർത്തുന്ന ഒന്നാണ് ക്യാമറയെന്ന ചിന്തയുടെ മേലുള്ള ചോദ്യങ്ങളാണ് *അനന്തര*ത്തിന്റെ പ്രമേയവും ആഖ്യാനവും ഉയർത്തിക്കൊണ്ടു വരുന്നത്.

ബഷീറിന്റെ കൃതികൾ സിനിമയാക്കിയതിൽ *ഭാർഗ്ഗവിനിലയം* (1964), *മതിലുകൾ* (1990) എന്നിവയാണ് സിനിമയെന്ന നിലയിൽ പ്രശംസനീയമായത്. ബഷീറിന്റെ കൃതികളിലെ സംഭാഷണചാരുതയും, പ്രമേയപരിചരണരീതിയും സിനിമയുടെ ആവിഷ്കാരത്തിന് വെല്ലുവിളിയാണ്. സിനിമയുടെ സൗന്ദര്യതലങ്ങൾക്കനുസരിച്ച് മാത്രം കടന്നുചെല്ലാവുന്ന ഒരു അസംസ്കൃത വസ്തുവായി ബഷീർ കൃതികളെ അടൂർ ഗോപാലകൃഷ്ണൻ കാണുന്നു. സ്വാതന്ത്ര്യത്തെക്കുറിച്ച് നിരവധി ചോദ്യങ്ങൾ ഉന്നയിച്ചിട്ടുള്ള ബഷീറിന്റെ ജയിൽ ജീവിതത്തെ അധികമൊന്നും വ്യത്യാസം വരുത്താതെ തന്നെയാണ് അടൂർ *മതിലുകൾ* ചിത്രീകരിക്കുന്നത്. അടൂരിന്റെ രണ്ടാമത്തെ അനുവർത്തനമായ *വിധേയൻ* (1993) സക്കറിയായുടെ *ഭാസ്കര പട്ടേലരും എന്റെ ജീവിതവും* എന്ന നോവലെറ്റിനെ അടിസ്ഥാനപ്പെടുത്തിയുള്ളതാണ്. ഫ്യൂഡലിസ്റ്റ് വ്യവസ്ഥയിൽ നിന്നും ജനാധിപത്യാവസ്ഥയിലെത്തിയിട്ടും അധികാരത്തിന്റെ മിഥ്യാബോധത്തിൽ ജീവിക്കുന്ന ഭാസ്കര പട്ടേലരുടെയും അയാളുടെ വിധേയനാകാൻ വിധിക്കപ്പെട്ട തൊമ്മിയുടെയും കഥയാണ് വിധേയൻ. അധികാരവിധേയത്വങ്ങളുടെ കഥയാണ് സിനിമയ്ക്കു അടിസ്ഥാനം. മാനസികമായും ശാരീരികമായും വിധേയനാക്കപ്പെട്ട തൊമ്മിയുടെ ഉയിർത്തെഴുന്നേല്പിന്റെ കൂടി കഥയായി ഇത് വികസിക്കുന്നുണ്ട്. എല്ലാ ക്രൂരതയ്ക്കും അനീതിക്കും കൂട്ടുനിന്ന് ഉള്ളിൽ ഭീരുത്വം കൊണ്ടു നടക്കുകയും, പ്രതിഷേധിക്കാൻ മനസ്സുവെമ്പുകയും ചെയ്യുന്ന

കഥാപാത്രമാണ് വിധേയനായ തൊമ്മി. നോവലെറ്റിൽ നിന്ന് വ്യത്യസ്തമായി സിനിമയിൽ കൃത്യമായ ഒരു ചരിത്രകാലഘട്ടത്തിലേക്ക് കഥയെ മാറ്റി സ്ഥാപിച്ചിരിക്കുന്നു. നോവലിൽ പറയുന്ന സംഭവങ്ങൾ അതേ ക്രമത്തിൽത്തന്നെയാണ് സിനിമയാക്കിയിരിക്കുന്നതെങ്കിലും സിനിമയുടെ സംഭവവികാസങ്ങൾക്ക് വിശ്വാസ്യതകൂട്ടുവാൻ നിരവധി രംഗങ്ങൾ കൂട്ടിച്ചേർത്തിട്ടുണ്ട്. തൊമ്മിയുടെ ജീവിതചിത്രീകരണത്തിനപ്പുറം അധികാരവിധേയത്വങ്ങളുടെ കഥയായി വിധേയനെ മാറ്റിയിരിക്കുന്നു. 1950 കാലഘട്ടത്തെ 60 കാലഘട്ടത്തിലേക്ക് മാറ്റിയും കൈയൊടിഞ്ഞ കസേരയും, തോക്കും അധികാരത്തിന്റെ മിഥ്യയെന്ന ബോധം ഉണ്ടാക്കിയും സിനിമയിൽ വിദഗ്ദ്ധമായി ഉപയോഗിച്ചിരിക്കുന്നു. സരോജക്ക-തൊമ്മി, ഭാസ്കര പട്ടേലർ - ഓമന എന്നിവരുടെ മനഃശാസ്ത്രവും അധികാരവിധേയത്വവും സിനിമയിൽ പുതിയ അർത്ഥതലങ്ങൾ സൃഷ്ടിക്കുന്നു. കൂടാതെ മതപരമായ വിധേയത്വം തൊമ്മിയിൽ എങ്ങനെയാണ് പ്രകടമാകുന്നതെന്നും സിനിമ ചില ചിഹ്നങ്ങളിലൂടെ ചിത്രീകരിക്കുന്നുണ്ട്.

കഥാപുരുഷൻ (1995) സിനിമയിൽ ഫ്യൂഡൽ കുടുംബത്തിൽ ജനിച്ച് പിന്നീട് തീവ്രവാദരാഷ്ട്രീയത്തിൽ ആകൃഷ്ടനായിത്തീർന്ന കുഞ്ഞുണ്ണി എന്ന നായക കഥാപാത്രത്തിലൂടെ കേരള രാഷ്ട്രീയത്തിന്റെ 1938 – 80 കാലഘട്ടത്തിന്റെ കഥ പറയുന്നു. വ്യവസ്ഥയോട് പൊരുതുവാൻ ആരെങ്കിലും എവിടെയെങ്കിലും ഉണ്ടാവുമെന്ന സാരോപദേശത്തോടെയാണ് സിനിമ അവസാനിക്കുന്നത്. രാജകുമാരന്റെയും രാക്ഷസന്റെയും കഥപറയുന്ന ആമുഖവും ഉപസംഹാരവും സിനിമയുടെ ആഖ്യാനരീതിയുടെ പ്രത്യേകതയാണ്. സിനിമയുടെ ആദ്യഭാഗത്തിൽ സ്വാതന്ത്ര്യസമരവും ഗാന്ധിജിയുടെ വധവും രണ്ടാംഭാഗത്തിൽ ഭൂപരിഷ്കരണനിയമവും പിന്നത്തെ രംഗങ്ങളിൽ നക്സൽ രാഷ്ട്രീയവും അടിയന്തരാവസ്ഥയും ചിത്രീകരിക്കുന്നു. കേരളത്തിന്റെ ഇത്തരം രാഷ്ട്രീയ അവസ്ഥകളിലൂടെ മുന്നോട്ടുപോകുന്ന കുഞ്ഞുണ്ണിയുടെ ജീവിതമാണ് *കഥാപുരുഷനിൽ* ആവിഷ്കരിക്കപ്പെടുന്നത്.

1940-കളിൽ തിരുവിതാംകൂറിൽ രാജ്യ ആരാച്ചാരായിരുന്ന കാളിയപ്പന് വളരെ നാളുകൾക്കുശേഷം തൂക്കിക്കൊല്ലാനുള്ള അവസരം ലഭിച്ചപ്പോൾ അയാളിൽ നിരപരാധികളെ തൂക്കിലേറ്റിയതിന്റെ പാപബോധം വേട്ടയാടുന്നതാണ് *നിഴൽക്കുത്തിൽ* (2002) ആവിഷ്കരിക്കുന്നത്. സ്വാതന്ത്ര്യസമരസേനാനിയും അഹിംസാവാദിയുമായ കാളിയപ്പന്റെ മകനായ മുത്തുവിന് അവൻ ആഗ്രഹിക്കാതെ ആരാച്ചാരുടെ വേഷം അണിയേണ്ടി വന്നപ്പോൾ സ്വാതന്ത്ര്യം, ധാർമ്മികത, അഹിംസ എന്നിവയെക്കുറിച്ചുള്ള സംഘർഷമായി ചിത്രം മാറുന്നു. നിരപരാധികളെ തൂക്കിലേറ്റുമ്പോഴും ഭരണവ്യവസ്ഥ അതിനെ ന്യായീകരിക്കാനായി ഉപയോഗിക്കുന്ന തന്ത്രങ്ങളും, തൂക്കിലേറ്റുന്ന കയറിൽ ജനതയ്ക്കുള്ള വിശ്വാസങ്ങളും *നിഴൽക്കുത്ത്* ആവിഷ്കരിക്കുന്നുണ്ട്. തങ്ങൾക്കുകൂടി

ഉത്തരവാദിത്വമുള്ള കൊലയിൽ നിന്ന് ഭരണകൂടം അതിസമർത്ഥമായി വഴുതിമാറുമ്പോൾ അതിന്റെ സംഘർഷങ്ങൾ അനുഭവിക്കാൻ ഇടയായ സാധാരണക്കാരനായ കാളിയപ്പന്റെ ജീവിതമാണ് *നിഴൽക്കുത്തിൽ* കാണുന്നത്. *നാലുപെണ്ണു ങ്ങൾ* (2007) എന്ന സിനിമ തകഴി ശിവശങ്കരപ്പിള്ളയുടെ ഒരു *നിയമലംഘനത്തിന്റെ കഥ, കന്യക, ചിന്നുഅമ്മ, നിത്യകന്യക* എന്നീ ചെറുകഥകളുടെ അനുവർത്തനമാണ്. നാലു ഖണ്ഡങ്ങളായി ചിത്രീകരിക്കുന്ന *നാലുപെണ്ണുങ്ങൾ* സ്ത്രീത്വത്തിന്റെ പ്രശ്നങ്ങളെയാണ് ആവിഷ്കരിക്കുന്നത്. 'ഒരു പെണ്ണും രണ്ടാണും (2008) എന്ന സിനിമയും തകഴിയുടെ കഥകളെ അടിസ്ഥാനമാക്കിയുള്ളതാണ്. 1940 ലെ തിരുവിതാംകൂർ പശ്ചാത്തലമാക്കിയുള്ള ഈ സിനിമയിൽ 'ക്രൈം" പ്രധാനമായും ചർച്ചാവിഷയമാകുന്നു. 'കള്ളന്റെ മകൻ', 'നിയമവും നീതിയും' 'ഒരു കൂട്ടുകാരൻ' 'പങ്കിയമ്മ' എന്നീ കഥകളാണ് ഇവിടെ അനുവർത്തനം ചെയ്യപ്പെടുന്നത്. അടൂർ സിനിമകളുടെ രാഷ്ട്രീയത്തിന്റെ തുടർച്ചയായ ഭരണകൂടാധികാരവും ആണത്തവും ലൈംഗികതയും ഈ സിനിമയും പിന്തുടരുന്നുണ്ട്. *മതിലുകൾ* മുതലുള്ള അടൂരിന്റെ സിനിമകളിലെല്ലാം അധികാരത്തിന്റെ വ്യത്യസ്തഭാവങ്ങളെ പ്രശ്നവല്ക്കരിക്കുവാൻ ശ്രമിക്കുന്നുണ്ട്. അധികാരത്തിന്റെ വിധേയനായി കഴിയുന്ന തൊമ്മിയുടെ കർത്തൃത്വത്തിൽ നിന്ന് വ്യത്യസ്തനാണ് *മതിലുക*ളിലെ ബഷീർ. കൊളോണിയൽ രാഷ്ട്രത്തിന്റെ അധീശത്വത്തിനെതിരെയും പ്രണയത്തിന്റെ പൂർത്തീകരണത്തിനുവേണ്ടിയും ശബ്ദമുയർത്തുവാനാണ് ഇവിടെ ശ്രമിക്കുന്നത്. ഭരണകൂടത്തിന്റെ വിധേയനായ പൗരനായല്ല ബഷീർ ചിത്രീകരിക്കപ്പെടുന്നതെന്നർത്ഥം. *കഥാപുരുഷനി*ലെ കുഞ്ഞുണ്ണിയുടെ വ്യക്തിത്വം വ്യവസ്ഥക്കെതിരെ എല്ലാകാലത്തും ആരെങ്കിലും ശബ്ദമുയർത്തും എന്നതിനെ സൂചിപ്പിക്കുന്നു. അധികാരത്തിനെതിരെയുള്ള ചോദ്യങ്ങളാണ് ഇവിടെയും കാണുന്നത്. *നിഴൽക്കുത്തിൽ* അധികാരത്തിനുകീഴിലെ വ്യക്തിയുടെ സ്വാതന്ത്ര്യം, പ്രവർത്തനം എന്നിവയുടെ പരിമിതിയെക്കുറിച്ചും അതുണ്ടാക്കുന്ന സംഘർഷത്തെക്കുറിച്ചും വിശകലനം ചെയ്യുന്നു. ഇത്തരത്തിൽ അധികാരത്തിന്റെ വ്യത്യസ്ത പ്രയോഗങ്ങളെയാണ് അടൂർ ചിത്രങ്ങൾ ചർച്ച ചെയ്യുന്നത്.

വൈക്കം മുഹമ്മദ് ബഷീറിന്റെ ആത്മകഥാപരമായ നോവലാണ് അടൂർ ഗോപാലകൃഷ്ണൻ ചലച്ചിത്രമാക്കിയ *മതിലുകൾ*. *മതിലുകൾക്ക്* മുമ്പും ബഷീറിന്റെ നിരവധി സാഹിത്യകൃതികൾ സിനിമയായിട്ടുണ്ട്. *നീലവെളിച്ചം* എന്ന ചെറുകഥ എ വിൻസെന്റ് *ഭാർഗ്ഗവിനിലയം* (1964) എന്ന പേരിലും, *ബാല്യകാലസഖി* (1967)അതേപേരിൽ തന്നെ ശശികുമാറും സിനിമയാക്കിയിട്ടുണ്ട്. പി എ ബക്കർ *പ്രേമലേഖന* (1990) വും തേജസ് പെരുമണ്ണ ശശിനാസും (1995) സിനിമയാക്കുകയുണ്ടായി. *ആനവാരിയും പൊൻകുരിശും, മുച്ചീട്ടുകളിക്കാരന്റെ മകൾ* എന്നീ കഥകളിലെ സന്ദർഭങ്ങളെ മുൻനിർത്തി തോപ്പിൽഭാസി സംവിധാനം

ചെയ്ത സിനിമയാണ് *മുച്ചീട്ടുകളിക്കാരന്റെ മകൾ* (1975). *ന്റുപ്പുപ്പാക്കൊരാനേണ്ടാർന്നു* ബഷീർ തന്നെ തിരക്കഥയെഴുതി രാമുകാര്യാട്ട് സംവിധാനം ചെയ്യാൻ ശ്രമിച്ചിരുന്നുവെങ്കിലും അത് പരാജയപ്പെട്ടതായി പറയപ്പെടുന്നു (ദിവാകരൻ ആർ വി എം 2005:65). *പൂവമ്പഴം, ഒരു ജയിൽപ്പുള്ളിയുടെ ചിത്രം, ഒരു മനുഷ്യൻ* എന്നീ കൃതികൾ ടെലിവിഷൻ ചിത്രങ്ങളായി മാറിയിട്ടുണ്ട്.

വൈക്കം മുഹമ്മദ് ബഷീറിന്റെ നോവലായ *മതിലുകൾ* അടൂർ ഗോപാലകൃഷ്ണൻ സിനിമയാക്കിയപ്പോൾ മൂലകൃതിയിൽ നിന്ന് വളരെ വ്യത്യസ്തമായ മാറ്റമൊന്നും വരുത്തിയിട്ടില്ല. എന്നിരുന്നാലും ദൃശ്യഭാഷയ്ക്ക് സഹായകമാവുന്ന വിധത്തിൽ നിരവധി രംഗങ്ങളേയും കഥാപാത്രങ്ങളേയും സന്ദർഭോചിതമായി സംവിധായകൻ കൂട്ടിച്ചേർത്തിട്ടുണ്ടെന്നും കാണാവുന്നതാണ്. തന്റെ ആദ്യത്തെ അനുവർത്തനത്തെപ്പറ്റി അടൂർ ഇങ്ങനെ പറയുന്നു. എന്റെ സ്വന്തം ആശയത്തിൽ നിന്നും തിരക്കഥ രചിക്കുംപോലെ തന്നെയാണ് ഞാൻ മതിലുകളെയും സമീപിച്ചത്. ശബ്ദത്തിലൂടെ മാത്രം ഒരു കഥാപാത്രത്തിനു ജീവൻ നല്കുകയും മതിലിനപ്പുറത്തും ഇപ്പുറത്തുമായി ഒരിക്കലും കണ്ടുമുട്ടാത്ത ഒരാണും പെണ്ണുമായി തീവ്രമായ ഒരു സ്നേഹബന്ധം ഉടലെടുക്കുക ഇതെന്നെ വളരെയധികം ആകർഷിച്ചു (മധു, ഇറവങ്കര: 1999: 182). സംവിധായകന്റെ ഈ സംഭാഷണത്തിൽ നിന്ന് തന്റെ മറ്റു സിനിമകളെപ്പോലെ മതിലുകളും ഒരു സ്വതന്ത്ര സൃഷ്ടി തന്നെയാണെന്നാണ് വ്യക്തമാക്കുന്നത്. മറ്റൊരാളുടെ സാഹിത്യകൃതി സ്വീകരിച്ചുവെന്നുവെച്ച് സിനിമയ്ക്ക് ദോഷമൊന്നുമില്ലെന്നും സിനിമയെന്നത്, സാഹിത്യത്തിൽനിന്നും തികച്ചും വ്യത്യസ്തമായ ഒരു കലയെന്ന ധാരണയുമാണ് സംവിധായകനിൽ കാണുന്നത്. സാഹിത്യകൃതിയിലെ സിനിമാറ്റിക് ആയ അംശങ്ങളെയാണ് സംവിധായകൻ വളരെ സൂക്ഷ്മമായി ആവിഷ്കരിക്കാൻ ശ്രമിക്കുന്നതെന്നും ഈ സംഭാഷണം വ്യക്തമാക്കുന്നു. ഈ സംഭാഷണങ്ങളിൽ നിന്ന് വ്യക്തമാകുന്ന മറ്റൊരു കാര്യം അടൂർ കുടുങ്ങിക്കിടക്കുന്നത് വ്യക്തിബന്ധത്തിലാണ് എന്നതാണ്. കൂടുതൽ സങ്കീർണ്ണവും സംവാദാത്മകവുമായ ചരിത്ര സാദ്ധ്യതകൾ ആവിഷ്കരിക്കുവാനല്ല അടൂർ ശ്രമിക്കുന്നത്. അതുപോലെ അടൂർ ചിത്രങ്ങളിൽ കാണപ്പെടുന്ന ഗുപ്തരതിയുടെ ആകർഷണം *മതിലു*കളിലും കാണാം. *എലിപ്പത്തായം, കൊടിയേറ്റം, വിധേയൻ, മുഖാമുഖം* എന്നീ ചിത്രങ്ങളിലെല്ലാം പ്രത്യക്ഷപ്പെടുന്ന ഗുപ്തരതി മദ്ധ്യവർഗ്ഗ സദാചാരത്തിന്റെ ചിഹ്നമാണ്. വിഫലമാകുന്ന രതി ഒരർത്ഥത്തിൽ സദാചാരത്തിന്റെ അധികാരഭാവങ്ങളുമായി സന്ധിചേരുന്നതുമാണ്. മദ്ധ്യവർഗ്ഗത്തിന്റെ കുടുംബഭദ്രതയെ സ്ഥാപനപ്പെടുത്തുന്ന സദാചാരക്രമങ്ങൾക്ക് എതിരു നില്ക്കുന്നതാണ് അടൂരിന്റെ സിനിമകളിൽ കാണുന്ന ഗുപ്തരതി ബിംബങ്ങൾ.

മതിലുകൾ - നോവലും സിനിമയും

സാഹിത്യം സിനിമയാകുമ്പോൾ സംവിധായകൻ ശ്രദ്ധിക്കേണ്ട കാര്യങ്ങളെപ്പറ്റി, അടൂർ പറയുന്നുണ്ട്.

> എഴുത്തുകാരൻ കാണാത്തത് കണ്ടെടുത്തും കേൾക്കാത്തത് കേട്ടെടുത്തും എഴുത്താത്തത് വായിച്ചെടുത്തും വായനയിലെ അനുഭവം സ്വന്തമാക്കിയും സൃഷ്ടിക്കലിന്റെ സുഖദുഃഖങ്ങൾ സ്വയം ഏറ്റെടുത്തും കാഴ്ചക്കാരനുമായുള്ള സംവേദനത്തിൽ മൗലികത പുലർത്തുകയാണ് സിനിമയുടെ സൃഷ്ടിയിൽ സാഹിത്യ കൃതിയുടെ പ്രചോദനം തേടുന്ന ഒരു ചലച്ചിത്രകാരന്റെ അനുഷ്ഠിതകർമ്മം. ഒരു സാഹിത്യ സൃഷ്ടിയുടെ കേവലാനുകരണമായി അധഃപതിക്കരുത് സിനിമ. മറിച്ച്, മൂലത്തിനെ മറികടക്കുന്ന ശില്പ ചാരുതയും, എഴുത്തിന്റെ വ്യാകരണവ്യവസ്ഥകളിൽ നിന്നുവിടുതലായ ഉള്ളും രൂപഭാവശില്പങ്ങളുടെ അന്യോന്യബന്ധങ്ങളിൽ മുളയ്ക്കുന്ന സർഗ്ഗസൗഭാഗ്യങ്ങളുടെ ചിറകും സിനിമ സ്വന്തമായി മുളപ്പിക്കേണ്ടതുണ്ട് (ഗോപാലകൃഷ്ണൻ, അടൂർ :2001: 17).

എഴുത്തുകാരന്റെ കൃതിയിൽ പ്രത്യക്ഷപ്പെടാത്ത പലതും സർഗ്ഗ സ്രഷ്ടാവിന്റെ വേദന അനുഭവിക്കുന്ന സംവിധായകൻ ഉൾക്കൊള്ളണമെന്നാണ്. അടൂരിന്റെ ഈ ഭാഷ്യത്തിൽ നിന്ന് വ്യക്തമാകുന്നത്. എഴുത്തിന്റെ വ്യാകരണത്തെ മറികടന്ന് സിനിമയുടെ ദൃശ്യ സൗന്ദര്യതലങ്ങളിലേക്ക് പോകുന്നതായിരിക്കും അനുവർത്തനം എന്ന് ഇതിൽ നിന്ന് മനസ്സിലാക്കാം. സാഹിത്യകൃതിയെ അടിസ്ഥാനമാക്കുമ്പോൾ തന്നെ ഇതിൽനിന്നും തീർത്തും വിഭിന്നമായ സിനിമയുടെ ആവിഷ്കാര രീതികളിലേക്ക് സഞ്ചരിക്കുവാൻ സംവിധായകർ ശ്രദ്ധിക്കേണ്ടതാണെന്ന സൂചനയും ഇതിലുണ്ട്.

മതിലുകൾ നോവൽ തുടങ്ങുന്നതിങ്ങനെയാണ്.

> *മതിലുകൾ* എന്ന പേരിൽ ഒരു ചെറിയ പ്രേമകഥ നിങ്ങളാരെങ്കിലും കേട്ടിട്ടുണ്ടോ? മുമ്പുപറഞ്ഞതായി ഓർമ്മ തോന്നുന്നില്ല. സ്ത്രീയുടെ ഗന്ധം അല്ലെങ്കിൽ പെണ്ണിന്റെ മണം എന്നതിന് ഏതെങ്കിലും ഒരു പേരിടാമെന്നു വിചാരിച്ചു. പിന്നെ ഇങ്ങനെ, ഇപ്പോളങ്ങു പറയുകയാണ്. ശ്രദ്ധിച്ചു കേട്ടുകൊള്ളണം. സംഭവം കുറെ പഴക്കമുള്ളതാണ്. നമ്മൾ സാധാരണമായി കാലം എന്നൊക്കെ പറയാറുണ്ടല്ലോ. ആ മഹാകാലത്തിന്റെ അക്കരെ നിന്നുള്ളതാണ്. ഞാനിപ്പോൾ ഇക്കരെയാണെന്നോർക്കണം. ഏകാന്തമായ ഹൃദയം. അതിന്റെ മഹാതീരത്തു നിന്നുവന്നുചേരുന്ന ഒരു ശോകഗാനമാണിത് (മുഹമ്മദ് ബഷീർ, വൈക്കം : 2003:7).

പ്രഥമപുരുഷ ആഖ്യാനത്തിലൂടെ ഭൂതകാലസംഭവങ്ങളെ

വിവരിക്കുന്ന ഒരു രീതിയാണ് തുടക്കത്തിൽ കാണുന്നത്. വളരെ പണ്ടുനടന്ന ഒരു പ്രേമകഥ ഇപ്പോൾ പറയുകയാണ്. *പാ ത്തുമ്മയുടെ ആട്* അഥവാ *പെണ്ണുങ്ങളുടെ ബുദ്ധി* എന്നു പറയുന്നതുപോലെ ഒരു പേര് ഇതിനും ഇടാമെന്ന് നോവലിസ്റ്റ് പറയുന്നു. കഥ പറഞ്ഞു തുടങ്ങുമ്പോൾ നോവലിസ്റ്റ് തന്നെയാണ് ഇതിലെ കഥാനായകൻ എന്ന് വായനക്കാരൻ തിരിച്ചറിയുന്നു. ആത്മപരമായ പഴയകാല ഓർമ്മകളെ വർത്തമാനത്തിലേക്ക് ഓർത്തെടുക്കുന്ന രീതിയിലാണ് നോവൽ മുന്നോട്ടുനീങ്ങുന്നത്. വായനക്കാരനെ പരിഗണിച്ചുകൊണ്ടുള്ള ആഖ്യാനരീതിയാണ് ബഷീറിന്റെ മറ്റുനോവലുകളിലെന്നപോലെ *മതിലു*കളിലും. ഒരു പഴയകാല പ്രേമകഥയാണ് താൻ പറയുന്നതെന്നും, അത് ശ്രദ്ധിച്ചുകേട്ടുകൊള്ളാമെന്നുമുള്ള വാമൊഴി കഥാപാരമ്പര്യ കഥനരീതിക്ക് അനുസരിച്ചുള്ള ഒരു ആഖ്യാനമാണ് നോവലിന്റെ തുടക്കമെങ്കിൽ സിനിമ ഇതിൽ നിന്ന് വളരെ വ്യത്യസ്തമായി തുടങ്ങിയിരിക്കുന്നു.

"പഴയ മാതൃകയിലുള്ള ഒരു പൊലീസ് സ്റ്റേഷന്റെ ലോക്കപ്പ് മുറിക്കുമുമ്പിൽ പാറാവു നില്ക്കുന്ന പൊലീസുകാരന്റെ നിശ്ചലദൃശ്യത്തിനുമേൽ ശീർഷകങ്ങൾ തെളിഞ്ഞ് മായുന്നു. അവസാനമെത്തുമ്പോൾ ഭൂതത്തിൽ നിന്ന് ഉണർന്നെന്ന മട്ടിൽ പാറാവുകാരൻ ഭവ്യതയോടെ തോക്കടിച്ച് മുറപ്രകാരമുള്ള സല്യൂട്ട് നടത്തി. പാറാവുകാരനെയും കടന്ന് അങ്ങോട്ടുവന്ന ഇൻസ്പെക്ടർ ലോക്കപ്പിന്റെ ഇരുമ്പഴിക്കു മുന്നിൽ വന്നുനിന്ന് സൗഹൃദപൂർവ്വം അകത്തേക്കന്വേഷിച്ചു. എന്താ ബഷീർ, സുഖം തന്നെയല്ലേ" (ഗോപാലകൃഷ്ണൻ, അടൂർ : 2004:21).

വർത്തമാനകാലത്തിലാണ് സിനിമയിലെ സംഭവങ്ങൾ ആവിഷ്കരിക്കപ്പെടുന്നത്. ആത്മപരം എന്നതിനേക്കാൾ സ്വാതന്ത്ര്യസമരകാലഘട്ടത്തിലെ ബഷീറിന്റെ ജയിൽ ജീവിതത്തിന്റെ വസ്തുതാപരമെന്നു തോന്നുന്ന സംഭവങ്ങളുടെ അവതരണമാണ് *മതിലു*കളെന്നാണ് സിനിമയുടെ തുടക്കത്തിലൂടെ പ്രേക്ഷകൻ മനസ്സിലാക്കുന്നത്. നോവലിൽ കാണുന്ന ബഷീറിന്റെ പഴയകാലമെന്നത് ഇവിടെ വർത്തമാനാവസ്ഥയിൽ തന്നെ ആവിഷ്കരിക്കപ്പെടുന്നു. ബഷീറിന്റെ ഓർമ്മകളാണ് ഈ കഥയെന്ന തോന്നൽ അതിനാൽ സിനിമ പ്രക്ഷേപണം ചെയ്യുന്നില്ല. പാറാവുകാരന്റെ ജയിലിനു മുന്നിലെ നില്പിൽ എഴുതി കാണിക്കുന്നതോടെ ആരംഭിക്കുന്ന സിനിമ തുടക്കത്തിലേ അധികാരത്തിന്റെയും സ്വാതന്ത്ര്യത്തിന്റെയും പ്രശ്നങ്ങളെ സൂചിപ്പിക്കുന്നുണ്ട്. ഇത്തരത്തിൽ നോവലിന്റെ തുടക്കവും സിനിമയുടെ തുടക്കവും വ്യത്യസ്തമായ ചിഹ്നരീതിയിൽ നിർമ്മിക്കപ്പെട്ടതാണ്. അനുവർത്തനം ചെയ്യപ്പെടുമ്പോഴുണ്ടാകുന്ന പ്രശ്നത്തെയാണിത് സൂചിപ്പിക്കുന്നത്. ഭൂതകാലത്തിൽ നടന്ന സുന്ദരമായ ഒരു പ്രണയകഥയാണ് നോവലിന്റെ ആശയമെങ്കിൽ സിനിമയിൽ അധികാരത്തിന്റെ മൂർത്തിമദ്ഭാവത്തെയും

സ്വാതന്ത്ര്യത്തെയും കുറിച്ചുള്ള ആശയമായി ആദ്യരംഗങ്ങൾ മാറുന്നു.

നോവലിന്റെ അവസാനഭാഗം നോക്കുക.

"ജയിലിന്റെ പടുക്കൂറ്റൻ വാതിൽ ഭയങ്കര ശബ്ദത്തോടെ എന്റെ പിറകിൽ അടഞ്ഞു. ഞാൻ തനിച്ചായി. ഞാൻ ആ സുഗന്ധം പരത്തുന്ന ചുവന്ന റോസാപ്പൂവു കൈയിലെടുത്തു നോക്കിക്കൊണ്ട് ആ പെരുവഴിയിൽ സ്തബ്ധനായി വളരെനേരം നിന്നു, മംഗളം! സർവ്വമംഗളം! ശുഭം!!" (ബഷീർ, 2003: 44).

സ്വാതന്ത്ര്യം ലഭിച്ചെങ്കിലും താൻ കാണാമെന്നു വിചാരിച്ച നാരായണിയുമായുള്ള കൂടിക്കാഴ്ച നഷ്ടപ്പെട്ടതിന്റെ സങ്കടം സുഗന്ധം പരത്തുന്ന ആ റോസാപ്പൂവ് സൂചിപ്പിക്കുന്നുണ്ട്. നോവലിൽ ബഷീറിന്റെ കൈയിലിരിക്കുന്ന റോസാപ്പൂവ് പ്രണയത്തിന്റെ ചിഹ്നമാണ്. സിനിമയിൽ അനിയൻ ജയിലർ കൈനിറയെ ബഷീറിനു നല്കുന്ന റോസാപ്പൂക്കൾ സ്വാതന്ത്ര്യത്തിന്റെ സൂചനയാണ്. മംഗളം! സർവ്വമംഗളം! എന്ന ശൈലി ബഷീറിന്റെ പലകൃതികളിലും കണ്ടുവരുന്ന ഒന്നാണെങ്കിലും ഇവിടെ അതിന് ഭൂതകാലത്തിൽ നിന്ന് വർത്തമാനകാലത്തിലേക്കുള്ള പ്രവേശനമായി കാണാം. തന്റെ പഴയകാലകഥകൾ പറഞ്ഞ് അവസാനിപ്പിച്ചതിന്റെ അടയാളം കൂടിയാണിത്. കഥയുടെ പരിസമാപ്തി കുറിക്കുന്ന ഒന്നാണിത്.

സിനിമയുടെ അവസാന രംഗം നോക്കുക.

"മതിലിനപ്പുറം നീലാകാശത്തിലേക്ക് ചുള്ളിക്കമ്പ് ഉയർന്നുതാണു.

അതീവ ദുഃഖിതനായി നിശ്ചേതനനായി ബഷീർ നോക്കി നിന്നു. കണ്ണുകൾ കുറേശ്ശെ നിറയുകയാണ്. മതിലിനപ്പുറത്ത് പിന്നെയും പിന്നെയും ചുള്ളിക്കമ്പ് ഉയർന്നുതാണു. ക്രമേണ കാഴ്ച മങ്ങുകയായി." (ഗോപാലകൃഷ്ണൻ, അടൂർ : 2004: 100).

ജയിലിൽ നിന്ന് പുറത്തുവരുവാനുള്ള അനുമതി ലഭിച്ച ബഷീറിന് മതിലിനപ്പുറത്ത് സ്വാതന്ത്ര്യവും സ്നേഹവും ലഭിക്കാത്ത ഒരു ജനതയുടെ ജീവിതത്തെ ഓർമ്മപ്പെടുത്തുന്ന വിധം ചുള്ളിക്കമ്പ് ആകാശത്തേക്ക് ഉയർന്നുകൊണ്ടിരിക്കുന്നു. തനിക്ക് സ്വാതന്ത്ര്യം ലഭിച്ചുവെങ്കിലും സ്വാതന്ത്ര്യം ലഭിക്കാത്ത അനേകം പേരുടെ ഈ അസ്വാതന്ത്ര്യത്തിൽ പങ്കുചേരുന്ന രംഗം കൂടിയാണ് ഇത്. പ്രണയത്തെയും സ്വാതന്ത്ര്യത്തെയും കുറിച്ചുള്ള ചിന്തയുടെ അവസാനിക്കാത്ത തുടർപ്രക്രിയയായി സിനിമയുടെ അവസാനരംഗം മാറുന്നു. സ്വാതന്ത്ര്യത്തിനും പ്രണയത്തിനും വ്യക്തിബന്ധങ്ങൾക്കും തടസ്സമായി നില്ക്കുന്ന മതിലുകൾക്ക് അപ്പുറത്തുള്ള ജനതയുടെ സ്നേഹത്തിന്റെ ചിഹ്നമായി ചുള്ളിക്കമ്പ് മുകളിലേക്ക് ഉയരുന്നു.

ബഷീറിന്റെ സെൻട്രൽജയിലിന്റെ തടവുമുറിയിലേക്കുള്ള നടത്തത്തിന്റെ പശ്ചാത്തലത്തിൽ പ്രത്യക്ഷപ്പെടുന്ന മതിലുകൾ രാഷ്ട്രത്തിന്റെയും, അധികാരത്തിന്റെയും ചിഹ്നമായി നിലനില്ക്കുന്നു. "മതിലുകളിൽ സാമൂഹിക വ്യവസ്ഥിതിയെ മുൻനിർത്തിയാണ് പ്രേമം

ആവിഷ്കരിക്കപ്പെടുന്നത്. പരസ്പരം അറിയാനുള്ള ആണിന്റെയും പെണ്ണിന്റെയും ആദിമാഭിലാഷത്തിനുമേൽ സാമൂഹിക നിയമത്തിന്റെ മതിൽക്കെട്ട് ഉയർന്നുനില്ക്കുന്നു. അത് ദേശത്തിന്റെ രാഷ്ട്രീയാവസ്ഥ യുടെ സൂചകമെന്നപോലെ തന്നെ സദാചാരനീതിയുടെ സൂചകം കൂടി യാണ്. തടവറയിൽ കിടക്കുന്ന സ്വാതന്ത്ര്യസമരസേനാനിയായ എഴു ത്തുകാരന്റെ മനസ്സ് ലൈംഗിക ദാഹത്തിന്റെയും പ്രണയവാഞ്ഛയു ടെയും സമരസുഖമായിത്തീരുന്നു. യഥാതഥ്യത്തിൽ മതിലിനപ്പുറത്തെ തടവുകാരി അസ്വതന്ത്രമായ മാതൃഭൂമിയുടെ പ്രതീകമായും അവളുടെ ഗന്ധം സ്വാതന്ത്ര്യത്തിന്റെ സുഗന്ധമായും മാറാം." (രാജശേഖരൻ പി കെ 2002:53) മതിലുകൾ സിനിമയിൽ സദാസൂചകമായി നില്ക്കുന്ന ഒന്നാണ്. മനുഷ്യരുടെ എല്ലാ പ്രവർത്തികൾക്കും ബന്ധങ്ങൾക്കും പ്രതി ബന്ധമായി മതിലുകൾ നിലകൊള്ളുന്നു. ബഷീറും നാരായണിയും തമ്മി ലുള്ള പ്രണയ സംഭാഷണങ്ങൾ നടക്കുന്നത് ആൺജയിലിനെയും പെൺജയിലിനെയും വേർതിരിക്കുന്ന മതിലിനടുത്തുവച്ചാണ്. ഇവരുടെ പ്രണയസല്ലാപങ്ങൾക്ക് എതിരെ സദാചാരത്തിന്റെ അടയാളവുമായി നില്ക്കുകയാണ് മതിലുകൾ. മതിലിലുണ്ടായ ദ്വാരം അധികൃതർ അടച്ചത് ലൈംഗികനിഷേധത്തിന്റെയും സ്വാതന്ത്ര്യനിഷേധത്തിന്റെയും സൂചനയാണ്. സിനിമയുടെ പകുതിയിൽ കൂടുതൽ രംഗങ്ങളിലും കാണുന്ന മതിൽ ഇത്തരത്തിൽ ലൈംഗികതയുടെയും സ്വാത ന്ത്ര്യത്തിന്റെയും അധികാരത്തിന്റെയും അടയാളമാണ്.

ഒരു എഴുത്തുകാരനെന്ന നിലയിൽ ബഷീറിനെ അധികാരവർഗ്ഗം ബഹുമാനിച്ചിരുന്നു എന്നത് കഥയേക്കാൾ കൂടുതലായി സിനിമയിൽ ചില രംഗങ്ങളിലൂടെ ചിത്രീകരിച്ചിട്ടുണ്ട്. ആദ്യരംഗങ്ങളിൽ പൊലീ സ്ലോക്കപ്പിൽ കിടക്കുന്ന ബഷീറിന് എഴുതാനായി ഇൻസ്പെക്ടർ വെള്ളക്കടലാസുകൾ അഴിക്കുള്ളിലൂടെ അകത്തേക്ക് കൊടുക്കുന്നത് കാണാവുന്നതാണ്. ഈ പ്രവൃത്തി നിയമവിരുദ്ധമാണെന്നും കുറ്റ കരമാണെന്നും ഇൻസ്പെക്ടറും തിരിച്ചറിയുന്നുണ്ട്. ബ്രിട്ടീഷ് അധി കാരത്തിന്റെ കീഴിലെ ഉദ്യോഗസ്ഥർക്ക്, തന്റെ മാതൃരാജ്യത്തിനുവേണ്ടി, സ്വാതന്ത്ര്യത്തിനുവേണ്ടി പോരാടുന്നവരെ തുറുങ്കിലടയ്ക്കേണ്ടിവരുന്നത് അവരുടെ ജോലിയായിരുന്നു. എഴുത്തുകാരനോടുള്ള ബഹുമാനവും തങ്ങളുടെ ജോലിയിലുള്ള ആത്മാർത്ഥതയും വ്യക്തമാക്കുന്ന മറ്റൊരു രംഗവും ഇവിടെ കാണാം. സെൻട്രൽ ജയിലിലേക്കു ബഷീറിനെ കൊണ്ടുപോകുമ്പോൾ പൊലീസുകാരൻ, അനുവാദം ചോദിച്ച് ബഷീറിനെ വിലങ്ങ് വയ്ക്കുന്നത് ഇതിനുദാഹരണമാണ്. ആശുപത്രി ഓഡർലി രാമൻകുട്ടി തേയിലയും പഞ്ചസാരയും കൊടുക്കുന്നതും ഇത്തരം ആരാധനയുടെയും അടുപ്പത്തിന്റെയും കാരണത്താലാണ്.

ആദ്യകാലത്ത് ദണ്ഡരീതി നിർവ്വഹിച്ച അതേ ധർമ്മം തന്നെയാണ് തടവറകളുടെ അനുരണനശീലത്തിലൂടെ നിർവ്വഹിക്കുന്നതെന്ന് മിഷേൽ ഫൂക്കോ കണ്ടെത്തുകയുണ്ടായി. കൊളോണിയൽ ഭരണകാ

ലത്ത് ഇന്ത്യയിലെ പഴയരീതിയിലുള്ള ശിക്ഷാരീതികൾ നിർത്തലാക്കി പുതിയ നിയമങ്ങളും, ഭരണകൂട അധികാര സ്ഥാപനങ്ങളും രൂപപ്പെടുത്തുകയുണ്ടായി. കോടതിയും ജയിലുമെല്ലാം ഇതിൽപ്പെട്ടതാണ്. ആന്തമാൻ നിക്കോബാർ ദ്വീപുകളിൽ ജയിൽ സ്ഥാപിക്കപ്പെട്ടതും കൊളോണിയൽ കാലത്താണ്. സ്വാതന്ത്ര്യ സമരസേനാനികളെയൊക്കെ ഇത്തരം ജയിലുകളിലാണ് തടവിലിട്ടിരുന്നത്. കോടതിയുടെ ശിക്ഷാവിധിക്കുശേഷമാണ് ബഷീർ ജയിലിലെത്തുന്നത്. നോവലിലില്ലാത്ത ഒരു രംഗമാണ് സിനിമയിലെ ബഷീറിന്റെ കോടതിവിധി പ്രഖ്യാപനം. ഭരണകൂടതാല്പര്യങ്ങൾക്കനുസൃതമായി മനുഷ്യന്റെ സ്വാതന്ത്ര്യത്തിന് ചങ്ങലയിടുന്ന സ്ഥാപനമായി കോടതി പ്രവർത്തിക്കുന്നു. കുറ്റക്കാരനാണെന്ന് സംശയാതീതമായി തെളിഞ്ഞിരിക്കുന്നതിനാൽ, പീനൽകോഡ് III-ാം വകുപ്പ് പ്രകാരം രണ്ടുകൊല്ലം കഠിനതടവിനും ആയിരം രൂപ പിഴയൊടുക്കാനും പിഴയൊടുക്കുന്നില്ലെങ്കിൽ ആറുമാസംകൂടി കഠിന തടവിനും ശിക്ഷിച്ചിരിക്കുന്നു (ഗോപാലകൃഷ്ണൻ, അടൂർ : 2004:27). പണമുള്ളവന് അനുകൂലമായ ഒന്നാണ് ആയിരം രൂപ പിഴകൊടുത്ത് ആറുമാസത്തെ കഠിനതടവിൽ നിന്ന് സ്വതന്ത്രനാവാമെന്നത്. കോടതി വിധി ന്യായങ്ങളിൽ കാണുന്ന സമ്പന്ന പ്രത്യയശാസ്ത്രമാണത്.

നോവലിൽ ബഷീർ ജയിലിൽ വരുന്നതിന്റെ അന്നുരാത്രി തന്നെ പെൺജയിലിൽ നിന്നു ചിരിവരുന്നതും മണം വരുന്നതും ശ്രദ്ധിക്കുന്നുണ്ട്. സ്ത്രീയുടെ മനോഹരമായ ശബ്ദവും, മാദകപരിമളവും നുകരാൻ ആ മനം തുടിക്കുന്നുണ്ട്. എന്നാൽ സിനിമയിൽ ഇത്തരമൊരു രംഗം കാണുന്നില്ല. രാഷ്ട്രീയത്തടവുകാരെ വിടുന്ന സന്ദർഭത്തിൽ ബഷീറിന്റെ മാത്രം പേരുകാണാതെ അയാൾ ദുഃഖിക്കുന്നുണ്ട്. നോവലിലെ ഈ രംഗം സിനിമയിലായപ്പോൾ ആ രംഗത്തിൽ ബഷീറിയൻ ശൈലിയിലുള്ള ഹാസ്യം ചേർക്കുകയുണ്ടായി. പ്രപഞ്ചത്തോടുള്ള അദ്ദേഹത്തിന്റെ വീക്ഷണവും, മാനവികസ്നേഹവും ആ രംഗത്തിൽ കൂടുതൽ വ്യക്തമാവുന്നു. നേതാക്കന്മാരൊക്കെ ഈ രാജ്യം ഭരിക്കുന്ന കാലത്ത് എന്നെ ഒരു ഇസ്പേഡ് രാജാവാക്കിയാൽ മതിയെന്ന് ബഷീർ ജയിൽമോചിതരാവുന്നവരോട് ഹാസ്യരൂപേണ പറയുന്നുണ്ട്.

നോവലിൽ നിന്ന് വ്യത്യസ്തമായി സിനിമയിൽ കൂട്ടിച്ചേർത്ത മൂന്ന് കഥാപാത്രങ്ങളാണ് ജീവപര്യന്തം തടവിന് ശിക്ഷിക്കപ്പെട്ട റസാക്ക്, ഭവനഭേദനത്തിന് തടവിലായ ടൗൺ കോൺഗ്രസ് സെക്രട്ടറി, പോക്കറ്റടിക്കാരനായ തുരപ്പൻ എന്നിവർ. രോഗിയായ തന്റെ പെങ്ങളെ മൊഴിചൊല്ലി വേറെ വിവാഹം കഴിക്കാൻ ശ്രമിച്ച സഹോദരീഭർത്താവിനെ തെങ്ങിലടിച്ച് കൊന്നതിന് ജീവപര്യന്തം തടവിന് വിധിക്കപ്പെട്ട റസാക്കാണ് ബഷീറിന്റെ അന്നദാതാവ്. സാഹചര്യമാണ് ഇത്തരമൊരു കൃത്യം ചെയ്യാൻ റസാക്കിനെ പ്രേരിപ്പിച്ചത്. അല്ലാഹുവിന്റെ മുന്നിൽ താൻ കുറ്റക്കാരനാണോ എന്ന് റസാക്ക് ബഷീറിനോട് ചോദിക്കുമ്പോൾ

ആധുനികനീതി ന്യായവ്യവസ്ഥ തെളിവുകളുടെ അടിസ്ഥാനത്തിൽ നടത്തുന്ന ശിക്ഷയ്ക്ക് എതിരെയുള്ള ഒരു ചോദ്യമാണ് ഉയരുന്നത്. ഒരു വ്യക്തി ഇത്തരം കൃത്യം ചെയ്യാനുള്ള, അതിലേക്ക് അയാളെ നയിക്കാനുണ്ടായ സംഭവങ്ങളെയാണ് കോടതി കൈയൊഴിയുന്നത്. അതിനാൽ കോടതിക്കു മുന്നിൽ താൻ കുറ്റവാളിയായെങ്കിലും അല്ലാഹുവിന് മുൻപിൽ താൻ തെറ്റുകാരനല്ലെന്നും അയാൾ വിചാരിക്കുന്നു. ആദ്യരംഗത്ത് ലോക്കപ്പിൽനിന്നും കോടതിയിലേക്ക് കൊണ്ടുപോകുന്ന അവസരത്തിൽ സ്വാതന്ത്ര്യസമര സേനാനിയായ ടൗൺ കോൺഗ്രസ് സെക്രട്ടറിയെ ബഷീർ പരിചയപ്പെടുന്നുണ്ട്. കോൺഗ്രസിന്റെ കൊടിക്കീഴിൽ തൊഴിലാളികളെ സംഘടിപ്പിച്ചതിന് എതിരാളികൾ കള്ളക്കേസിൽ കുടുക്കിയതിനാലാണ് അയാൾ അറസ്റ്റിലായത്. സെൻട്രൽ ജയിലിൽ വച്ച് ഇയാളെ വീണ്ടും ബഷീർ കണ്ടുമുട്ടുന്നുണ്ട്. *കൈവിലങ്ങ്* എന്ന ബഷീറിന്റെ ചെറുകഥയിൽ നിന്നെടുത്തതാണ് ടൗൺ കോൺഗ്രസ് സെക്രട്ടറിയെന്ന ഈ കഥാപാത്രം. കൊല്ലം കസ്ബാ പൊലീസ്സ്റ്റേഷൻ ലോക്കപ്പിൽ വച്ച് എഴുതിയതാണ് *കൈവിലങ്ങ്* എന്ന കഥ. 1941-42 വർഷങ്ങളിലേതെങ്കിലുമായിരിക്കും കഥ എഴുതിയതെന്ന് ബഷീർ പറയുന്നുണ്ട്. ജയിലിൽ വച്ച് എഴുതി പിന്നീട് പ്രസിദ്ധീകരിച്ച കൃതികളുടെ കൂട്ടത്തിൽ *പ്രേമലേഖനം* എന്ന നോവലും, *ടൈഗർ, പൊലീസുകാരന്റെ മകൾ, ഇടിയൻ പണിക്കർ* തുടങ്ങിയ ചെറുകഥകളും ഉൾപ്പെടുന്നു. *കൈവിലങ്ങ്* എന്ന കഥയിൽ ബഷീർ സ്വീകരിച്ചിരിക്കുന്ന സംഭാഷണങ്ങൾ കുറെയൊക്കെ അടൂർ ഗോപാലകൃഷ്ണൻ സിനിമയിലും ഉപയോഗിച്ചിരിക്കുന്നു. കളവ് ജോലിയാക്കിയ തൊരപ്പൻ അവകാശപ്പെടുന്നത് അയാൾ ചെല്ലുന്ന ജയിലിലെല്ലാം ബഷീറുണ്ടെന്നാണ്. വല്ലവന്റേം മൊതല് മോട്ടിച്ച് തിന്ന് ശീലമായിപ്പോയെന്ന് അയാൾ ബഷീറിനോട് പറയുന്നുണ്ട്. സാഹിത്യകാരനായിരുന്നിട്ടും ഇത്തരം ആളുകളുമായുള്ള ചങ്ങാത്തം ബഷീറിനുണ്ടായിരുവെന്ന് ഈ രംഗം സൂചിപ്പിക്കുന്നു.

ബഷീറിന്റെ *നീലവെളിച്ചം* എന്ന ചെറുകഥയെ ആധാരമാക്കിയുള്ള ഭാർഗ്ഗവിനിലയം തിരക്കഥയിൽ പ്രകടമാവുന്ന അന്തർപാഠ്യത (intertextuality) യെക്കുറിച്ച് വി സി ഹാരിസ് വിശദീകരിക്കുന്നുണ്ട്. *നീലവെളിച്ചം* എന്ന ചെറുകഥ അറുപതുകളുടെ മദ്ധ്യത്തിൽ "*ഭാർഗ്ഗവിനിലയം* എന്ന തിരക്കഥയായി രൂപാന്തരം പ്രാപിക്കുമ്പോൾ അതിന്റെ പടർപ്പുകൾക്കിടയിൽ ബഷീറിന്റെ മറ്റു നിരവധി രചനകളുടെ പ്രതിദ്ധ്വനികൾ നമുക്ക് കേൾക്കാനാവുന്നു. *പ്രേമലേഖനം, അനർഘ നിമിഷം, മതിലുകൾ, അനുരാഗത്തിന്റെ ദിനങ്ങൾ, ഏകാന്തതയുടെ മഹാതീരം* തുടങ്ങിയ കൃതികളിൽ നിന്നുള്ള വരികളോ വരികളുടെ പ്രതിദ്ധ്വനികളോ പാഠഭേദങ്ങളോ ധാരാളമായുണ്ട് *ഭാർഗ്ഗവിനിലയ*ത്തിൽ" (ഹാരീസ് വി സി: 2006:13). ഈ സിനിമയിൽ *മതിലുകൾ* എന്ന കൃതിയുമായുള്ള അന്തർപാഠതലത്തിലുള്ള ബന്ധം വളരെ കൂടുതലു

മാണ്. അടൂർ ഗോപാലകൃഷ്ണന്റെ സിനിമയായ *മതിലു*കളിലും ഇത്തരത്തിലുള്ള അന്തർപാഠ്യത കാണാവുന്നതാണ്. *പ്രേമലേഖനം, ബാല്യകാലസഖി, കൈവിലങ്ങ്, അമ്മ, ടൈഗർ* എന്നീ കൃതികളുടെ പരാമർശമോ, കഥാപാത്രങ്ങളോ കഥയോ ഇവിടെ സൂചിപ്പിക്കപ്പെടുന്നുണ്ട്. ബഷീർ എന്ന സാഹിത്യകാരന്റെ ജീവിതാനുഭവങ്ങളുടെ ചിത്രീകരണമാണ് *മതിലുകൾ* എന്ന ചലച്ചിത്രമെന്നതിനാൽ സംവിധായകൻ അതിന്റെ വസ്തുനിഷ്ഠതയ്ക്കുവേണ്ടി ഇത്തരം സാഹിത്യബന്ധങ്ങൾ വളരെ സമർത്ഥമായി ആവിഷ്കരിച്ചിരിക്കുന്നു. അടൂർ ഗോപാലകൃഷ്ണൻ സിനിമയിൽ കാണിച്ച സ്വാതന്ത്ര്യം ടി വി ചന്ദ്രൻ ബഷീറിന്റെ *ഒരു മനുഷ്യൻ* ദൃശ്യവല്ക്കരിച്ചപ്പോഴും എടുത്തിരുന്നു. “കഥയിലില്ലാത്ത പല സന്ദർഭങ്ങളും ഞാൻ ഉപയോഗിച്ചിട്ടുണ്ട്. അവയൊക്കെ ബഷീറിന്റെ മറ്റു ചിലകഥകളിൽനിന്നും എടുത്തിട്ടുള്ളവയാണ്. യാചകൻ *ഒരു മനുഷ്യ*നിലുള്ളതല്ല. യാചകന്റെ കുടുംബവുമില്ല. ഇതൊക്കെ എനിക്കു കിട്ടുന്നത് ബഷീറിന്റെ മറ്റൊരു കഥയിൽനിന്നാണ്” (ചന്ദ്രൻ ടി വി: 2004:59). ബഷീറിന്റെ കഥകളുടെ ഒരു ലോകമാണ് *ഒരു മനുഷ്യ*നിലൂടെ സൃഷ്ടിക്കാൻ ശ്രമിച്ചതെന്ന് ടി വി ചന്ദ്രൻ പറയുന്നു സംവിധായകന്റെ കഴിവുകളെ പ്രയോജനപ്പെടുത്തി കൂടുതൽ ദൃശ്യപരമായി സാഹിത്യകാരന്റെ കഥാപ്രപഞ്ചമായി സിനിമയെ സൗന്ദര്യമുള്ളതാക്കുവാനാണ് ഈ അനുവർത്തനം ശ്രമിച്ചിട്ടുള്ളത്.

സംഭാഷണം, പശ്ചാത്തല സംഗീതം, ക്യാമറയുടെ ചലനം, ചിത്രസന്നിവേശം

*മതിലു*കൾ നോവലിലെ ഒട്ടുമിക്ക സംഭാഷണങ്ങളും അടൂർ ഗോപാലകൃഷ്ണൻ അതേപടി തന്നെ സിനിമയിൽ ഉപയോഗിച്ചിട്ടുണ്ട്. പുതിയ രംഗങ്ങൾക്കും കഥാപാത്രങ്ങൾക്കും ബഷീർ കൃതികളിലെ ലളിതമായ, ഹാസ്യജനകമായ സംഭാഷണരീതിതന്നെയാണ് സിനിമയിലും പിന്തുടർന്നിരിക്കുന്നതെന്ന് കാണാവുന്നതാണ്. സിനിമയിൽ ജയിലിൽ കിടക്കുന്ന നായകൻ ഒരു എഴുത്തുകാരനാണെന്ന് അറിയിക്കുന്നതിന് സഹായകമായ വിധത്തിൽ സംഭാഷണം ഒരുക്കിയിരിക്കുന്നതുകാണാം.

“വെളിയിൽ യുദ്ധം കൊണ്ടുപിടിക്കുന്നു. അരിക്കും തുണിക്കും മണ്ണെണ്ണയ്ക്കുമെല്ലാം തീ വിലയായി. കടലാസാണെങ്കികിട്ടാനില്ല. അക്ഷരം കുറച്ച് ചെറുതാക്കി അടുപ്പിച്ചെഴുതിക്കോളു. നിയമവിരുദ്ധമാണ്.... എഴുതിയതൊന്നും കയ്യി വയ്ക്കണ്ട” (ഗോപാലകൃഷ്ണൻ അടൂർ : 2004: 21) എന്ന് ഇൻസ്പെക്ടർ പറയുമ്പോൾ രണ്ടാം ലോകമഹായുദ്ധത്തെ തുടർന്നുണ്ടായ ദാരിദ്ര്യവും ദുരിതങ്ങളും വിലക്കയറ്റങ്ങളും എല്ലാം മനസ്സിലാക്കപ്പെടുന്നു. കൂടാതെ രാജഭരണവും, ബ്രിട്ടീഷ്ഭരണവും നടമാടുന്ന ഒരു കാലഘട്ടമാണിതെന്നും ഇവിടെ ഈ എഴുത്തുകാരന്റെ എഴുത്തെന്ന പ്രക്രിയ നിയമവിരുദ്ധമാണെന്നും തെളിയുന്നു. എന്നാൽ നോവലിൽ നോവലിസ്റ്റ് / ആഖ്യാതാവ് തന്നെയാണ് ലോക്കപ്പിൽ കിടന്നു

ഞാൻ കുറെ പൊലീസുകഥകളുമെഴുതിയെന്നും കടലാസും പെൻസിലും പൊലീസ് ഇൻസ്പെക്ടർ തന്നതാണെന്നും രേഖപ്പെടുത്തുന്നത്. ഇത്തരം രേഖപ്പെടുത്തൽ സന്ദർഭം സൃഷ്ടിച്ച്, സംഭാഷണങ്ങളിലൂടെ ആവിഷ്കരിക്കാനാണ് സിനിമയിൽ ശ്രമിക്കുന്നത്. നോവലിന്റെ ആരംഭത്തിൽ നോവലിസ്റ്റ് സൂചിപ്പിക്കുന്നത് *മതിലു*കൾ എന്ന പ്രേമകഥ വളരെ പഴക്കമുള്ളതാണ് എന്നതാണ്. എന്നാൽ ആ കാലഘട്ടത്തെ നേരത്തെ സൂചിപ്പിച്ച സംഭാഷണങ്ങളിലൂടെ അവതരിപ്പിക്കുവാനാണ് ഇവിടെ ശ്രമിച്ചിരിക്കുന്നത്.

സെൻട്രൽജയിലിലെ വാർഡറോടൊപ്പം നടക്കുമ്പോൾ നോവലിൽ സൂചിപ്പിച്ചിരിക്കുന്ന സംഭാഷണങ്ങൾ മിക്കതും സിനിമയിലും കാണാവുന്നതാണ്. *കൈവിലങ്ങ്* എന്ന ബഷീറിന്റെ ഒരു ചെറുകഥയിലെ കഥാപാത്രമായ ടൗൺ കോൺഗ്രസ് സെക്രട്ടറിയെ സിനിമയിൽ അവതരിപ്പിക്കുമ്പോൾ ചെറുകഥയിൽ ഉപയോഗിച്ചിരിക്കുന്ന സംഭാഷണങ്ങളാണ് അടൂർ ഇവിടെയും ഉപയോഗിച്ചിരിക്കുന്നത്. *കൈവിലങ്ങി*ലെ കഥാപാത്രത്തെ സിനിമയിൽ കൊണ്ടുവരുമ്പോൾ ജയിലിൽ കുറ്റം ചെയ്യാതെ വന്നുപെടുന്നവരുമുണ്ടെന്ന ആശയമാണ് ആവിഷ്കരിക്കുന്നത്. പണ്ട് കോൺഗ്രസിലുണ്ടായിരുന്നയാൾ ഇപ്പോൾ മുതലാളിയായെന്നും അയാളാണ് തന്നെ കെണിയിലാക്കിയതെന്നും ഇയാൾ പറയുന്നു. രാഷ്ട്രീയത്തിന്റെ വർത്തമാനമുഖവുമായി ബന്ധപ്പെടുത്തി മനസ്സിലാക്കാൻ ഈ സംഭാഷണങ്ങൾ സഹായകമാവുന്നു.

ജയിലിലെ കുശാണ്ടവാർഡറുടെ അനീതികൾക്കെതിരെ പോരാടിയ തന്റെ ക്ലാസ്മേറ്റിനെ ബഷീർ കാണുന്നരംഗം സിനിമയിൽ ഒരുക്കിയിട്ടുണ്ട്. ബഷീറിന്റെ സാഹിത്യജീവിതത്തിലെ സംഭാഷണചാതുര്യത്തെയും സൗഹൃദനിമിഷങ്ങളെയും ഈ രംഗം ഓർമ്മിപ്പിക്കുന്നു.

"ആനപ്പൂട!

ചക്കപ്പൊന്തൻ!

തടവുപ്പുള്ളി: പുതുശ്ശേരി നാരായണപ്പിള്ള സാറിന്റെ അടികൊണ്ടത് ഓർമ്മയുണ്ടോ? രാധാമണിയുടെ മുടിയിൽ പിടിച്ചുവലിച്ചതിന്?

ബഷീർ : മുടിയിൽ പിടിച്ചുവലിച്ചത് താനും അടികൊണ്ടത് ഞാനും. അപ്പോ ഒന്നും മറന്നിട്ടില്ല" (ഗോപാലകൃഷ്ണൻ അടൂർ : 2004:55)

ഇങ്ങനെപോകുന്ന ഈ സംഭാഷണം ബഷീറിന്റെ കുട്ടിക്കാലത്തെയും, സൗഹൃദനിമിഷങ്ങളെയും ഓർമ്മിപ്പിക്കുന്നു. ബഷീർ തന്റെ കൃതികളിൽ സാധാരണ പ്രയോഗിക്കാറുള്ള പദങ്ങൾ സിനിമയിൽ ഉപയോഗിച്ചിട്ടുണ്ട്. ആനപ്പൂട, ചക്കപ്പൊന്തൻ, കള്ള ബഡുക്കൂസേ, സലാം പ്രപഞ്ചമേ തുടങ്ങിയവ ചില ഉദാഹരണങ്ങൾ മാത്രമാണ്. നോവലിൽ നിന്നും അനിയൻ ജയിലർ എന്ന കഥാപാത്രത്തെ സിനിമയിൽ സ്വീകരിച്ചപ്പോൾ അനേകം രംഗങ്ങളിലൂടെ അയാളെ അവതരിപ്പിക്കുകയുണ്ടായി. ബഷീറിന്റെ *പ്രേമലേഖനം* എന്ന നോവൽ വായിക്കാനും അത് മറ്റുള്ളവർക്ക് കൊടുക്കാനും അനിയൻ ജയിലർ കാണി

ക്കുന്ന ഉത്സാഹം അവരുടെ സംഭാഷണങ്ങളിലൂടെ പുറത്തുവരുന്നുണ്ട്.

ജയിലർ : ജയിലിന് പുറത്തും ബഷീർ ഒരേകാകിയാണല്ലേ?

ബഷീർ : അതെന്താ അങ്ങനെ ചോദിച്ചത് ?

ജയിലർ : അല്ല - ഇതിലെ കേശവൻനായർ

ബഷീർ : എനിക്ക് അല്പമൊക്കെ അറിയാവുന്നത് എന്നെപ്പറ്റിയാണ്, അതുകൊണ്ട് ഞാൻ എന്നെപ്പറ്റിത്തന്നെ എഴുതുന്നു.

ജയിലർ : മിനിഞ്ഞാന്ന് ഇത് കൊണ്ടുപോയിട്ട് ഒരു പാടുപേർ വായിച്ചു. ഞാൻ വായിച്ചശേഷം എന്റെ ഭാര്യ, പിന്നെ സൂപ്രണ്ട്, അദ്ദേഹത്തിന്റെ ഭാര്യ. ഡിമാന്റ് കൂടിക്കൊണ്ടേയിരിക്കുന്നു.

(ഗോപാലകൃഷ്ണൻ അടൂർ : 2004:58).

സാഹിത്യമെഴുതിയതിന് ജയിലിലായ ബഷീറിന് ജയിലർ തന്നെ കടലാസ് കൊടുത്ത് എഴുതാൻ പ്രേരിപ്പിക്കുന്നത് കുറ്റകരമാണെന്ന് അറിഞ്ഞുകൊണ്ടു തന്നെയാണ്. എഴുത്തിന്റെ അധികാരത്തെയും ശക്തിയേയും കുറിച്ചുള്ള അറിവ് ഇവിടെ വിനിമയം ചെയ്യപ്പെടുന്നു. ബഷീറിന്റെ *പ്രേമലേഖനം* എന്ന കൃതി യാതൊരുതരത്തിലും രാജ്യദ്രോഹപരമല്ലാതിരുന്നിട്ടുകൂടി, 1944 ൽ ഈ കൃതി നിരോധിക്കപ്പെടുന്നു. തുടർന്ന് കോപ്പികൾ കണ്ടുകെട്ടുകയും ചെയ്തു. ജീവിച്ചിരിക്കുമ്പോൾ എഴുത്തുകാരനെന്ന നിലയിൽ ബഹുമാനിക്കപ്പെട്ടിരുന്ന വ്യക്തിയാണ് ബഷീർ എന്ന ആശയമാണ് ഇത്തരം രംഗങ്ങൾ ആവിഷ്കരിക്കുന്നത്. മറ്റു കുറ്റവാളികളിൽ നിന്നു വ്യത്യസ്തമായി ബഷീറിന് ജയിലിൽ എഴുത്തുകാരനും, സ്വാതന്ത്ര്യസമരഭടനുമെന്ന പരിഗണനയിൽ ഡീലക്സ് ലൈഫായിരുന്നു ലഭിച്ചിരുന്നത്.

കൈനോട്ടം അറിയാവുന്ന ഒരാളായിരുന്നു ബഷീറെന്ന് പറയപ്പെടുന്നതിനെ തെളിയിക്കുന്ന ഒന്നാണ് ജയിലിലെ ഒരു മദ്ധ്യവയസ്കനായ വാർഡന്റെ കൈ ബഷീർ നോക്കുന്ന രംഗം. നിരവധി സ്ഥലങ്ങളിൽ നിരവധി ജോലികൾ ചെയ്തു ജീവിച്ചിരുന്ന ഒരു മനുഷ്യനാണ് ബഷീർ എന്നത് അദ്ദേഹത്തിന്റെ കൃതികളും ജീവിതവും നിരന്തരം പറഞ്ഞിട്ടുണ്ട്. അതുപോലെ കുട്ടിക്കാലത്തുതന്നെ ബഷീർ സ്വാതന്ത്ര്യസമരരംഗത്തേക്ക് വന്നിരുന്നു എന്നു തെളിയിക്കാനായി അദ്ദേഹം വൈക്കം സത്യഗ്രഹ സമയത്ത് ഗാന്ധിജിയെ തൊട്ട സന്ദർഭത്തെയും സിനിമയിൽ ആവിഷ്കരിക്കുന്നുണ്ട്. ബഷീറിന്റെ വ്യക്തിത്വത്തിന്റെ നിരവധി സന്ദർഭങ്ങളെ സംഭാഷണങ്ങളിലൂടെ ആവിഷ്കരിക്കാൻ സിനിമയ്ക്ക് സാധിച്ചിരിക്കുന്നു.

സിനിമയിൽ സംഭാഷണങ്ങളിലൂടെമാത്രം ആവിഷ്കരികപ്പെടുന്ന ഒരു കഥാപാത്രമാണ് നാരായണി. ഇരുപത്തിരണ്ടുവയസ്സുള്ള നാരായണി പതിനാലു വർഷത്തെ കഠിനതടവിന് ശിക്ഷിക്കപ്പെട്ട് ജയിലിൽ വന്നുപെട്ടതാണ്. നാരായണിയുമായിട്ടുള്ള സംഭാഷണത്തിലൂടെ ബഷീർ

അവരെ സ്നേഹിക്കുകയും ചെയ്യുന്നു.[2] കൂടിക്കാഴ്ചയ്ക്ക് ഒരു ദിവസം നിശ്ചയിക്കുന്നു ഇവർ. എന്നാൽ ബഷീറിന്റെ മോചനം കാരണം അത് സാധിക്കാതെ വരുന്നു. നാരായണിയെ ബഷീറിനെപ്പോലെ പ്രേക്ഷകരും കാണുന്നില്ല.

സിനിമയിൽ പശ്ചാത്തലസംഗീതം സന്ദർഭങ്ങൾക്കനുയോജ്യമായ വിധത്തിലും അർത്ഥവത്തായ രീതിയിലുമാണ് പ്രയോഗിച്ചിരിക്കുന്നത്. സ്വഭാവിക ശബ്ദങ്ങളും ഈ സിനിമയിൽ രംഗത്തിന്റെ ശക്തികൂട്ടുവാനായി ഉപയോഗപ്പെടുത്തിയിട്ടുണ്ട്. ബഷീർ സെൻട്രൽ ജയിലിൽ വന്നുചേരുന്ന രാത്രിയിൽ ചീവീടുകളുടെ ശബ്ദം പശ്ചാത്തലത്തിൽ കേൾക്കുന്നുണ്ട്. ജയിലിനകത്തേക്ക് വൈദ്യുതിവിളക്കിന്റെ പ്രകാശവും ചീവീടുകളുടെ ശബ്ദവും കൂടിചേരുന്ന രംഗം രാത്രിയെ സൂചിപ്പിക്കുന്നതിന് സാധാരണ സിനിമയിൽ ഉപയോഗിക്കുന്നവയാണ്. എന്നാൽ പിറ്റേദിവസം ചിത്രീകരിക്കുമ്പോൾ പശ്ചാത്തലത്തിൽ പക്ഷികളുടെയും അണ്ണാന്മാരുടെയും ശബ്ദങ്ങൾ കേൾക്കാവുന്നതാണ്. പശ്ചാത്തല ശബ്ദങ്ങളിലുള്ള ഈ മാറ്റം ദിനരാത്രങ്ങളുടെ മാറ്റത്തെ ശക്തമായി ആവിഷ്കരിക്കാൻ കൂടി സൂചിപ്പിക്കുന്നു. തടവുമുറിയുടെ പുറംചുമരിൽ ഒരു ചിത്രശലഭം വന്നിരിക്കുമ്പോൾ ബഷീർ അതിന്റെ സമീപത്തേക്ക് കൈപതുക്കെ കൊണ്ടുചെല്ലുന്നുണ്ട്. അതിനു പശ്ചാത്തലത്തിൽ സംഗീതം വരുന്നുണ്ട്. ബഷീറിന്റെ ലോകത്തിലേക്ക്, വാസസ്ഥലത്തിലേക്ക് വന്നുചേർന്ന അതിഥിയെ സ്വീകരിക്കുന്നതിന് അയാൾ സദാസന്നദ്ധനാണ്. ഈ ഭൂഗോളം സകല ജീവജാലങ്ങളുടേതുമാണെന്ന് ബഷീർ പലപ്പോഴും കൃതികളിലൂടെ അഭിപ്രായപ്പെടാറുണ്ട്. പക്ഷികളോടും, പൂക്കളോടും അണ്ണാനോടും കുശലം പറയുന്ന ബഷീർ പാരിസ്ഥിതികമായ സമഭാവനയാണ് വച്ചുപുലർത്തുന്നത്.

ആശുപത്രി ഓർഡലിയോടൊപ്പം പൂന്തോട്ടത്തിന് സമീപത്തിലൂടെ നടന്നുവരുമ്പോൾ ബഷീർ തനിക്കിഷ്ടപ്പെട്ട ചുവന്ന റോസാപ്പൂവിനോടടുത്തുചെന്ന് അതിനെ സ്നേഹപൂർവ്വം സ്പർശിക്കുന്നു. ഈ സമയത്ത് ഓടക്കുഴൽ, വീണ എന്നിവ കലർന്നുള്ള സംഗീതം പശ്ചാത്തലത്തിൽ വരുന്നുണ്ട്. സ്വന്തം സെല്ലിനുമുന്നിലെ മുറ്റത്ത് തയ്യാറാക്കിയ തടത്തിലേക്ക് ഒരു റോസാച്ചെടി താഴ്ത്തിവെച്ച് അത് മണ്ണിട്ട് ഉറപ്പിക്കുമ്പോഴും ഈ പശ്ചാത്തല സംഗീതം തുടരുന്നുണ്ട്. ബഷീർ തന്റെ തടവറയ്ക്കു മുന്നിലെ പൂന്തോട്ടത്തിൽ റോസാച്ചെടി നടുന്ന രംഗത്ത് മണ്ണിൽ കൈക്കോട്ടുകൾ വീഴുന്നതിന്റെ ശബ്ദം, വെള്ളത്തിന്റെ ശബ്ദം, സംഗീതം എന്നിവയെല്ലാം ചേർത്തിരിക്കുന്നത് ആ രംഗത്തിന് പ്രകൃതി സ്നേഹത്തിന്റെയും ജീവിതത്തിന്റെ ഊഷ്മളതയും ധ്വനിപ്പിക്കുവാൻ സഹായകമാവുന്നു.

തടവുമുറിയുടെ കോലായിലൂടെ ഒറ്റയ്ക്ക് ഉലാത്തുമ്പോഴുള്ള ബഷീറിന്റെ സങ്കടവും അസ്വസ്ഥതകളും പശ്ചാത്തലസംഗീതത്തിന്റെ അകമ്പടിയോടെ ശക്തമായി ആവിഷ്കരിക്കുന്നു. തബല, വീണ,

ഓടക്കുഴൽ എന്നിവ ചേർന്നുള്ള പശ്ചാത്തല സംഗീതം തടവറയിൽ, കിടക്കയിൽ നിശ്ചലനായി കിടക്കുമ്പോഴും തുടരുന്നുണ്ട്. സംഗീതത്തിന്റെ ഉച്ചനിമ്നതലങ്ങളിലൂടെ മാനസികസംഘർഷം അനുഭവിക്കുന്ന നായകന്റെ അവസ്ഥയെ സംഗീതത്തിലൂടെ അനുഭവവേദ്യമാക്കുന്നു. ബഷീറിന്റെ ജീവിതത്തിലെ മാനസികവിഭ്രാന്തിയുടെ സൂചനയുമാണിത്. ചെയ്യാത്ത കുറ്റത്തിന് ശിക്ഷ ലഭിച്ച ടൗൺ കോൺഗ്രസ് സെക്രട്ടറിയുടെ ദുഃഖമാവിഷ്കരിക്കുമ്പോഴും ഇത്തരത്തിലുള്ള പശ്ചാത്തല സംഗീതം ഉപയോഗിക്കുന്നുണ്ട്.

തൂക്കിക്കൊല്ലാൻ വിധിക്കപ്പെട്ട തടവുകാരന് ചായ ഉണ്ടാക്കി കൊടുത്തിട്ട് അയാൾക്ക് കൂട്ടിനെന്നോണം ബഷീർ ഉറക്കമൊഴിച്ച് ഇരിക്കുന്നു. പ്രഭാതത്തിൽ ചുവരു ചാരിയിരുന്ന് ഉറങ്ങിയിരുന്ന ബഷീർ കണ്ണുതുറക്കുമ്പോൾ പശ്ചാത്തലത്തിൽ കാക്കകൾ ചിലയ്ക്കുന്ന ശബ്ദം കേൾക്കാവുന്നതാണ്. മരണത്തിന്റെ കാഹളം മുഴക്കുന്നതിനും, മരണപരമായ അനുഷ്ഠാനങ്ങളിലുമെല്ലാം കേൾക്കുന്ന ഈ ശബ്ദം മലയാളസിനിമകളിൽ പൊതുവെ ഉപയോഗിക്കാറുള്ളതാണ്.

ബഷീർ പൂന്തോട്ടത്തിൽ പൂക്കളെ പരിചരിക്കുമ്പോഴെല്ലാം പശ്ചാത്തല സംഗീതം വരുന്നുണ്ട്. നാരായണിയെ പ്രതീക്ഷിച്ച്, സ്ത്രീകളെ പാർപ്പിക്കുന്ന മതിലിനപ്പുറത്ത് ചുള്ളിക്കമ്പ് ഉയരുന്നതും പ്രതീക്ഷിച്ചിരിക്കുമ്പോഴും ഈ സംഗീതം കേൾക്കുന്നുണ്ട്. പ്രണയത്തിന്റെ നിമിഷങ്ങളെ ദ്യോതിപ്പിക്കുന്ന തരത്തിലാണ് ഇത് അനുഭവവേദ്യമാകുന്നത്. അവസാന നിമിഷം ബഷീറിനെ ജയിലിൽ നിന്ന് സ്വതന്ത്രനാക്കുന്നു എന്ന വാർത്ത അനിയൻ ജയിലർ അറിയിക്കുന്നതിനുശേഷം ബഷീർ മതിലിനപ്പുറം ആകാശത്തേക്കുയരുന്ന ചുള്ളിക്കമ്പിനെ നോക്കി നില്ക്കുമ്പോൾ പശ്ചാത്തലത്തിൽ കേൾക്കുന്ന അതേ സംഗീതം പ്രണയനൈരാശ്യത്തിന്റെ തീവ്രദുഃഖത്തെ ധ്വനിപ്പിക്കുവാൻ സാധിക്കുന്നു.

മന്ദമായ ചലനങ്ങളിലൂടെയും സമീപ, മദ്ധ്യദൃശ്യങ്ങളിലൂടെയുമാണ് മതിലുകളിലെ ഷോട്ടുകൾ ക്രമീകരിച്ചിരിക്കുന്നത്. ദൂരദൃശ്യങ്ങൾ വളരെ കുറവാണ്. ഫ്രെയിം സ്ഥിരമായി നിർത്തി വസ്തുക്കളുടെ ചലനത്തിലൂടെ ദൃശ്യത്തെ വിന്യസിച്ചിരിക്കുന്നതാണ് ഇവിടെ പൊതുവെ കാണുന്നത്. ഒരു പൊലീസ്സ്റ്റേഷന്റെ ലോക്കപ്പ് മുറിക്കുമുൻപിൽ പാറാവുനില്ക്കുന്ന പൊലീസുകാരന്റെ നിശ്ചലമായ ഷോട്ടോടുകൂടിയാണ് സിനിമ ആരംഭിക്കുന്നത്. അധികാരത്തിന്റെയും സ്വാതന്ത്ര്യത്തിന്റെയും കഥപറച്ചിലാണ് ഈ സിനിമയെന്ന സൂചന ഈ ആദ്യദൃശ്യം വ്യക്തമാക്കിത്തരുന്നു. സമീപ ദൃശ്യത്തിലൂടെ അധികാരത്തെയും സ്വാതന്ത്ര്യത്തെയും കുറിച്ചുള്ള ചിന്തകളെ അടുത്തേക്കു കൊണ്ടുവരികയാണ് ചെയ്യുന്നത്. സ്വാതന്ത്ര്യസമരകാലമാണെങ്കിലും സ്വാതന്ത്ര്യത്തെക്കുറിച്ചുള്ള സൂക്ഷ്മ യാഥാർത്ഥ്യങ്ങൾ വർത്തമാനകാലത്തും നമുക്കുമുന്നിൽ എങ്ങനെ പ്രവർത്തിക്കുന്നുവെന്ന് സമീപദൃശ്യത്തിന്റെ ആദ്യരംഗ

ത്തോടെ വായിച്ചെടുക്കാം. തൊണ്ണൂറിന് മുമ്പ് ബെർലിൻ മതിൽ പൊളിഞ്ഞപ്പോൾ ലോകവ്യാപകമായി ആ സംഭവം ചർച്ചചെയ്യപ്പെടുകയുണ്ടായി. മതിലുകൾ ലോകമെമ്പാടും ഉയർത്തുന്ന പ്രശ്നങ്ങൾ നിരവധിയാണ്. രാഷ്ട്രങ്ങൾ തമ്മിലും, സമുദായങ്ങൾ തമ്മിലും സ്ത്രീപുരുഷന്മാർ തമ്മിലും ജാതി-മതങ്ങൾ തമ്മിലും ഒക്കെ അത് ബന്ധപ്പെട്ടിരിക്കുന്നു. മതിലുകൾ ഒരു രൂപകം എന്ന അർത്ഥത്തിലും എടുക്കാവുന്നതാണ്. സ്വാതന്ത്ര്യസമരകാലത്തെ കേരളീയ പരിസരത്തെ പ്രശ്നവല്ക്കരിക്കുകയാണ് ഒരർത്ഥത്തിൽ സിനിമ ചെയ്യുന്നത്. വെനീസ് ഫെസ്റ്റിവൽ, അമിയാൻ ഫ്രാൻസ് ഫെസ്റ്റിവൽ, ഓബർവില്ലിയേ (ഫ്രാൻസ്) ഫെസ്റ്റിവൽ എന്നിയിലെല്ലാം മികച്ച ചിത്രത്തിനുള്ള പ്രൈസുകൾ ഈ സിനിമയ്ക്ക് ലഭിച്ചിട്ടുണ്ട്. രാഷ്ട്രീയ അധികാര രൂപമായി തുടരുന്ന *മതിലുക*ളുടെ ലോകവ്യാപകമായ പ്രതികരണം കൂടിയാണ് ഈ പ്രൈസുകൾ വ്യക്തമാക്കുന്നത്.

ബഷീറിനെയുംകൊണ്ട് രണ്ട് വാർഡന്മാർ നടക്കുമ്പോഴും, ഹെഡ് വാർഡൻ ബഷീറിനെ ജയിലിലേക്കു കൊണ്ടുപോകുമ്പോഴും ഫ്രെയിമിൽ സദാ മതിലിന്റെ പകുതിഭാഗം കാണാവുന്നതാണ്. മതിലുകളാൽ ചുറ്റപ്പെട്ട സ്ഥലത്തിലാണ് നായകന്റെ ജീവിതം ചലനാത്മകമാവുന്നത്. ഫ്രെയിം സ്ഥിരമായി നിലനിർത്തി കഥാപാത്രങ്ങൾ ചലിക്കുന്നതും, ചിലപ്പോൾ ക്യാമറയുടെ ലെഫ്റ്റ്പാൻ ചലനം വഴി ദൃശ്യങ്ങളെ കാണിക്കുന്നതും ഇവിടെ കാണാം. തടവുപുള്ളികളുടെ മന്ദമായ ജീവിതചര്യകൾക്കനുസരിച്ച് ഷോട്ടുകളുടെ ദൈർഘ്യവും കൂടിയിരിക്കുന്നു. ഷോട്ടുകളുടെ ദൈർഘ്യം ജീവിതചര്യകൾക്ക് മന്ദത അനുഭവപ്പെടുത്തുന്നുണ്ട്. യഥാതഥമായ ചിത്രീകരണ സ്വഭാവമെന്നോണം കഥാപാത്രങ്ങളുടെ ചലനങ്ങൾക്ക് ഫ്രെയിമിൽ പൂർണ്ണത കാണുന്നു. ആദ്യദിവസം ജയിലിൽ നിന്ന് ഭക്ഷണമൊന്നും ലഭിക്കാതെ തടവുമുറിയിൽ ഭിത്തിയിൽ ചാരിയിരിക്കുന്ന ബഷീറിനെ ഉയർന്നദൃശ്യ (High shot)ത്തിലൂടെ കാണിച്ചിരിക്കുന്നു. ബഷീറിന്റെ ജയിലിലെ ആദ്യദിനത്തെ വിശദമായി ഒറ്റ ഷോട്ടിലൂടെ വ്യക്തമാക്കുന്ന ഒരു ദൃശ്യഖണ്ഡമാണിത്. ഭരണകൂടാധികാരത്തിനു മുന്നിലെ വ്യക്തിയുടെ നിസ്സഹായതയെയും വിധേയത്വത്തെയുമാണ് ഈ ഉയർന്ന ദൃശ്യത്തിലൂടെ സൂചിതമാക്കുന്നത്. ഒറ്റപ്പെടലും ദുഃഖത്തിന്റെ തീവ്രതയും ഇതിലൂടെ ദൃശ്യമാകുന്നുണ്ട്.

ഷോട്ടുകളുടെ ദൈർഘ്യംകൂട്ടി ദൃശ്യങ്ങളുടെ വേഗത കുറയ്ക്കുന്ന സങ്കേതമാണ് സ്ലോ എഡിറ്റിങ് (Slow Editing), ബഷീറിന്റെ വിരസമായ, ഏകാന്തമായ ജയിൽ ജീവിതചിത്രീകരണത്തിന് സ്ലോ എഡിറ്റിങ് രീതിയാണ് ഇവിടെ ഉപയോഗിച്ചിരിക്കുന്നത്. ഇടത്തു (left) നിന്ന് വലത്തോ (right)ട്ടുള്ള പാനിങ് ഷോട്ട് രാഷ്ട്രീയത്തടവുകാരെ മോചിപ്പിക്കുമ്പോൾ അവർ ബഷീറിനെ കാണാൻ വരുന്ന രംഗത്ത് ഉപയോഗിച്ചിരിക്കുന്നു. ബഷീർ അണ്ണാനോട് സംസാരിക്കുമ്പോൾ മുകളിൽനിന്നുള്ള ഷോട്ടാണ് കാണുന്നത്. ബഷീർ പ്രപഞ്ചത്തിലെ

സകല ജീവജാലങ്ങളോടും വച്ചുപുലർത്തിയിരുന്ന സ്നേഹത്തെ ധ്വനിപ്പിക്കുവാൻ മുകളിൽനിന്നുള്ള ഈ രംഗത്തിന് സാധിച്ചിരിക്കുന്നു.

മനുഷ്യന്റെ സ്വാതന്ത്ര്യത്തെ നിഷേധിച്ചുകൊണ്ട് ഉയർന്നുനില്ക്കുന്ന തടവറയ്ക്കുള്ളിൽ തന്നെയാണ് ലൈംഗികവികാരങ്ങളെ വേർതിരിച്ചുകൊണ്ട് നില്ക്കുന്ന പെൺജയിലിന്റെ മതിലുകൾ. നോവലിൽ വായനക്കാരന് പെൺമതിലിനപ്പുറമുള്ള നാരായണിയെ കാണാൻ കഴിയും. എന്നാൽ സിനിമയിൽ ബഷീറിനെ കാണുന്നതുപോലെ പ്രേക്ഷകർക്ക് നാരായണിയെ കാണാൻ സാധിക്കുന്നില്ല. യഥാതഥമെന്ന രീതിയിൽ ചിത്രീകരിക്കപ്പെട്ടിരിക്കുന്ന സിനിമയുടെ ആഖ്യാനത്തിൽ ക്യാമറ മതിലിനപ്പുറത്തെ നാരായണിയെ കാണുന്നില്ല. സദാചാരത്തിന്റെ യഥാതഥാവസ്ഥയെ സിനിമ നിലനിർത്തുന്നു. നായകനെ പിന്തുടരുന്ന അധികാരത്തിന്റെ സ്വരൂപം ക്യാമറയ്ക്ക് അഥവാ സീനുകൾക്ക് കാണാൻ കഴിയും. ജയിൽ വ്യവസ്ഥയിൽ നിഷിദ്ധമാണ് ആൺ-പെൺ കൂടിക്കാഴ്ചകൾ. അതിനാൽ ആ വ്യവസ്ഥയെ പിന്തുടരുക തന്നെയാണ് ക്യാമറാ ദൃശ്യങ്ങൾ ചെയ്യുന്നത്. അടൂർ ചിത്രങ്ങൾ പിന്തുടർന്നു പോരുന്ന ഗുപ്തരതിയുടെ ആകർഷണമാണ് മതിലുകളുടെ ഈ രംഗത്തും കാണുന്നത്. മദ്ധ്യവർഗ്ഗ സദാചാരസങ്കല്പനത്തിന്റെ ഗുപ്തരതിയെയാണ് അടൂരിന്റെ ഷോട്ടുകളും പ്രതിനിധാനം ചെയ്യുന്നത്.

അനിയൻ ജയിലർ വന്ന് ബഷീറിനോട് ജുബ്ബയും മുണ്ടും ധരിക്കാൻ ആവശ്യപ്പെടുന്നു. വസ്ത്രം മാറിയ ബഷീറിനോട് സ്വതന്ത്രലോകത്തേക്ക് പോകുവാൻ അനിയൻ ജയിലർ ആവശ്യപ്പെടുന്നു. ദുഃഖത്തോടെ ബഷീർ പെണ്ണുങ്ങളുടെ മതിലിനുനേരെ നോക്കുമ്പോൾ അവിടെ ചുള്ളിക്കമ്പ് ആകാശത്തേക്ക് ഉയരുന്നത് കണ്ടു. ദുഃഖം നിറഞ്ഞ ബഷീറിന്റെ സമീപദൃശ്യത്തെ (Close up) തുടർന്ന് ചുള്ളിക്കമ്പ് ആകാശത്തേക്ക് ഉയരുന്നതിന്റെ ദൃശ്യം സന്നിവേശിപ്പിക്കുന്നതിലൂടെ തനിക്ക് ലഭിച്ച സ്വാതന്ത്ര്യത്തിന്റെ ദുഃഖത്തെ ഇവിടെ വിനിമയം ചെയ്യുന്നു. ആകാശത്തേക്ക് ഉയരുന്ന ചുള്ളിക്കമ്പ് മങ്ങി (Dissolve) വരുന്ന ഷോട്ടോടുകൂടി സിനിമ അവസാനിക്കുന്നു.

ബഷീർ കൃതികളിൽ പ്രത്യക്ഷപ്പെടുന്ന ബഷീർ എന്ന കഥാപാത്രവും എഴുത്തുകാരനായ ബഷീറും എന്നനിലയ്ക്കല്ല സിനിമയിൽ അടൂർ ഗോപാലകൃഷ്ണന്റെ ഷോട്ടുകളിൽ രൂപപ്പെടുന്ന ബഷീറിനെ മനസ്സിലാക്കേണ്ടത്. ബഷീറിന്റെ നോവൽ, തുറന്ന, അനേകം പാരായണതലങ്ങളുടെ ഭാഷാഘടനയാൽ നിർമ്മിതമാണ്. ബഷീർ കൃതികൾ പുലർത്തുന്ന വൈവിദ്ധ്യാത്മകത സംവിധായകൻ കേന്ദ്രീകൃതമായി സ്ഥാനപ്പെടുത്തിയ ഷോട്ടുകളാൽ നിർമ്മിക്കപ്പെടുന്നതല്ല. സമീപ, മദ്ധ്യദൃശ്യങ്ങളാണ് സിനിമയിൽ സംവിധായകൻ തെരഞ്ഞെടുത്തിരിക്കുന്നത്. ഇതുതന്നെ സംവിധായകന്റെ ഓഥർ (Auteur) സ്വഭാവത്തെയാണ് കാണിക്കുന്നത്. അതായത് സംവിധായകൻ വിചാരിക്കുന്ന വസ്തുവിലേക്കോ, ബിംബങ്ങളിലേക്കോ പ്രേക്ഷക ശ്രദ്ധയെ സ്ഥാനപ്പെടുത്തുന്ന

രീതി ഇത്തരം ഷോട്ടുകളിൽ കാണാം. ക്രെയിൻ ഷോട്ട്, ഏരിയൽ ഷോട്ട്, മൂവിങ് ഷോട്ട് എന്നിവയാണ് ഒരു തരത്തിൽ ഇതിന് വ്യത്യസ്തമായി വൈവിദ്ധ്യമുള്ള ദൃശ്യസഞ്ചയം ഒരുക്കുന്നതും പ്രേക്ഷകന്റെ സ്വാതന്ത്ര്യപൂർവ്വമുള്ള തിരഞ്ഞെടുപ്പിനെ സഹായിക്കുന്നതും. ഇത്തരം ഷോട്ടുകൾ ബഷീർ കൃതികളുടെ അനുവർത്തനത്തിന് വൈവിദ്ധ്യാത്മകത സൃഷ്ടിക്കാവുന്നതാണ്. ജയിലിന്റെ അധികാരത്തെയും സ്വാതന്ത്ര്യമില്ലായ്മയേയും സൂചിപ്പിക്കുവാൻ കുറെയൊക്കെ സമീപ-മദ്ധ്യ ദൃശ്യങ്ങൾക്ക് സാധിക്കുമെങ്കിലും ബഷീർ കൃതിയുടെ ബഹുസ്വരതകളെ ഇത് അടക്കം ചെയ്യുന്നു. ഒരുതരത്തിൽ നോവലിന്റെ തുറന്ന ആഖ്യാനത്തിൽ നിന്ന് സിനിമ അടഞ്ഞ ആഖ്യാനത്തിന്റെ രൂപഘടനയിലേക്കാണ് സഞ്ചരിക്കുന്നത്. സംവിധായകന്റെ പൂർവ്വസിനിമകളുടെ അവതരണ രീതിയും സാങ്കേതികവിദ്യയും ഒരു നിഴലായി *മതിലു*കളിലും പിന്തുടരുന്നുണ്ട്. ബഷീറിന്റെ എഴുത്തിന്റെ ചടുലതയോ, സംവാദാത്മകതയോ അധികമൊന്നും അടൂരിന്റെ ഷോട്ടുകളിൽ പ്രത്യക്ഷപ്പെടുന്നില്ലെന്നും കാണാവുന്നതാണ്. സിനിമയുടെ ആഖ്യാനത്തിൽ വർത്തമാനകാല ഘടന (കഥ നടക്കുന്ന കാലമെന്നർത്ഥമുള്ള രീതി) സ്വീകരിക്കുന്നതു തന്നെ ആശയപരമായി സ്വാതന്ത്ര്യാനന്തരം തുടർന്നുകൊണ്ടിരിക്കുന്ന ഒരു സാമൂഹ്യവിഷയമാണിതെന്നതിന്റെ പ്രാധാന്യം എടുത്തുകാട്ടുന്നു.

ആധുനികത, ദേശരാഷ്ട്രം

സാഹിത്യത്തിന്റെ മുഖ്യധാരയിൽ അധികാരത്തിന്റെ കേന്ദ്രസ്ഥാനമായി വർത്തിച്ചിരുന്ന വരേണ്യവ്യവഹാരങ്ങൾ ബഷീറിന്റെ ആഖ്യാനങ്ങളിൽ പുനഃപരിശോധിക്കപ്പെട്ടു. കേരളീയ ഫ്യൂഡൽ ആധുനികതയും, ദേശരാഷ്ട്രവും ബഷിറിന്റെ ആഖ്യാനത്തിൽ ജനാധിപത്യവല്ക്കരിക്കപ്പെടുകയുണ്ടായി. ബഷീറിന്റെ *മതിലുകൾ,* സിനിമയായ അടൂർ ഗോപാലകൃഷ്ണന്റെ *മതിലുകൾ* എന്നിവ മുൻനിർത്തി ആധുനികതയുടെയും ദേശരാഷ്ട്രത്തിന്റെയും യുക്തികളെ ഇവയിൽ എങ്ങനെ കാണുന്നുവെന്ന് വിശകലനം ചെയ്യാവുന്നതാണ്. ആധുനികതയുടെ യുക്തികൾ മുതലാളിത്തത്തിന്റെ ചാലകശക്തികളായി വർത്തിക്കുന്നുവെന്നതിനാൽ ദേശീയതയുടെ വ്യവഹാരങ്ങൾ രൂപപ്പെട്ടത് മുതലാളിത്തസമൂഹങ്ങളിലാണ്. വ്യത്യസ്തമായ എന്തിനെയും കീഴ്പ്പെടുത്തുക എന്ന ആധുനികതയുടെ യുക്തി മുതലാളിത്തത്തിനും ബാധകമാണ്. ഇതാണ് അധിനിവേശത്തിന്റെ രൂപമാർജ്ജിച്ചത്. യൂറോപ്പിലെ ദേശരാഷ്ട്രങ്ങളുടെ രൂപീകരണമാണ് മുതലാളിത്തത്തിന്റെ യുക്തിയുടെ അധിനിവേശത്തിനു വഴിയൊരുക്കിയത്. ബ്രിട്ടീഷ്കോളനീകരണത്തിൽ നിന്നുള്ള മോചനത്തിനായാണ് സാഹിത്യകാരനായ ബഷീറും ജയിലിൽ പോയത്. പിന്നീട് മതിലുകളിൽ നിന്നുള്ള മോചനത്തിനായാണ് ബഷീർ ശ്രമിച്ചു കൊണ്ടേയിരുന്നത്. ഇതിനിടയിൽ പ്രണയം ഒരു മതിലായി

മുന്നിൽ തടസ്സപ്പെടുന്നതാണ് സാമാന്യമായ നോവലാഖ്യാനം എന്നുപറയാം.

ആദ്യകാലത്ത് സിനിമകളിലെ പൊതുപ്രമേയമായി ദേശീയതയും ആധുനികതാവിചാരങ്ങളും സ്വീകരിക്കപ്പെട്ടു. *നീലക്കുയിൽ (1955), രാരിച്ചൻ എന്ന പൗരൻ* (1956), *മുടിയനായ പുത്രൻ (1961), രണ്ടിടങ്ങഴി (1958)* തുടങ്ങിയ നിരവധി സിനിമകൾ ഇത്തരത്തിൽ പഠനവിധേയമാക്കാവുന്നതാണ്. ആധുനികതയുടെ പൊതുമണ്ഡലത്തിലേക്കുള്ള മലയാളിയുടെ പ്രവേശത്തിലെ സംഘർഷങ്ങളും ജാതിസമൂഹത്തിൽ നിന്ന് രാഷ്ട്രത്തിലേക്കുള്ള പരിണാമത്തിന്റെ ചിത്രീകരണവും രാമുകാര്യാട്ടിന്റെ *നീലക്കുയിലി*നെ ശ്രദ്ധേയമാക്കുന്നു. ജാതിസമൂഹത്തിൽ നിന്നുള്ള ആധുനിക പൗരന്റെ കർത്തൃത്വ നിർമ്മിതിയിലേക്ക് *രാരിച്ചൻ എന്ന പൗരൻ* സഞ്ചരിക്കുന്നു. *മുടിയനായ പുത്രൻ, രണ്ടിടങ്ങഴി* തുടങ്ങിയ സിനിമകൾ ജന്മി-കുടിയാൻ ബന്ധത്തിന്റെ തലത്തെ മറികടന്ന് മുതലാളിത്തരാഷ്ട്രത്തിന്റെ വർഗ്ഗസംഘർഷങ്ങളിലേക്ക് വഴി മാറുന്നു. ഇത്തരത്തിൽ ആധുനിക ദേശരാഷ്ട്രത്തിന്റെ വ്യത്യസ്ത സംഘർഷങ്ങളെ മലയാളസിനിമകൾ പങ്കുവച്ചിരുന്നു.

മതിലുകൾ എന്ന സിനിമയിൽ ഭാരതത്തിന്റെ സ്വാതന്ത്ര്യസമരത്തിനുവേണ്ടി പോരാടിയതിനാണ് ബഷീറിനെ ജയിലിലടയ്ക്കുന്നത്. ഭരണകൂടം അധികാരം പ്രയോഗിക്കാൻ ഉപയോഗിക്കുന്ന സ്ഥാപനമാണ് ജയിൽ. ജയിൽ, കോടതി, പട്ടാളം, പൊലീസ് എന്നിവയെല്ലാം രാഷ്ട്രീയ സമൂഹത്തിന്റെ ഭാഗമാണ്. വിദ്യാഭ്യാസ-സാംസ്കാരിക-മത സ്ഥാപനങ്ങളും അവയുടെ രൂപഭേദങ്ങളും പൗരസമൂഹത്തിന്റെ ഭാഗമാണ്. ഇത്തരത്തിൽ രാഷ്ട്രീയസമൂഹം സ്വാതന്ത്ര്യസമരസേനാനികളുടെ ശരീരത്തെ മെരുക്കിയെടുക്കുന്നതിന് ജയിലിനെ ഉപയോഗപ്പെടുത്തുന്നു. ജനാധിപത്യപരമായ ശിക്ഷണനടപടികൾ സ്വീകരിക്കാത്തതിൽ പ്രതിഷേധിച്ച് കഥാനായകൻ നിരാഹാരസത്യഗ്രഹം തുടങ്ങുന്നു. അതിനെ തുടർന്ന് വിചാരണചെയ്ത് ജയിലിലടച്ചു. പൊലീസുകാരുടെ സഹായത്താൽ കടലാസുകൾ ലഭിച്ചതിനാൽ അദ്ദേഹം ജയിലിൽ കിടന്ന് കഥകളെഴുതി. ഇവിടെ കഥകൾ ജയിലിനകത്തും അദ്ദേഹം നടത്തുന്ന സമരങ്ങളുടെ പ്രതീകമാണ്. ബഷീർ സ്വാതന്ത്ര്യസമരകാലത്ത് ജയിലിൽ കിടക്കുമ്പോൾ എഴുതിയ കഥകൾ ബ്രിട്ടീഷ് ആധിപത്യത്തോടുള്ള പ്രതിഷേധമായി വിലയിരുത്തിയിട്ടുണ്ട്.

സാഹിത്യകാരനെന്ന നിലയിൽ പൊലീസ് അദ്ദേഹത്തെ ബഹുമാനിച്ചിരുന്നു. സിനിമയിലും സാഹിത്യത്തിലും ഇതിന്റെ സൂചനകളുണ്ട്. ആരും തന്നെ തല്ലിയില്ലെന്ന് ബഷീർ തന്നെ പറയുന്നുണ്ട്. ബ്രിട്ടീഷ് ഭരണകൂടസ്ഥാപനങ്ങളിൽ ജോലിചെയ്യുന്ന കേരളീയർക്ക് സ്വാതന്ത്ര്യസമരങ്ങളോടും സമരനേതാക്കളോടും അനുകമ്പയുണ്ടായിരുന്നു. എന്നിരുന്നാലും രാജഭരണത്തോടുള്ള താല്പര്യവും വിധേയത്വവും പൂർണ്ണമായി അവസാനിച്ചിരുന്നില്ല. ബഷീറിനെ തിരുവനന്തപുരം സെൻട്രൽ

ജയിലിൽ ആണ് കൊണ്ടിട്ടിരുന്നത്. ശ്രീചിത്തിരതിരുനാൾ മഹാരാജാവിന്റെ ഭരണകാലമാണന്ന്. ഈ തിരുവിതാംകൂർ രാജ്യത്തിന്റെയും രാജാവിന്റെയും ഭരണാധികാരം ബ്രിട്ടീഷ് ഭരണത്തിൻകീഴിൽ നഷ്ടപ്പെട്ടിരുന്നുവെങ്കിലും ജനങ്ങളുടെ അബോധമനസ്സിൽ കുറെയെങ്കിലും രാജഭക്തി നിലനിന്നിരുന്നു. ബഷീർ തന്റെ കേസ് എഴുത്താണെന്നു പറഞ്ഞപ്പോൾ വാർഡർ ഞെട്ടിത്തിരിച്ച് രാജദ്രോഹം! ശ്രീപത്മനാഭാ! രക്ഷിക്കണേ! എന്നു പറഞ്ഞു. ആധുനികദേശരാഷ്ട്ര പരിസരത്തു നില്ക്കുമ്പോൾ തന്നെ പാരമ്പര്യസവർണ്ണ രാജാധികാരത്തിന്റെ ചങ്ങലകൾ വിട്ടുപോയിട്ടില്ലായെന്നതിനു തെളിവാണിത്. പ്രജകൾക്ക് രാജാവ് ദൈവതുല്യനാണ്. കൊളോണിയൽ ഭരണവും ജ്ഞാനമണ്ഡലവും വികസിക്കുമ്പോഴും, പൗരന്റെ ഉള്ളിൽ രാജഭക്തിയുടെ അടിയൊഴുക്കുകൾ കാണാം. രാജാവിനെതിരെ പ്രവർത്തിക്കുന്നത് ദൈവത്തിനെതിരെ എന്നതിനുതുല്യമാണ്. രാജഭരണത്തിൽ നിന്ന് ബ്രിട്ടീഷ് ഭരണത്തിൽ വന്നപ്പോഴും വാർഡന്റെ ഉള്ളിൽ പഴയ കർത്തൃത്വത്തിന്റെ സ്വാധീനം തുടരുന്നുണ്ട്.

അടൂർ സംവിധാനം ചെയ്ത *മതിലുകൾ* (1990) ആധുനികോത്തരമായ ഒരു സാംസ്കാരികചുറ്റുപാടിലാണ് പുറത്തിറങ്ങുന്നത്. ബഷീറിന്റെ ആഖ്യായികയിലെ ആധുനികത, ദേശരാഷ്ട്രം എന്നിവയെ അടൂരിന്റെ സിനിമാവിഷ്കാരം എങ്ങനെയെല്ലാം സമീപിച്ചു എന്ന് അന്വേഷിക്കേണ്ടതുണ്ട്. 'രാഷ്ട്രമെന്നത്, റാഡിക്കലായ മതേതരത്വവും ആധുനികവും ഭാവനാപരവുമായ ഒരു നിർമ്മിതിയാണ്. നോവലും പത്രങ്ങളും പോലുള്ള സാംസ്കാരിക രൂപങ്ങളാൽ, ദൈവത്തിന്റെ അഭാവത്താലാണത് ഉയർന്നുവന്നത്' . (ലീല ഗാന്ധി: 1999 : 104). എന്നാൽ രാഷ്ട്രത്തിന്റെ വികസനവും, പരമാധികാരവും എല്ലാം ചോദ്യം ചെയ്യപ്പെട്ടുകൊണ്ടിരിക്കുന്ന സമയത്താണ് അടൂരിന്റെ സിനിമ പുറത്തുവരുന്നത്. തൊഴിൽ, ആരോഗ്യം, വിദ്യാഭ്യാസം, സേവനം തുടങ്ങിയ മേഖലകളിൽ നിന്ന് സർക്കാർ പിൻവലിഞ്ഞ് വെറുമൊരു മർദ്ദനഭരണകൂടം എന്ന നിലയിലേക്ക് പോകുന്ന ഇക്കാലത്ത് സ്വാതന്ത്ര്യമെന്തെന്ന ചോദ്യം വീണ്ടുമുയരുന്നു. വിദേശ കുത്തക മുതലാളിമാർക്ക് രാജ്യം തീറെഴുതി കൊടുക്കുകയും അവർ നമ്മെ പുറമേ നിന്ന് നിയന്ത്രിക്കുകയും ചെയ്യുന്ന ചരിത്ര സന്ദർഭമാണിത്. ഇത്തരം സാഹചര്യത്തിൽ ബഷീറിന്റെ നോവലിൽ നിന്ന് എന്തു വ്യത്യാസമാണ് അടൂരിന്റെ സിനിമയിൽ വിമർശനവിധേയമാകുന്നതെന്ന് നോക്കേണ്ടതുണ്ട്.

സ്വാതന്ത്ര്യാനന്തരകോൺഗ്രസ് രാഷ്ട്രീയ സാംസ്കാരിക സാമ്പത്തിക മേഖലയിൽ നടത്തിയ ഏകപക്ഷീയമായ ഇടപെടലുകൾ വിവാദം സൃഷ്ടിക്കുന്നവയായിരുന്നു. രാഷ്ട്രവികസനത്തിന് ആവിഷ്കരിച്ച പഞ്ചവത്സരപദ്ധതികൾ, മറ്റ് അയൽരാഷ്ട്രങ്ങളുമായുള്ള ബന്ധം എന്നിവയെല്ലാം ഇവിടത്തെ പിന്നോക്ക-ദളിത് വിഭാഗങ്ങൾക്ക് കാര്യമായ വളർച്ചയ്ക്ക് ഉതകുന്നവയായിരുന്നില്ല. ദേശീയമായി കോൺഗ്രസ്

സംഘടനകൾ വ്യവസായമുതലാളിത്തത്തെ സഹായിക്കുന്ന തരത്തിലുള്ള വികസനസങ്കല്പങ്ങളാണ് മുന്നോട്ടുവച്ചിരുന്നത്. അതായത് സ്വാതന്ത്ര്യാനന്തര ഇന്ത്യയിൽ വരേണ്യാധുനികബോധമാണ് പ്രബലമായി നിലനിന്നിരുന്നത്. മുതലാളിമാർക്ക് വളരാനുള്ള വികസന രാഷ്ട്രീയത്തിൽ നാഷണൽ കോൺഗ്രസിലെ പ്രവർത്തകരും പങ്കുകൊള്ളുകയും മുതലാളിത്ത ആശയത്തിലേക്ക് കോൺഗ്രസ് നീങ്ങുകയും ചെയ്തു. കോൺഗ്രസിന്റെ കീഴിൽ പതിനൊന്നുവർഷം സേവനം ചെയ്ത്, തൊഴിലാളികളെ സംഘടിപ്പിച്ച ടൗൺ കോൺഗ്രസ് സെക്രട്ടറിക്ക് ജയിൽശിക്ഷ ലഭിച്ചരംഗം ഇവിടെ അടൂർ കൂട്ടിച്ചേർക്കുന്നുണ്ട്.

"എനിക്ക് പണമില്ല, ഡിഗ്രിയില്ല, പക്ഷേ, പതിനൊന്നു കൊല്ലത്തെ കോൺഗ്രസ് പാരമ്പര്യമുണ്ട്. കോൺഗ്രസിന്റെ കൊടിക്കീഴിൽ തൊഴിലാളികളെ ഞാൻ സംഘടിപ്പിച്ചു. അയാളുടെ തൊഴിലാളികളെ സംഘടിപ്പിച്ചതിന് കിട്ടിയ കൂലിയാണ് ഈ കള്ളക്കേസ്" (ഗോപാലകൃഷ്ണൻ അടൂർ : 2004 : 26).

കോൺഗ്രസ് മുതലാളിത്തത്തെ അനുകൂലിച്ച് തൊഴിലാളിവിരുദ്ധമായ രാഷ്ട്രനിർമ്മാണപ്രക്രിയയാണ് തുടങ്ങിയത്. ഇത്തരം സാമൂഹ്യപ്രക്രിയ ഇവിടം കൊണ്ടവസാനിക്കുന്നില്ല. ഏതാണ്ട് അമ്പതുകളോടെ ആഗോളീകരണപ്രക്രിയയുടെ തുടക്കം ആരംഭിച്ചുവെന്ന് സാമൂഹ്യശാസ്ത്രജ്ഞർ പറയുന്നുണ്ട്. തൊണ്ണൂറുകളിൽ ശക്തമായി തുടങ്ങിയ ഈ ആഗോളവല്ക്കരണപ്രക്രിയയുടെ ഫലമായി രാഷ്ട്രം അതിന്റെ പരമാധികാരംപോലും ഒന്നാംലോകരാജ്യങ്ങൾക്ക് അടിയറവച്ചിരിക്കുന്നു എന്ന അവസ്ഥയിലെത്തിയിരിക്കുന്നു. ഭാരതം പുറമേ നിന്നുള്ള കോളനീകരണ അവസ്ഥയ്ക്ക് വിധേയമാകുന്ന കാഴ്ചയാണ് ഇന്നുള്ളത്. ഇത്തരം അവസ്ഥയിൽ സ്വാതന്ത്ര്യസമരത്തിന്റെ പഴയകാല നേതാക്കൾ, ആശയങ്ങൾ, സമരങ്ങൾ എല്ലാം പുതുവായനയ്ക്ക് വിധേയമാകും. ആധുനിക ദേശരാഷ്ട്രത്തിന്റെ അതിരുകൾ തകർത്തുവരുന്ന ഉല്പാദന-സേവന-സാംസ്കാരിക അധിനിവേശത്തെ ചോദ്യം ചെയ്യേണ്ടതുണ്ട്. ബഷീറും രാഷ്ട്രീയതടവുകാരുമൊന്നിച്ചുള്ള ജയിലിലെ രംഗം നോക്കുക. മുതിർന്നനേതാവ് ചുറ്റും കൂടിയിരുന്നവർക്കായി അവിടെ അയച്ചു കിട്ടിയ ഒരു കത്ത് വായിക്കുകയാണ്.

"ക്വിറ്റിന്ത്യാ സമരത്തോടെ വെള്ളക്കാരന്റെ അടിത്തറ ആടിത്തുടങ്ങിയിട്ടുണ്ട്. കുറേപ്പേരെ ജയിലിലടയ്ക്കുമ്പോൾ അതിലേറെപ്പേർ അറസ്റ്റ് വരിക്കാൻ തയ്യാറായി മുന്നോട്ടുവരുന്നു. സർക്കാർ ആകെ കുഴഞ്ഞമട്ടാണ്. ധൈര്യമായിരിക്കുക. നിങ്ങളുടെ ത്യാഗങ്ങൾ നാടിന്റെ അഭിമാനം രക്ഷിക്കുന്നതിനുവേണ്ടിയാണെന്നോർക്കുക. പിന്നെ ഇപ്പോഴറിഞ്ഞ ഒരു സന്തോഷവാർത്ത. ഗാന്ധിജിയെ ജയിലിൽ നിന്ന് മോചിപ്പിച്ചിരിക്കുന്നു" (ഗോപാലകൃഷ്ണൻ, അടൂർ: 2004:61).

പെട്ടെന്ന് ആവേശത്തോടെയുള്ള മുദ്രാവാക്യങ്ങൾ ഗാന്ധിജിക്കും, ഭാരതത്തിനുവേണ്ടിയും മുഴങ്ങി. പിന്നീട് ബഷീർ ഗാന്ധിജിയെ

തൊട്ടിട്ടുള്ളവർ കൈപൊക്കട്ടെ എന്നുപറഞ്ഞ് കൈപൊക്കി. ബഷീർ മാത്രമേ അവിടെ കൂടിയിരുന്നതിൽ ഗാന്ധിജിയെ തൊട്ടിരുന്നുള്ളൂ. വൈക്കം സത്യഗ്രഹത്തിന് ഗാന്ധിജി വന്നപ്പോഴാണ് ആ സംഭവം നടന്നത്. നോവലിലില്ലാത്ത ഈ രംഗം ബഷീറിന്റെ ജീവിതത്തിൽ നടന്ന സംഭവമായതിനാൽ തിരക്കഥാകൃത്ത് ഇത് വിദഗ്ദ്ധമായി ചേർക്കുന്നു. സ്വാതന്ത്ര്യത്തിനു പുതു അർത്ഥങ്ങൾ നല്കാനും ഇതുകാരണമാകുന്നു. ഇന്ന് നഷ്ടപ്പെട്ടുകൊണ്ടിരിക്കുന്ന സ്വാതന്ത്ര്യത്തെക്കുറിച്ച് ചിന്തിക്കാൻ ഈ രംഗം പ്രേരകമാകുന്നു.

ദേശത്തിന്റെ സ്വാതന്ത്ര്യപ്രശ്നങ്ങളോട് ഏറ്റുമുട്ടുന്ന ബഷീറിന്റെ വ്യക്തിത്വത്തെ ആവിഷ്കരിക്കുവാൻ അടൂർ ഗോപാലകൃഷ്ണൻ ശ്രമിച്ചിട്ടുണ്ട്. സ്വാതന്ത്ര്യ സമരവുമായി ബന്ധപ്പെട്ട് ജയിലിൽ കിടക്കുന്നവരോട് ഗാന്ധിജിയെ ബഷീർ തൊട്ടുവെന്ന് പറയുന്നതും, രാഷ്ട്രീയത്തടവുകാരെയെല്ലാം വിടാൻ പോകുന്നു എന്ന വാർത്ത കേട്ടപ്പോൾ കഞ്ഞികുടിച്ചുകൊണ്ടിരുന്ന ബഷീർ ആവേശത്തോടെ ചാടിയെണീറ്റ് കൂട്ടുകാരോടൊത്ത് ആഘോഷിക്കുന്നതും അടൂർ സിനിമയിൽ ചിത്രീകരിച്ചിരിക്കുന്നു. തന്നെയൊഴിച്ച് മറ്റെല്ലാ രാഷ്ട്രീയ ത്തടവുകാരെയും വിടാനായിരുന്നു തീരുമാനം. അവർ പോകുമ്പോൾ ബഷീർ തമാശയായി അവരോട് ചോദിക്കുന്നുണ്ട്.

"നേതാക്കന്മാരെ, നിങ്ങളൊക്കെ ഈ രാജ്യം ഭരിക്കുന്ന കാലത്ത് എനിക്കെന്തു സഹായം ചെയ്യും" (ഗോപാകൃഷ്ണൻ അടൂർ :2004: 73).

സ്വാതന്ത്ര്യാനന്തരഭാരതത്തിലെ ഭരണം സ്വാതന്ത്ര്യസമരപ്രവർത്ത കരുടെ ആശകളെ തിരസ്കരിച്ചുകൊണ്ട് എങ്ങനെയാണ് രാജ്യത്തിനെ അധോഗതിയിലേക്ക് കൊണ്ടുപോയതെന്ന് ഇന്ന് തിരിച്ചറിയാവുന്നതാണ്. നോവലിൽ നിന്ന് വ്യത്യസ്തമായ ഈ ചോദ്യം സിനിമയിൽ വരുമ്പോൾ തീർച്ചയായും അത് ഇന്ത്യൻ ഭരണത്തെ വിമർശിക്കുകയാണ് ചെയ്യുന്നത്. വെറും തമാശയ്ക്കപ്പുറം ഈ ചോദ്യം അഭിമുഖീകരിക്കുന്നത് ഇന്ത്യയുടെ ഇന്നത്തെ അവസ്ഥയെയാണ്. നേതാക്കന്മാർ രാജ്യം ഭരിക്കുന്നകാലത്ത് കൈയൊഴിയപ്പെട്ട അനേകായിരം പേരുടെ പ്രതിനിധിയാണ് ഇവിടെ ബഷീർ. തനിക്കു ലഭിച്ച സ്വാതന്ത്ര്യത്തെ സംശയത്തോടെ വീക്ഷിക്കുന്ന ഒരാളെയാണ് അടൂരിന്റെ *മതിലു*കളിൽ കാണുന്നത്.

നായക/നായിക പ്രതിനിധാനം, സ്വാതന്ത്ര്യം, പ്രണയം

മതിലുകൾ എന്ന നോവലിൽ ആഖ്യാതാവായ ബഷീർ തന്നെയാണ് ആത്മഗതമെന്നോണം തന്റെ പഴയകാല ജീവിത കഥപറയുന്നത്. ഏതാണ്ട് 1964 ലാണ് ഈ കഥ എഴുതുന്നത്. സ്വാതന്ത്ര്യസമരകാലത്ത് (1940- 42) ജയിലിലായിരുന്നപ്പോൾ സംഭവിച്ച ഒരു പ്രണയകഥയാണി തെന്ന് കഥാകൃത്ത് പറയുന്നുണ്ട്. ബഷീറിന്റെ ജീവിതവും കഥയും തമ്മി

ലുള്ള ബന്ധത്തെപ്പറ്റി ഇന്നും സംവാദങ്ങൾ നടക്കാറുണ്ട്. ബഷീർ കൃതികളിലൂടെ വായിച്ചു നീങ്ങുമ്പോൾ നമ്മുടെ മുന്നിലുയരുന്ന പ്രധാനചോദ്യം സാഹിത്യവും യാഥാർത്ഥ്യവും തമ്മിലുള്ള വേർതിരിവ് എവിടെ എന്നതാണ്. ബഷീറിന്റെ രചനകളിൽ ചിലത് കെട്ടുകഥ കളാവാം. ചിലതിൽ യാഥാർത്ഥ്യത്തിന്റെ അംശങ്ങളുണ്ടാവാം. യാഥാർ ത്ഥ്യം എന്നു പറയുന്നത്, ആ സന്ദർഭത്തിൽ ആത്മകഥാപരം എന്നതിനു സമാനമാണ്. *പാത്തുമ്മയുടെ ആട്* യഥാർത്ഥമാണെന്ന് കഥാകാരൻ തന്നെ ഉറപ്പുപറയുന്നു. *മാന്ത്രികപ്പൂച്ച*യും (1964) അതുപോലെതന്നെ. മറ്റു കഥകളുടെ കാര്യം അത്രയ്ക്ക് ഉറപ്പിക്കാനാവില്ല. "*മതിലുക*ളിലെ കാഥികനെ ഒരു കഥാപാത്രം ബഷീർ എന്നുതന്നെയാണ് സംബോ ധനചെയ്യുന്നതെങ്കിലും ഇതിൽ ആത്മകഥാംശം എത്രയുണ്ടെന്ന് പറയാനാവില്ല. കാഥികനാരെന്നു വെളിപ്പെടുത്താതെ ആത്മകഥാരൂപ ത്തിലവതരിപ്പിച്ച ചില കഥകളെപ്പറ്റിയും (പിറന്നാൾ തന്നെ ഉദാഹരണം) ഈ സംശയമുണ്ട്. *ബാല്യകാലസഖി*യിലെത്തുമ്പോൾ ഇത് സങ്കീർ ണ്ണമാവുന്നു. ഇവിടെ കഥനം ആത്മകഥാരൂപത്തിലല്ല. എങ്കിലും ഇത് ബഷീറിന്റെ സ്വന്തം ജീവിതകഥയല്ലേ?" (ആഷർ ആർ ഇ: 1999 : 31). നോവലിൽ അനിയൻ ജയിലറാണ് യു കാൻഗോ മിസ്റ്റർ ബഷീർ; യു ആർ ഫ്രീ എന്നു പേരുപറഞ്ഞ് സ്വതന്ത്രനാകാൻ അനുമതി കൊടു ക്കുന്നത്. എന്നാൽ സിനിമയിൽ ബഷീറിനെ ആദ്യരംഗത്തുതന്നെ പൊലീസ് ലോക്കപ്പിൽ വച്ച് ഇൻസ്പെക്ടർ എന്താ ബഷീർ, സുഖം തന്നെയല്ലേ? എന്ന് ചോദിക്കുന്നുണ്ട്. പിന്നീട് ബഷീർ തന്നെ തന്റെ പേരു പറയുന്നതും, മറ്റു കഥാപാത്രങ്ങൾ ബഷീറിന്റെ പേരു വിളിക്കുന്നതും കാണാവുന്നതാണ്. ബഷീറിന്റെ സ്വന്തം കഥയാണ് *മതിലുകൾ* എന്ന കാര്യത്തിൽ സിനിമയ്ക്ക് സംശയമൊന്നുമില്ല. എന്നാൽ ആത്മകഥാംശം എത്രത്തോളം ഉണ്ട് എന്ന ചിന്ത ഉണ്ടാവുന്നത് സാഹിത്യത്തെയും ജീവിതസംഭവങ്ങളെയും മുൻനിർത്തിയാണ്. ഇതിന് ഒരു ഉത്തരം കണ്ടെത്തുക പ്രയാസമാണ്. ഇവിടെ ബഷീറിന്റെ സാഹിത്യകൃതി കളിലെ പല കഥാപാത്രങ്ങളെയും, ശൈലികളെയും സംവിധായകൻ ബോധപൂർവ്വം സിനിമയിൽ ഉപയോഗിച്ചിട്ടുണ്ട്. *മതിലുകളി*ലെ കഥാ പാത്രം ബഷീർ തന്നെയാണെന്ന ഉറപ്പിലാണ് ഇത്തരം പരിശ്രമങ്ങൾ നടത്തിയിരിക്കുന്നത്.

ആത്മപരമായ ആഖ്യാനരീതി നോവലിൽ കാണാമെങ്കിലും സിനിമയിൽ അത്തരം രീതി കുറവാണ്. നായകനെ മുൻനിർത്തിയാണ് സിനിമയിലെ ഓരോ രംഗവും ചിത്രീകരിച്ചിരിക്കുന്നത്. നോവലിൽ ആഖ്യാതാവ്/നായകൻ എല്ലാമറിയുന്നവനെപ്പോലെയാണ്. അയാളുടെ കഴിഞ്ഞകാല ജീവിതമാണ് വായനക്കാർക്കുവേണ്ടി അയാൾ വിവ രിക്കുന്നത്. അയാളുടെ ജീവിതത്തിലെ ഒരു ശോകഗാനമാണ് നാം കേൾ ക്കുന്നത്. സിനിമയിൽ എന്നാൽ ഭൂതകാലകഥയെ വർത്തമാനകാല ത്തിൽ ആഖ്യാനം ചെയ്യുമ്പോൾ നായകന്റെ ഓരോ ജീവിതാവസ്ഥയും

പ്രേക്ഷകർ കണ്ടുമനസ്സിലാക്കുന്നു. ഭാവി നേരത്തെ പ്രവചിക്കപ്പെട്ട നായകനല്ല സിനിമയിലെ ബഷീർ.

നോവലിൽ നിന്നു വ്യത്യസ്തമായി നേരത്തെ സൂചിപ്പിച്ചതുപോലെ ബഷീർ എന്ന കഥാപാത്രം അഥവാ സാഹിത്യകാരന്റെ വിപുലീകരണത്തിനാണ് സിനിമയിൽ ശ്രമിച്ചിരിക്കുന്നത്. ബഷീർ കുട്ടിക്കാലം തൊട്ടേ ഒരു സ്വാതന്ത്ര്യസമര ഭടനായിരുന്നുവെന്നതിന് വൈക്കത്ത് സത്യഗ്രഹത്തിന് ഗാന്ധിജി വന്നപ്പോൾ അദ്ദേഹത്തിനെ തൊട്ടിട്ടുള്ള സംഭവം സിനിമയിൽ സൂചിപ്പിക്കുന്നു. ബഷീറിന് കൈനോട്ടം അറിയാമെന്നതിന് ജയിലിൽ വാർഡറുടെ കൈനോക്കിക്കൊണ്ട് പ്രമോഷൻ കിട്ടുമെന്ന് പ്രവചനം നടത്തുന്നു. ഇത്തരം രംഗങ്ങളിലൂടെ നോവലിലെ നായകനേക്കാൾ കൂടുതൽ സ്വഭാവ സവിശേഷതകൾ സിനിമയിൽ അവതരിപ്പിക്കുന്നു.

ബഷീറിന്റെ കൃതികളിൽ സ്ത്രീകളെ ഗന്ധവുമായി ബന്ധപ്പെടുത്തി വിവരിക്കുന്നുണ്ട്. കാഴ്ചയിൽപ്പെടാത്ത സ്ത്രീയെ ശരീരത്തെ മണത്തിലൂടെ അറിയാമെന്ന ഒരു സൗന്ദര്യബോധമാണ് ഇവിടെ രൂപപ്പെടുന്നത്. *മതിലുക*ളിൽ ബഷീർ പെൺജയിലിനെ കുറിച്ചറിയുന്നത് മണത്തിലൂടെയാണ്. ശരീരത്തേക്കാൾ ദൂരത്തേക്ക് വ്യാപിച്ചുകിടക്കുന്നതാണ് ഈ ഗന്ധം. പ്രകൃതിജന്യമായ ലൈംഗിക വിചാരത്തെ ഉണർത്തുന്നതുമാണ് ഈ ഗന്ധം.[3]

"പെണ്ണിന്റെ മണം ആൺജയിലിൽ പരന്നിരുന്നു. പരമസുഖം. സംതൃപ്തി. ഇതുവരെ ഭദ്രമായ രഹസ്യമൊന്നുമായിരുന്നില്ല. കണ്ടില്ല, കേട്ടില്ല.... അങ്ങനെപ്പോയി സംഭവം... ഇവിടെ വേണമെങ്കിൽ ഒരുയർന്ന പീഠത്തിലിരുന്ന് സദാചാരത്തെപ്പറ്റിയും സംസ്കാരത്തെപ്പറ്റിയും ഉഗ്രൻ പ്രസംഗങ്ങൾ നടത്താം? വാതോരാതെ ഉപദേശിക്കാം....!

എന്നാൽ, സർവ്വഗുണസമ്പൂർണ്ണനായ ഹേ മഹാത്മാവേ, ഞങ്ങൾ കാമക്രോധാദികളുള്ള വെറും മനുഷ്യരാണ്. ഒട്ടുവളരെ ബലഹീനതകൾ ഞങ്ങൾക്കുണ്ട്. ഞങ്ങളോടു കരുണ കാണിക്കുക. ദൈവത്തിന്റെ അനുഗ്രഹമാണ് ഹേ ആൺപെൺ ആകർഷണത. മറക്കല്ലേ ആകർഷണം! ദൈവത്തിന്റെ ദിവ്യമായ സഹാനുഭൂതിയോടെ വേണം നിങ്ങൾ ഞങ്ങളെ നോക്കാൻ!" (ബഷീർ : 2003 : 28).

നോവലിലെ തന്നെ മറ്റൊരു ഭാഗം നോക്കുക.

> സുഹൃത്തുക്കളേ, ഒന്നിങ്ങോട്ടു തിരിഞ്ഞുനോക്ക്...! ഞാൻ പറയുന്നത് സ്ത്രീജനങ്ങളോടാണ്. ഒന്നുതിരിഞ്ഞുനോക്കൂ! നിങ്ങളെ ഒന്നുകണ്ട് കൺകുളിർപ്പിക്കട്ടെ! അങ്ങനെ കുറെ കഴിഞ്ഞു താഴെയിറങ്ങിപ്പോരും. ഞാൻ ഈ പറയുന്നത് ജയിലിലുള്ള ഓരോ പുരുഷനും പറയാൻ കഴിയും. എന്റെ വിചാരവികാരങ്ങൾ തന്നെ ഓരോ ജയിൽപ്പുള്ളിയുടേതുമെന്ന് വിചാരിക്കുക. ഞങ്ങളുടെ ഏകാന്തരാത്രികൾ.... ഞങ്ങളുടെ ഏകാന്തചിന്തകൾ.... ഞങ്ങളുടെ ലൈംഗിക സ്വപ്നങ്ങൾ ഏതായാലും ഞങ്ങളുടെ ഹൃദയങ്ങളി

ലേക്കു ചുഴിഞ്ഞിറങ്ങാ തിരിക്കുന്നതാണ് നല്ലത് (ബഷീർ: 2003:20)

തടവറയും ലൈംഗികതയും എങ്ങനെ അധികാര സംസ്ഥാപനത്തിനുള്ള ഉപാധികളായി ഉപയോഗിക്കപ്പെടുന്നുവെന്ന് *ഡിസിപ്ലിൻ ആന്റ് പണീഷ്* എന്ന കൃതിയിൽ മിഷേൽ ഫൂക്കോ വിശദീകരിക്കുന്നുണ്ട്. *ലൈംഗികതയുടെ ചരിത്രത്തിന്റെ ഒന്നാം ഭാഗത്തി*ലും ശരീരവും മർദ്ദനമുറയും തമ്മിലുള്ള ബന്ധവും അന്വേഷിക്കുന്നുണ്ട്. മദ്ധ്യയുഗങ്ങളിലെ കിരാതമായ ശിക്ഷാനടപടികളും, ശരീരത്തെ പീഡിപ്പിക്കുന്നതിലൂടെ കുറ്റവാളിയെ ശിക്ഷിക്കുന്നതും മാറി ശിക്ഷണത്തിലൂടെയും അനുശീലനത്തിലൂടെയും കുറ്റവാളിയെ മെരുക്കിയെടുക്കുന്ന പ്രക്രിയ പരിഷ്കൃതമായിക്കൊണ്ടിരിക്കുന്ന ഒരു സമൂഹത്തിന്റെ അടയാളങ്ങളാണ്. പത്തൊമ്പതാം നൂറ്റാണ്ടിലെ ആധുനികവല്ക്കരണത്തോടൊപ്പം നടന്ന വളരെ പ്രധാനപ്പെട്ട ഒരു പരിണാമമായി ഇതിനെ വിലയിരുത്താവുന്നതാണ്. കുറ്റവാളിയെ പൊതുനിരത്തിൽ വധിക്കുന്നതിൽ നിന്ന് തടവറയിലേക്ക് മാറ്റുന്ന ഭരണകൂട നടപടി ശരീരത്തെ കുറെക്കൂടി ഫലപ്രദമായ വരുതിയിൽ കൊണ്ടുവരുവാനുള്ള തന്ത്രമായി ഫൂക്കോ തിരിച്ചറിയുന്നുണ്ട്. തടവറയുടെ ആരംഭം ഇത്തരത്തിൽ ശിക്ഷയിലൂടെയും ശിക്ഷണത്തിലൂടെയും ശരീരത്തെ മെരുക്കുന്ന ആധുനികമായ ഒരു നിർമ്മിതിയാണ് (ഫൂക്കോ, മിഷേൽ: 2002:211-218).

നോവലിൽ സൃഷ്ടിച്ചെടുക്കുന്ന ലൈംഗികതാവിചാരങ്ങൾ സിനിമയിൽ അത്രതന്നെ സൃഷ്ടിക്കപ്പെടുന്നില്ലെന്ന് കരുതാവുന്നതാണ്. നോവലിലും സിനിമയിലും മതിലിന് ഇരുവശത്തുമുള്ള ബഷീറും നാരായണിയും തമ്മിലുള്ള സംഭാഷണം ഏകദേശം ഒന്നുതന്നെയാണ്. ഇവരുടെ സംഭാഷണത്തിൽ നിന്ന് നാരായണിയെന്ന നായികയെക്കുറിച്ചു ലഭിക്കുന്ന വിവര ങ്ങൾ ഇങ്ങനെയൊക്കെയാണ്. പതിനാല് കൊല്ലത്തെ കഠിന തടവിന് ശിക്ഷിക്കപ്പെട്ട നാരായണി ജയിലിൽ വന്നിട്ട് ഒരു കൊല്ലമായി. ഇരുപത്തിരണ്ട് വയസ്സുള്ള നാരായണി ഒരു ഹിന്ദുവാണെന്ന് പേരിലൂടെ ഊഹിക്കാം. വലിയ ആനക്കണ്ണുകളും, വലതുകവിളിൽ കറുത്ത മറുകും നെഞ്ചുവിരിപ്പും മുഖം അല്പം വെളുത്തുമാണ് നാരായണിയുടെ ശരീരം കാണപ്പെടുന്നത്. ജാതി -മത ബന്ധത്തേക്കാൾ തീവ്രമായ പ്രണയബന്ധം ഇവർ തമ്മിലുണ്ടാകുന്നു. സമൂഹത്തിലെ വിഭിന്നമതങ്ങൾ മനുഷ്യബന്ധങ്ങൾക്ക് തടസ്സമായി നില്ക്കുന്നുണ്ട്. മനുഷ്യനിർമ്മിതമായ ഇത്തരം മതിലുകൾ/മതം എന്നതിനെ അതിലംഘിച്ച് പ്രണയം പുഷ്പിക്കാം. സിനിമയിൽ പൂക്കാത്ത ചെടി അവസാനം പുഷ്പിക്കുമ്പോൾ ആ പൂവാണ് നായകൻ നായികയ്ക്ക് കൊടുക്കുന്നത്.

ഞാൻ മരിച്ചുപോയാൽ എന്നെ ഓർക്കുമോയെന്ന് നാരായണി ബഷീറിനോട് ചോദിക്കുമ്പോൾ അയാൾ ഓർക്കുമെന്ന് മറുപടി പറയുന്നുണ്ട്. അപ്പോൾ നാരായണി, അങ്ങനെ എങ്ങനെ ഓർക്കും.

അങ്ങെന്നെ കണ്ടിട്ടില്ല. തൊട്ടിട്ടില്ല. എങ്ങനെ ഓർക്കും? എന്ന് സംശയം പ്രകടിപ്പിക്കുന്നു. കാണാതെയും തൊടാതെയും എങ്ങനെ ഒരാളെ കുറിച്ചുള്ള ഓർമ്മ നിലനില്ക്കുന്നതെന്ന നാരായണിയുടെ ചോദ്യം ശാരീരികമായ അനുഭവസീമകൾക്കപ്പുറത്തേക്ക് പ്രണയത്തിന് സാദ്ധ്യതകൾ ഉണ്ടോ എന്നതിനെക്കുറിച്ചുള്ള ചിന്തയിലേക്ക് നയിക്കുന്നുണ്ട്. കണ്ണുകൊണ്ടും ശരീരംകൊണ്ടും പകർന്നുകിട്ടിയ അനുഭവം യഥാതഥമായ മനുഷ്യാവസ്ഥയുടെ സ്വഭാവങ്ങളാണ്. ഇതിൽ നിന്നെല്ലാം വ്യത്യസ്തമായി ശബ്ദം കൊണ്ടുമാത്രം ശക്തിമത്തായ അനശ്വരമായ ഒരു പ്രണയം നിലനില്ക്കുമോയെന്ന നാരായണിയുടെ സംശയം തന്നെ ആധുനിക സ്വത്വനിർമ്മിതിയുമായി ബന്ധപ്പെട്ടതാണ്. കേട്ടതിനേക്കാൾ കണ്ടനുഭവിക്കുന്നതിലേക്കുള്ള മാറ്റമാണിത്.

ബഷീറിന് ജയിൽ സൂപ്രണ്ട് ഒരു വലിയകത്തി, ഒരു ഡീലക്സ് ചക്കി, ഇഷ്ടംപോലെ ബീഡി, എന്നിവ കൊടുത്തിട്ടുണ്ട്. ഇതിൽ കത്തി മാവ് പതിവയ്ക്കുന്നതിനും, ഒട്ടിക്കുന്നതിനും, ചെടികൾ നട്ടുവളർത്തുന്നതിനും ബഷീറിലുള്ള നൈപുണ്യം മനസ്സിലാക്കി നല്കിയതാണ്. എന്റെ ലോക്കപ്പെന്ന ചെറുജയിലിന്റെ നേരെ മുൻവശത്ത് ദീർഘചതുരത്തിൽ ഒരു മുറ്റമുണ്ടാക്കിയിട്ടുണ്ട്. മുറ്റത്തിന്റെ അതിരുകൾ മുഴുവനും വിടർന്നു പരിമളം പരത്തുന്ന പനിനീർച്ചെടികളാണ്. (ബഷീർ: 2003 : 18) ബഷീറിന്റെ ഈ പൂന്തോട്ടം *ന്റുപ്പുപ്പാക്കൊരാനേണ്ടാർന്നു* എന്ന നോവലിലും കാണാവുന്നതാണ്. തകഴി, കേശവദേവ്, പൊൻകുന്നം വർക്കി എന്നിവരിൽ നിന്ന് ബഷീറിനെ മാറ്റിനിർത്തുന്നത് ആധുനികതയുടെ യുക്തിയിൽ അദ്ദേഹത്തിനുണ്ടായിരുന്ന അവിശ്വാസമാണ്. ആധുനികതയുടെ അന്യവല്ക്കരണത്തെ ജയിൽ, യുദ്ധം മുതലായ വാങ്മയങ്ങളിലൂടെ ബഷീർ വരച്ചുകാണിച്ചു. ചരിത്രത്തിന്റെ ഉന്മാദമാണ് യുദ്ധം. അതിലെപ്പോഴും ജയിക്കുന്നത് ഭരണകൂടങ്ങളാണ്, ഈ ഭരണകൂടങ്ങളാകട്ടെ നാഗരികതകളുടെ ആഘോഷ പ്രകടനങ്ങളാണ്. "അന്യവല്ക്കരണത്തിന്റെയും ദാരുണമായ ഒറ്റപ്പെടലിന്റെയും ആവർത്തിച്ചുവരുന്ന ചിത്രങ്ങൾ ബഷീർ കൃതികളിൽ ഉണ്ടെങ്കിലും അവർക്കെതിരെ പ്രതിരോധമായി പൂന്തോട്ടമെന്ന രൂപകത്തെ ബഷീർ ഉപയോഗിക്കുന്നു. ഉദ്യാനമെന്ന രൂപകത്തിന്റെ ധ്വനികൾ ബഷീറിന് ദേശീയതയുടെ ബ്രഹത്വ്യവഹാരങ്ങളോടുള്ള പ്രതിഷേധം ഉൾക്കൊള്ളുന്നുണ്ട്" (രാമകൃഷ്ണൻ. ഇ വി 2001: 105). ബഷീറിന്റെ നോവലുകൾ ഇത്തരത്തിൽ ആധുനികതയുടെ ബോദ്ധ്യങ്ങളെ മുറുകെ പിടിക്കുമ്പോഴും അതിന്റെ ഏകാത്മകസ്വഭാവത്തെ സംശയിക്കുന്നു. ഇവിടെ റോസാപ്പൂവ് പ്രണയത്തിന്റെ ഒരു പ്രതീകമെന്നതിനുപുറമേ ദേശരാഷ്ട്രത്തിന്റെ ആധുനീകരണ യുക്തിയുടെ അധികാരത്തെ ചോദ്യം ചെയ്യുന്ന പ്രതീകം കൂടിയാണ്. ജയിലിന്റെ പടുകൂറ്റൻ വാതിൽ ഭയങ്കരശബ്ദത്തോടെ എന്റെ പിറകിൽ അടഞ്ഞു. ഞാൻ തനിച്ചായി. ഞാൻ ആ സുഗന്ധം പരത്തുന്ന ചുവന്ന റോസാപ്പൂ കൈയിലെടുത്തു നോക്കിക്കൊണ്ട് ആ പെരുവഴിയിൽ

സ്തബ്ധനായി വളരെനേരം നിന്നു. കഥാനായകന്റെ പ്രണയം നഷ്ടപ്പെട്ട സ്വാതന്ത്ര്യം ഇവിടെ ചോദ്യചിഹ്നമാകുന്നു. സ്വാതന്ത്ര്യം പരമാവധി യുണ്ടെങ്കിലും സ്നേഹം ലഭിച്ചില്ലെങ്കിൽ ആ സ്വാതന്ത്ര്യത്തിന്റെ പ്രസക്തിയെന്തെന്നും പ്രണയം ആവോളം ലഭിച്ചാലും സ്വാതന്ത്ര്യം കിട്ടിയില്ലെങ്കിൽ ആ പ്രണയത്തിന്റെ അർത്ഥമെന്തെന്നും *മതിലുകൾ* ഉന്ന യിക്കുന്നുണ്ട്. അനിയൻ ജയിലർ വന്ന് ബഷീറിനെ പുറത്തുപോകാൻ ഉത്തരവായിട്ടുണ്ടെന്ന് പറയുമ്പോൾ അയാളുടെ മറുപടി നോക്കുക.

"വൈ ഷുഡ് ഐ ബീ ഫ്രീ.... ഹു വാൺഡ്സ് ഫ്രീഡം? സ്വത ന്ത്രൻ....! സ്വതന്ത്രലോകം...! ഏതു സ്വതന്ത്രലോകം? വൻ ജയിലിലേക്കു വേണമല്ലോ പോകാൻ ! ആർക്കുവേണം ഈ സ്വാതന്ത്ര്യം?" (ബഷീർ : 2003:43).

ലഭിക്കാൻ പോകുന്ന സ്വാതന്ത്ര്യത്തെക്കുറിച്ചും സ്വാതന്ത്ര്യാനന്തര ഇന്ത്യയുടെ അവസ്ഥയെക്കുറിച്ചുമുള്ള ആശങ്കകൾ ഈ വാക്കിലുണ്ട്. *കൗമുദി* ആഴ്ചപ്പതിപ്പിന്റെ 1964 ലെ ഓണം വിശേഷാൽ പ്രതിയിലാണ് *മതിലുകൾ* ആദ്യമായി പ്രസിദ്ധീകരിച്ചത്. സ്വാതന്ത്ര്യത്തിന്റെ അനന്തര ഫലങ്ങൾ അതുകൊണ്ട് ബഷീറിന്റെ രചനയിൽ കടന്നുവരാം. എഴുത പ്പെടുന്ന കാലത്തിന്റെ ആശങ്കകൾ ഈ എഴുത്തിൽ നിന്ന് വായിച്ചെടു ക്കാവുന്നതാണ്.

ആധുനികതയുടെ കാലത്ത് മനുഷ്യൻ പ്രകൃതിയെ കീഴടക്കിയാ ണ് വികസനത്തിന്റെ പാതയിലേക്ക് സഞ്ചരിക്കേണ്ടതെന്ന യുക്തിയാണ് പുലർത്തിയിരുന്നത്. അതുകൊണ്ടുതന്നെ കാടുകൾ വെട്ടിത്തെളിച്ചും നദികളെ അണക്കെട്ട് കെട്ടി തടഞ്ഞുനിർത്തിയും പ്രകൃതിവിരുദ്ധമായ പ്രവർത്തനമാണ് ആധുനികമനുഷ്യൻ നടത്തിയിരുന്നത്. ആധുനികയു ക്തിയെ പലതലത്തിൽ നിന്ന് സംശയിച്ച ഒരു സാഹിത്യകാരൻകൂടി യാണ് ബഷീർ. അദ്ദേഹത്തിന്റെ കൃതികൾ പരിശോധിച്ചാൽ ഇത് വ്യക്തമാകും. മനുഷ്യൻ/പ്രകൃതി എന്ന ദ്വന്ദ്വം അവസാനിപ്പിച്ച് മനുഷ്യൻ കൂടി ഉൾപ്പെട്ട ഒന്നാണ് പ്രകൃതിയെന്ന ആധുനികപൂർവ്വയുക്തിയാണ് ബഷീറിന്റെ കൃതികളിൽ പ്രവർത്തിക്കുന്നത്. "അദ്ദേഹത്തിന്റെ കൃതികളിൽ പൂന്തോട്ടം ഒരു രൂപകമായി കടന്നുവരുന്നുണ്ട്. അദ്ദേഹം പോയ ഇടത്തെല്ലാം, അത് മണ്ണില്ലാത്ത സ്ഥലമാണെങ്കിൽപ്പോലും ഒരു ചെറിയ പൂന്തോട്ടമുണ്ടാക്കിയിട്ടേ അവിടെ നിന്നുപിരിഞ്ഞുപോകാറുള്ളൂ. ഈ പൂന്തോട്ടം അദ്ദേഹം ഒരിക്കലും ഉപയോഗിക്കാറില്ല. തനിക്കുവേണ്ടി യല്ല പൂന്തോട്ടം ഉണ്ടാക്കുന്നത് എന്നും താൻ ലോകത്തിനുവേണ്ടി ഒരു പൂന്തോട്ടമുണ്ടാക്കുവാൻ നിയുക്തനാണ് എന്നുമുള്ള ബോധം, അതായത് നഷ്ടപ്പെട്ടുപോയ ഏദൻതോട്ടത്തെ തിരിച്ചുകൊണ്ടുവരാനും സ്വർഗ്ഗത്തിന്റെ ഉദ്യാനത്തെ മനുഷ്യനു വീണ്ടെടുക്കാനും വേണ്ടി നിയുക്തനായ അനേകമാളുകളിൽ ഒരാളാണ് താൻ എന്നുള്ള ബോധം തീർച്ചയായും ഈ തോട്ടപ്പണിയിലുണ്ട് എന്നു കാണാം." (വിജയൻ എം എൻ: 1999; 62) ബഷീറിന്റെ *മതിലു*കളിൽ കാണുന്ന പൂന്തോട്ടം

പ്രണയത്തിന്റെയും സ്വാതന്ത്ര്യത്തിന്റെയും അടയാളമാകുന്നുണ്ട്. *മതിലുക*ളിലും താൻ ഉണ്ടാക്കുന്ന പൂന്തോട്ടത്തിന്റെ പൂക്കൾ മറ്റുള്ളവർക്കുവേണ്ടി പുഷ്പിക്കുമെന്നും കഥാനായകൻ കരുതുന്നുണ്ട്. "നിന്റെ പൂവുമാത്രം കാണാതെയും മണക്കാതെയും എനിക്കു പോകേണ്ടി വന്നിരിക്കുന്നു. ഇനി എനിക്കുശേഷം വരുന്നവർക്കുവേണ്ടി നീ പുഷ്പിച്ച് സൗരഭ്യം പരത്തുക" (ഗോപാലകൃഷ്ണൻ അടൂർ : 2004:72). മറ്റുള്ളവർക്കുവേണ്ടി പ്രകൃതിയെ പരിഗണിക്കുന്ന മാനവിക സ്നേഹിയുടെ ഒരാദർശ ഭാവമാണ് ഇവിടെ കാണുന്നത്. തനിക്കുശേഷം വരുന്നവർക്കു കൂടി വേണ്ടതാണ് ഈ പ്രകൃതിവിഭവങ്ങൾ എന്ന നിലപാടാണ് കഥാനായകനിൽ കാണുന്നത്. ഇന്നത്തേക്ക് മാത്രമായി, തനിക്ക് മാത്രമായി പരിസ്ഥിതിയെ കാണുന്ന ആധുനിക മനുഷ്യയുക്തിയുടെ ദുരാഗ്രഹത്തിനെതിരെയുള്ള ഒരു പ്രതികരണമാണിതെന്ന് വാദിക്കാവുന്നതാണ്. സർവജീവജാലങ്ങളും ഉൾപ്പെട്ട സാഹോദര്യത്തോടെയുള്ള ലോകവീക്ഷണം ഇത്തരം പാരിസ്ഥിതിക പ്രേമത്തിൽ ഒളിഞ്ഞിരിക്കുന്നുണ്ട്. മണ്ണിനെയും പെണ്ണിനെയും കീഴ്പ്പെടുത്താതെ പരിഗണിക്കുന്നതും സ്നേഹിക്കുന്നതുമായ ഒരു മൂല്യവിചാരമാണ് *മതിലുക*ളിലെ പൂന്തോട്ട രൂപകത്തിൽ കാണുന്നത്. വൃക്ഷത്തെ ഒരു ആത്മമിത്രത്തെപ്പോലെ കരുതി തന്റെ ദുഃഖങ്ങൾ പറയുകയും അണ്ണാറക്കണ്ണനോട് സുഹൃത്തിനെപ്പോലെ സംസാരിക്കുന്നതും ബഷീറിന്റെ അനിയൻ ജയിലറോടുള്ള സരസമായ സംഭാഷണത്തിൽ വരുന്ന ഞാൻ പൂങ്കാവനമാകുന്നു, എന്നിവയുമെല്ലാം പ്രകൃതിയെ തന്നെപ്പോലെതന്നെ കാണുന്ന ദാർശനിക തലമാണ് അർത്ഥമാക്കുന്നത്.

ചുരുക്കത്തിൽ ഇവിടെ വിശകലനം ചെയ്ത കാര്യങ്ങളെ ഇങ്ങനെ ക്രോഡീകരിക്കാം. നോവലിന്റെ തുടക്കത്തിലൂടെ വ്യക്തമാകുന്നത് ഇതൊരു പഴയകാല പ്രേമകഥയാണെന്നും അത് വായനക്കാരൻ ശ്രദ്ധിച്ച് കേട്ടുകൊള്ളണമെന്നും ഓർമ്മിപ്പിച്ചാണ്. എന്നാൽ സിനിമയിൽ സ്വാതന്ത്ര്യത്തിന്റെയും അധികാരത്തിന്റെയും നിരവധി പ്രശ്നങ്ങളാണ് സിനിമ ഉന്നയിക്കുന്നതെന്നും തുടക്കംകൊണ്ട് മനസ്സിലാക്കാം. രണ്ട് വ്യത്യസ്തമാധ്യമങ്ങളിൽ ഉപയോഗിച്ചിരിക്കുന്ന വ്യത്യസ്ത ചിഹ്നങ്ങളിലൂടെ രൂപപ്പെടുന്ന ആശയങ്ങൾ ഇത്തരത്തിൽ വിവിധങ്ങളാണ്. ബഷീറിയൻ ശൈലിയിലുള്ള ആഖ്യാനരീതിയാണ് നോവലിന്റെ തുടക്കമെങ്കിൽ സിനിമയുടെ കേന്ദ്ര ആശയങ്ങളെ സൂചിപ്പിക്കുന്ന തരത്തിലുള്ളതാണ് അതിന്റെ ആരംഭം.

സ്വാതന്ത്ര്യം ലഭിച്ചുവെങ്കിലും നാരായണിയുമായുള്ള കൂടിക്കാഴ്ച നഷ്ടപ്പെട്ടതിന്റെ പ്രണയദുഃഖം നോവലിന്റെ അവസാനം കാണുന്നുവെങ്കിൽ സിനിമയിൽ സ്വാതന്ത്ര്യവും സ്നേഹവും ലഭിക്കാത്ത ഒരു ജനതയുടെ ജീവിതത്തെ ഓർമ്മപ്പെടുത്തുന്ന വിധത്തിൽ ഇവരുടെ വേർപാട് മാറുന്നു. പ്രണയത്തിന്റെയും സ്വാതന്ത്ര്യത്തിന്റെയും അവസാനിക്കാത്ത തുടർപ്രക്രിയകളിലേക്ക് സിനിമ മാറുന്നു. മതിലിനപ്പുറത്തെ

ആകാശത്തേക്ക് ഉയരുന്ന ചുള്ളിക്കമ്പ് പ്രണയംനഷ്ടം വന്ന് സ്വാതന്ത്ര്യം ലഭിച്ചവന്റെ സ്വാതന്ത്ര്യാനന്തര ചിന്തകൾക്കും വ്യക്തിബന്ധങ്ങൾക്കും പ്രണയങ്ങൾക്കും തടസ്സമായി നില്ക്കുന്ന പ്രത്യക്ഷരൂപമായ മതിലുകളുടെ അധികാരചിന്തകളിലേക്കും നയിക്കുന്നുണ്ട്.

നോവലിൽ ഇല്ലാത്ത ഒരു രംഗമാണ് ബഷീറിനെ തടവിലിടുന്നതിനായി കോടതി വിധിക്കുന്ന രംഗം. പഴയകാല ശിക്ഷാനടപടികളിൽ നിന്ന് പത്തൊമ്പതാം നൂറ്റാണ്ടിലെ തടവറകളുടെ ശിക്ഷയിലേക്കെത്തുമ്പോൾ ശരീരത്തെയും മനസ്സിനെയും കുറെക്കൂടി ശക്തമായി മെരുക്കുന്നതായാണ് കാണുന്നത്. ഇത്തരം രംഗം കൂട്ടിച്ചേർത്തതു വഴി ആധുനിക ശിക്ഷാനടപടികൾ സ്വാതന്ത്ര്യസമര സേനാനികളെ മാനസികമായി എങ്ങനെ പീഡിപ്പിക്കുന്നു എന്ന് മനസ്സിലാക്കുവാൻ സഹായകമായിട്ടുണ്ട്. അതുപോലെ മുതലാളിത്ത പ്രത്യയശാസ്ത്രം എങ്ങനെ നീതിന്യായ വ്യവസ്ഥയെയും വിധിന്യായങ്ങളെയും അവർക്ക് അനുകൂലമായി മാറ്റിയെടുക്കുന്നുവെന്നും ഇത്തരം രംഗത്തിലൂടെ മനസ്സിലാക്കാം.

നോവലിൽനിന്ന് വ്യത്യസ്തമായി സിനിമയിൽ കൂട്ടിച്ചേർത്ത മൂന്ന് കഥാപാത്രങ്ങൾ ഒരു തരത്തിൽ ആധുനികനീതിന്യായ വ്യവസ്ഥകളുടെ വിമർശനമാണ് ഉന്നയിക്കുന്നത്. കോടതിയുടെ മുന്നിൽ വേണ്ടത് തെളിവുകളാണ്. അത്തരം സംഭവങ്ങളിലേക്ക് നയിക്കുന്ന മാനസികമായ അവസ്ഥകളെ ഈ ഭരണകൂട വ്യവസ്ഥ കൈവെടിയുന്നുണ്ട്. തെളിവുകളുടെ അടിസ്ഥാനത്തിൽ വിധി നിശ്ചയിക്കുമ്പോൾ വ്യക്തിക്കോ സമൂഹത്തിനോ കൂടുതൽ ഗുണകരമാകുന്ന ഒന്നിലേക്കാണോ അത് നയിക്കുന്നതെന്ന് കോടതി ഓർക്കുന്നില്ല. സാമ്പത്തികമായ അസമത്വവും അസ്വാതന്ത്ര്യവും, അധിനിവേശവുമെല്ലാം നിലനില്ക്കുന്ന സമൂഹത്തിൽ വിധി നിശ്ചയിക്കുന്ന കോടതി ആരുടെ ഭാഗത്താണ് നില്ക്കുന്നതെന്ന ചോദ്യം ഈ കഥാപാത്രങ്ങളുടെ കൂട്ടിച്ചേർക്കൽ വഴി സൃഷ്ടിക്കപ്പെടുന്നു. സ്വാതന്ത്ര്യം ലഭിച്ച് ഏകദേശം നാല്പതോളം വർഷം പിന്നിട്ട കേരളീയ സാംസ്കാരിക പശ്ചാത്തലത്തിലാണ് ഈ ചോദ്യം സിനിമയിൽ രൂപം കൊണ്ടിരിക്കുന്നത്. അതിനാൽ നോവൽ ഉന്നയിക്കുന്നതുപോലത്തെ കേവലം ബ്രിട്ടീഷ് വിരുദ്ധ സ്വാതന്ത്ര്യസമരം എന്നതിൽ കവിഞ്ഞ് സിനിമ ഇന്നും സമൂഹത്തിൽ തുടർന്നുകൊണ്ടിരിക്കുന്ന സകല നവകൊളോണിയൽ അധിനിവേശത്തിനെതിരെയും, മതത്തിന്റെ മതിലുകൾക്കെതിരെയും ഭരണകൂട നീതിന്യായ വ്യവസ്ഥക്കെതിരെയുമുള്ള വിമർശനമായിത്തീരുന്നു.

മതിലുകൾ എന്ന സിനിമയിലൂടെ സ്വാതന്ത്ര്യസമരകാലത്തെ മുസ്ലീം ജനതയുടെ പ്രവർത്തനം ബഷീറിലൂടെ പ്രതിനിധാനം ചെയ്യപ്പെടുന്നു. നവഹൈന്ദവവാദത്തിന്റെ ബീജങ്ങൾ മുളപൊട്ടി തുടങ്ങുന്ന തൊണ്ണൂറുകളിൽ തന്നെയാണ് ഈ സിനിമ പുറത്തുവന്നത്. ഇന്ത്യൻ ദേശീയതയിൽ ഹിന്ദുത്വ ആശയങ്ങളുടെ കടന്നുകയറ്റം ശക്തമായി

നടന്നുക്കൊണ്ടിരിക്കുന്ന ഇക്കാലത്ത് *മതിലുകൾ* സിനിമയിലൂടെ ദേശീയവാദിയായ ഒരു മുസ്ലീം സ്വത്വത്തെയാണ് അടൂർ ആവിഷ്കരിച്ചത്. മതത്തിന്റെ ചങ്ങലകൾ പൊട്ടിച്ചുകൊണ്ടുള്ള ഒരു പ്രണയമായും ബഷീർ-നാരായണി ബന്ധത്തെ വായിക്കാം. രാമരാജ്യത്തിനും ഹിന്ദു രാഷ്ട്രത്തിനും വേണ്ടി മുറവിളി കൂട്ടി തുടങ്ങുന്നതിന്റെ അലയടികൾ തുടങ്ങിക്കൊണ്ടിരിക്കുന്ന ഇന്ത്യൻ സാംസ്കാരിക രാഷ്ട്രീയത്തിൽ മുസ്ലീം സ്വത്വത്തെ സ്ഥാനപ്പെടുത്തുവാനുള്ള ശ്രമമാണ് തൊണ്ണൂറുകളിൽ പുറത്തുവന്ന *മതിലുകൾ* എന്ന സിനിമയുടെ അബോധരാഷ്ട്രീയം അടിസ്ഥാനമാക്കുന്നത്.

കുറിപ്പുകൾ

1. മലയാളത്തിലെ അഞ്ചാമത്തെ ചിത്രമായ *പ്രഹ്ലാദ* (1941) ഇക്കാര്യത്തിൽ വേറിട്ടുനില്ക്കുന്നു.
2. മലയാളത്തിൽ സുപരിചിതയായ നടി കെ പി ഏ സി ലളിതയുടെ സംഭാഷണമാണ് നാരായണി എന്ന കഥാപാത്രത്തിന് കൊടുത്തിരിക്കുന്നത്. ഇത് മലയാളി പ്രേക്ഷകരുടെ മുമ്പിൽ അവരുടെ മുഖത്തേയും അഭിനയത്തേയും കൊണ്ടുവരാൻ ഇടയാക്കും. അതായത് നാരായണിയെ പ്രേക്ഷകർ കണ്ടതിന്റെ പ്രതീതി ജനിപ്പിക്കുന്നതാണ് ഈ സംഭാഷണം. വിദേശ പ്രേക്ഷകർക്ക് ഈ പ്രശ്നം വരുന്നില്ല.
3. ക. രോമങ്ങളായ നിന്റെ രോമകൂപങ്ങളിലെല്ലാം ഈ ... സുഗന്ധം പൂശും.

   ഖ. എന്തൊരൊരൊതുക്കം, ആ അരക്കെട്ടിന്! നേരിയ ഒരു പരിമളം കാറ്റിൽ വ്യാപിക്കുന്നുണ്ട്. എനിക്കു ഭ്രാന്തുപിടിക്കുമെന്നു തോന്നുന്നു.

   ഗ. 'അവൻ കാറ്റിൽ അലയുകയാണ്. മധുരശബ്ദം കേൾക്കാൻ പരിമളം നുകരാൻ! ബഷീറിന്റെ കൃതികളിലെ ഗന്ധങ്ങളെപ്പറ്റി വിശദീകരിക്കുന്ന എം എൻ കാരശ്ശേരിയുടെ പഠനം നോക്കുക.

   കാരശ്ശേരി എം എൻ 2003. *ബഷീറിന്റെ പൂങ്കാവനം*, കോട്ടയം, ഡി സി ബുക്സ്.

ഉപസംഹാരം

അനുവർത്തനത്തിന്റെ പ്രശ്നങ്ങൾ മലയാളസിനിമയുടെ ആദ്യകാലം മുതൽ തുടങ്ങുന്നതും ചരിത്രപരമായ പരിണാമത്തിന് വിധേയമായി വളർന്നതുമാണ്. സിനിമയുടെ കലാംശങ്ങളെ ഗുണദോഷങ്ങളുടെ അടിസ്ഥാനത്തിൽ നോക്കിക്കാണുകയാണ് സിനിക്കിന്റെ അനുവർത്തനപഠനങ്ങൾ. മൂലകൃതിയോട് കൂറ് പുലർത്തി ദൃശ്യാവിഷ്കരണത്തിൽ അതിന്റെ സൗന്ദര്യം കൊണ്ടുവരുന്നതാണ് നല്ല സിനിമയെന്ന് സിനിക്കിന്റെ പഠനങ്ങൾ അർത്ഥമാക്കുന്നു. അതിനാൽ അനുവർത്തന പഠനങ്ങളിൽ സിനിമയേക്കാൾ സാഹിത്യത്തിന് കൂടുതൽ മഹിമ സിനിക്ക് കല്പിക്കുന്നുണ്ട്. ആധുനിക കലയെന്നരീതിയിൽ സിനിമയെ പരിഗണിക്കേണ്ടതും പരിചയപ്പെടുത്തേണ്ടതുമായ ഒരു കാലഘട്ടത്തിന്റെ അബോധചിന്തകളാണ് സിനിക്കിന്റെ അനുകല്പനപഠനങ്ങളുടെ, അന്തർധാരയാകുന്നത്. തൊണ്ണൂറുകൾക്ക് ശേഷമുള്ള അനുവർത്തന പഠനങ്ങളിൽ പരസ്പരം ബന്ധങ്ങൾ പുലർത്താതെ, താഴ്ന്ന ഉച്ചശ്രേണി സങ്കല്പത്തിലും അറകൾ അടഞ്ഞ സൈദ്ധാന്തിക സ്വഭാവത്തിലും നിരൂപണം കാണുന്നുണ്ട്. ഈ കാണുന്ന നിരൂപണങ്ങളിൽ ക്ലാസിക്കൽ വേർതിരിവിന്റെ രാഷ്ട്രീയം കാണുന്നുണ്ട്. സിനിമകളെയും സംവിധായകനെയും വിഗ്രഹവല്ക്കരിക്കുന്ന ഒരു അനുവർത്തനപഠന രീതിയും പൊതുവെ കാണാം. പ്രമേയത്തിലും അവതരണരീതിയിലും സിനിമാ സാങ്കേതിക-സാംസ്കാരിക രംഗത്ത് ഉണ്ടായ മാറ്റങ്ങൾ വഴി സൃഷ്ടിച്ചെടുത്ത വിശാല സിനിമാചരിത്രബോധത്തിന്റെ അഭാവം ഇത്തരം പഠനങ്ങൾക്കുണ്ട്. പാട്ടുകളുടെ വിന്യാസം, പശ്ചാത്തലസംഗീതം, ചിത്രസന്നിവേശം, ക്യാമറയുടെ ചലനം, നിറവിന്യാസം എന്നീ നിരവധി സാങ്കേതികഘടകങ്ങളിലൂടെയാണ് സിനിമയുടെ ഭാഷയും സൗന്ദര്യവും രൂപപ്പെടുന്നത്. സാഹിത്യത്തിലെ ചിഹ്നങ്ങളെ സിനിമയുടെ ചിഹ്നവ്യവ

സ്ഥയിലേക്ക് രൂപാന്തരപ്പെടുത്തുന്ന സാംസ്കാരികവും പ്രത്യയശാസ്ത്ര പരവുമായ പ്രക്രിയ വിശകലനം ചെയ്യേണ്ടതുണ്ട്. സാഹിത്യവുമായുള്ള താരതമ്യത്തിനപ്പുറം സിനിമയുടെ ആവിഷ്കാരസാദ്ധ്യതകളോട് ബന്ധ പ്പെടുത്തി അനുവർത്തനത്തെ മനസ്സിലാക്കേണ്ടതുണ്ട്.

മൂലകൃതിയോട് കൂറ് പുലർത്തിക്കൊണ്ടാണ് അനുവർത്തനം നട ത്തേണ്ടതെന്ന അഭിപ്രായങ്ങളായിരുന്നു ആദ്യകാലസിദ്ധാന്തങ്ങളിൽ ഉണ്ടായിരുന്നത്. എന്നാൽ പിന്നീടുള്ള സിദ്ധാന്തങ്ങൾ സാഹിത്യത്തെ കേവലം അസംസ്കൃതവസ്തുവായിക്കണ്ട് ദൃശ്യഭാഷയ്ക്കിണങ്ങുന്ന വിധത്തിൽ ആവിഷ്കരിക്കുന്നതാണ് അനുവർത്തനമെന്ന സമീപനമാണ് സ്വീകരിച്ചത്. ഡഡ്ലി ആൻഡ്രൂവിന്റെ അഭിപ്രായത്തിൽ നിന്ന് സാഹി ത്യത്തിലെ ചിഹ്നവ്യവസ്ഥയിൽ ആവിഷ്കരിക്കപ്പെട്ട കാര്യങ്ങളെ സിനി മയുടെ ചിഹ്നവ്യവസ്ഥയിലേക്ക് പൊരുത്തപ്പെടുത്തുന്നതാണ് അനു വർത്തനം. മൂലകൃതിയോട് തട്ടിച്ചുനോക്കി അനുവർത്തനസിനിമകളുടെ മൂല്യം നിശ്ചയിക്കുന്ന രീതി ഇന്നു പൊതുവെ സ്വീകരിക്കാറില്ല. ജോൺ ഡ്രൈഡൻ, ജോഫ്രി വാഗ്നർ, ഗാസ്റ്റൺ റോബർജ് തുടങ്ങിയവർ സിദ്ധാ ന്തീകരിക്കുന്നത് ചലച്ചിത്രഭാഷയുടെ ശൈലിക്കിണങ്ങും വിധത്തിൽ സാഹിത്യകൃതിയെ ഒരു അസംസ്കൃതവസ്തുവായി സമീപിക്കാമെ ന്നാണ്. ശബ്ദസന്നിവേശം, ചിത്രസംയോജനം, നിറവിന്യാസം, ക്യാമ റയുടെ ചലനം, പശ്ചാത്തല സംഗീതം എന്നീ സാങ്കേതികഘടകങ്ങ ളുടെ വിശകലനത്തിലൂടെ അനുവർത്തനത്തിന്റെ സൗന്ദര്യാനുഭൂതിയും സാംസ്കാരികതലങ്ങളും വിശകലനം ചെയ്തെടുക്കാം. സാഹിത്യ ത്തിന്റെ ഭാഷയിൽ നിന്ന് വ്യത്യസ്തമാണ് സിനിമയുടെ ഭാഷ. അനു വർത്തനം വഴിരൂപപ്പെടുന്ന സാംസ്കാരികപാഠങ്ങളെ വിശകലനം ചെയ്തെടുക്കാൻ ക്രിസ്റ്റ്യൻ മെറ്റ്സ്, ഴാക്ക് ലക്കാൻ, ലൂയി അൽത്തൂ സർ, റൊളാങ് ബാർത്ത്, ലോറ മൾവി തുടങ്ങിയ നിരവധി സൈദ്ധാന്തി കരുടെ സിദ്ധാന്തങ്ങൾ സഹായകമാണ്. ചെറുകഥ, നാടകം, നോവൽ എന്നീ സാഹിത്യഗണങ്ങളെ അവലംബമാക്കിയ അനുവർത്തനങ്ങളുടെ സാദ്ധ്യതകൾ ഇത്തരമൊരു സൈദ്ധാന്തികാന്തരീക്ഷത്തിലൂടെ മാത്രമേ വെളിപ്പെടുകയുള്ളുവെന്ന് മനസ്സിലാക്കാം. സാഹിത്യത്തിൽ നിന്ന് വ്യത്യ സ്തമാണ് സിനിമയുടെ സൗന്ദര്യതലവും ആശയതലവും. അതിനാൽ അനുവർത്തനത്തിന്റെ പ്രശ്നങ്ങൾ പ്രതിനിധാനം ചെയ്യുന്നത് രണ്ട് വ്യത്യസ്ത മാധ്യമങ്ങളുടെ വ്യത്യസ്ത സൗന്ദര്യ-സാംസ്കാരിക തല ങ്ങളാണ്. സാഹിത്യവും സിനിമയും താരതമ്യം ചെയ്ത് വിലയിരുത്തു കയല്ല, മറിച്ച് അവ തമ്മിലുള്ള അന്തരം ഏതു വിധത്തിലാണ് രൂപപ്പെ ട്ടിരിക്കുന്നതെന്ന് തിരിച്ചറിയുവാനാണ് ഈ പ്രബന്ധം ശ്രമിച്ചത്.

മലയാളസാഹിത്യവും സിനിമയുമായുള്ള അന്യോന്യബന്ധം സജീ വമാകുന്നത് 1950 കളുടെ രണ്ടാം പകുതികളിലാണ്. നവോത്ഥാനമൂല്യ ങ്ങളുടെ പ്രതിനിധാനമെന്ന നിലയ്ക്കായിരുന്നു സാഹിത്യരൂപങ്ങൾ പ്രധാ നമായും പരിഗണിക്കപ്പെട്ടത്. എഴുപതുകളിലാവട്ടെ ആധുനികതയും

പാരമ്പര്യവും തമ്മിലുള്ള നിരന്തരസംഘർഷം, രതിയും മരണവുമായുള്ള പാരസ്പര്യം എന്നിവയൊക്കെ പ്രമേയങ്ങളായി. കഥ- തിരക്കഥ-സംവിധാനം എന്നീ മണ്ഡലങ്ങളിൽ നിറഞ്ഞുനിന്ന എം ടി വാസുദേവൻനായരുടെ ചലച്ചിത്രവ്യക്തിത്വത്തെക്കുറിച്ചുള്ള പുനർവിചാരങ്ങൾ ഇതിനു തെളിവാണ്. നായന്മാരുടെ മാതൃദായത്തറവാടുകൾ നിലനിർത്തിപ്പോന്ന വ്യവസ്ഥയുടെ തകർച്ച, പ്രണയം, സമ്പത്തിനോടുള്ള ഭ്രമത്താൽ തകർന്ന കുടുംബങ്ങൾ, പുരുഷത്വാധികാരഭാവം, ആധുനിക വരേണ്യയുക്തിയുടെ സംരക്ഷണം എന്നിവയെല്ലാം എം ടി വാസുദേവൻ നായരുടെ ചെറുകഥകളിലും തിരക്കഥകളിലും കാണാം. എം ടി വാസുദേവൻനായരുടെ കടന്നുവരവ് മലയാളസിനിമയിൽ നിർണ്ണായകമായ ഭാവുകത്വവ്യതിയാനത്തിന് കളമൊരുക്കി. എന്നാൽ ക്രമേണ സാഹിത്യപ്രധാനവും ഏകസ്വരാത്മകവുമായ സംഭാഷണങ്ങളിലേക്ക് എം ടിയുടെ തിരക്കഥകൾ ചുവടുമാറുന്നതും കാണാം. നാല്പത് വർഷത്തോളം എം ടി വാസുദേവൻനായർ മലയാള സിനിമയിൽ നിലനിന്നത് സവർണ്ണ പാരമ്പര്യത്തിനും നവോത്ഥാനയുക്തിക്കും വഴങ്ങുകയും ഇടയുകയും ചെയ്യുന്ന ജനപ്രിയ ചേരുവകൾ ചലച്ചിത്രവല്ക്കരിച്ചുകൊണ്ടായിരുന്നു. എം ടി വാസുദേവൻനായരുടെ കൃതികളെ പിൻപറ്റിയുള്ള അനുവർത്തനസിനിമകളുടെ സാംസ്കാരിക പരിസരത്തിൽ പ്രബലമാവുന്നതും ഇതുതന്നെയാണ്. *ഓളവും തീരവും* അപനിർമ്മിച്ചാലിത് വ്യക്തമാവും. സാഹിത്യത്തെ, സിനിമയുടെ ദൃശ്യപരമായ സാദ്ധ്യതകളിലേക്ക് അനുനയിപ്പിക്കുന്ന രീതിയായിരുന്നു *ഓളവും തീരവും* സംവിധാനം ചെയ്ത പി എൻ മേനോന്റേത്. സ്റ്റുഡിയോവിൽ നിന്ന് സിനിമയെ പുറത്തേക്ക് കൊണ്ടുവരുകയും രംഗവിതാനത്തിലും ഷോട്ടുകളിലും ചലനത്വം ആവിഷ്കരിക്കുകയും ചെയ്ത അനുവർത്തനരീതികളാണ് പി എൻ മേനോൻ സിനിമകളിൽ കാണുന്നത്. ചെറുകഥയുടെ ആദ്യരംഗത്തിലൂടെ ബാപ്പുട്ടിയുടെ പ്രണയഭാവങ്ങളാണ് കാണുന്നതെങ്കിൽ അനുവർത്തനത്തിൽ പണം, പൊന്ന് എന്നിവയെക്കാൾ കാമുകന്റെ പ്രണയമാണ് വലുതെന്ന കാമുകിയുടെ പ്രണയഗാനമാണ് കാണുന്നത്. നെബീസുവിന്റെ അദൃശ്യമായ സാന്നിദ്ധ്യം ഈ രംഗത്തിനുണ്ട്. ഈ നദീതടത്തിലാണ് നെബീസു ആത്മഹത്യ ചെയ്തു കിടക്കുന്നത്. അനുവർത്തനത്തിൽ കൈവന്ന സൂക്ഷ്മമായ ദൃശ്യാർത്ഥപ്രയോഗമാണിത്.

സിനിമയിൽ നായകനെ ഫ്രെയിമിൽ കാണിക്കുന്നതിനു മുമ്പുതന്നെ മറ്റുള്ളവരുടെ സംഭാഷണങ്ങളിലൂടെ അവതരിപ്പിക്കുന്നു. ചെറുകഥയുടെ കാല്പനികമായ അംശങ്ങളെ മെലോഡ്രാമയുടെതായ അവതരണരീതിയിലേക്ക് മാറ്റുന്നതും ഇവിടെ കാണാം. ദൃശ്യങ്ങൾക്ക് പ്രാധാന്യം നല്കി ആവശ്യത്തിനനുസൃതമായി മാത്രമാണ് സംഭാഷണങ്ങൾ ഉപയോഗിക്കുന്നത്. അബ്ദുവിന്റെ മരണം ചിത്രീകരിക്കുന്ന സമയത്ത് കാക്കകളുടെ ശബ്ദം പശ്ചാത്തലത്തിൽ കേൾക്കുന്നതും, അബ്ദുവും കാളിക്കുട്ടിയും തമ്മിലുള്ള പൂർവ്വബന്ധത്തെ സംഗീതത്തിലൂടെ ധ്വനിപ്പിക്കു

ന്നതും പശ്ചാത്തലസംഗീതത്തിന്റെ പ്രയോഗം വഴിയാണ്. നദിയുടെ പശ്ചാത്തലത്തിൽ വ്യത്യസ്ത സന്ദർഭങ്ങളിൽ ഉപയോഗിച്ചിരിക്കുന്ന സംഗീതം രംഗങ്ങളുടെ തീവ്രത കൂട്ടുവാൻ സഹായകമായിട്ടുണ്ട്. ബാപ്പുട്ടിയുടെയും നെബീസുവിന്റെയും പ്രണയത്തെ ഓർമ്മപ്പെടുത്തുവാൻ കെസ്സുപാട്ട് ഉപയോഗിക്കുന്നതും അനുവർത്തനങ്ങളിൽ സംവിധായകൻ പുലർത്തുന്ന കാഴ്ചപ്പാടുകളാണ്. *ഓളവും തീരവും* എന്ന ടൈറ്റിലിനെ ഓർമ്മപ്പെടുത്തുന്ന വിധത്തിലാണ് ക്യാമറയുടെ ചലനം. വലത്തു നിന്നു ഇടത്തോട്ടുള്ള ക്യാമറയുടെ ചലനം വഴി നദിയിലെ ഓളങ്ങളുടെ ചലനത്തിന്റെ പ്രതീതി പല രംഗങ്ങളിലും ആവർത്തിക്കുന്നുണ്ട്. സംഘട്ടന രംഗങ്ങളിൽ കാണുന്ന ക്യാമറയുടെ ചലനവും, ചിത്രസംയോജനവും രംഗതീവ്രത കൂട്ടുവാൻ ഇടയാക്കുന്നുണ്ട്. സമീപ, മദ്ധ്യ, വിദൂര ദൃശ്യങ്ങളിലും, ക്രെയിൻഷോട്ടുകളിലും സംഘട്ടനരംഗം ചിത്രീകരിച്ചിരിക്കുന്നു. സാമ്പ്രദായികമായ സാമൂഹ്യസങ്കല്പനങ്ങളിൽ വിള്ളൽ വീഴ്ത്തുവാൻ സഹായകമായ ബാപ്പുട്ടിയുടെ സംഘട്ടനത്തിനുശേഷമുള്ള സംഭാഷണം ക്രെയിൻ ഷോട്ടുകളിലൂടെ ചിത്രീകരിക്കുമ്പോൾ നായകനെയും നാട്ടുകാരെയും ഒന്നടങ്കം ഫ്രെയിമിൽ കിട്ടുന്നു.

ഓളവും തീരവും ചെറുകഥയിലെ നായകകഥാപാത്രമായ ബാപ്പുട്ടി ശാരീരിക-ലൈംഗികസ്വത്വത്തെ വെളിപ്പെടുത്താത്തതും സ്ത്രീയെ കീഴ്പ്പെടുത്താൻ ആഗ്രഹിക്കാത്തതുമായ പുരുഷസ്വത്വത്തെയാണ് പ്രതിനിധാനം ചെയ്യുന്നത്. അതേ സമയം 'ആണത്ത'ത്തിന്റെ ചേരുവകൾ നായകനിൽ അന്തർലീനവുമാണ്. എന്നാൽ സിനിമയിൽ ബാപ്പുട്ടി ആൺകോയ്മാവ്യവസ്ഥയുടെ അധികാരരൂപമായും മറ്റൊരാളാൽ ചതിക്കപ്പെട്ട തന്റെ കാമുകിയെ സ്വീകരിക്കാൻ തയ്യാറാകുന്ന നായകനായും മാറുന്നു. സഹനം, മോഹഭംഗം, തിരസ്കാരം എന്നിവ കാണപ്പെടുന്ന സൈനബയുടെ വ്യക്തിത്വം പുരുഷാധീശത്വനിർമ്മിതിയായ സ്ത്രൈണത എന്നതിനേക്കാൾ ഗാർഹികവും ആദർശാത്മകവുമായ ദാമ്പത്യത്തിന്റെ പ്രതീകം എന്ന നിലയിൽ നിർമ്മിക്കപ്പെട്ടതാണ്. സിനിമയിൽ പുറംലോകവുമായി പരിമിതമായ തോതിൽ ബന്ധപ്പെടുന്ന നെബീസു സമൂഹത്തിന്റെ കണ്ണുകളാൽ നിയന്ത്രിക്കപ്പെട്ടവളാണ്. ചാരിത്ര്യം നഷ്ടപ്പെട്ടവൾ ജീവിച്ചിരിക്കേണ്ട എന്ന നിയാമകത്തിനു മുന്നിൽ നിസ്സഹായയായി ജീവൻ വെടിയുന്നവളുമാണ്. സിനിമയിൽ ബാപ്പുട്ടിയുടെ പ്രതിനിധാനത്തിൽ മുസ്ലീം സ്വത്വത്തിന്റെ പ്രത്യക്ഷാടയാളങ്ങൾ കാണുന്നില്ലെങ്കിലും നായികയിലും പ്രതിനായകനിലും ഇത്തരം ചിഹ്നങ്ങൾ കാണാം. മുസ്ലീം മതചിഹ്നങ്ങൾ വെടിഞ്ഞ നായകനെയാണ് എഴുപതുകളോടെ മലയാള സിനിമ സ്വീകരിച്ചു തുടങ്ങിയത് എന്നതിന്റെ തുടക്കമാണ് ഇത് സൂചിപ്പിക്കുന്നത്.

ആദ്യകാല മലയാളസിനിമകൾക്ക് സംഗീതനാടകത്തോട് യാദൃച്ഛികമല്ലാത്ത ബന്ധമാണുണ്ടായിരുന്നത്. നാടകത്തെ സിനിമയിലേക്ക് പകർത്തുന്ന രീതിയായിരുന്നു ആദ്യകാലങ്ങളിൽ. 1960 കളിലെ നാട

കാനുവർത്തനങ്ങളിലും ഈ സമ്പ്രദായത്തിൽ നിന്ന് കാര്യമായ മാറ്റം വന്നു കാണുന്നില്ല. അതിവൈകാരികത നിറഞ്ഞ അഭിനയരീതികളും, അമിതമായ സംഭാഷണരീതികളും ഒഴിവാക്കി ദൃശ്യത്തിന് പ്രാധാന്യം കൊടുക്കുന്ന രീതിയിൽ നാടകങ്ങൾ അനുവർത്തനങ്ങളാക്കുവാൻ എഴുപതുകളിൽ ശ്രമിച്ചു തുടങ്ങിയിരുന്നു. നാടകാനുവർത്തനമെന്ന നിലയ്ക്ക് *കാഞ്ചനസീത*യ്ക്ക് നിർണ്ണായകമായ സ്ഥാനം കൈവരുന്നതും അതുകൊണ്ടാണ്. സംഭാഷണപ്രധാനവും നാടകീയവും സംഘട്ടനാത്മകവുമായ രംഗങ്ങൾകൊണ്ടും ശ്രദ്ധേയമായ സി എൻ ശ്രീകണ്ഠൻനായരുടെ നാടകത്തെയാണ് അരവിന്ദൻ സിനിമയിൽ പുനഃസൃഷ്ടിച്ചത്. നാടകത്തേക്കാൾ അതിന്റെ കാഴ്ച/പാരായണാനുഭവത്തെയാണ് അരവിന്ദൻ അവലംബമാക്കിയത്. അങ്ങനെ വന്നപ്പോൾ സംഭാഷണം മിതവും കഥാപാത്രങ്ങളുടെ ബാഹുല്യക്കുറവും വന്നു. ഫ്യൂഡലിസത്തിന്റെ തകർച്ചയും, തൊഴിലാളി-മുതലാളിവർഗ്ഗസമരവും, ശാസ്ത്രപുരോഗതിയും സ്ത്രീസ്വാതന്ത്ര്യവും പ്രമേയമാക്കുന്ന നിരവധി നാടകങ്ങൾ അതേപടി അനുവർത്തിക്കുന്ന രീതിയിൽനിന്നും അരവിന്ദന്റെ *കാഞ്ചനസീത* പലതുകൊണ്ടും വ്യത്യസ്തമാണ്.

പാശ്ചാത്യനാടകവേദിയിൽനിന്നും അഭിനയരീതിയിൽനിന്നും വ്യത്യസ്തമായി പുതിയൊരു രീതി ആവിഷ്കരിച്ച സി എൻ ശ്രീകണ്ഠൻനായരുടെ നാടകങ്ങൾ ആധുനിക മനുഷ്യന്റെ അന്തഃസംഘർഷത്തിലൂടെ സാമൂഹിക രാഷ്ട്രീയത്തെയാണ് വിമർശിച്ചത്. ആധുനികമായ ലോകവീക്ഷണവും പൗരസ്ത്യദർശനവും തമ്മിലുള്ള സംഘർഷം വഴി രൂപപ്പെട്ട ഒരു നാടകപ്രപഞ്ചമാണ് സി എൻ ശ്രീകണ്ഠൻനായരിൽ കാണുന്നത്. എഴുപതുകൾക്കുശേഷമുള്ള കേരള സംസ്കാരത്തെ മദ്ധ്യവർഗ്ഗ സവർണ്ണയുവത്വത്തിന്റെ കാഴ്ചപ്പാടിലൂടെ വിശകലനം ചെയ്യുവാനുള്ള ശ്രമം അരവിന്ദന്റെ ആദ്യകാല സിനിമകൾ മുതൽക്കേയുണ്ട്. അരവിന്ദന്റെ മിക്ക ചിത്രങ്ങളും പുരുഷ ഉൽക്കണ്ഠകളിലൂടെ അഴിമതികളും തൊഴിലില്ലായ്മയും ആദർശങ്ങളുടെ നിരാസങ്ങളും നിറഞ്ഞ കേരളീയ സംസ്കാരത്തെ വിമർശിക്കുന്നതായി മാറുന്നുണ്ട്.

സി എൻ ശ്രീകണ്ഠൻനായരുടെ *കാഞ്ചനസീത* അനുവർത്തനം ചെയ്യപ്പെട്ടപ്പോൾ പശ്ചാത്തലസംഗീതത്തിലൂടെ പ്രകൃതി/സീതയുടെ വ്യത്യസ്തമായ ഭാവങ്ങളും, രംഗങ്ങളുടെ തീവ്രതയും വർദ്ധിപ്പിക്കുവാൻ സാധിച്ചിരിക്കുന്നു. കഥാപാത്രങ്ങളുടെ മാനസികതലങ്ങളെ വ്യക്തമാക്കുന്നതിന് സമീപദൃശ്യങ്ങളും പ്രയോജനപ്പെടുത്തിയിട്ടുണ്ട്. അനുവർത്തനത്തിൽ ഉടനീളം കാണുന്ന വിദൂരദൃശ്യങ്ങളും അതിദീർഘദൃശ്യങ്ങളും നെഹ്റുവിയൻ രാഷ്ട്രപുരോഗതിയോടുള്ള വിമർശനമായി കാണാം. അതായത് ജനതയുടെ സ്വപ്നങ്ങളിൽ നിന്ന് അകന്നു മാറിക്കൊണ്ടിരിക്കുന്ന രാഷ്ട്രം എന്ന നിലയിൽ വിദൂരദൃശ്യങ്ങളെ നിരൂപിക്കാവുന്നതാണ്. ചുവപ്പും കറുപ്പും കലർന്നരംഗങ്ങൾ ഇത്തരത്തിൽ വ്യക്തിയുടെയും രാഷ്ട്രത്തിന്റെയും സംഘർഷങ്ങളെ ധ്വനിപ്പിക്കുവാൻ സഹായകമാകുന്നു.

ആധുനികത പ്രകൃതിയോടു കാണിച്ച അധിനിവേശയുക്തിയാണ് സീത (പ്രകൃതി)യുടെ തിരോധാനത്തെ സൂചിപ്പിക്കും വിധത്തിൽ പ്രകൃതിയുടെ പ്രക്ഷുബ്ധചലനത്തിലൂടെ വ്യക്തമാകുന്നത്.

നാടകത്തിലെ ആദ്യരംഗത്തിലൂടെ വ്യക്തമാകുന്നത് രാമന്റെ അധികാരമോഹമാണ്. അനുവർത്തനം ചെയ്യപ്പെട്ടപ്പോൾ ആദ്യരംഗത്തിൽ കാണുന്നത് അയോദ്ധ്യാവംശത്തിന് ഭീഷണിയായി ഉയർന്നു വരുന്ന ശംബൂകന്റെ തപസ്സു മുടക്കുന്നതാണ്. കീഴാള മുന്നേറ്റത്തിനെതിരെയുള്ള പൗരോഹിത്യത്തിന്റെ പ്രത്യാക്രമണം ആണിത്. വരേണ്യ പൗരോഹിത്യ മതത്തിലെ വ്യവഹാരത്തിന്റെ അതിപ്രസരം നാടകത്തിൽ നീളെ കാണാം. അനുവർത്തനത്തിൽ ഗോത്രരാമൻ അധികാരം നിലനിർത്താൻ ശൂദ്രനെ എതിർക്കുമ്പോൾ പ്രത്യക്ഷത്തിൽ ദളിത് ബഹുജനങ്ങൾക്കിടയിലെ കലഹം എന്ന തോന്നൽ ഉണ്ടായേക്കാം. എന്നാൽ, വാല്മീകിയുടെ രാമനെ ഗോത്രരാമന്റെ മുഖംമൂടി അണിയിച്ചതിലൂടെ സംഭവിച്ച ആഭ്യന്തരവൈരുദ്ധ്യങ്ങളാണിതെന്ന് തിരിച്ചറിയേണ്ടതുണ്ട്. അതിനാൽ ചരിത്രപരമായി വിശകലനം ചെയ്താൽ എഴുപതുകളിൽ സവർണ്ണമദ്ധ്യവർഗ്ഗവിഭാഗം കീഴാളപ്രശ്നങ്ങൾ ഏറ്റെടുത്ത് ഭരണാധികാരം നിലനിർത്താൻ ശ്രമിക്കുകയും കീഴാള മുഖംമൂടിയണിഞ്ഞ് വരേണ്യാശയം തന്നെ നടപ്പിലാക്കാൻ ശ്രമിച്ചതിന്റെയും സൂചനകളും അടങ്ങിയതാണ് അരവിന്ദന്റെ ചലച്ചിത്രപാഠം.

കാഞ്ചനസീത നാടകം സ്വതന്ത്രഭാരതത്തിൽ അധികാരം നിലനിർത്താൻ സവർണ്ണവിഭാഗം ദളിതരെ പിന്തള്ളി ഭരണകൂടവുമായി ചേർന്ന് ശ്രമിക്കുന്നതിന്റെ സാംസ്കാരിക പരിസരമാണ് മുന്നോട്ടുവയ്ക്കുന്നത്. ആര്യബ്രാഹ്മണിക വിഭാഗം ദളിതരെ കീഴടക്കിയും ഭൂമി കൈയടക്കിയും വികസിക്കുന്നതിന്റെ പാഠം നാടകവായനയിലൂടെ ലഭിക്കുന്നുണ്ട്. സിനിമയിൽ സാധാരണ നടന്മാരെ തെരഞ്ഞെടുക്കുന്നരീതിയിൽ നിന്ന് വ്യത്യസ്തമായി ഒരിക്കലും അഭിനയിച്ചിട്ടില്ലാത്ത, വസൂരിക്കലയുള്ള കറുത്തനിറമുള്ളവരെ രാമലക്ഷ്മണന്മാരായി അവതരിപ്പിച്ച അരവിന്ദൻ സാമ്പ്രദായിക സിനിമാസങ്കല്പങ്ങളെയും അട്ടിമറിക്കുന്നുണ്ട്. എങ്കിലും അനുവർത്തനത്തിലൂടെ സിനിമ ഏറ്റെടുക്കുവാൻ ശ്രമിച്ച ആശയത്തെ, അതു തന്നെ റദ്ദു ചെയ്യുന്നതിലെ വൈരുദ്ധ്യം കാണാതിരിക്കാനാവില്ല. അരവിന്ദന്റെ *കാഞ്ചനസീത* പ്രത്യക്ഷത്തിൽ കീഴാളരാഷ്ട്രീയം ആവിഷ്കരിക്കുന്നുവെന്ന തോന്നലുണ്ടാക്കുമ്പോഴും വരേണ്യയുക്തിയുടെ സൗന്ദര്യശാസ്ത്രം തന്നെയാണ് കൈകാര്യം ചെയ്തിരിക്കുന്നത്.

മറിയക്കുട്ടി, പാടാത്തപൈങ്കിളി എന്നിങ്ങനെയുള്ള ജനപ്രിയനോവലുകൾക്ക് അമ്പതുകളിൽ തന്നെ അനുവർത്തനങ്ങൾ ഉണ്ടായിട്ടുണ്ട്. കേരളനവോത്ഥാനസങ്കല്പത്തിനും ജനാധിപത്യപരമായ ഒരു പൊതുമണ്ഡല രൂപീകരണത്തിനും ആദ്യകാല അനുവർത്തന സിനിമകൾ സഹായകമായിരുന്നിട്ടുണ്ട്. നവതരംഗസിനിമകളുടെ കാലമായപ്പോഴേക്കും നോവലിൽ നിന്ന് സിനിമ നിർമ്മിക്കുന്നതിനെ ചൊല്ലി വ്യത്യ

സ്താശയങ്ങൾ രൂപപ്പെടുകയും സിനിമ കൂടുതൽ യാഥാർത്ഥ്യമെന്നു തോന്നുന്ന പ്രമേയത്തിലേക്കും അവതരണത്തിലേക്കും നീങ്ങുകയും ചെയ്തു. ചരിത്രപരമായി നോക്കുമ്പോൾ സിനിമ അതിന്റേതായ ഒരു വ്യാകരണശാസ്ത്രത്തിലേക്കും അനുവർത്തനത്തെ സംബന്ധിച്ച പുതിയ സിദ്ധാന്തങ്ങളിലേക്കും സഞ്ചരിക്കുന്ന കാലം കൂടിയാണിത്. വർത്തമാനകാലത്ത് വിപണിയെ നിയന്ത്രിക്കുന്ന സിനിമാസൗന്ദര്യസങ്കല്പങ്ങൾക്കും മുതലാളിത്ത ആശയങ്ങൾക്കും കീഴടങ്ങിയതിനാൽ നോവൽ അനുവർത്തനങ്ങൾ മലയാള സിനിമയിൽ താരതമ്യേന കുറവാണ്.

ആത്മകഥാപരമായ രീതിയിൽ വൈവിദ്ധ്യം നിറഞ്ഞ സാമൂഹ്യവ്യവസ്ഥയും വ്യക്തിയുടെ സ്വത്വവും ആവിഷ്കരിക്കുന്നവയാണ് ബഷീറിന്റെ നോവലുകൾ. പാരമ്പര്യവും ആധുനികതയും തമ്മിലുള്ള സംഘർഷവും ആധുനിക യുക്തിയുടെ മേലുള്ള സംശയവും ബഷീർ കൃതികളിൽ കാണാം. അടൂർ ഗോപാലകൃഷ്ണന്റെ സിനിമകളിൽ ദൃശ്യങ്ങളുടെ അർത്ഥോല്പത്തിക്ക് സഹായകമായ വിധത്തിൽ മിതമായ സംഭാഷണം, യഥാർത്ഥമായ സ്വഭാവിക ചലനങ്ങൾ, മന്ദചലനം, ദൈർഘ്യമുള്ള ഷോട്ടുകൾ എന്നിങ്ങനെയാണ് സംവിധാനം ചെയ്യപ്പെട്ടിരിക്കുന്നത്. കേരള ചരിത്രത്തിലെ ഫ്യൂഡൽ വ്യവസ്ഥിതിയുടെ ശൈഥില്യം, വ്യക്തിയുടെ സ്വത്വസംഘർഷങ്ങൾ, കമ്യൂണിസ്റ്റ് പാർട്ടിയുടെ പ്രത്യയശാസ്ത്രത്തിലെ വ്യതിയാനം, അധികാരത്തിന്റെയും, വിധേയത്വത്തിന്റെയും രാഷ്ട്രീയ സ്വഭാവങ്ങൾ, പ്രണയവും സ്വാതന്ത്ര്യവും തമ്മിലുള്ള സംഘർഷം എന്നിവയൊക്കെ അടൂരിന്റെ സിനിമകളിൽ ചർച്ച ചെയ്തിട്ടുണ്ട്.

ആത്മകഥാപരമായ പ്രഥമപുരുഷ ആഖ്യാനമാണ് *മതിലുകൾ* എന്ന നോവലിൽ കാണുന്നതെങ്കിൽ അനുവർത്തനത്തിൽ നോവലിലെ കഥ പറയുന്ന ആളിനെ തന്നെ മുഖ്യകഥാപാത്രമാക്കിയാണ് ആവിഷ്കരിച്ചിരിക്കുന്നത്. നോവലിൽ ഭൂതകാലത്തിന്റെ ഓർമ്മയായിട്ടാണ് കഥ നടക്കുന്നതെങ്കിൽ സിനിമയിൽ വർത്തമാന(കഥ നടക്കുന്ന) കാലത്തിലാണ് സംഭവങ്ങൾ അരങ്ങേറുന്നത്. ജയിലിൽ തൂക്കിക്കൊല്ലാൻ വിധിക്കപ്പെട്ടവന് ബഷീർ കൂട്ടിരിക്കുമ്പോൾ പശ്ചാത്തലത്തിൽ കേൾക്കുന്ന ചീവിടുകളുടെ ശബ്ദം രംഗത്തിന്റെ ഭീകരത വർദ്ധിപ്പിക്കാൻ സഹായകമാകുന്നു. തൂക്കിക്കൊന്നതിന്റെ പിറ്റേന്ന് കാക്കകളുടെ കൂട്ടത്തോടെയുള്ള ചിലയ്ക്കൽ മരണം നടന്നു കഴിഞ്ഞിരിക്കുന്നു എന്ന സൂചനയോടൊപ്പം അധികാരത്തിന്റെ മനുഷ്യവിരുദ്ധമായ പ്രയോഗങ്ങളെ ഓർമ്മിപ്പിക്കുവാനും ഇടയാക്കുന്നു. ബഷീർ റോസാപ്പൂവിനെ തൊടുമ്പോഴും, ചുമലിൽ വന്നിരിക്കുന്ന ചിത്രശലഭത്തിന്റെ അടുത്തേക്ക് ചെല്ലുമ്പോഴും മരത്തിലെ അണ്ണാറക്കണ്ണനോട് സംസാരിക്കുമ്പോഴും പശ്ചാത്തലത്തിൽ കേൾക്കുന്ന സംഗീതം ബഷീറിലെ പ്രകൃതി സ്നേഹിയെ വ്യക്തമാക്കുന്നതാണ്. ശബ്ദസന്നിവേശം വഴി രൂപപ്പെട്ട ആശയങ്ങളാണിത്. ജയി

ലിലെ ആദ്യത്തെ രാത്രിയിൽ ഭിത്തിയിൽ ചാരിയിരിക്കുന്ന ബഷീറിനെ മുകളിൽ നിന്നുള്ള ഷോട്ടിലൂടെ കാണിക്കുമ്പോൾ ഭരണകൂട അധികാരത്തിനുമുന്നിലെ വ്യക്തിയുടെ നിസ്സഹായതയെയും വിധേയത്വത്തെയും, ദുഃഖത്തിന്റെ തീവ്രതയേയുമാണ് സൂചിതമാക്കുന്നത്. ഇത്തരത്തിൽ അനുവർത്തനം ചെയ്യപ്പെട്ടപ്പോൾ രൂപപ്പെട്ട സൗന്ദര്യപരവും ആശയപരവുമായ വ്യത്യാസങ്ങളാണിത്.

നോവലിന്റെ തുടക്കത്തിലൂടെ ഇതൊരു പഴയകാല പ്രേമകഥയാണെന്ന് വ്യക്തമാണ്. അനുവർത്തനം ചെയ്യപ്പെട്ടപ്പോഴാവട്ടെ സ്വാതന്ത്ര്യത്തിന്റെയും അധികാരത്തിന്റെയും പ്രശ്നങ്ങളാണ് ഇവിടെ കേന്ദ്രവിഷയമാകുന്നതെന്നുള്ള സൂചനയാണ് ലഭിക്കുന്നത്. സിനിമയുടെ അവസാനം മതിലിനപ്പുറത്ത് മുകളിൽ ആകാശത്തേക്ക് ഉയരുന്ന ചുള്ളിക്കമ്പ് പ്രണയനഷ്ടം വന്ന് സ്വാതന്ത്ര്യം ലഭിച്ചവന്റെ സ്വാതന്ത്ര്യാനന്തരചിന്തകളിലേക്കും ബന്ധങ്ങൾക്കെല്ലാം തടസ്സമായി നില്ക്കുന്ന അധികാരത്തിന്റെ ദുഷ്പ്രവർത്തികളിലേക്കുമുള്ള ചിന്തകളിലേക്കും കൊണ്ടുപോകുന്നു. അനുവർത്തനത്തിൽ കൂട്ടിച്ചേർത്ത കോടതിവിധി ചിത്രീകരണത്തിലൂടെ ആധുനിക ശിക്ഷാനടപടികൾ എങ്ങനെ വ്യക്തിയുടെ മനസ്സിനെയും ശരീരത്തെയും പഴയകാല ശിക്ഷാനടപടികളിൽ നിന്ന് കുറെക്കൂടി ശക്തമായി പീഡിപ്പിക്കുന്നു എന്ന് വ്യക്തമാക്കുന്നു. അനുവർത്തനത്തിൽ കൂട്ടിച്ചേർത്ത മൂന്ന് കഥാപാത്രങ്ങളിലൂടെ ഭരണകൂടത്തിന്റെയും നീതിന്യായ വ്യവസ്ഥയുടെയും വിമർശനം തന്നെയാണ് ഉന്നയിക്കപ്പെടുന്നത്. നോവലിനേക്കാൾ സിനിമ ഇന്നും സമൂഹത്തിൽ തുടർന്നുകൊണ്ടിരിക്കുന്ന മതത്തിന്റെയും ഭരണകൂട വ്യവസ്ഥയുടെയും നവകൊളോണിയൽ അധിനിവേശത്തിന്റെയും എതിരെയുള്ള വിമർശനമായിത്തീരുന്നു. നവഹൈന്ദവവാദത്തിന്റെ പരിസരത്തിൽ ഇന്ത്യൻദേശീയതരാഷ്ട്രീയത്തിൽ മുസ്ലീം സ്വത്വത്തെ സ്ഥാനപ്പെടുത്തുവാനുള്ള ശ്രമമാണ് ഈ സിനിമയുടെ കാലഘട്ടം വ്യക്തമാക്കുന്നത്. ഇവിടെ ബഷീറിന്റെ നോവലിനെ അനുവർത്തനം ചെയ്യാൻ ശ്രമിക്കുമ്പോഴും അടൂരിന്റെ മുൻകാല സിനിമകളുടെ രാഷ്ട്രീയം അബോധമായി *മതിലുകളും* പിന്തുടരുന്നുണ്ട്. സിനിമയിലെ ഫ്രെയിമുകളുടെ സ്ഥാനങ്ങൾ കാഴ്ചയെ കേന്ദ്രീകരിക്കുന്ന സമീപനരീതിയിലാണ് പൊതുവെ കാണുന്നത്. ബഷീറിന്റെ കൃതിയെ അനുവർത്തനം ചെയ്യുമ്പോഴുള്ള മുഖ്യപ്രശ്നമായി ഇതിനെ കാണാവുന്നതാണ്. അതായത് ബഷീറിന്റെ വൈവിദ്ധ്യാത്മകമായ ആഖ്യാനപരിസരത്തെയും അർത്ഥതലങ്ങളെയും അടൂരിന്റെ അധികാരകർത്തൃത്വം പരിമിതപ്പെടുത്തുകയാണ് ചെയ്യുന്നത്. എന്നിരുന്നാലും വർത്തമാനകാലത്ത് സംവാദമായി തുടരുന്ന രാഷ്ട്രം, അധികാരം, സ്വാതന്ത്ര്യം എന്നീ ആശയങ്ങളെ ആവിഷ്കരിക്കുവാൻ അടൂരിന്റെ അനുവർത്തനത്തിന് സാധിച്ചിരിക്കുന്നു. ഇത്തരത്തിൽ സിനിമയുടെ ദൃശ്യസൗന്ദര്യത്തിനനുസൃതമായി അനുവർത്തനം ചെയ്യപ്പെടുമ്പോൾ സൗന്ദര്യപരമായും ആശയപരമായും നിരവധി മാറ്റങ്ങൾ കടന്നു

വരുന്നു.

ചുരുക്കത്തിൽ അനുവർത്തനം എന്നത് സിനിമാചരിത്രത്തിലെ ഒരു യാഥാർത്ഥ്യമാണ്. രചയിതാവായ സംവിധായകന്റെ നോട്ടപ്പാടിലൂടെ യാണ് അനുവർത്തനം ആദ്യകാലങ്ങളിൽ പരിഗണിക്കപ്പെട്ടിരുന്നത്. രാഷ്ട്രീയപരവും പ്രത്യയശാസ്ത്രപരവുമായ സൂചനകൾ ഉൾക്കൊ ള്ളുന്നതാണ് അനുവർത്തനമെന്ന് തിരിച്ചറിയേണ്ടതാണ്. ലാവണ്യവ്യ വഹാരത്തിലൂടെ ഇത്തരം സൂചനകൾ പലപ്പോഴും അടിച്ചമർത്തപ്പെടു കയാണ്. അനുവർത്തനപഠനങ്ങൾ മൂലപാഠത്തെ മാത്രം അവലംബമാ ക്കിയിട്ട് കാര്യമില്ല. സിനിമ രൂപകല്പന ചെയ്യുന്ന സംവിധായകന്റെ കർത്തൃത്വത്തിന്റെ വിളംബരമായും അനുവർത്തനത്തെ തിരിച്ചറിയാം. തിരക്കഥയും, ഛായാഗ്രഹണവും, സംഗീതവും, ചമയവും, ചിത്രസന്നി വേശവുമെല്ലാം സിനിമയുടെ സൗന്ദര്യശാസ്ത്രത്തിന്റെയും പ്രത്യയശാ സ്ത്രത്തിന്റെയും നിർമ്മിതിയിൽ ഇടപെടുന്നുണ്ട്. അനുകല്പനപഠന ങ്ങൾക്ക് ഇവയെല്ലാം ഇന്നു പരിഗണിക്കേണ്ടതായി വരുന്നു. അതിനാൽ സിനിമയിലെ ദൃശ്യവാങ്മയം രൂപപ്പെടുത്തുന്ന ഭിന്നഭാഷണങ്ങളുടെ അപ നിർമ്മിതിയിലൂടെയാണ് അനുവർത്തനത്തിന്റെ രാഷ്ട്രീയത്തെ ഈ പ്രബന്ധം വിശകലനം ചെയ്തിരിക്കുന്നത്.

ഗ്രന്ഥസൂചി

അക്ബർ കക്കട്ടിൽ 1993 *സർഗ്ഗസമീക്ഷ* കോട്ടയം: ഡി സി ബുക്സ്.

അരവിന്ദൻ 2006 *എസ്തപ്പാൻ* കോഴിക്കോട്: പൂർണ്ണ പബ്ലിക്കേഷൻസ്.

അരവിന്ദൻ വല്ലച്ചിറ 1989 *ചലച്ചിത്രവും സമൂഹവും* കോഴിക്കോട്: റീഡേഴ്സ് ബുക്ക്സ്റ്റാൾ.

അരവിന്ദൻ വല്ലച്ചിറ 1992 *ചലച്ചിത്രപ്രസ്ഥാനങ്ങൾ* തൃശൂർ: സിനിവിഷൻസ്, തൃശൂർ

അഷറഫ് ഇ എം 1999 *കാഴ്ചയിലെ കലാപം* കോട്ടയം: നാഷണൽ ബുക്ക്സ്റ്റാൾ, സാഹിത്യ പ്രവർത്തന സഹകരണ സംഘം.

അഷ്റഫ് ഇ എം 1990 *ബഷീറിന്റെ ഐരാവതങ്ങൾ* കോട്ടയം: കറന്റ് ബുക്സ്.

ആഷർ ആർ ഇ 1999 *ബഷീർ : മലയാളത്തിന്റെ സർഗ്ഗവിസ്മയം* കോട്ടയം: ഡി സി ബുക്സ്.

അംബേദ്കർ 2000 *ഡോ. അംബേദ്കർ - സമ്പൂർണ്ണകൃതികൾ വാല്യം 8*, തിരുവനന്തപുരം : കേരള ഭാഷാഇൻസ്റ്റിറ്റ്യൂട്ട്.

ഉണ്ണികൃഷ്ണൻ ദാസ് കെ എം (എഡി). 1991 *അരവിന്ദൻ : ജീവിതവും കലയും*, കോഴിക്കോട്: സോളാർ ബുക്സ്.

കാരശ്ശേരി എം എൻ 2003 *ബഷീറിന്റെ പൂങ്കാവനം* കോട്ടയം: ഡി സിബുക്സ്.

കുട്ബുദ്ദീൻ 1993 *സിനിമയിലെ നവചാരുതകൾ* കോട്ടയം: സാഹിത്യ പ്രവർത്തക സഹകരണസംഘം, നാഷണൽ ബുക്ക്സ്റ്റാൾ.

കുട്ടികൃഷ്ണമാരാർ 1989 *രാജാങ്കണം* കോഴിക്കോട്: മാരാർ സാഹിത്യപ്രകാശം.

ഗിരീഷ്കുമാർ (എഡി) 1998 *പി എൻ മേനോൻ* തിരുവനന്തപുരം: കേരള സംസ്ഥാന ചലച്ചിത്ര വികസന കോർപ്പറേഷൻ.

ഗീത 1999 *സിനിമയുടെ കൈയേറ്റങ്ങൾ* തിരുവനന്തപുരം: ചിന്ത പബ്ലിഷേഴ്സ്.

ഗീത 2001 *മലയാളത്തിന്റെ വെള്ളിത്തിര* തിരൂർ: സമത പബ്ലിക്കേഷൻസ്.

ഗോപാലകൃഷ്ണൻ അടൂർ 1990 *സിനിമയുടെ ലോകം* തിരുവനന്തപുരം: കേരള ഭാഷാഇൻസ്റ്റിറ്റ്യൂട്ട്.

ഗോപാലകൃഷ്ണൻ അടൂർ 2001 *വിധേയൻ* കോട്ടയം: മഹാത്മാഗാന്ധി സർവ്വകലാശാല സെൻട്രൽ കോ-ഓപ്പറേറ്റീവ് സ്റ്റോർസ്.

ഗോപാലകൃഷ്ണൻ അടൂർ 2004 *മതിലുകൾ* (തിരക്കഥ) കോഴിക്കോട്: മാതൃഭൂമി ബുക്സ്.

ഗോപാലകൃഷ്ണൻ അടൂർ 2005 *സിനിമാനുഭവം* കോഴിക്കോട്: മാതൃഭൂമി ബുക്സ്.

ഗോപിനാഥൻ കെ 2005 *സിനിമയും സംസ്കാരവും* തൃശ്ശൂർ: കറന്റ് ബുക്സ്.

ഗോപി, ഭരത് 2002 *നാടക നിയോഗം*, കോട്ടയം, ഡി സി ബുക്സ്.

ഗോവിന്ദനുണ്ണി വി ആർ 2006 *ചലച്ചിത്ര ദർശനം*, കോഴിക്കോട്: മാതൃഭൂമി ബുക്സ്.

ഗംഗാധരൻനായർ ജി 1991 *മലയാളനാടകം - ഗ്രന്ഥപാഠവും രംഗപാഠവും*, കോട്ടയം: ഡി സി ബുക്സ്.

ചന്ദ്രശേഖർ എ 2002 *പി എൻ മേനോൻ - കാഴ്ചയെ പ്രണയിച്ച കലാപം*, തിരുവനന്തപുരം : കേരള സംസ്ഥാന ചലച്ചിത്ര അക്കാദമി.

ജോണി ഒ കെ (എഡി.) 1991 *അരവിന്ദന്റെ കല*, കോഴിക്കോട് : ബോധി പബ്ലിഷിങ് ഹൗസ്.

ജോണി ഒ കെ 2001 *സിനിമയുടെ വർത്തമാനം* കോഴിക്കോട്: പാപ്പിയോൺ.

ജോയ്പോൾ കെ 2002 *ധ്വനിപാഠം: ആധുനിക മലയാളനാടകത്തിൽ* തൃശൂർ: മലയാള പഠന ഗവേഷണകേന്ദ്രം

ജോസ് കെ മാനുവൽ 2004 *സിനിമയുടെ പാഠങ്ങൾ: വിശകലനവും വീക്ഷണവും*, കോട്ടയം: കറന്റ് ബുക്സ്.

ജോസഫ് വി കെ 1997 *സിനിമയും പ്രത്യയശാസ്ത്രവും* തിരുവനന്തപുരം: സാംസ്കാരിക വകുപ്പ്.

തോമസ് എം എഫ് (എഡി). 1986 *അടൂരിന്റെ ലോകം* കോഴിക്കോട്: മൾബറി.

തോമസ് എം എഫ് 2006 *അടൂരിന്റെ ചലച്ചിത്ര യാത്രകൾ* തിരുവനന്തപുരം: സൈൻ ബുക്സ്.

ഥാപ്പർ റൊമീല 1995 *ആര്യദ്രാവിഡവിവാദവും മതനിരപേക്ഷതയും* തിരുവനന്തപുരം: ചിന്താ പബ്ലിക്കേഷൻസ്.

ദിവാകരൻ ആർ വി എം 2005 *കഥയും തിരക്കഥയും* കോഴിക്കോട്: ഒലീവ്.

നാദിർഷ 2002 *സിനിമ-കളിയും കാര്യവും* തൃശൂർ : കറന്റ് ബുക്സ്.

നാരായണൻ വി കെ 2000 *ഡോ. അംബേദ്കർ-സമ്പൂർണ്ണകൃതികൾ വാല്യം 8* തിരുവനന്തപുരം: കേരള ഭാഷാ ഇൻസ്റ്റിറ്റ്യൂട്ട്.

നിത്യചൈതന്യയതി 2000 *സീത നൂറ്റാണ്ടുകളിലൂടെ* തിരുവനന്തപുരം: നാരായണഗുരുകുലം.

പവിത്രൻ. എ വി 1998 *എം ടി യുടെ ലോകങ്ങൾ* കോട്ടയം: സാഹിത്യപ്രവർത്തകസഹകരണസംഘം, നാഷണൽ ബുക്സ്റ്റാൾ.

പോൾ മണലിൽ, (എഡി.) 1998 *പ്രണയത്തിന്റ ബാല്യം* കോട്ടയം: കറന്റ് ബുക്സ്.

പ്രദീപ് പി എസ് 1994 *സ്വയംവരം മുതൽ സ്വം വരെ* തിരുവനന്തപുരം: ധൂമ ബുക്സ്.

ബഷീർ, വൈക്കം മുഹമ്മദ് 1973 *ഓർമ്മയുടെ അറകൾ* കോട്ടയം: നാഷണൽ ബുക്സ്റ്റാൾ സാഹിത്യപ്രവർത്തക സഹകരണ സംഘം.

ബഷീർ, വൈക്കം മുഹമ്മദ് 1985 *ഭാർഗ്ഗവിനിലയം* കോട്ടയം: ഡി സി ബുക്സ്.

ബഷീർ, വൈക്കം മുഹമ്മദ് 1992 *ബഷീർ സമ്പൂർണ്ണകൃതികൾ (ഒന്നും രണ്ടും വാല്യം)* കോട്ടയം : ഡി സി ബുക്സ്.

ബഷീർ, വൈക്കം മുഹമ്മദ് 2003 *മതിലുകൾ* (നോവൽ) കോട്ടയം: ഡി സി ബുക്സ്.

ബഷീർ എം എം (എഡി.) 1996 *എം ടി: കഥയും പൊരുളും* തൃശൂർ: കറന്റ് ബുക്ക്സ്.

ബിജു സി എസ് 2002 *നാട്യസിദ്ധാന്തം* കോട്ടയം: ഡി സി ബുക്സ്.

മധു ഇറവങ്കര 1999 *മലയാള സിനിമയും സാഹിത്യവും* കോട്ടയം: ഡി സി ബുക്സ്.

മാത്യു മണർക്കാട് 1997 *കാലത്തിൽ കൊത്തിയെടുത്ത ദർശനം* കറന്റ് ബുക്സ്.

മേനോൻ പി എൻ 2001 *വെളിച്ചത്തിന്റെ സുഗന്ധം തേടി* ആലുവ: പെൻബുക്സ്.

മൂസ്സത് സി കെ 1989 *രാമകഥ– മലയാളത്തിൽ* തൃശൂർ: കേരള സാഹിത്യ അക്കാദമി.

രവീന്ദ്രൻ പി പി 2003 *സംസ്കാരപഠനം: ഒരു ആമുഖം* കോട്ടയം: ഡി സി ബുക്സ്.

രവീന്ദ്രൻ പി പി 2006 *വീണ്ടെടുപ്പുകൾ സാഹിത്യം സംസ്കാരം ആഗോളത* കോട്ടയം: ഡി സി ബുക്സ്.

രാജകൃഷ്ണൻ വി 1992 *കാഴ്ചയുടെ അശാന്തി* തിരുവനന്തപുരം: കേരള ഭാഷാ ഇൻസ്റ്റിറ്റ്യൂട്ട്.

രാജശേഖരൻ പി കെ 2002 *അന്ധനായ ദൈവം* കോട്ടയം: ഡി സി ബുക്സ്.

രാജ്മോഹൻ ഒ പി 1997 *രാത്രിയും മൂടൽമഞ്ഞും* കോട്ടയം: കറന്റ് ബുക്സ്.

രാമചന്ദ്രൻ ജി പി 1998 *സിനിമയും മലയാളിയുടെ ജീവിതവും* കോട്ടയം: സാഹിത്യപ്രവർത്തക സഹകരണസംഘം, നാഷണൽ ബുക്ക്സ്റ്റാൾ.

രാമസ്വാമി ഇ വി പെരിയോർ 1994 *പെരിയോർ ഇ വി രാമസ്വാമിയുടെ തെരഞ്ഞെടുത്ത കൃതികൾ–ഭാഗം 3* ഡൽഹി: ഇന്ത്യൻ എതീസ്റ്റ് പബ്ലിഷേഴ്സ്.

രാമൻകുട്ടി കെ വി 2005 *സത്യജിത് റേയുടെ പഥേർ പാഞ്ചാലി* തിരുവനന്തപുരം: കേരള ഭാഷാ ഇൻസ്റ്റിറ്റ്യൂട്ട്.

രാമകൃഷ്ണൻ ഇ വി 2001 *ദേശീയതകളും സാഹിത്യവും* കോട്ടയം: ഡി സി ബുക്സ്.

വാസുദേവൻനായർ എം ടി 1989 *എം ടിയുടെ തെരഞ്ഞെടുത്ത കഥകൾ* തൃശൂർ: കറന്റ് ബുക്സ്.

വാസുദേവൻനായർ എം ടി 2000 *ഓളവും തീരവും* (തിരക്കഥ) തൃശൂർ: കറന്റ് ബുക്സ്.

വാസുദേവൻനായർ എം ടി 2001 *എന്റെ പ്രിയപ്പെട്ട തിരക്കഥകൾ* കോട്ടയം: ഡി സി ബുക്സ്.

വാസുദേവൻനായർ എം ടി 2005 *എം ടിയുടെ തെരഞ്ഞെടുത്ത കഥകൾ* തൃശൂർ: കറന്റ് ബുക്സ്.

വിജയൻ എം എൻ 1999 *മരുഭൂമികൾ പൂക്കുമ്പോൾ* കോഴിക്കോട്: പാപ്പിയോൺ.

വിജയൻ എം എൻ (ജന.എഡി) 2002 *നമ്മുടെ സാഹിത്യം നമ്മുടെ സമൂഹം 1901 –2000 വാല്യം മൂന്ന്* തൃശൂർ: കേരള സാഹിത്യഅക്കാദമി.

വിജയകൃഷ്ണൻ (എഡിറ്റർ) 1982 *മലയാളസിനിമ* തിരുവനന്തപുരം: സംക്രമണ പുസ്തകചക്രം.

വിജയകൃഷ്ണൻ 1986 *കറുപ്പും വെളുപ്പും വർണ്ണങ്ങളും* തിരുവനന്തപുരം: സൂര്യ സ്റ്റേജ് ആന്റ് ഫിലിം സൊസൈറ്റി.

വിജയകൃഷ്ണൻ 1989 *നേരിനു നേരെ പിടിച്ച കണ്ണാടി* കോട്ടയം: നാഷണൽ ബുക്ക് സ്റ്റാൾ സാഹിത്യപ്രവർത്തന സഹകരണ സംഘം.

വിജയകൃഷ്ണൻ 1990 *ചലച്ചിത്രസമീക്ഷ* കോട്ടയം: ഡി സി ബുക്സ്.

വിജയകൃഷ്ണൻ 1996 *ചലച്ചിത്രത്തിന്റെ പൊരുൾ* തിരുവനന്തപുരം: കേരള ഭാഷാ ഇൻസ്റ്റിറ്റ്യൂട്ട്.

വിജയകൃഷ്ണൻ 2004 *മലയാള സിനിമയുടെ കഥ* കോഴിക്കോട്: മാതൃഭൂമി ബുക്സ്.

വേലപ്പൻ കെ 2004 *സിനിമയും സമൂഹവും* തിരുവനന്തപുരം: കേരള ഭാഷാ ഇൻസ്റ്റിറ്റ്യൂട്ട്.

ശങ്കരപ്പിള്ള ജി 1991 *മലയാള നാടക സാഹിത്യചരിത്രം* തൃശൂർ: കേരള സാഹിത്യ അക്കാദമി.

ശ്രീകണ്ഠൻനായർ സി എൻ 2003 *നാടകത്രയം* കോട്ടയം: ഡി സി ബുക്സ്.

ശ്രീകുമാർ പി എൻ 1998 *ചലച്ചിത്രസ്വരൂപം* തിരുവനന്തപുരം: പരിധി പബ്ലിക്കേഷൻസ്.

ശ്രീകുമാർ പി എൻ 2005 *കണ്ണടകളും കാഴ്ചകളും* തിരുവനന്തപുരം: സെഡ് ലൈബ്രറി.

ശ്രീരാജ് ബി 2001 *അടൂരിന്റെ സർഗ്ഗയാത്ര* ആലുവ: പെൻ ബുക്സ്.

ഷൺമുഖദാസ് ഐ 1990 *സിനിമയുടെ വഴിയിൽ* തൃശൂർ: കറന്റ് ബുക്സ്.

സലാം കാരശ്ശേരി 1995 *സിനിമാലോചന* കോഴിക്കോട്: അക്ഷരം പബ്ലിക്കേഷൻസ്.

സിനിക്ക് 1967 *മലയാള സിനിമ വാല്യം 1* തൃശൂർ: മംഗളോദയം.

സിനിക്ക് 1968 *മലയാള സിനിമ വാല്യം 2* തൃശൂർ: മംഗളോദയം.

സിനിക്ക് 1973 *വാടാമലരുകൾ* കോഴിക്കോട്: പൂർണ്ണ പബ്ലിക്കേഷൻസ്.

സിനിക്ക് 1980 *കാഴ്ചപ്പാടുകൾ* കോട്ടയം: നാഷണൽ ബുക്ക്സ്റ്റാൾ.

സുധാവാരിയർ 2001 *അനുകല്പനത്തിന്റെ ആട്ടപ്രകാരം* കോട്ടയം: കറന്റ് ബുക്സ്.

സുരേഷ് എം പി 2000 *കാഴ്ചയുടെ കല* കോട്ടയം: നാഷണൽ ബുക്ക് സ്റ്റാൾ സാഹിത്യ പ്രവർത്തക സഹകരണസംഘം.

സൂസി താരു, സഞ്ജീവ് എസ് (എഡി.) 2006 *കീഴാളപഠനങ്ങൾ* കോട്ടയം: ഡി സി ബുക്സ്.

റഹ്മാൻ എം എ 1997 *ബഷീർ ദ മാൻ* കോട്ടയം: ഡി സി ബുക്സ്.

ആനുകാലികങ്ങൾ

അൻസാരി എം ടി 2006 *മുഹമ്മദ് അലിയുടെ ആത്മകഥാശകലവും രാഷ്ട്രമെന്ന ഗുണവും പച്ചക്കുതിര*, ഫെബ്രുവരി, പു. 2, ല. 7, പുറം 6–13.

ആശാലത 2007 *നാലുപെണ്ണുങ്ങളും ആണത്തത്തിന്റെ ആശങ്കകളും* മാധ്യമം ആഴ്ചപ്പതിപ്പ്, നവംബർ 26, പു. 10, നമ്പർ 510, പുറം 30–33.

കൊച്ച് കെ കെ 1998 *ദലിത് സാഹിത്യത്തിന്റെ ആദ്യാക്ഷരങ്ങൾ* സാഹിത്യലോകം, തൃശൂർ, കേരളസാഹിത്യ അക്കാദമി, ജൂലായ്-ആഗസ്ത്, പു.23, ല.4. പുറം. 84–96.

ഗീഥ 2007 *ആണധികാരത്തിന്റെ ചലച്ചിത്രകാഴ്ചകൾ മാതൃഭൂമി* ആഴ്ചപ്പതിപ്പ്, ഡിസംബർ 30— 5, പു.85, ല.44, പുറം 35–40.

ഗോപിനാഥൻ കെ 2004 *സിനിമയും ജനാധിപത്യവും മാതൃഭൂമി* ആഴ്ചപ്പതിപ്പ്, ജൂലായ് 4-10, പു. 82, ല. 18. പുറം 31-34.

ഗോപിനാഥൻ. കെ 2006 *കൊടിയേറ്റം വീണ്ടും കാണുമ്പോൾ മാതൃഭൂമി* ആഴ്ചപ്പതിപ്പ്, ജൂൺ 18-24. പു. 84, ല. 16, പുറം 12-17.

ചന്ദ്രൻ ടി വി/അനൂപ് സി 2004 *സംവിധായകനുള്ള സ്വാതന്ത്ര്യത്തിന്റെ സാദ്ധ്യതകൾ* മാധ്യമം ആഴ്ചപ്പതിപ്പ്, ആഗസ്ത് 13, പു. 7, നമ്പർ. 338. പുറം 58-59.

ജെനി റൊവീന 2004 *ആണത്തങ്ങളെക്കുറിച്ച് പച്ചക്കുതിര*, സെപ്തംബർ. പു. 1, ല. 2, പുറം. 14-18.

ജോണി കെ ജെ 2006 *ഒരു റിബലിന്റെ ജീവിതവും സിനിമയും ഭാഷാപോഷിണി,* വാർഷികപ്പതിപ്പ്, പു. 30, ല. 1, പുറം 151-166.

ജോസി ജോസഫ് 2006 *കാഴ്ചയുടെ കേരളീയത - എം ടി സിനിമകളിൽ മാതൃഭൂമി* ആഴ്ചപ്പതിപ്പ്, ആഗസ്ത് 6-12, പു. 84, ല. 23, പുറം. 26-32.

ഡോൺ ജോർജ്ജ് 2004 *ചുളിഞ്ഞ കിടക്കവിരികളും ബർട്ടലൂച്ചിയും പച്ചക്കുതിര*, സെപ്തംബർ, പു. 1, ല. 2. പുറം 60-62.

ദയ 2005 *സമുദായ മുത്തശ്ശിയുടെ പുതപ്പ് മാധ്യമം* ആഴ്ചപ്പതിപ്പ്, ജനുവരി 7-14, പു.8, നമ്പർ 359, 360 (പുതുവർഷപ്പതിപ്പ്). പുറം 16-18.

ദിലീപ്. എം മേനോൻ 2005 *ഇരുട്ടിന്റെ ആത്മാക്കൾ, എം ടി, സ്ഥലം, കാലം പച്ചക്കുതിര*, ജൂലായ്. പു.1, ല. 12, പുറം. 43-56.

ദേവിക. ജെ 2004 *കുടുംബാസൂത്രണവും കേരളദേശവും പച്ചക്കുതിര* സെപ്തംബർ, പു.1, ല.2, പുറം 19-24.

പാണ്ഡെ ഗ്യാനേന്ദ്ര 2006 *മുസ്ലീമും ഇന്ത്യനും പച്ചക്കുതിര*, മാർച്ച്, പു.2, ല. 8, പുറം 5-14.

പ്രകാശ് ബാബു പി വി 2006 *ഞാൻ ... ഞാൻ എന്നു പറഞ്ഞ് അഹങ്കരിച്ച രാജാക്കന്മാരും മറ്റും എവിടെ? മാതൃഭൂമി* ആഴ്ചപ്പതിപ്പ്, ജനുവരി 22-28, പു. 83, ല. 47. പുറം 67-70.

മുരളീധരൻ, നെല്ലിക്കൽ 2003 *ചലച്ചിത്ര ഭാഷ: സൈദ്ധാന്തിക വിശകലനം ഭാഷാപോഷിണി,* ആഗസ്ത്, പു. 27, ല. 3. പുറം 67-73.

മുരളീധരൻ ടി 2005 *ആർട്ട് സിനിമയും കേരളവും പച്ചക്കുതിര*, ഡിസംബർ, പു. 2, ല. 5, പുറം. 27-32.

മ്യൂസ് മേരി ജോർജ്ജ് 2006 *ലവണബിംബങ്ങളുടെ രാസക്രീഡ മാധ്യമം* ആഴ്ചപ്പതിപ്പ്, ജൂൺ 23. പു. 9, നമ്പർ. 435, പുറം. 36-39.

രതീഷ് രാധാകൃഷ്ണൻ 2005 *1970-കളിൽ സംഭവിച്ചത് അഥവാ മലയാളിയും മോഹൻലാലും തമ്മിലെന്ത്? പച്ചക്കുതിര*, ഡിസംബർ, പു. 2, ല. 5, പുറം. 8

രവികുമാർ കെ എസ് 2002 *ബഷീറിന്റെ ആമുഖവും കെ സി ജോർജ്ജിന്റെ പുസ്തകവും ഭാഷാപോഷിണി*, ഏപ്രിൽ, പു. 25, ല.11, പുറം -6-9.

രാധാകൃഷ്ണൻ പി എസ് 2003 *സിനിമാപഠനം : സിദ്ധാന്തങ്ങളുടെ തുടർച്ചയും പകർച്ചയും, വിജ്ഞാന കൈരളി*, ജൂൺ, വാല്യം 34, ലക്കം 6, പുറം. 37-46.

വാസുദേവൻനായർ, എം ടി /ലത്തീഫ് പറമ്പിൽ 2006 തിരക്കഥ എം ടിയുടേതാവുമ്പോൾ *ഭാഷാപോഷിണി,* ഫെബ്രുവരി, പു. 29, ല. 9, പുറം 6-14.

വിജയകൃഷ്ണൻ 2007 *പ്രജാപതിയല്ലാത്ത കവി മാതൃഭൂമി* ആഴ്ചപ്പതിപ്പ്, ഡിസംബർ 9, പു. 85, ല. 41, പുറം 74-76.

വേണു. കെ 2006 *സ്ത്രീപുരുഷബന്ധങ്ങളും ലൈംഗികതയും മലയാളി സമൂഹവും മാതൃഭൂമി* ആഴ്ചപ്പതിപ്പ്, ഏപ്രിൽ 16-22, പു. 84, ല. 7, പുറം. 31-41.

ഹാരീസ് വി സി 2006 *അത്ഭുതത്തിന്റെ കുമിളകളിലൂടെ ഭാർഗ്ഗവിനിലയം പച്ചക്കുതിര,* ജൂലായ് - ആഗസ്ത്, പു. 3. ല. 1, പുറം 8-15.

Allen Richard & Smith Murray 1999 *Film theory and Philosophy* New York: Oxford University Press.

Andrew, James Dudley 1984 *Concepts in Film Theory* New York : Oxford University Press.

Andrew Dudley 2000 *Adaptation,* Film Adaptation Edited and Introduced by James Naremore, London: The Athlone Press.

Bazin, Andre 1967 *What is Cinema (Vol.1)* Berkeley : University of California Press.

Bazin, Andre 1984 *What is Cinema (Vol.2)* Berkely and Los Angels: University of California Press.

Benjamin, Walter 1970 *Illuminations* London: Fontana.

Bhabha, Homi K 1999 *Nation and Narration* New York: Routledge.

Bignell, Jonathan 2000 M*edia Semiotics - An Introduction* New York: Manchester University Press.

Bluestone George 1996 *Novels into Film* Berkely Los Angeles: University of California Press.

Bobo, Jacqueline (ed.) 2001 *Black Feminist Cultural Criticism* U.K: Blackwell Publishers.

Boyum, Joy Gould 1989 *Double Exposure: Fiction into Film* Calcutta : Seagull Books.

Brewster, Ben and Jacobs Lea 1997 *Theatre to Cinema* New York: Oxford University Press.

Cahoone, Lawrence 1996 *From Modernism to Post Modernism: An Anthology* U K: Balackwell Publishers.

Cartnell, Deborah and Whelenan, Imelda. (Ed.) 1999 *Adaptations Text to Screen Screen to text* New York :Routledge

Chakrabarthy, Dipesh 2002 *Habitations of Modernity* New Delhi: Permanent Black.

Connor, Steven (Ed.) 2006 *The Cambridge Campanion to Post Modernism* U K: Cambridge University Press.

Cooper, Darius 2000 *The Cinema of Satyajit Ray:Between Tradition and Modernity* U K: Cambridge University Press.

De Beauvoir, Simon 1987 *The Second Sex* Harmonds worth, Penguin.

Debord, Guy 1983 *Society of Spectacle* Detroit: Black and Red.

Deleuze, Gilles 1997 *Cinema I, The Movement Image* London: The Athlone Press.

Dick, F Bernard 1998 *Anatomy of Film* New York: St. Martin's Press.

During, Simon (Ed.) 1995 *The Cultural Studies : A reader* London: Routledge.

Eagleton, Terry 1991 *Ideology: An Introduction* London: Verso.

Eagleton, Terry 1997 *Marxism and Literature* London: Routledge.

Easthope, Antony (Ed.) 1993 *Contemporary Film Theory* London and New York: Longman.

Edgar, Andrew and Sedywick, Peter (Ed.) 2004 *Key concepts in Cultural Theory* London and New York: Routledge.

Fanon Frantz 2001 *The Wretched of the Earth* England: Penguin Books.

Foucault, Michel 2002 *Discipline and Punish*, Kulhon Karing, Jertis Joseph, Moody James, Puff Stephan, Wick Intermohan (Eds). Sociological Theory, U K: Black Well Publishers.

Gandhi, Leela 1998 *Post colonial Theory : A Critical Introduction* New York: Columbia University Press.

Gandhi, Leela 1999 *Post colonial Theory : A Critical Introduction* Delhi Oxford University Press.

Gopinathan K (Ed.) 2003 *Film and Philosophy* Calicut: Publication Division University of Calicut.

Guha, Ranajith (Ed) 1982 *Sabaltern Studies 1*, Delhi: Oxford University Press.

Hayward, Susan 2000 *Cinema Studies: The Key Concepts* 2nd Edn. London and New York : Routledge.

Hill, John and Church Gibson, Pamela 1998 '*The Oxford Guide to Film Studies*' New York: Oxford University Press.

Imelda Whelehan 1999 *Adaptations - The Contemporary Dilemmas* Edited by Deborah Cartmell and Imelda Whelehan, 'Adaptations - From text to Screen, Screen to text, New York : Routledge.

Jain, Jasbin Rai, Sudha (Eds.) 2002 *Films and Feminism : Essays in Indian Cinema* Jaipur and New Delhi: Rawat Publications.

Jameson, Frederic 1981 *The Political Unconscious : Narrative as a Socially Sybolic Act* London: Methuen.

Jameson, Fredric 1992 *Signatures of the Visible* New York: Routledge.

Kapur, Geetha 2000 *When was Modernism: Essay on Contemporary Cultural Practice in India* Delhi: Tulika.

Kellner, Douglas 1995 *Media Culture: A Critical Studies, Identity and Politics between the Modern and the Post Modern* London: Routledge.

Klarer, Mario 2000 *An Introduction to Literary Studies* London and New York: Routledge.

Kleinhans Chuck 1998 *Marxism and Film* Edited by John Hill and Pamela Church Gibson 'The Oxford Guide to Films Studies' New York: Oxford University Press.

Kuleshov, Lev 1987 *Selected Works: Fifty years in Films* Moscow: Raduga Publishers.

Lambert, Peter & Schofield, Philipp 2004 *Making History: An Introduction to the History and Practices of a Discipline*. New York: Routledge.

Lehman, Peter (Ed.) 2001 *Masculinity- Bodies, Movies, Culture* New York: Routledge.

Lodge, David (Ed.) 1992 *Modern Criticism and Theory: A reader* London and New York : Longman.

Metz, Christian 1974 *Film Language: A semiotics of Cinema* Trans. Michael Taylor New York: Oxford University Press.

Metz, Cristian 1982 *Psychoanalysis and the Cinema: The Imaginary Signifier* London: Macmillan.

Mitry Jean 2000 *Semiotics and Analysis of Film* London: The Athlone Press.

Mulvey Laura 1998 *Visual Pleasure and Narrative of Cinema* Film theory Edited & Introduced by Antony Easthope, London and Newyork: Longman.

Naremore, James (Ed.) 2000 *Introduction: Film and Reign of Adaptation* Film Adapation Edited and Introduced by James Naremore London: The Athlone Press.

Nandy A 1983 The Intimate Enemy: Loss and Recovery of Self Under Colonialism Delhi Oxford University Press.

Niranjana, Tejaswini, Sudhir P Dhareshwar Vivek (Eds) 1993 *Interogating Modernity: Culture and Colonialism in India* Culcutta: Seagull Books.

Pramod K Nayar 2006 *Reading Culture-Theory, Praxis, Politics* New Delhi: Sage Publications.

Raengo, Alessadra and Stam, Robert 2005 *Literature and Film: A guide to the theory and Practice of Film Adaptation* U K: Blackwell Publishers.

Rajadhyaksha Ashish and Willemen Paul (Eds.) 1999 *Encyclopaedia of Indian Cinema*, New Delhi: Oxford University Press.

Rajagopal, Arvind 2001 *Politics after Television: Hindu Nationalism and the Reshaping of the Public in India* Cambridge: Cambridge University Press.

Ray B Robert 2000 *The Field of Literature and Film* Edited by James Naremore, 'Film Adaption' London: the Athlone Press.

Ray, Satyajith 1993 *Our Films, Their Films* Calcutta : Orient Longman Ltd, Disha Books.

Roberge, Gaston 1990 *The Subject of Cinema* Calcutta : Seagull Books.
Said, Edward 1978 *Orientalism* New York: Pantheon.
Spencer Philip and Wollman Howard 2003 *Nationalism-Acritical Introduction* London : Sage Publications.
Spivak, Gayatri Chakravarty 1988 *Can the Sabaltern Speak* ? Marxism and the Interpretation of Culture (Eds.), Cary Nelson and Lawrence Gross Berg, Hampshire, Mac Millian.
Stam, Robert, Burgoyne, Robert, and Flitterman- Lewis, Sandy 1992 "*New Vocabularies in Film Semiotics-Structuralism, Post-Structuralism and Beyond*", New York : Routledge.
Stam, Robert 2005 *Literature through Film* U K: Blackwell Publishers.
Storey, John 1998 *Cultural Theory and Popular Cultural :A reader* New York: Prentice Hall.
Vasudevan, Ravi S (Ed.) 2000 *Making Meaning in Indian Cinema* New Delhi: Oxford University Press.
Virdi, Jyothika 2004 *Cinematic Imagination* Delhi: Permanent Black
Wells, Stanley and Stanton, Sarah(Eds) 2002 *The Cambridge Companion to Shakespeare on Stage* U K: Cambridge University Press.
Williams, Raymond, 1985 *Marxism and Literature*, London: Oxford University Press.

www.ingramcontent.com/pod-product-compliance
Lightning Source LLC
LaVergne TN
LVHW100831051026
849519LV00006B/2254
* 9 7 8 9 3 8 5 0 4 5 6 3 9 *